കൊണ്ടുനടക്കാവുന്ന
ഒരു ഉത്സവം

Kondunadakkavunna oru uthsavam
A Moveable Feast

Ernest Hemingway

Translation
P Sarathchandran

CHINTHA PUBLISHERS
Thiruvananthapuram

First Edition
January 2021

Published & Typesetting
Chintha Publishers
Thiruvananthapuram

Cover Design
Vinod Mangoes

ISBN : 978-93-90301-25-6

CO - 2966 / 5376

Email: chinthapublishers@gmail.com
Website: www.chinthapublishers.com

Distribution
DESHABHIMANI BOOKHOUSE
H O Thiruvananthapuram 695035

Branch
Head Office Kunnukuzhi • Statue Thiruvananthapuram
KSRTC Bus Station Alappuzha • KSRTC Bus Station Ernakulam
Machingal Lane Thrissur • IG Road Kozhikode
Mavoor Road Kozhikode • NGO Union Building Kannur
Central Bus Terminal Complex Thavakkara Kannur

കൊണ്ടുനടക്കാവുന്ന ഒരു ഉത്സവം

ഏണസ്റ്റ് ഹെമിങ്‌വേ

പരിഭാഷ
പി ശരത്ചന്ദ്രൻ

ചിന്ത പബ്ലിഷേഴ്സ്
തിരുവനന്തപുരം-695 035

ഏണസ്റ്റ് ഹെമിങ്‌വേ

നോവലിസ്റ്റ്, കഥാകൃത്ത്, പത്രപ്രവർത്തകൻ, കായിക താരം എന്നീ നിലകളിൽ പ്രശസ്തൻ. 1899 ജൂലൈ 21 ന് യു എസിലെ ഓക്ക് പാർക്കിൽ ജനിച്ചു. 1926 ൽ ആദ്യ നോവലായ *ദി സൺ ഓൾസോ റൈസസ്* പ്രസിദ്ധീകരിച്ചു. 1954 ൽ സാഹിത്യത്തിനുള്ള നോബൽ സമ്മാനം നേടി. 1953 ൽ ഫിക്ഷനുള്ള പുലിറ്റ്സർ പ്രൈസ് നേടിയിരുന്നു. ഏഴ് നോവലുകൾ, ആറ് ചെറുകഥാ സമാഹാരങ്ങൾ, രണ്ട് നോൺ ഫിക്ഷൻ കൃതികൾ എന്നിവ ഹെമിങ്‌വേയുടേതായി പ്രസിദ്ധീകരിക്കപ്പെട്ടു. അമേരിക്കൻ സാഹിത്യത്തിലെ ക്ലാസിക് കൃതികളാണ് ഹെമിങ്‌വേയുടെ കൃതികൾ. 1961 ജൂലൈയിൽ യു എസിലെ കെച്ചമിൽ അന്തരിച്ചു.

പി ശരത്ചന്ദ്രൻ

ആലപ്പുഴ ജില്ലയിൽ മുതുകുളത്ത് 1949 ൽ ജനിച്ചു. അച്ഛൻ: മഹാകവി അഴകത്ത് പത്മനാഭക്കുറുപ്പിന്റെ ചെറുമകൻ പരമേശ്വരനുണ്ണിത്താൻ. അമ്മ: പ്രശസ്ത സാഹിത്യകാരനും ചലച്ചിത്രകാരനുമായ പി പത്മരാജന്റെ സഹോദരി പത്മിനി അമ്മ.

എഞ്ചിനീയറിങ്ങിൽ ഡിഗ്രി.

ആനുകാലികങ്ങളിൽ ചെറുകഥകൾ പ്രസിദ്ധീകരിച്ചിട്ടുണ്ട്.

നിരവധി പരിഭാഷകൾ പ്രസിദ്ധീകരിച്ചിട്ടുണ്ട്.

ഭാര്യ : ശിവലത

മകൻ : ഉണ്ണികൃഷ്ണൻ

വിലാസം : ടി സി 29/1065, അംബാ ഗാർഡൻസ്
പാൽക്കുളങ്ങര, തിരുവനന്തപുരം.

ഫോൺ : 9947070782

ഉള്ളടക്കം

പ്രസാധകക്കുറിപ്പ്

ഏണസ്റ്റ് ഹെമിങ്‌വേയുടെ വിഖ്യാതകൃതിയായ *A moveable feast*ന്റെ പരിഭാഷയാണ് *കൊണ്ടുനടക്കാവുന്ന ഒരു ഉത്സവം.* 1920 കളിലെ പാരീസിൽ യുവ പത്രപ്രവർത്തകനായി ഹെമിങ്‌വേ കഴിയുന്ന കാലത്തിന്റെ നഖചിത്രമാണ് ഈ കൃതി. ഒരു എഴുത്തുകാരൻ എന്ന നിലയിൽ അറിയപ്പെടാൻ കിണഞ്ഞു ശ്രമിക്കുന്ന കാലം. എഴുത്തുകാരും കലാകാരന്മാരും ശ്രദ്ധേയ വ്യക്തിത്വങ്ങളും പാരീസിലെ തെരുവുകളെ സർഗ്ഗാത്മക ഉന്മാദംകൊണ്ടു നിറച്ച കാലഘട്ടത്തിന്റെ അനുഭവങ്ങളാണ് ഈ തുറന്നെഴുത്തിലുള്ളത്. ഒരു തരത്തിലുള്ള ഓർമ്മക്കുറിപ്പെന്നോ ആത്മഗതമെന്നോ പറയാവുന്ന എഴുത്തുരീതിയാണ് ഹെമിങ്‌വേ ഇതിൽ പരീക്ഷിക്കുന്നത്. മഹാപ്രതിഭയുടെ മിന്നലാട്ടങ്ങൾ ഈ കൃതിയിൽ കാണാം. പാരീസിലെ അംബരചുംബികളായ അപ്പാർട്ട്മെന്റുകൾ, ബാറുകൾ, കഫേകൾ, ഹോട്ടലുകൾ... ഒക്കെയും കഥാപാത്രങ്ങളാവുന്നു. സിൽവിയ ബീച്ച്, ഹിലാരി ബേഴോക്ക്, അലിസ്റ്റർ ക്രോലി, ജിഫ് ഫിറ്റ്സ് ജറാൾഡ്, ജയിംസ് ജോയിസ്, എസ്രാ പൗണ്ട്, ജെർട്രൂഡ് സ്റ്റീൻ, മെർമൽ വോൺ വെഡർമോവ് തുടങ്ങിയ ഒട്ടേറെ ശ്രദ്ധേയ കലാകാരന്മാരുമായുള്ള കൂടിക്കാഴ്ചകൾ. പാരീസ് എന്ന മഹാനഗരവും അവിടത്തെ രാത്രികളും വീഥികളും ബാറുകളും ഉത്സവലഹരിയിലാകുന്ന നിമിഷങ്ങളുടെ ആഖ്യാനം മഹാനായ ഹെമിങ്‌വേയിലൂടെ അനുഭവിച്ചറിയാവുന്ന കൃതി.

ചിന്ത പബ്ലിഷേഴ്സ്

സെയിന്റ് മൈക്കൽ സ്ക്വയറിലെ ലഘുഭക്ഷണശാല

പിന്നീട് അവിടെ ഒരു മോശം കാലാവസ്ഥ ഉണ്ടായിരുന്നു. മഴ അവസാനിച്ചതിനുശേഷമുള്ള ഒരു ദിവസത്തിൽ അതു കടന്നുവരും. നമുക്ക് മഴയെ ചെറുത്തുനില്ക്കാൻ വേണ്ടി രാത്രിയിൽ ജനാലകൾ അടയ്ക്കേണ്ടിവരും. തണുത്തകാറ്റ് പ്ലേസ് കോൺട്രസ്കാർപ്പിലെ മരങ്ങളുടെ ഇലകൾ നിലത്ത് പൊഴിച്ചിടും. ഇലകൾ മഴയിൽ കുതിർന്ന് നിലത്തുവീണു കിടക്കും. കാറ്റ് ബസ് സ്റ്റാന്റിലെ പച്ചനിറമുള്ള വലിയ ബസിന്റെ അടുത്തേക്ക് മഴയെ തുരത്തിക്കൊണ്ടുപോയിരുന്നു. കേഫ് ഡി അമചേഴ്സിൽ തിരക്കുണ്ടായിരുന്നു. അകത്തെ ചൂടും പുകയും കൊണ്ട് ജനാലകൾ മങ്ങിപ്പോയിരുന്നു. കേഫ് ഡി അമചേഴ്സ് ആ ഭാഗത്തെ മദ്യപാനികൾ ഒന്നിച്ചു കൂടുന്ന ഒരു വൃത്തികെട്ട ഭക്ഷണശാല ആയിരുന്നു. മുഷിഞ്ഞ ശരീരങ്ങളുടെ ഗന്ധവും ലഹരി പിടിപ്പിക്കുന്ന മദ്യത്തിന്റെ മണവും കാരണം ഞാൻ ആ ഭക്ഷണശാലയോട് അകലം പാലിച്ചിരുന്നു. അവിടെ എത്തിച്ചേരുന്ന ആണുങ്ങളും പെണ്ണുങ്ങളും മുഴുവൻ സമയവും മദ്യലഹരിയിൽ ആയിരുന്നു. അല്ലെങ്കിൽ മദ്യപാനത്തിന്റെ ചെലവ് താങ്ങാൻ പറ്റുന്ന സമയം മുഴുവൻ അവർ മദ്യലഹരിയിൽ ആയിരുന്നു. അവരുടെ കൂടുതൽ ചെലവും അവർ കൊണ്ടുവരാറുള്ള അരലിറ്റർ അല്ലെങ്കിൽ ഒരു ലിറ്റർ മദ്യം കാരണമായിരുന്നു. വിശപ്പുണ്ടാക്കുന്ന അസാധാരണമായ പേരുകൾ ഉള്ള ധാരാളം ഔഷധങ്ങളുടെ പരസ്യങ്ങൾ ഉണ്ടായിരുന്നെങ്കിലും വളരെക്കുറച്ച് മനുഷ്യർക്ക് മാത്രമേ അവയുടെ ചെലവ് താങ്ങാൻ കഴിഞ്ഞിരുന്നുള്ളൂ. അതുകൊണ്ട് കൂടുതൽ ആളുകളും അവരുടെ മദ്യപാനത്തിന്റെ അടിത്തറയിലാണ് അത്തരം ഔഷധങ്ങൾ ഉപയോഗിച്ചിരുന്നത്. മദ്യപാനികളായ സ്ത്രീകളെ പെൺമദ്യപാനികൾ എന്ന് അർത്ഥമുള്ള പോയ് വ്രോട്ടുകൾ (Poivrottes) എന്നാണ് വിളിച്ചിരുന്നത്.

റ്യൂ മൗഫറ്റാർഡ് കോൺട്രസ്കാർപ്പിലേക്ക് നയിക്കുന്ന അത്ഭുതകരമായ തിരക്കുള്ള ഇടുങ്ങിയ ചന്തത്തെരുവ് ആയിരുന്നു. ഈ ചന്തത്തെരുവിന്റെ ചെളിക്കുണ്ടായിരുന്നു കേഫ്ഡി അമചേഴ്സ്. പഴയ വീടുകളുടെ ഓരോ നിലയിലും കോണിപ്പടികളുടെ വശത്ത് പതുങ്ങിയിരിക്കുന്ന കക്കൂസുമുറികൾ ചെളിക്കുഴികളിലേക്കാണ് ഒഴുക്കിവിട്ടിരുന്നത്. രാത്രിയിൽ കുതിരകൾ വലിക്കുന്ന ടാങ്കുകൾ ഘടിപ്പിച്ച വണ്ടികളിലേക്ക് ചെളിക്കുഴികൾ എല്ലാം പമ്പ് ചെയ്ത് ഒഴിച്ചെടുത്തിരുന്നു. വേനൽക്കാലത്ത് ജനാലകൾ എല്ലാം തുറന്നിട്ടിരിക്കുമ്പോൾ ഞങ്ങൾക്ക് ഇത് പമ്പ് ചെയ്യുന്ന ശബ്ദം കേൾക്കാൻ കഴിയും. ആ സമയത്തെല്ലാം വളരെ ശക്തമായ ഗന്ധം ഉണ്ടായിരുന്നു. ടാങ്ക് വണ്ടികൾക്ക് തവിട്ടുനിറവും കടുംമഞ്ഞ നിറവും പൂശിയിരുന്നു. അവ ജോലികഴിഞ്ഞ് റ്യൂ കർദ്ദിനാൾ ലമോയിനിയിലെ നിലാവിലൂടെ കുതിരകൾ വലിച്ചുകൊണ്ടുപോകുന്ന കാഴ്ച *ബ്രാക്കിന്റെ ഒരു പെയിന്റിങ് പോലെ ഉണ്ടായിരുന്നു. കേഫ് ഡി അമചേഴ്സിലെ മാലിന്യം ഒരാളും പമ്പു ചെയ്ത് കൊണ്ടുപോയിരുന്നില്ല. പരസ്യ മദ്യപാനത്തിനുള്ള വ്യവസ്ഥകളും ശിക്ഷകളും അറിയിക്കുന്ന മഞ്ഞ നിറത്തിലുള്ള ചുവർപ്പരസ്യം പോലെ കേഫ് ഡി അമചേഴ്സ് അവിടത്തെ വൃത്തികെട്ട മണമുള്ള ഇടപാടുകാരോടൊപ്പം അവഗണിക്കപ്പെട്ടിരുന്നു.

ശിശിരത്തിലെ ആദ്യത്തെ തണുത്ത മഴയ്ക്കൊപ്പം പട്ടണത്തിന്റെ മൊത്തം സങ്കടങ്ങളും പെട്ടെന്ന് കടന്നുവന്നിരുന്നു. ഇവിടെ ഏറ്റവും മുകളിലത്തെ നിലയിൽ എനിക്ക് ഒരു മുറി ഉണ്ടായിരുന്ന **വെർലൈൻ മരണപ്പെട്ടിരുന്ന ഹോട്ടലിന്റെ മുന്നിലൂടെ നിങ്ങൾ നടന്നു നീങ്ങുമ്പോൾ തെരുവിൽ അടഞ്ഞ വാതിലുകളുള്ള ചെറിയ പത്രക്കടകളും പലചരക്ക് കടകളും നനഞ്ഞ ഇരുട്ടും ഒഴിച്ച് ഉയരത്തിലുള്ള വെളുത്ത വീടുകളുടെ മേല്ക്കൂരകൾപോലും കാണാൻ ഉണ്ടായിരുന്നില്ല.

ആ മുറി ആറോ എട്ടോ പടിക്കെട്ടുകൾക്ക് മുകളിൽ ആയിരുന്നു. തണുപ്പ് വളരെ കൂടുതൽ ആയിരുന്നു. ഒരു കെട്ട് ചുള്ളിക്കമ്പിനും ചുള്ളിക്കമ്പിൽനിന്ന് തീപിടിപ്പിക്കാനുള്ള ചരടിൽ പൊതിഞ്ഞുവച്ച പെൻസിലിന്റെ പകുതി നീളമുള്ള കീറിയ പൈൻ കഷണങ്ങൾക്കും മുറി ചൂടാക്കാനുള്ള പകുതി ഉണങ്ങിയ വിറകുകെട്ടിനും കൂടി എന്ത് വില വരുമെന്ന് എനിക്ക് അറിയാമായിരുന്നു. അതുകൊണ്ട് ഏതെങ്കിലും പുകക്കുഴലിൽ നിന്ന് പുക ഉയരുന്നുണ്ടോ എന്ന് നോക്കാൻ വേണ്ടി ഞാൻ തെരുവിന്റെ മറ്റേ അറ്റത്തേക്ക് നടന്നു. പുക ഉണ്ടായിരുന്നില്ല. പുകക്കുഴൽ എത്രമാത്രം തണുത്തിരിക്കുമെന്ന് ഞാൻ ആലോചിച്ചു. അത് പുകവലിച്ചെടുക്കില്ല. മുറി പുക കൊണ്ട് നിറഞ്ഞ് വിറക് പാഴാകും. അതിനോടൊപ്പം പണവും നഷ്ടമാകും. ഞാൻ മഴയിൽ നടത്തം തുടർന്നു. ഞാൻ

---

* ഇരുപതാം നൂറ്റാണ്ടിലെ ഒരു പ്രധാന ഫ്രഞ്ച് ചിത്രകാരൻ.

** ഫ്രഞ്ച് കവി.

'ലൈസി ഹെൻറി ക്വാട്രിയും' 'സെയിന്റ്-ഇറ്റൈൻ ഡ്യൂ മോണ്ടിലെ' പഴയ പള്ളിയും കടന്ന് അവസാനം സെയിന്റ് മൈക്കൽ സ്ക്വയറിലെ എനിക്ക് പരിചയമുള്ള ഒരു നല്ല കാപ്പിക്കടയിൽ എത്തിച്ചേരുന്നതുവരെ നടത്തം തുടർന്നു.

അത് ഇളംചൂടും വൃത്തിയും സൗഹൃദവും ഉള്ള ഹൃദ്യമായ ഒരു ലഘുഭക്ഷണശാല ആയിരുന്നു. ഞാൻ എന്റെ പഴയ മഴക്കോട്ട് ഊരി കോട്ട് റാക്കിൽ ഉണങ്ങാനിട്ടു. എന്റെ നിറം മാറിയ രോമത്തൊപ്പി ഊരി മുകളിലുള്ള തട്ടിൽ വെച്ചതിനുശേഷം പാൽക്കാപ്പി കൊണ്ടുവരാൻ നിർദ്ദേശം കൊടുത്തു. ഹോട്ടലിലെ പണിക്കാരൻ അത് കൊണ്ടുവന്നു. ഞാൻ കോട്ടിന്റെ പോക്കറ്റിൽനിന്നും ഒരു നോട്ട് ബുക്കും പെൻസിലും പുറത്തെടുത്ത് എഴുതാൻ ആരംഭിച്ചു. ഞാൻ മിച്ചിഗണിൽവെച്ചും എഴുതുകയായിരുന്നു. കാരണം അന്നും കാറ്റുവീശുന്ന വന്യമായ ഒരു തണുത്ത ദിവസം ആയിരുന്നു. കഥയിലും അത്തരത്തിലുള്ള ഒരു ദിവസം ആയിരുന്നു. ഞാൻ കുട്ടിക്കാലത്തും യൗവനത്തിലും കൗമാരത്തിലും മഴ പെയ്തൊഴിയുന്നത് കണ്ടിട്ടുണ്ടായിരുന്നു. ഒരു സ്ഥലത്ത് നിങ്ങൾക്ക് അതിനെപ്പറ്റി മറ്റൊരു സ്ഥലത്തേക്കാൾ മെച്ചപ്പെട്ട രീതിയിൽ എഴുതാൻ പറ്റും. അതിനെ സ്വയം പറിച്ചു നടീൽ എന്നാണ് വിളിച്ചിരുന്നത്. ഞാൻ വിചാരിച്ചു- വളർന്നു കൊണ്ടിരിക്കുന്ന മറ്റ് വസ്തുക്കളെപ്പോലെ മനുഷ്യരുടെ കാര്യത്തിലും ഇത് അവശ്യം ആയിരിക്കും. പക്ഷേ, കഥയിൽ ആൺകുട്ടികൾ കുടിച്ചുകൊണ്ടിരിക്കുകയായിരുന്നു. ഇത് കാരണം എനിക്കും ദാഹം ഉണ്ടായി. ഞാൻ ഒരു സെയിന്റ് ജെയിംസ് റം കൊണ്ടുവരാൻ നിർദ്ദേശിച്ചു. തണുത്ത ദിവസത്തിൽ ഇതിന് അത്ഭുതകരമായ സ്വാദ് ഉണ്ടായിരുന്നു. *മാർറ്റിനിക്യുവിലെ നല്ല റം എന്റെ ശരീരത്തിനും മനസ്സിനും ഇളംചൂട് പകരുന്നത് അറിഞ്ഞുകൊണ്ട് ഞാൻ എഴുത്ത് തുടർന്നുകൊണ്ടിരുന്നു.

ഒരു പെൺകുട്ടി ഭക്ഷണശാലയിലേക്ക് കടന്നുവന്ന് ജനാലയുടെ അടുത്തുകിടന്ന മേശയുടെ സമീപം ഇരുന്നു. അവൾ വളരെ സുന്ദരി ആയിരുന്നു. അവളുടെ മുഖത്തിന് ഒരു പുതിയ നാണയത്തിന്റെ പുതുമ ഉണ്ടായിരുന്നു. അവളുടെ തലമുടിക്ക് ഒരു കാക്കയുടെ ചിറകിന്റെ കറുപ്പായിരുന്നു. അത് കൃത്യമായി കവിളിലൂടെ ചരിച്ച് മുറിച്ചിട്ടിരുന്നു.

ഞാൻ അവളെ നോക്കി. അവൾ എന്നെ അസ്വസ്ഥനാക്കിയിരുന്നു. അവൾ എന്നെ യഥാർത്ഥത്തിൽ ഇളക്കിമറിച്ചിരുന്നു. അവളെ ഈ കഥയിലോ അല്ലെങ്കിൽ ഏതെങ്കിലും ഒരിടത്തോ ഉൾപ്പെടുത്താൻ കഴിയണമെന്ന് ഞാൻ ആഗ്രഹിച്ചു. പക്ഷേ, അവൾ വഴിയും പ്രവേശനകവാടവും കാണാൻ കഴിയുന്ന തരത്തിലുള്ള ഒരു ഇരിപ്പിടം സ്വയം തെരഞ്ഞെടുത്തുകഴിഞ്ഞിരുന്നു. അവൾ ആരോ ഒരാളെ പ്രതീക്ഷിക്കുന്നുണ്ടെന്ന് ഞാൻ മനസ്സിലാക്കി. അതുകൊണ്ട് ഞാൻ എഴുത്തു തുടർന്നു.

കഥ സ്വയം എഴുതിക്കൊണ്ടിരിക്കുകയായിരുന്നു. കഥയോടൊപ്പം

---

* കരീബിയൻ കടലിലെ ഒരു ദ്വീപ്

എത്താൻ വേണ്ടി ഞാൻ പാടുപെടുന്നുണ്ടായിരുന്നു. ഞാൻ മറ്റൊരു 'സെയിന്റ് ജെയിംസ് റം' കൊണ്ടുവരാൻ പറഞ്ഞു. കൂടാതെ തല ഉയർത്തുന്ന സമയത്തെല്ലാം ഞാൻ പെൺകുട്ടിയെ ശ്രദ്ധിച്ചിരുന്നു. എന്റെ മദ്യത്തിന്റെ താഴെ ഇരുന്ന പ്ലേറ്റിലേക്ക് പെൻസിൽ വെട്ടിയിടുന്ന സമയത്തും ഞാൻ പെൺകുട്ടിയെ മാത്രമാണ് ശ്രദ്ധിച്ചിരുന്നത്.

ഞാൻ സുന്ദരിയായ നിങ്ങളെ കണ്ടുകഴിഞ്ഞു. നിങ്ങൾ കാത്തിരിക്കുന്നത് ആരെയാണെങ്കിലും നിങ്ങളെ ഞാൻ വീണ്ടും കണ്ടുമുട്ടിയില്ലെങ്കിലും നിങ്ങൾ ഇപ്പോൾ എന്റേതാണ്. നിങ്ങൾ എന്റേതാണ്. മൊത്തം പാരീസും എന്റേതാണ്. ഞാൻ ആണെങ്കിൽ ഈ നോട്ടുബുക്കിനും പെൻസിലിനും സ്വന്തമാണ്.

പിന്നീട് ഞാൻ എഴുത്തിലേക്ക് തിരിച്ചുപോയി. ഞാൻ കഥയുടെ ആഴങ്ങളിലേക്ക് കടന്നുപോയി. എന്നെ അതിനുള്ളിൽ കാണാതായി. ഇപ്പോൾ ഞാൻ അത് എഴുതിക്കൊണ്ടിരിക്കുകയായിരുന്നു. ഇപ്പോൾ കഥ സ്വയം എഴുതിക്കൊണ്ടിരിക്കുകയായിരുന്നില്ല. ഞാൻ തല ഉയർത്തി നോക്കിയില്ല. അല്ലെങ്കിൽ എനിക്ക് ഇപ്പോൾ സമയത്തെപ്പറ്റി ഒന്നും അറിയില്ല. അല്ലെങ്കിൽ ഞാൻ എവിടെയാണെന്ന് ഇപ്പോൾ ആലോചിക്കുന്നില്ല. അല്ലെങ്കിൽ ഞാൻ കൂടുതൽ സെയിന്റ് ജെയിംസ് റം കൊണ്ടുവരാൻ നിർദ്ദേശിക്കുന്നില്ല. ഞാൻ സെയിന്റ് ജെയിംസ് റമ്മിനെപ്പറ്റി ചിന്തിക്കുന്നില്ല. എനിക്ക് സെയിന്റ് ജെയിംസ് റം മടുത്തിരിക്കുന്നു. അതിനുശേഷം കഥ പൂർത്തിയാക്കി. ഞാൻ അതോടെ അങ്ങേയറ്റം ക്ഷീണിച്ചുപോയിരുന്നു. ഞാൻ അവസാനത്തെ ഖണ്ഡിക വായിച്ചു. അതിനു ശേഷം ഞാൻ പെൺകുട്ടിക്കു വേണ്ടി തല ഉയർത്തി നോക്കി. അവൾ സ്ഥലം വിട്ടിരുന്നു. അവൾ ഒരു നല്ല മനുഷ്യനോടൊപ്പം പോയിരിക്കുമെന്ന് ഞാൻ ആഗ്രഹിച്ചു. ഞാൻ അങ്ങനെ സംഭവിച്ചുകാണുമെന്ന് ആലോചിച്ചു. പക്ഷേ, എനിക്ക് ദുഃഖം തോന്നിയിരുന്നു.

ഞാൻ നോട്ട് ബുക്കിൽ എഴുതിയ കഥ അവസാനിപ്പിച്ചുകൊണ്ട് നോട്ടുബുക്ക് എന്റെ കോട്ടിന്റെ അകത്തെ പോക്കറ്റിൽ ഇട്ടതിനുശേഷം ഒരു ഡസൻ പോർച്ചുഗീസ് മുത്തുച്ചിപ്പിയും അവർക്ക് അവിടെ ഉണ്ടായിരുന്ന അരഗ്ലാസ് വെളുത്ത വീഞ്ഞും കൊണ്ടുവരാൻ വെയിറ്ററോട് നിർദ്ദേശിച്ചു. ഒരു കഥ എഴുതിക്കഴിയുമ്പോൾ ഞാൻ എപ്പോഴും ഒരു സംഭോഗം കഴിഞ്ഞതുപോലെ ദുഃഖിതനും സന്തോഷവാനും ശൂന്യത അനുഭവിക്കുന്നവനും ആയിരുന്നു. അടുത്ത ദിവസം കഥ വീണ്ടും വായിക്കുന്നതുവരെ അത് എത്രമാത്രം നല്ലതാണെന്ന് സത്യത്തിൽ എനിക്ക് അറിയില്ലെങ്കിലും അത് ഒരു നല്ല കഥയാണെന്ന് എനിക്ക് ഉറപ്പുണ്ടായിരുന്നു.

ഞാൻ കടലിന്റെ ശക്തമായ സ്വാദുള്ള മുത്തുച്ചിപ്പികൾ തിന്നുന്നതിനിടയിൽ ശൂന്യമാക്കപ്പെട്ടതുപോലെയുള്ള മനോഭാവം എനിക്ക് നഷ്ടപ്പെട്ടു. അതിനോടൊപ്പം ഞാൻ പദ്ധതികൾക്ക് രൂപം നല്കിക്കൊണ്ട് സന്തോഷിക്കാൻ ആരംഭിച്ചിരുന്നു.

ഇപ്പോൾ ആ മോശം കാലാവസ്ഥ വന്നെത്തിക്കഴിഞ്ഞിരിക്കുന്നു. ഞങ്ങൾക്ക് കുറച്ചുകാലത്തേക്ക് ഈ മഴ പൈൻമരക്കൂട്ടങ്ങളിലൂടെ പൊഴിയുന്ന മഞ്ഞായി മാറിയിട്ടുള്ള ഉയർന്ന കുന്നിൻചരിവുകളിലേക്ക് പോകണം. അവിടത്തെ മഞ്ഞുമൂടിയ വഴിയിലൂടെ രാത്രിയിൽ വീട്ടിലേക്ക് മടങ്ങിപ്പോരുമ്പോൾ ഞങ്ങൾക്ക് ഉയരത്തിൽ മഞ്ഞ് അടർന്നുവീഴുന്ന ശബ്ദം കേൾക്കാൻ കഴിയും. 'ലസ് അവാന്റ്സിന്' താഴെ ഒരു താവളം ഉണ്ടായിരുന്നു. അവിടുത്തെ ജീവിതച്ചെലവ് അത്ഭുതകരം ആയിരുന്നു. അവിടെ ഞങ്ങൾക്ക് ഒന്നിച്ച് ഞങ്ങളുടെ പുസ്തകങ്ങൾ വായിക്കാൻ കഴിയും. അവിടെ രാത്രിയിൽ തിളങ്ങുന്ന നക്ഷത്രങ്ങൾക്കുവേണ്ടി ജനാല തുറന്നിട്ട് കിടക്കയിൽ ഒന്നിച്ച് ഇളംചൂടുപറ്റി കിടക്കാൻ കഴിയും. ഞങ്ങൾക്ക് പോകാൻ കഴിയുന്നത് ഇവിടെ ആയിരുന്നു. ട്രെയിനിലെ മൂന്നാംക്ലാസ് യാത്രയ്ക്കു ചെലവ് കുറവായിരുന്നു. ജീവിതച്ചെലവ് ഞങ്ങൾ പാരീസിൽ ചെലവാക്കുന്നതിനേക്കാൾ അല്പം മാത്രം കൂടുതൽ ആയിരുന്നു.

ഞാൻ എഴുതിക്കൊണ്ടിരുന്ന എഴുപത്തിനാല് റ്യൂ കർദിനാൾ ലിമോയിൽ എന്ന നാമമാത്രമായ വാടകയുള്ള മുറി ഞാൻ ഉപേക്ഷിക്കും. ഞാൻ 'ടൊറൊന്റോ'യ്ക്കുള്ള ലേഖനം എഴുതിക്കഴിഞ്ഞിരുന്നു. അതിന്റെ ചെക്കുകൾ വരാനുണ്ടായിരുന്നു. അത് എനിക്ക് എവിടെ ഏതു ചുറ്റുപാടിലും എഴുതാൻ കഴിയും. യാത്രയ്ക്കുള്ള പണം ഞങ്ങളുടെ കൈവശം ഉണ്ടായിരുന്നു.

ഒരു പക്ഷേ, പാരീസിൽനിന്ന് അകലെയായിരിക്കുമ്പോൾ പാരീസിലുള്ളപ്പോൾ എനിക്ക് മിച്ചിഗനെപ്പറ്റി എഴുതാൻ കഴിയുന്നതുപോലെ എനിക്ക് പാരീസിനെപ്പറ്റി എഴുതാൻ കഴിയുമായിരിക്കും. ഞാൻ പാരീസിനെപ്പറ്റി വേണ്ടത്ര മനസ്സിലാക്കിയിട്ടില്ലാത്തതുകൊണ്ട് എന്റെ എഴുത്ത് വളരെ നേരത്തേയാണെന്ന് എനിക്ക് അറിയില്ലായിരുന്നു. പക്ഷേ, ഒടുവിൽ അത് സംഭവിച്ചത് അങ്ങനെ ആയിരുന്നു. എന്തായാലും എന്റെ ഭാര്യ പോകാൻ ആഗ്രഹിക്കുകയാണെങ്കിൽ ഞങ്ങൾ പോകും. ഞാൻ മുത്തുച്ചിപ്പികൾ തിന്നുതീർത്തു. വീഞ്ഞ് കുടിച്ചുതീർത്തതിനുശേഷം ഭക്ഷണശാലയിലെ എന്റെ കണക്ക് കൊടുത്തുതീർത്തു. അതിനുശേഷം മഴയത്ത് 'മോൺടെയിൻ സ്റ്റി ജനവീവ്' വഴിയുള്ള കുറുക്കുവഴിയിലൂടെ തിരിച്ചുപോന്നു. ഇപ്പോൾ കുന്നിൻമുകളിലുള്ള ഫ്ളാറ്റിലേക്ക് നിങ്ങളുടെ ജീവിതത്തെ പറിച്ചുനട്ടത് സ്ഥലത്തെ കാലാവസ്ഥ അല്ലാതെ മറ്റൊന്നും ആയിരുന്നില്ല.

"ടാറ്റി, അത് അത്ഭുതകരം ആയിരിക്കുമെന്നാണ് ഞാൻ വിചാരിക്കുന്നത്." എന്റെ ഭാര്യ പറഞ്ഞു. അവൾക്ക് വിനയം പ്രകടമാക്കുന്ന ഒരു മുഖം ഉണ്ടായിരുന്നു. തീരുമാനങ്ങൾ എടുക്കുമ്പോൾ അവയെല്ലാം വിലയേറിയ സമ്മാനങ്ങൾ ആണെന്നുള്ള മട്ടിൽ അവളുടെ കണ്ണുകളും പുഞ്ചിരിയും പ്രകാശിച്ചിരുന്നു. "നമുക്ക് പോകേണ്ടത് എപ്പോഴാണ്?"

"നീ ആഗ്രഹിക്കുന്ന സമയത്ത്."

‘‘ഞാൻ ഈ നിമിഷത്തിൽത്തന്നെ ആഗ്രഹിക്കുന്നുണ്ടെന്ന് നിങ്ങൾക്ക് അറിയില്ലേ?”

“ഒരു പക്ഷേ, നമ്മൾ തിരിച്ചുവരുമ്പോൾ ഇതെല്ലാം മാറി മനോഹരമായ കാലാവസ്ഥ ആയിരിക്കും. ഇതെല്ലാം മാറി തണുപ്പായിക്കഴിയുമ്പോൾ കാലാവസ്ഥ വളരെ മനോഹരം ആയിരിക്കാൻ സാദ്ധ്യത ഉണ്ട്.”

“അത്, അങ്ങനെ ആയിരിക്കുമെന്ന് എനിക്ക് ഉറപ്പാണ്.” അവൾ പറഞ്ഞു. “പോകുന്നത് വളരെ നല്ലതാണെന്ന് നിങ്ങൾ ചിന്തിക്കുന്നില്ലേ?”

മിസ്: സ്റ്റൈൻ പഠിപ്പിക്കുന്നു

ഞങ്ങൾ പാരീസിൽ തിരിച്ചെത്തിയപ്പോൾ മനോഹരമായ തെളിഞ്ഞ കാലാവസ്ഥ ആയിരുന്നു. നഗരം ശിശിരകാലവുമായി സ്വയം പൊരുത്തപ്പെട്ടിരുന്നു. ഞങ്ങളുടെ തെരുവ് മുഴുവൻ നല്ല വിറകും കല്ക്കരിയും വില്പനയ്ക്ക് ഉണ്ടായിരുന്നു. പല നല്ല ലഘുഭക്ഷണ ശാലകളുടെയും മട്ടുപ്പാവിൽ നിങ്ങൾക്ക് ഇളംചൂട് ലഭിക്കാൻ വേണ്ടി കല്ക്കരി കനലുകൾ നിരത്തിയ ലോഹത്തട്ടുകൾ ഉണ്ടായിരുന്നു. ഞങ്ങൾ സ്വന്തമാക്കിയിരുന്ന മുറിയിലും ഇളംചൂട് ഉണ്ടായിരുന്നു. ഞങ്ങൾ കല്ക്കരിപ്പൊടി മുട്ടയുടെ ആകൃതിയിൽ ഉരുട്ടിയെടുത്ത ഗോളങ്ങൾ കത്തുന്ന വിറകിൽ ഇട്ട് ചുട്ടുകരിച്ചിരുന്നു. തെരുവുകളിലെ ശിശിരകാലത്തിന്റെ വെളിച്ചം മനോഹരമായിരുന്നു. ഇപ്പോൾ ആകാശത്തിലേക്ക് ഉയർന്നു നില്ക്കുന്ന ഇലകൊഴിഞ്ഞ വൃക്ഷങ്ങളുമായി നിങ്ങൾ പൊരുത്തപ്പെട്ടുകഴിഞ്ഞിരുന്നു. നിങ്ങൾ ഇപ്പോൾ ലക്സംബോർഗ് തോട്ടങ്ങളിലെ തുളഞ്ഞിറങ്ങുന്ന പ്രസന്നമായ കാറ്റിലൂടെ മഴ കഴുകി വൃത്തിയാക്കിയ ചരൽക്കല്ലു നിരത്തിയ വഴിയിലൂടെ മുന്നോട്ടു നടന്നുകൊണ്ടിരിക്കുന്നു. ശിശിരത്തിലെ കാറ്റ് തടാകങ്ങൾക്ക് മുകളിലൂടെ വീശി. ജലധാരകൾ തിളങ്ങുന്ന പകലിൽ പൊട്ടിത്തെറിച്ചു. ഞങ്ങൾ മലനിരകളിൽ എത്തിയതിനുശേഷം ഇപ്പോൾ എല്ലാ ദൂരസ്ഥലങ്ങളിലേക്കും ഉള്ള അകലം കുറവായിരുന്നു.

ഉയരത്തിലുള്ള വ്യത്യാസം കാരണം കുന്നുകളുടെ നിര ഞാൻ ശ്രദ്ധിച്ചിരുന്നില്ല. ഹോട്ടലിന്റെ മുകളിലത്തെ നിലയിൽ ഞാൻ ജോലി ചെയ്തിരുന്ന മുറിയിലേക്കുള്ള കയറ്റം ആഹ്ലാദത്തോടെ ആയിരുന്നു. അവിടെനിന്ന് മേൽക്കൂരകൾക്കും പുകക്കുഴലുകൾക്കും ഇടയിലൂടെ ഉയർന്നു നില്ക്കുന്ന കുന്നുകളുടെ കാഴ്ച ആഹ്ലാദകരം ആയിരുന്നു. മുറിയിലെ നെരിപ്പോട് വൃത്തിയായി സൂക്ഷിച്ചിരുന്നു. മുറിയിലെ ഇളം

ചൂടിൽ ജോലി ചെയ്യുന്നത് സന്തോഷമായിരുന്നു. ഞാൻ ഓറഞ്ചും ചെസ്റ്റ്നട്ടുകളും മുറിക്കുള്ളിലേക്ക് വാങ്ങിക്കൊണ്ടുവന്നിരുന്നു. ഞാൻ ചെറുനാരങ്ങയോളം വലിപ്പം ഉള്ള ചെറിയ ഓറഞ്ചുകളുടെ തൊലി ഉരിഞ്ഞ് നെരിപ്പോടിലേക്ക് എറിഞ്ഞതിനുശേഷം കുരു അതിലേക്ക് തുപ്പി ക്കളഞ്ഞു. വിശപ്പുള്ളപ്പോൾ ഞാൻ വറുത്ത ചെസ്റ്റ്നട്ടുകൾ തിന്നാറു ണ്ടായിരുന്നു. തണുപ്പും ജോലിയും നടത്തവും കാരണം എനിക്ക് എല്ലാ സമയത്തും വിശപ്പുണ്ടായിരുന്നു. മുറിക്കുള്ളിൽ എനിക്ക് ഞങ്ങൾ പർവ്വ തങ്ങളിൽനിന്ന് തിരിച്ചുകൊണ്ടുവന്നിരുന്ന ഒരു കുപ്പി കിർച്ച് മദ്യം ഉണ്ടാ യിരുന്നു. ഞാൻ ഒരു കഥയുടെ അവസാനത്തിൽ എത്തുന്ന സമയത്തും ഒരു ദിവസത്തെ ജോലി അവസാനിക്കുന്ന സമയത്തും ഒരു കവിൾ കിർച്ച് കുടിച്ചു. ഞാൻ ഒരു ദിവസത്തെ ജോലി അവസാനിക്കുമ്പോൾ നോട്ട്ബുക്കോ കടലാസോ മേശവലിപ്പിൽ ഉപേക്ഷിച്ചതിനുശേഷം കൈവശം ഓറഞ്ചുകൾ ബാക്കിവന്നിട്ടുണ്ടെങ്കിൽ അവ എല്ലാം എന്റെ പോക്കറ്റിനുള്ളിൽ ഇട്ടിരുന്നു. രാത്രിയിൽ അവ മുറിയിൽ ഉപേക്ഷിക്കുക യാണെങ്കിൽ അവയെല്ലാം വിറങ്ങലിച്ചുപോകും.

ജോലി നല്ലപോലെ ചെയ്തെന്ന് മനസ്സിലാക്കിയതിനുശേഷം നീണ്ട പടിക്കെട്ടുകൾ ഇറങ്ങുന്നത് അത്ഭുതകരമായ അനുഭവം ആയിരുന്നു. ഞാൻ എപ്പോഴും എന്തെങ്കിലും ചെയ്തു കഴിയുന്നതു വരെ ജോലി ചെയ്തിരുന്നു. ഞാൻ എല്ലാ സമയത്തും അടുത്തത് എന്താണ് സംഭവി ക്കാൻ പോകുന്നതെന്ന് മനസ്സിലായിക്കഴിഞ്ഞാണ് ജോലി അവസാനി പ്പിച്ചിരുന്നത്. ആ രീതിയിൽ അടുത്ത ദിവസം സംഭവിക്കുന്നതിനെപ്പറ്റി എനിക്ക് ഉറപ്പിക്കാൻ കഴിയും. പക്ഷേ, ചിലപ്പോൾ ഒരു പുതിയ കഥ തുടങ്ങുമ്പോൾ എനിക്ക് മുന്നോട്ടു പോകാൻ കഴിഞ്ഞില്ല. ഞാൻ നെരി പ്പോടിന് മുന്നിൽ ഇരുന്ന് ചെറിയ ഓറഞ്ചുകൾ പൊളിച്ച് തൊലി തീജ്ജ്വാ ലകളിലേക്ക് പിഴിഞ്ഞുകൊണ്ട് അവ സൃഷ്ടിക്കുന്ന നീലനിറം ശ്രദ്ധിക്കും. ഞാൻ എഴുന്നേറ്റുനിന്ന് പാരീസിന്റെ മേല്ക്കൂരകൾക്ക് മുകളിലൂടെ പുറ ത്തേക്ക് നോക്കിക്കൊണ്ട് ആലോചിക്കും. “വേവലാതിപ്പെടരുത്. നീ മുൻകാലങ്ങളിൽ എല്ലാസമയത്തും എഴുതിയിട്ടുണ്ട്. ഈ സമയത്തും നീ എഴുതും. നിനക്ക് ആകെ ചെയ്യാനുള്ളത് ഒരു ആത്മാർത്ഥതയുള്ള വാചകം എഴുതുന്നത് മാത്രമാണ്. നിനക്ക് അറിയാവുന്ന ഏറ്റവും സത്യ സന്ധമായ വാചകം എഴുതുക.” അതുകൊണ്ട് അവസാനം ഞാൻ ഒരു സത്യസന്ധമായ വാചകം എഴുതും. അതിനു ശേഷം അവിടെ നിന്ന് മുന്നോട്ടുപോകും. അപ്പോൾ പിന്നീട് എഴുതുന്നത് എളുപ്പമായിരുന്നു. കാരണം എല്ലാ സമയത്തും എനിക്ക് അറിയാവുന്ന അല്ലെങ്കിൽ ഞാൻ മനസ്സിലാക്കിയിരുന്ന അല്ലെങ്കിൽ ആരെങ്കിലും പറഞ്ഞു കേട്ടിരുന്ന ഒരു സത്യസന്ധമായ വാചകം എന്റെ ഉള്ളിൽ ഉണ്ടായിരുന്നു. എന്തെങ്കിലും കാര്യം അവതരിപ്പിക്കുന്ന അല്ലെങ്കിൽ പരിചയപ്പെടുത്തുന്ന ഏതോ ഒരു മനുഷ്യനെപ്പോലെ ഞാൻ വിശദമായി എഴുതാൻ തുടങ്ങുമ്പോൾ എനിക്ക് അതിലെ ആഡംബരങ്ങൾ ചുരുട്ടി എറിഞ്ഞതിനുശേഷം ആദ്യം ഞാൻ

എഴുതിയ വ്യക്തതയുള്ള സത്യസന്ധമായ നാട്യം ഇല്ലാത്ത വാചകത്തിൽ നിന്ന് ആരംഭിക്കാൻ കഴിയുന്നതായി ഞാൻ കണ്ടെത്തിയിരുന്നു. ആ മുറിയിൽ വെച്ച് എനിക്ക് പരിചിതമായ ഓരോ കാര്യത്തെപ്പറ്റിയും ഒരു കഥ എഴുതുമെന്ന് ഞാൻ തീരുമാനിച്ചിരുന്നു. ഞാൻ എഴുതിയിരുന്ന കാലം മുഴുവൻ ഞാൻ ഇതിനുവേണ്ടി പരിശ്രമിച്ചിരുന്നു. അത് നല്ലതും കർശനവുമായ ഒരു പരിശീലനം ആയിരുന്നു.

ഞാൻ എഴുത്തു നിർത്തിയതിനുശേഷം അടുത്ത ദിവസം വീണ്ടും ആരംഭിക്കുന്നതുവരെ എഴുതിക്കൊണ്ടിരുന്ന ഏതെങ്കിലും കാര്യത്തെക്കുറിച്ച് ആലോചിക്കരുതെന്ന് പഠിച്ചത് ആ മുറിയിൽ വച്ച് ആയിരുന്നു. ആ രീതിയിൽ എന്റെ ഉപബോധമനസ്സ് ഈ കാര്യത്തിൽ ജോലി ചെയ്യുന്നുണ്ടായിരിക്കും. ആ സമയത്തുതന്നെ ഞാൻ മറ്റു മനുഷ്യർക്ക് ചെവികൊടുക്കുന്നുണ്ടാകും. അതിന്റെ കൂടെ ഓരോ കാര്യവും ഞാൻ ശ്രദ്ധിക്കുന്നുണ്ടാകും. അത് പഠനമാണെന്ന് ഞാൻ പ്രതീക്ഷിച്ചിരുന്നു. ഞാൻ അത് വായിച്ചുനോക്കും. അതുകൊണ്ട് ഞാൻ എന്റെ രചനയെപ്പറ്റി ചിന്തിക്കാൻ പോകുന്നില്ല. അതിലൂടെ അത് എഴുതാൻ എന്നെ സ്വയം പ്രാപ്തിയില്ലാത്തവനാക്കാൻ പോകുന്നില്ല. ഭാഗ്യവും അതിനോടൊപ്പം അച്ചടക്കവും ആവശ്യം ഉള്ള എഴുത്ത് നല്ല രീതിയിൽ നിർവ്വഹിച്ചതിനുശേഷം പടിക്കെട്ടുകൾ ഇറങ്ങിവരുന്നത് അത്ഭുതകരമായ ഒരു അനുഭവം ആയിരുന്നു. ആ സമയത്ത് പാരീസിൽ എവിടെ നടന്നുപോകാനും ഉള്ള സ്വാതന്ത്ര്യം എനിക്കുണ്ടായിരുന്നു.

ഞാൻ വൈകുന്നേരത്ത് ജാർഡിൻ ഡ്യു ലക്സംബോർഗിലേക്ക് നടക്കുകയാണെങ്കിൽ എനിക്ക് മഹത്തായ ചിത്രരചനകൾ സൂക്ഷിച്ചിരുന്ന മ്യൂസ് ഡ്യു ലക്സംബോർഗ്ഗിലേക്ക് അവിടത്തെ തോട്ടം വഴി നടന്നെത്താൻ കഴിയും. ഇപ്പോൾ അവിടെ ഉണ്ടായിരുന്ന കൂടുതൽ ചിത്രങ്ങളും ലൗറിയിലേക്കും ജ്യൂഡി പൗമിലേക്കും മാറ്റിക്കഴിഞ്ഞിരുന്നു. ഞാൻ സെസാന്റെ ചിത്രങ്ങൾക്കു വേണ്ടി ഏറക്കുറെ എല്ലാ ദിവസവും അവിടെ പോകുന്നുണ്ടായിരുന്നു. അവിടെവെച്ച് ചിക്കാഗോയിലെ കലാസ്ഥാപനത്തിൽനിന്ന് ഞാൻ കേൾക്കാൻ ഇടയായ മാനേയും മാനറ്റും ഉൾപ്പെടെയുള്ള മറ്റ് ഇംപ്രഷനിസ്റ്റുകളുടെ ചിത്രങ്ങളും കാണാൻ കഴിഞ്ഞിരുന്നു. ഞാൻ സെസാന്റെ ചിത്രങ്ങളിൽനിന്ന് ചില കാര്യങ്ങൾ പഠിക്കുന്നുണ്ടായിരുന്നു. ഈ കാര്യങ്ങൾ കഥകളിൽ ഞാൻ ഉൾപ്പെടുത്താൻ ശ്രമിച്ചിരുന്ന മാനങ്ങൾ നിർമ്മിക്കാൻ പര്യാപ്തമായ ലളിതവും സത്യസന്ധവുമായ വാചകങ്ങൾ എഴുത്തിൽ കൊണ്ടുവരാൻ സഹായിച്ചിരുന്നു. ഞാൻ സെസാനിൽനിന്നും ധാരാളം കാര്യങ്ങൾ പഠിക്കുന്നുണ്ടായിരുന്നു. പക്ഷേ, ആരോടെങ്കിലും അത് വിശദീകരിക്കാൻ വേണ്ടത്ര വ്യക്തത എനിക്ക് ഇല്ലായിരുന്നു. കൂടാതെ അത് ഒരു രഹസ്യം ആയിരുന്നു. പക്ഷേ, ലക്സംബോർഗിലെ വെളിച്ചം നഷ്ടപ്പെട്ടാൽ ഞാൻ തോട്ടങ്ങളിലൂടെ 27, റ്യൂഡി ഫ്ളൂറസിൽ ജർട്രൂഡ് സ്റ്റീൻ താമസിച്ചിരുന്ന സ്റ്റുഡിയോ മുറിയിലെത്തി നടത്തം അവസാനിപ്പിക്കും.

എന്റെ ഭാര്യയും ഞാനും കൂടി മിസ് സ്റ്റൈനിന്റെ വീട് സന്ദർശിച്ചിരുന്നു. അവളും അവളോടൊപ്പം താമസിക്കുന്ന സുഹൃത്തും വളരെ സ്നേഹപൂർവ്വം പെരുമാറിയിരുന്നു. ഞങ്ങൾ വലിയ ചിത്രങ്ങൾ ഉണ്ടായിരുന്ന ആ വലിയ സ്റ്റുഡിയോമുറി ഇഷ്ടപ്പെട്ടിരുന്നു. അത് ഏറ്റവും നല്ല ചിത്രപ്രദർശനശാലയിലെ ഏറ്റവും നല്ല മുറിപോലെ ആയിരുന്നു. ഏക വ്യത്യാസം ആ മുറിയിൽ ഒരു വലിയ നെരിപ്പോട് ഉള്ളതായിരുന്നു. അതുകൊണ്ട് മുറിക്കുള്ളിൽ ഇളംചൂട് ഉണ്ടായിരുന്നു. അവർ ഞങ്ങൾക്ക് കഴിക്കാൻ നല്ല വസ്തുക്കൾ തന്നു. ചായയും ചുവന്ന പ്ലമ്മിൽനിന്നും മഞ്ഞ പ്ലമ്മിൽനിന്നും വാറ്റിയെടുത്ത നാടൻ മദ്യവും തന്നു. അവ ചിത്രപ്പണികളുള്ള കണ്ണാടിക്കുപ്പിയിൽനിന്നും ചെറിയ ചില്ലുഗ്ലാസിലേക്ക് പകർന്നെടുക്കുന്ന സുഗന്ധമുള്ള നിറം ഇല്ലാത്ത ശുദ്ധചാരായം ആയിരുന്നു. അവ ഏത് ഇനത്തിലുള്ള പ്ലമ്മിൽനിന്ന് വാറ്റിയതാണെങ്കിലും അവയ്ക്കെല്ലാം അവ വാറ്റിയെടുക്കാൻ കാരണമായ പഴങ്ങളുടെ ഗന്ധം ഉണ്ടായിരുന്നു. അവ നിങ്ങളുടെ നാക്കിൽ ഇളംചൂട് പകരുന്ന നിയന്ത്രിത താപമായി മാറിയിരുന്നു

മിസ് സ്റ്റൈറ്റൻ തടിച്ചി ആയിരുന്നു. പക്ഷേ, പൊക്കം ഉണ്ടായിരുന്നില്ല. അവരുടെ ശരീരം ഒരു കർഷക സ്ത്രീയുടെ ശരീരം ആയിരുന്നു. അവൾക്ക് മനോഹരമായ കണ്ണുകൾ ഉണ്ടായിരുന്നു. അവൾക്ക് ജർമ്മനിയിലെ ജൂതസ്ത്രീയുടെ മുഖം ആയിരുന്നു. അവൾ വസ്ത്രധാരണം കൊണ്ടും ഇളക്കം ഉള്ള മുഖം കൊണ്ടും ജീവനുള്ള മനോഹരമായ ഇടതിങ്ങിയ തലമുടികൊണ്ടും വടക്കൻ ഇറ്റലിയിലെ ഒരു കർഷകസ്ത്രീയെ ഓർമ്മയിൽ കൊണ്ടുവന്നിരുന്നു. അന്യദേശക്കാരിയുടെ മുടിപോലെ ഉള്ള തലമുടി ഒരുപക്ഷേ, അവൾ കോളേജിൽ ഉണ്ടായിരുന്ന കാലത്തെ രീതിയിലായിരിക്കാം ക്രമീകരിച്ചിരുന്നത്. അവൾ മുഴുവൻ സമയവും സംസാരിക്കുന്നുണ്ടായിരുന്നു. തുടക്കത്തിൽ അത് ആളുകളെപ്പറ്റിയും സ്ഥലങ്ങളെപ്പറ്റിയും ആയിരുന്നു.

അവളുടെ കൂട്ടുകാരിക്ക് വളരെ സുഖകരമായ ഒരു ശബ്ദം ഉണ്ടായിരുന്നു. അവരുടെ തലമുടി ജോൺ ഓഫ് ആർക്കിനെപ്പോലെ മുറിച്ചിട്ടിരുന്നു. അവർക്ക് ഉയരം വളരെ കുറവായിരുന്നു. കൂടുതൽ ഇരുണ്ട നിറം ആയിരുന്നു. ഞങ്ങൾ അവളെ ആദ്യം കാണുമ്പോൾ അവർ എന്തോ തയ്യൽപ്പണിയിൽ ആയിരുന്നു. അവർക്ക് വളഞ്ഞ മൂക്ക് ഉണ്ടായിരുന്നു. അവർ തയ്യൽ ജോലി ചെയ്യുന്നതിനിടയിൽ തിന്നാനും കുടിക്കാനും ഉള്ള കാര്യങ്ങൾ എന്റെ ഭാര്യയോട് സംസാരിച്ച് ഉറപ്പുവരുത്തി. അവർ ഒരു തവണ സംസാരിച്ചുകൊണ്ട് ഞാനും ഭാര്യയും പറയുന്നത് ശ്രദ്ധിച്ചുകേട്ടിരുന്നു. പലപ്പോഴും അവർ സംസാരിക്കാൻ കൂട്ടാക്കാതിരുന്ന മനുഷ്യന്റെ സംസാരം തടസ്സപ്പെടുത്തി. പിന്നീട് അവർ എല്ലാസമയത്തും ഭാര്യമാരോടാണ് സംസാരിച്ചിരുന്നതെന്ന് എന്നോട് വിശദീകരിച്ചിരുന്നു. ഭാര്യമാരെ അവർ പിന്താങ്ങുന്നതായി എനിക്കും ഭാര്യക്കും തോന്നുന്നുണ്ടായിരുന്നു. പക്ഷേ, മിസ് സ്റ്റീനിനേയും അവളുടെ കൂട്ടുകാരിയെയും (കൂട്ടുകാരി ഞങ്ങളെ ഭയപ്പെടുത്തിയിരുന്നെങ്കിലും) ഞങ്ങൾക്ക് ഇഷ്ടമാ

യിരുന്നു. ചിത്രങ്ങളും കേക്കുകളും മദ്യവും സത്യത്തിൽ അത്ഭുതകര മായിരുന്നു. അവർക്ക് ഞങ്ങളേയും ഇഷ്ടമായിട്ടുണ്ടെന്ന് തോന്നി. ഞങ്ങൾ ഭാവിയിൽ വലിയ നേട്ടങ്ങൾ ഉണ്ടാക്കാൻ പോകുന്ന വളരെ നല്ല പെരു മാറ്റം ഉള്ള കുട്ടികൾ ആണെന്നമട്ടിൽ അവർ ഞങ്ങളെ പരിചരിച്ചു. ഞങ്ങൾ പ്രേമിച്ച് വിവാഹം കഴിച്ചതിൽ അവർ ഞങ്ങളോട് ക്ഷമിച്ചിരിക്കുന്നതായി എനിക്ക് തോന്നി- കാലം ആ കാര്യം ഉറപ്പുവരുത്തും - എന്റെ ഭാര്യ അവരെ ചായയ്ക്ക് ക്ഷണിച്ചപ്പോൾ അവർ അത് സ്വീകരിച്ചിരുന്നു.

അവർ ഞങ്ങളുടെ ഫ്ളാറ്റിൽ വന്നപ്പോൾ അവർ ഞങ്ങളെ കൂടു തൽ ഇഷ്ടപ്പെടുന്നുണ്ടെന്ന് തോന്നി. പക്ഷേ, അങ്ങനെ തോന്നിയത് ഒരു പക്ഷേ, സ്ഥലം വളരെ കുറവായതുകൊണ്ടും അതുകാരണം ഞങ്ങൾ ഒന്നിച്ച് കൂടുതൽ അടുത്ത് ഇടപഴകിയതുകൊണ്ടും ആയിരിക്കാം. മിസ് സ്റ്റൈൻ നിലത്തുകിടന്ന കിടക്കയിലാണ് ഇരുന്നിരുന്നത്. അവൾ ഞാൻ എഴുതിയിരുന്ന കഥകൾ കാണണമെന്ന് ആവശ്യപ്പെട്ടു. അവൾക്ക് 'മിച്ചി ഗനിൽ' (up in Miehigan) എന്ന കഥ ഒഴിച്ച് മറ്റ് കഥകൾ എല്ലാം ഇഷ്ടമാ യെന്ന് അവൾ പറഞ്ഞു.

"അത് നല്ലതാണ്" അവൾ പറഞ്ഞു. "ഒരു തരത്തിലും അതല്ല പ്രശ്നം. പക്ഷേ, അത് ഭിത്തിയിൽ തൂക്കിയിടാൻ പറ്റില്ല. അതിന്റെ അർത്ഥം ഒരു ചിത്രകാരൻ ചിത്രം വരച്ചുകഴിഞ്ഞ് അയാൾക്ക് ഒരു പ്രദർശനം ഉള്ളപ്പോൾ അത് അവിടെ തൂക്കിയിടാൻ പറ്റാത്ത ഒരു ചിത്രം പോലെയാണ്. അതു വാങ്ങുന്ന ഒരാൾക്കും അത് തൂക്കിയിടാൻ പറ്റാ ത്തതുകൊണ്ട് ഒരാളും അത് വാങ്ങാൻ പോകുന്നില്ല."

"പക്ഷേ, അത് എങ്ങനെയാണ് വൃത്തികേടാണെന്ന് പറയുന്നത്? ആളുകൾ യഥാർത്ഥത്തിൽ ഉപയോഗിക്കുന്ന വാക്കുകൾ ഉപയോഗിക്കാ നാണ് നിങ്ങൾ ശ്രമിക്കേണ്ടത്. അല്ലേ? കഥയെ സത്യസന്ധമാക്കാൻ പറ്റുന്ന വാക്കുകൾ അവ മാത്രമാണ്. നിങ്ങൾ നിശ്ചയമായും അവ ഉപ യോഗിക്കണം. അല്ലേ? നിങ്ങൾക്ക് അവ ഉപയോഗിക്കാതിരിക്കാൻ പറ്റില്ല."

"പക്ഷേ, നിങ്ങൾ ഒരുതരത്തിലും കാര്യം മനസ്സിലാക്കുന്നില്ല." അവൾ പറഞ്ഞു. "നിങ്ങൾ നിശ്ചയമായും തൂക്കിയിടാൻ പറ്റാത്ത ഒരു കാര്യവും എഴുതാൻ പാടില്ല. അതിൽ അർത്ഥം ഇല്ല. അത് തെറ്റാണ്. അത് ബാലിശമാണ്."

അവൾക്ക് *അറ്റ്ലാന്റിക്* മാസികയിൽ എഴുതി പ്രസിദ്ധീകരിക്കണെ മെന്ന് ആഗ്രഹം ഉണ്ടായിരുന്നു. അതിൽ അവൾ പ്രസിദ്ധീകരിക്കുമെന്ന് എന്നോട് പറഞ്ഞു. ഞാൻ അതിലോ *ദി സാറ്റർഡെ ഈവനിങ് പോസ്റ്റിലോ* പ്രസിദ്ധീകരിക്കാൻ കൊള്ളാവുന്ന എഴുത്തുകാരൻ അല്ലെന്ന് അവൾ പറഞ്ഞു. ഒരുപക്ഷേ, ഞാൻ എന്റേതായ രീതിയിലുള്ള ഒരു പുതിയ എഴുത്തുകാരൻ ആയിരിക്കാം. പക്ഷേ, ഞാൻ ഓർമ്മിക്കേണ്ട ആദ്യത്തെ കാര്യം പരസ്യമായി തൂക്കിയിടാൻ പറ്റാത്ത കഥകൾ എഴു താൻ പാടില്ലെന്ന സത്യം ആയിരുന്നു. ഞാൻ ഈ കാര്യത്തെപ്പറ്റി തർക്കി ച്ചില്ല. ഞാൻ അതിലൂടെ എന്തു ചെയ്യാനാണ് പരിശ്രമിച്ചിരുന്നതെന്ന്

വീണ്ടും വിശദീകരിക്കാൻ ശ്രമിച്ചില്ല. അത് എന്റെ സ്വന്തം കാര്യം ആയിരുന്നു. അന്നു വൈകുന്നേരം ചിത്രങ്ങൾ വാങ്ങേണ്ടത് എങ്ങനെയാണെന്ന് അവൾ ഞങ്ങളോട് പറഞ്ഞിരുന്നു.

"നിങ്ങൾക്ക് വസ്ത്രങ്ങളോ ചിത്രങ്ങളോ വാങ്ങാൻ കഴിയും." അവൾ പറഞ്ഞു. "അത് വസ്ത്രങ്ങൾ വാങ്ങുന്നതുപോലെ ലളിതമാണ്. സമ്പന്നൻ അല്ലാത്ത ഒരാൾക്ക് രണ്ടുംകൂടി വാങ്ങാൻ കഴിയില്ല. നിങ്ങൾ നിങ്ങളുടെ വസ്ത്രങ്ങളെപ്പറ്റി ശ്രദ്ധിക്കരുത്. അവയുടെ ഫാഷനെപ്പറ്റി അല്പംപോലും ശ്രദ്ധിക്കരുത്. ധരിക്കാനുള്ള സുഖവും എത്രകാലം ഈട് നില്ക്കുമെന്നും പരിഗണിച്ചുകൊണ്ട് വസ്ത്രങ്ങൾ വാങ്ങുക. അപ്പോൾ നിങ്ങൾക്ക് വസ്ത്രങ്ങൾ ഉണ്ടായിരിക്കും. ചിത്രങ്ങൾ വാങ്ങാനുള്ള പണവും ഉണ്ടായിരിക്കും."

ഞാൻ പറഞ്ഞു. "പക്ഷേ, ഞാൻ ഒരിക്കലും കൂടുതൽ വസ്ത്രങ്ങൾ വാങ്ങിയില്ലെങ്കിലും ഞാൻ ആഗ്രഹിച്ച പിക്കാസോ ചിത്രം വാങ്ങാനുള്ള പണം എന്റെ കൈവശം ഉണ്ടായിരിക്കില്ല."

"അത് കാണില്ല. അയാൾ നിങ്ങളുടെ അളവിന് പുറത്താണ്. നിങ്ങൾ നിങ്ങളുടെ പ്രായത്തിൽ ഉള്ളവരുടെ ചിത്രങ്ങൾ വാങ്ങണം- നിങ്ങളുടെ സൈനികസേവന സംഘത്തിലുള്ളവരുടെ ചിത്രങ്ങൾ. നിങ്ങൾക്ക് അവരെ പരിചയം കാണും. നിങ്ങൾ അവരെ പല സ്ഥലങ്ങളിലും കണ്ടുമുട്ടും. എല്ലാസമയത്തും ഗൗരവത്തിലെടുക്കേണ്ട നല്ല ചിത്രകാരന്മാർ ഉണ്ട്. പക്ഷേ, കൂടുതൽ വസ്ത്രങ്ങൾ വാങ്ങുന്നത് നിങ്ങൾ അല്ല. അത് എപ്പോഴും നിങ്ങളുടെ ഭാര്യ ആണ്. കൂടുതൽ ചെലവ് സ്ത്രീകളുടെ വസ്ത്രങ്ങൾക്കാണ്."

എന്റെ ഭാര്യ മിസ് സ്റ്റൈൻ ധരിച്ചിരുന്ന വെറുപ്പു തോന്നിക്കുന്ന അസാധാരണ വസ്ത്രങ്ങളിലേക്ക് നോക്കാതിരിക്കാൻ ശ്രമിക്കുന്നത് ഞാൻ കണ്ടിരുന്നു. ഞാൻ ആലോചിച്ചു. 'അവർക്ക് ഇവിടെ നിന്ന് പോയതിനുശേഷവും ഞങ്ങളോട് താല്പര്യം ഉണ്ട്. 27, റ്യു ഡി ഫ്ളൂറസിലേക്ക് വീണ്ടും ചെല്ലാൻ ഞങ്ങളോട് അവർ ആവശ്യപ്പെട്ടിട്ടുണ്ട്.'

ശിശിരത്തിൽ അഞ്ചുമണി കഴിഞ്ഞ് ഏതു നേരത്തും സ്റ്റുഡിയോയിലേക്ക് വരാൻ എന്നോട് ആവശ്യപ്പെട്ടത് പിന്നീടായിരുന്നു. ഞാൻ ലക്സംബോർഗിൽ വച്ച് മിസ് സ്റ്റൈനിനെ കണ്ടുമുട്ടിയിരുന്നു. അവൾ അവളുടെ പട്ടിയെ നടത്തിക്കുകയായിരുന്നോ അല്ലയോ എന്ന് എനിക്ക് ഓർമ്മിക്കാൻ കഴിയുന്നില്ല. അപ്പോൾ പട്ടി ഉണ്ടായിരുന്നോ എന്ന് പോലും ഞാൻ ഓർക്കുന്നില്ല. ഞാൻ തനിച്ച് നടന്നുകൊണ്ടിരിക്കുകയായിരുന്നെന്ന് എനിക്ക് അറിയാം. കാരണം ആ സമയത്ത് ഒരു പട്ടിയെപോയിട്ട് ഒരു പൂച്ചയെപോലും താങ്ങാനുള്ള കഴിവ് ഞങ്ങൾക്ക് ഇല്ലായിരുന്നു. എനിക്ക് ചെറിയ ഭക്ഷണശാലകളിലെ പൂച്ചകളേയും ജനലിനടുത്തിരിക്കുന്ന വീട്ടുജോലിക്കാരുടെ കൈയിലെ ഞാൻ ആരാധിച്ചിരുന്ന വലിയ പൂച്ചകളെയും മാത്രമേ പരിചയം ഉണ്ടായിരുന്നുള്ളൂ. പിന്നീട് ലക്സംബോർഗിലെ തോട്ടങ്ങളിൽവച്ച് മിസ് സ്റ്റൈനിനെ അവളുടെ പട്ടിയോടൊപ്പം ഇടയ്ക്കിടയ്ക്ക്

ഞാൻ കണ്ടുമുട്ടിയിരുന്നു. പക്ഷേ, ഈ പ്രാവശ്യം കണ്ടുമുട്ടിയത് അവൾക്ക് പട്ടി ഉണ്ടാകുന്നതിന് മുമ്പ് ആയിരുന്നെന്നാണ് ഞാൻ വിചാരിക്കുന്നത്.

പക്ഷേ, ഞാൻ അവളുടെ ക്ഷണം സ്വീകരിച്ചു. പട്ടി ഉണ്ടെങ്കിലും ഇല്ലെങ്കിലും ഞാൻ സ്റ്റുഡിയോയിൽ നടത്തം അവസാനിപ്പിക്കുന്നത് ശീലമാക്കി. അവൾ എപ്പോഴും എന്റെ ഗ്ലാസ് വീണ്ടും നിറയ്ക്കാൻ നിർബ്ബന്ധിച്ചുകൊണ്ട് പഴങ്ങൾ വാറ്റിയെടുത്ത അകൃത്രിമമായ ബ്രാണ്ടി തന്നിരുന്നു. ഞാൻ ചിത്രങ്ങൾ നോക്കുന്നതിനിടയിൽ ഞങ്ങൾ സംസാരിച്ചിരുന്നു. ചിത്രങ്ങൾ ആവേശകരമായിരുന്നു. സംസാരം ആസ്വാദ്യമായിരുന്നു. അവൾ കൂടുതലും ചിത്രകാരന്മാരെപ്പറ്റിയാണ് സംസാരിച്ചിരുന്നത്.- അവരെപ്പറ്റി ചിത്രകാരന്മാർ എന്നതിനേക്കാൾ മനുഷ്യർ എന്ന നിലയിലാണ് അവൾ സംസാരിച്ചുകൊണ്ടിരുന്നത്. അവൾ എന്നോട് ആധുനിക ചിത്രകാരന്മാരെപ്പറ്റിയും അവരുടെ ചിത്രങ്ങളെപ്പറ്റിയും സംസാരിച്ചു-അതിനോടൊപ്പം അവളുടെ രചനകളെപ്പറ്റിയും സംസാരിച്ചു. അവൾ എഴുതിയിരുന്ന ധാരാളം കൈയെഴുത്തുപ്രതികളും അവളുടെ കൂട്ടുകാരി ദിവസേന ടൈപ്പ് ചെയ്ത കടലാസുകളും അവൾ എനിക്ക് കാണിച്ചുതന്നു. എല്ലാ ദിവസവും എഴുതിക്കൊണ്ടിരിക്കുന്നത് അവളെ സന്തോഷിപ്പിച്ചിരുന്നു. പക്ഷേ, ഞാൻ അവളെ കൂടുതൽ മനസ്സിലാക്കിയപ്പോൾ അവളുടെ സന്തോഷം നിലനിർത്താൻ ചുറുചുറുക്ക് അനുസരിച്ച് വ്യത്യാസപ്പെട്ടുകൊണ്ടിരുന്ന ദിവസേനയുള്ള അവളുടെ എഴുത്ത് പ്രസിദ്ധീകരിച്ച് അംഗീകാരം ലഭിക്കേണ്ടത് ആവശ്യമാണെന്ന് ഞാൻ കണ്ടെത്തി.

ഞാൻ അവളെ ആദ്യമായി പരിചയപ്പെട്ടപ്പോൾ അവൾ ആർക്കും മനസ്സിലാക്കാവുന്ന മൂന്നു കഥകൾ പ്രസിദ്ധീകരിച്ചിരുന്നു. അവയിൽ 'മെലാനിത' എന്ന ഒരു കഥ വളരെ മെച്ചമായിരുന്നു. അത് അവളുടെ പരീക്ഷണരൂപത്തിലുള്ള കഥയെഴുത്തിന്റെ നല്ല മാതൃക ആയിരുന്നു. അവളെ കണ്ടുമുട്ടി പരിചയപ്പെട്ടിരുന്ന നിരൂപകർ പുസ്തകരൂപത്തിൽ പ്രസിദ്ധീകരിച്ച ആ കഥയെപ്പറ്റി നല്ലരീതിയിൽ പുകഴ്ത്തിയിരുന്നു. ആരെങ്കിലും ഒരാളെ അവളുടെ ഭാഗത്തേക്ക് വശീകരിക്കാൻ ആഗ്രഹിച്ചിട്ടുണ്ടെങ്കിൽ അവർക്ക് എതിർത്തുനില്ക്കാൻ കഴിയാത്ത ഒരു വ്യക്തിത്വം അവൾക്ക് ഉണ്ടായിരുന്നു. അവളുടെ ഫോട്ടോകൾ കാണാനും അവളെ കണ്ടുമുട്ടാനും ഇടയായ നിരൂപകർ അവളുടെ എഴുത്തിൽ വിശ്വാസം കാണിച്ചിരുന്നു. ഇതുകൂടാതെ എഴുത്തിന്റെ താളത്തെപ്പറ്റിയും അപൂർവ്വവും പ്രബലവുമായ വാക്കുകൾ തുടർച്ചയായി ഉപയോഗിക്കുന്നതിനെപ്പറ്റിയും ഉള്ള പല സത്യങ്ങളും അവൾ കണ്ടെത്തിയിരുന്നു. അതിന്റെ കൂടെ അതിനെപ്പറ്റി എല്ലാം അവൾ നല്ല രീതിയിൽ സംസാരിച്ചിരുന്നു.

പക്ഷേ, അവൾ തിരുത്തി എഴുതുന്ന കഠിനമായ ജോലി ഇഷ്ടപ്പെട്ടിരുന്നില്ല. പ്രസിദ്ധീകരണവും ഔദ്യോഗികമായ അംഗീകാരവും അവൾക്ക് ആവശ്യമാണെങ്കിലും എഴുത്തിൽ വ്യക്തത വരുത്താൻ വേണ്ടി പുതുക്കി എഴുതുന്ന ജോലി അവൾ ഇഷ്ടപ്പെട്ടിരുന്നില്ല. പ്രത്യേകിച്ചും *മേക്കിങ്*

ഓഫ് അമേരിക്കൻസ് എന്ന അവിശ്വസനീയമായ ദൈർഘ്യം ഉള്ള പുസ്തകം തിരുത്തി എഴുതാൻ അവൾ ഒട്ടും തന്നെ ഇഷ്ടപ്പെട്ടിരുന്നില്ല.

ഈ പുസ്തകം പ്രൗഢിയോടെ ആരംഭിച്ച് വളരെദൂരം മഹത്തായ ബുദ്ധിശക്തി വ്യാപിപ്പിച്ചുകൊണ്ട് മുന്നോട്ട് പോയി. കൂടുതൽ സത്യസന്ധനും അദ്ധ്വാനിക്കാൻ മനസ്സ് ഇല്ലാത്തവനുമായ എഴുത്തുകാരൻ ഇതിനെ ചവറ്റുകുട്ടയിലേക്ക് എറിയുമായിരിക്കും. ഞാൻ അത് നിർബ്ബന്ധപൂർവ്വം മനസ്സിലാക്കി- ഒരുപക്ഷേ, ശരിയായ വാക്ക് നിർബ്ബന്ധപൂർവ്വം ആയിരിക്കും. ഫോർഡ് മഡോക്സ് ഫോർഡ് അത് *ട്രാൻസ് അറ്റ്ലാന്റിക് റിവ്യൂവിൽ* റിവ്യൂവിന്റെ ആയുസ്സിനെ അത് പിന്തള്ളുമെന്ന് അറിഞ്ഞുകൊണ്ട് പരമ്പരയായി പ്രസിദ്ധീകരിക്കാൻ നിർബ്ബന്ധിതനായി. റിവ്യൂവിൽ പ്രസിദ്ധീകരിക്കുന്നതിനുവേണ്ടി മിസ് സ്റ്റൈനിന്റെ മൊത്തം കൈയെഴുത്തു പ്രതികളും എനിക്ക് വായിക്കേണ്ടി വന്നിരുന്നു. കാരണം ഇത് അവൾക്ക് സന്തോഷം നല്കാത്ത ഒരു രചന ആയിരുന്നു.

ഒരു തണുത്ത വൈകുന്നേരത്ത് കാവല്ക്കാരന്റെ താമസസ്ഥലവും തണുത്തു കിടന്ന മുറ്റവും കടന്ന് സ്റ്റുഡിയോയുടെ ഇളം ചൂടിലേക്ക് ഞാൻ കടന്നുവന്നത് വർഷങ്ങൾക്ക് മുമ്പ് ആയിരുന്നു. ആ ദിവസം മിസ് സ്റ്റൈൻ ലൈംഗികതയെപ്പറ്റി എന്നെ പഠിപ്പിക്കുകയായിരുന്നു. ഈ സമയം കൊണ്ട് ഞങ്ങൾ പരസ്പരം വളരെയധികം ഇഷ്ടപ്പെട്ടുകഴിഞ്ഞിരുന്നു. ഒരുപക്ഷേ, എനിക്ക് മനസ്സിലാക്കാൻ കഴിയാത്ത ഓരോ കാര്യത്തിനും ഒരുപക്ഷേ, ഈ ഇഷ്ടവുമായി ബന്ധം ഉണ്ടായിരിക്കാം എന്ന് അവൾ ചിന്തിച്ചിരുന്നു. എനിക്ക് ലൈംഗികതയെപ്പറ്റി ഒട്ടുംതന്നെ വിദ്യാഭ്യാസം ലഭിച്ചിട്ടില്ലെന്ന് മിസ് സ്റ്റൈൻ ചിന്തിച്ചിരുന്നു. എനിക്ക് സ്വവർഗ്ഗ പ്രേമത്തിനെതിരായി ചില മുൻവിധികൾ ഉണ്ടായിരുന്നെന്ന് നിശ്ചയമായും ഞാൻ സമ്മതിക്കും. കാരണം എനിക്ക് അതിന്റെ പ്രാകൃതമായ ഭാവങ്ങൾ പരിചിതമായിരുന്നു. നിങ്ങൾ ഒരു കത്തി കൊണ്ടുനടക്കുന്നതിനും ചെന്നായ്ക്കൾ എന്നത് സ്ത്രീകളെ ശല്യപ്പെടുത്തുന്ന പുരുഷന്മാരെ സൂചിപ്പിക്കുന്ന വാക്കായി മാറുന്നതിനും മുമ്പ് കെൻസാസ് പട്ടണത്തിലെ ദിവസങ്ങളിൽനിന്നും പട്ടണത്തിന്റെ വിവിധ ഭാഗങ്ങളിലെ പ്രസിദ്ധീകരിക്കാൻ പറ്റാത്ത ധാരാളം വാക്കുകളും ശൈലികളും എനിക്ക് അറിയാമായിരുന്നു. ചോദ്യം ചെയ്തപ്പോൾ ഞാൻ മിസ് സ്റ്റൈനിനോട് നിങ്ങൾ പുരുഷന്മാരുടെ കൂട്ടായ്മയിൽ ഇടപെടുന്ന ആൺകുട്ടിയായിരിക്കുമ്പോൾ ഒരു മനുഷ്യനെ കൊല്ലാൻ തയ്യാറായിരിക്കണമെന്ന് പറയാൻ ശ്രമിച്ചിരുന്നു. സംഘട്ടനത്തിൽ എത്താതിരിക്കാൻ വേണ്ടി സത്യത്തിൽ അത് എങ്ങനെയാണ് ചെയ്യേണ്ടതെന്നും നിങ്ങൾ മനസ്സിലാക്കിയിട്ടുണ്ടാകും. ആ കാലഘട്ടം പ്രസിദ്ധീകരിക്കാൻ പറ്റുന്നതായിരിക്കില്ല. നിങ്ങൾക്ക് നിങ്ങൾ കൊല്ലുമെന്ന് മനസ്സിലായിട്ടുണ്ടെങ്കിൽ മറ്റു മനുഷ്യർ അത് പെട്ടെന്ന് തിരിച്ചറിഞ്ഞ് നിങ്ങളെ ഒറ്റപ്പെടുത്തും. പക്ഷേ, നിങ്ങളെ നിർബ്ബന്ധിക്കാനോ കെണിയിൽ പെടുത്താനോ അനുവദിക്കാൻ പറ്റാത്ത ചില സന്ദർഭങ്ങൾ ഉണ്ടായിരുന്നു. പക്ഷേ, ഒരു കാര്യമില്ലാത്ത തോന്നലിനെ സത്യസന്ധ

മായ ശൈലിയിൽ കൂടുതൽ മെച്ചപ്പെട്ട രീതിയിൽ വിശദമാക്കാനോ പ്രകടിപ്പിക്കാനോ പറ്റുന്ന സമയത്തും മിസ്. സ്റ്റൈനിനോട് സംസാരിക്കുന്ന ഭാഷയെപ്പറ്റി ഞാൻ ജാഗ്രത പുലർത്തിയിരുന്നു.

"ഹെമിങ്‌വേ പറയുന്നത് ശരിയാണ്." അവൾ പറഞ്ഞു. "പക്ഷേ, നിങ്ങൾ ജീവിച്ചിരുന്നത് കുറ്റവാളികളുടെയും നെറികെട്ടവരുടെയും ചുറ്റുപാടുകളിൽ ആയിരുന്നു."

ഞാൻ ഈ ലോകത്തിലെ എല്ലാത്തരം മനുഷ്യരോടും ഒപ്പമാണ് ജീവിച്ചിരുന്നതെന്നും അവരിൽ ചിലരെ എനിക്ക് ഇഷ്ടപ്പെടാൻ കഴിഞ്ഞിരുന്നില്ലെന്നും ചിലരോട് എനിക്ക് വെറുപ്പുണ്ടെന്നും മറ്റും അവളോട് തർക്കിക്കാൻ ഞാൻ ആഗ്രഹിച്ചിരുന്നില്ല.

"പക്ഷേ, ഇറ്റലിയിലെ ഫ്ളാറ്റിൽ വച്ച് എനിക്ക് തരാൻ ഒരു കുപ്പി വീഞ്ഞുംകൊണ്ട് വന്നിരുന്ന മനോഹരമായി പെരുമാറുന്ന വലിയ പേരുള്ള വൃദ്ധനെപ്പറ്റി എന്ത് പറയാൻ പറ്റും? ഒരു ദിവസം അയാളെ മുറിയിലേക്ക് കടത്തിവിടരുതെന്ന് നഴ്സിനോട് എനിക്ക് പറയേണ്ടിവരില്ലേ?" ഞാൻ ചോദിച്ചു.

"ഈ മനുഷ്യർ രോഗികളാണ്. അവർക്ക് സ്വയം രക്ഷപ്പെടാൻ കഴിയില്ല. നിങ്ങൾ അവരോട് സഹതപിക്കണം."

"ഞാൻ -നോട് സഹതപിക്കണോ?" ഞാൻ അയാളുടെ പേര് പറഞ്ഞു.

"വേണ്ട. അയാൾ ക്രൂരനാണ്. അയാൾ ഒരു ദുഷിച്ചവൻ ആണ്. അയാൾ ശരിക്കും ക്രൂരനാണ്."

"പക്ഷേ, അയാൾ ഒരു നല്ല എഴുത്തുകാരൻ ആണെന്ന് വിശ്വസിക്കപ്പെടുന്നു."

"അയാൾ നല്ല എഴുത്തുകാരൻ അല്ല." അവൾ പറഞ്ഞു. "അയാൾ ഒരു പ്രകടനക്കാരൻ ആണ്. അയാൾ ദുർനടപടിയുടെ ആഹ്ലാദത്തിനു വേണ്ടി അധഃപതിക്കുന്നു. അതിന്റെ കൂടെ അയാൾ ആളുകളെ ദുഷ്ടത നിറഞ്ഞ സമ്പ്രദായങ്ങളിലേക്ക് നയിക്കുന്നു. ഉദാഹരണം - മയക്കുമരുന്നുകൾ."

"മിലാനിൽവച്ച് ഞാൻ സഹതപിക്കേണ്ടിയിരുന്ന മനുഷ്യൻ എന്നെ ദുഷിപ്പിക്കാൻ ശ്രമിച്ചിരുന്നില്ല."

"പൊട്ടത്തരം പറയരുത്. നിങ്ങളെ ദുഷിപ്പിക്കാൻ കഴിയുമെന്ന് അയാൾക്ക് എങ്ങനെ പ്രതീക്ഷിക്കാൻ പറ്റും? നിങ്ങളെപ്പോലെ ഒരു കുപ്പി വീഞ്ഞിന്റെ കൂടെ ചാരായം കുടിക്കുന്ന ഒരു ആൺകുട്ടിയെ നിങ്ങൾ ദുഷിപ്പിച്ചിട്ടുണ്ടോ? ഇല്ല, അയാൾ താൻ ചെയ്യുന്നത് ചെയ്യാതിരിക്കാൻ കഴിയാത്ത പരിതാപകരമായ അവസ്ഥയിലുള്ള ഒരു കിഴവൻ ആയിരുന്നു. അയാൾക്ക് രോഗമായിരുന്നു. അതിൽ നിന്ന് അയാൾക്ക് രക്ഷപ്പെടാൻ കഴിയില്ല. നിങ്ങൾ അയാളോട് സഹതപിക്കണം."

"ഞാൻ അത് ചെയ്തിരുന്നു." ഞാൻ പറഞ്ഞു. "പക്ഷേ, ഞാൻ നിരാശനായി. കാരണം അയാൾക്ക് അത്രമാത്രം മനോഹരമായ ശീലങ്ങൾ ഉണ്ടായിരുന്നു."

ഞാൻ അല്പം മദ്യം നുകർന്നുകൊണ്ട് വൃദ്ധനെപ്പറ്റി പരിതപിച്ചു. അതിനോടൊപ്പം ഞാൻ പിക്കാസോയുടെ പൂക്കൂടയുമായി നില്ക്കുന്ന

പെൺകുട്ടിയുടെ നഗ്നചിത്രത്തിലേക്ക് നോക്കി. ഞാൻ സംസാരം തുടങ്ങിയിരുന്നില്ല. ഞാൻ അത് അല്പം അപകടകരമായ അവസ്ഥയിൽ എത്തിയിട്ടുണ്ടെന്ന് ചിന്തിച്ചു. മിസ്. സ്റ്റൈനുമായുള്ള സംസാരത്തിൽ ഏറക്കുറെ ഒരു സമയത്തും ഇടവേളകൾ സംഭവിച്ചിരുന്നില്ല. പക്ഷേ, ഞങ്ങൾക്ക് ഇടവേളകൾ സംഭവിച്ചിരുന്നു. അവൾ ഏതോ കാര്യം എന്നോടു പറയാൻ ആഗ്രഹിച്ചിരുന്നു. ഞാൻ എന്റെ ഗ്ലാസ് നിറച്ചു.

"ഹെമിങ്‌വേക്ക് ഇതിനെപ്പറ്റി ഒന്നുംതന്നെ അറിയില്ല." അവൾ പറഞ്ഞു. "നിങ്ങൾ കണ്ടുമുട്ടിയത് അറിയപ്പെടുന്ന കുറ്റവാളികളെയും ദുഷ്ടന്മാരെയും അസുഖം ഉള്ളവരെയും ആയിരുന്നു. പ്രധാനകാര്യം പുരുഷന്മാരായ സ്വവർഗ്ഗാനുരാഗികളുടെ പ്രവൃത്തി വൃത്തികേടാണ്- അരോചകമാണ്. പിന്നീട് അവർക്ക് അവരോടുതന്നെ വെറുപ്പുതോന്നുന്നു. അവർ സ്വയം മാപ്പു കൊടുക്കാൻ വേണ്ടി കുടിക്കുന്നു. മയക്കുമരുന്നുകൾ ഉപയോഗിക്കുന്നു. പക്ഷേ, അവർ ആ കാര്യം കൊണ്ട് മടുത്തിരിക്കുന്നു. അവർ എല്ലാ സമയത്തും പങ്കാളികളെ മാറ്റിക്കൊണ്ടിരിക്കുകയാണ്. അവർക്ക് യഥാർത്ഥത്തിൽ സന്തോഷിക്കാൻ കഴിയുന്നില്ല."

"ശരി."

"സ്ത്രീകളിൽ അത് വിപരീതമാണ്. അവർക്ക് വെറുപ്പുണ്ടാക്കുന്നതും എതിർപ്പ് തോന്നിപ്പിക്കുന്നതുമായ ഒരു കാര്യവും അവർ ചെയ്യുന്നില്ല. പിന്നീട് അവർക്ക് സന്തോഷമാണ്. അവർക്ക് സന്തോഷത്തോടെ ഒന്നിച്ച് ജീവിക്കാൻ കഴിയുന്നു."

"ഞാൻ മനസ്സിലാക്കുന്നു."

"നിങ്ങൾക്ക് മനസ്സിലാകുന്നുണ്ടെന്ന് ഉറപ്പുണ്ടോ?"

ആ ദിവസങ്ങളിൽ മനസ്സിലാക്കാൻ ധാരാളം കാര്യങ്ങൾ ഉണ്ടായിരുന്നു. മറ്റ് ചില കാര്യങ്ങളെപ്പറ്റി ഞങ്ങൾ സംസാരിക്കുന്നതിൽ എനിക്ക് സന്തോഷമായിരുന്നു. പാർക്ക് അടച്ചിരുന്നതുകൊണ്ട് എനിക്ക് റ്യു ഡി വൗഗിറാർഡ് വഴിക്ക് പാർക്കിന്റെ താഴത്തെ അറ്റം ചുറ്റി നടക്കേണ്ടി വന്നിരുന്നു. പാർക്ക് അടച്ചിരുന്നത് ദുഃഖകരമായിരുന്നു. പാർക്കിലൂടെ പെട്ടെന്ന് വീട്ടിൽ എത്താൻ വേണ്ടി റ്യു കർദ്ദിനാൾ ലമോയിനിൽ എത്തുന്നതിനുപകരം പാർക്ക് ചുറ്റിവരുന്നതിൽ എനിക്ക് വിഷമം ഉണ്ടായിരുന്നു. പകൽ വലിയ തിളക്കത്തോടെ ആരംഭിച്ചുകഴിഞ്ഞിരുന്നു. നാളെ എനിക്ക് കഠിനമായി ജോലി ചെയ്യേണ്ടി വരും. ജോലിക്ക് ഏറക്കുറെ എല്ലാ കാര്യങ്ങൾക്കും പ്രതിവിധി ഉണ്ടാക്കാൻ കഴിയും. ഞാൻ അന്ന് അങ്ങനെ വിശ്വസിച്ചിരുന്നു. ഇപ്പോഴും ഞാൻ അങ്ങനെ വിശ്വസിക്കുന്നു. എനിക്ക് ചികിത്സ കിട്ടേണ്ടത് യൗവനത്തിനും ഭാര്യയോടുള്ള സ്നേഹത്തിനും മാത്രം ആണെന്ന് മിസ് സ്റ്റൈനിന് തോന്നുന്നുണ്ടെന്ന് ഞാൻ തീരുമാനിച്ചു. ഞാൻ വീട്ടിൽ എത്തി എന്റെ ഭാര്യയോട് പുതുതായി നേടിയെടുത്ത അറിവിനെപ്പറ്റി പറയുമ്പോൾ എനിക്ക് യാതൊരു ഉൽക്കണ്ഠയും ഉണ്ടായിരുന്നില്ല. രാത്രിയിൽ മുമ്പ് ഞങ്ങൾക്ക് ഉണ്ടായിരുന്ന അറിവുകൾ കൊണ്ടും പർവ്വതങ്ങളിൽനിന്ന് ഞങ്ങൾ നേടിയെടുത്ത മറ്റ് പുതിയ അറിവുകൾ കൊണ്ടും ഞങ്ങൾ സന്തോഷിച്ചിരുന്നു.

നഷ്ടപ്പെട്ട തലമുറ

മഹത്തായ ചിത്രങ്ങൾക്കും സന്ധ്യയിലെ ഇളം ചൂടിനും സംസാരത്തിനും വേണ്ടി 27, റ്യു ഡി ഫ്ളൂറസിൽ നടത്തം അവസാനിപ്പിക്കുന്ന ശീലത്തിലേക്കുള്ള പ്രവേശനം എളുപ്പമായിരുന്നു. പലപ്പോഴും മിസ് സ്റ്റൈനിന് അതിഥികൾ ഉണ്ടായിരിക്കില്ല. അവൾ എല്ലാ സമയത്തും വളരെ സൗഹൃദത്തോടെയാണ് പെരുമാറിയിരുന്നത്. ഞാൻ ജോലി ചെയ്തിരുന്ന കനേഡിയൻ പേപ്പറിനു വേണ്ടിയും വാർത്താ സർവ്വീസിനുവേണ്ടിയും ഉള്ള പല രാഷ്ട്രീയ സമ്മേളനങ്ങളും കഴിഞ്ഞ് തിരിച്ചുവരുമ്പോൾ (അടുത്തുള്ള കിഴക്കൻ പ്രദേശങ്ങളിലേക്കും ജർമ്മനിയിലേക്കും ഉള്ള യാത്രകൾ) അതിന്റെ രസകരമായ എല്ലാ വിശദാംശങ്ങളും അവളോട് പറയണമെന്ന് അവൾ ആഗ്രഹിച്ചിരുന്നു. അതിൽ രസകരമായ ഭാഗങ്ങൾ എല്ലാ സമയത്തും ഉണ്ടായിരുന്നു. അതും ജർമ്മൻകാർ കറുത്ത ഫലിതം എന്ന് പറയുന്ന കഥകളും അവൾക്ക് ഇഷ്ടമായിരുന്നു. അവൾ ലോകം പോകുന്നതിന്റെ ആഹ്ലാദകരമായ ഭാഗം അറിയാൻ ആഗ്രഹിച്ചു. ഒരിക്കലും അതിന്റെ സത്യസന്ധമായ ഭാഗവും മോശപ്പെട്ട ഭാഗവും അറിയാൻ ആഗ്രഹിച്ചിരുന്നില്ല.

എനിക്ക് ചെറുപ്പമായിരുന്നു. ഞാൻ വിഷണ്ണനായിരുന്നില്ല. മോശം സമയത്ത് നിരന്തരം അസാധാരണമായ കാര്യങ്ങളും ചിരിപ്പിക്കുന്ന കാര്യങ്ങളും സംഭവിച്ചിരുന്നു. അവയെല്ലാം കേൾക്കാൻ മിസ് സ്റ്റൈൻ ഇഷ്ടപ്പെട്ടിരുന്നു. മറ്റ് കാര്യങ്ങൾ ഞാൻ സംസാരിച്ചിരുന്നില്ല. അതെല്ലാം ഞാൻ സ്വയം എഴുതിയിരുന്നു.

ഞാൻ ഏതെങ്കിലും യാത്ര കഴിഞ്ഞ് മടങ്ങിയെത്താത്ത സമയങ്ങളിലും ജോലി കഴിഞ്ഞ് റ്യു ഡി ഫ്ളൂറസിൽ നടത്തം അവസാനിപ്പിക്കും. ചിലപ്പോൾ ഞാൻ മിസ് സ്റ്റൈനിനെക്കൊണ്ട് പുസ്തകങ്ങളെക്കു

റിച്ച് സംസാരിക്കാൻ പരിശ്രമിക്കും. ഞാൻ എഴുതിക്കൊണ്ടിരുന്നപ്പോൾ എഴുതിക്കഴിഞ്ഞ് എഴുതിയത് വായിക്കുന്നത് എനിക്ക് ആവശ്യമായിരുന്നു. നിങ്ങൾ എഴുതിയതിനെപ്പറ്റി ചിന്തിച്ചുകൊണ്ടിരുന്നാൽ നിങ്ങൾ എഴുതിക്കൊണ്ടിരുന്ന കാര്യം അടുത്തദിവസം അത് തുടരുന്നതിനുമുമ്പ് നഷ്ടപ്പെട്ടിരിക്കും. ശരീരം ക്ഷീണിക്കുന്നതിന് വ്യായാമം ലഭിക്കേണ്ടത് ആവശ്യമാണ്. അതിന്റെ കൂടെ നിങ്ങൾ സ്നേഹിക്കുന്നവരോടൊപ്പം പ്രേമസല്ലാപം നടത്തുന്നത് വളരെ നല്ല കാര്യമാണ്. അത് എന്തിനേക്കാളും മെച്ചം ആയിരുന്നു. പക്ഷേ, പിന്നീട് നിങ്ങൾ ശൂന്യതയിൽ എത്തിക്കഴിയുമ്പോൾ വീണ്ടും നിങ്ങളുടെ ജോലി ചെയ്യാൻ കഴിയുന്നതുവരെ അതിനെപ്പറ്റി ചിന്തിക്കാതിരിക്കാൻ അല്ലെങ്കിൽ വേവലാതിപ്പെടാതിരിക്കാൻ വായന നടത്തേണ്ടത് ആവശ്യമായിരുന്നു. എന്റെ എഴുത്തിന്റെ കിണർ ഒരിക്കലും ശൂന്യമാക്കപ്പെടരുതെന്ന് ഇതിനകം എനിക്ക് അറിവുണ്ടായിരുന്നു. കിണറിന്റെ ആഴത്തിൽ എന്തെങ്കിലും ഉണ്ടായിരുന്ന സമയത്തുതന്നെ എഴുത്ത് അവസാനിപ്പിച്ചുകൊണ്ട് രാത്രിയിൽ അതിനെ പോഷിപ്പിച്ചിരുന്ന അരുവികൾക്ക് അതിനുള്ള അനുവാദം നല്കണമെന്നും ഞാൻ മനസ്സിലാക്കിയിരുന്നു.

ഞാൻ ചിലപ്പോൾ ജോലിക്ക് ശേഷം എന്റെ മനസ്സിനെ എഴുത്തിൽനിന്ന് മാറ്റി നിർത്താൻ വേണ്ടി ആൽഡസ് ഹക്സിലി, ഡി എച്ച് ലോറൻസ് തുടങ്ങിയ എഴുത്തുകാരുടെ പുസ്തകങ്ങൾ വായിക്കും. അല്ലെങ്കിൽ സിൽവിയ ബീച്ചിലെ വായനശാലയിൽ നിന്നോ കപ്പൽത്തുറയിൽ നിന്നോ ഞാൻ കണ്ടെത്തുന്ന ഏത് പുസ്തകവും വായിക്കും.

“ഹക്സിലി മരിച്ചുപോയി” മിസ് സ്റ്റൈൻ പറഞ്ഞു. “നിങ്ങൾ മരിച്ചുപോയ മനുഷ്യനെ വായിക്കാൻ ഇഷ്ടപ്പെടുന്നത് എന്തുകൊണ്ടാണ്? അയാൾ മരിച്ചെന്ന് നിങ്ങൾ മനസ്സിലാക്കിയിട്ടില്ലേ?”

അയാൾ മരിച്ചുപോയെന്ന് ആ സമയത്തൊന്നും ഞാൻ ആലോചിച്ചിരുന്നില്ല. എന്നെ അയാളുടെ പുസ്തകങ്ങൾ സന്തോഷിപ്പിച്ചെന്നും ആലോചനകളിൽനിന്ന് രക്ഷിച്ചെന്നും ഞാൻ മറുപടി പറഞ്ഞു.

“യഥാർത്ഥത്തിൽ നല്ല പുസ്തകങ്ങൾ അല്ലെങ്കിൽ കാപട്യം ഇല്ലാത്ത ചീത്ത പുസ്തകങ്ങൾ- ഈ രണ്ടുതരം പുസ്തകങ്ങൾ മാത്രമേ നിങ്ങൾ വായിക്കാൻ പാടുള്ളൂ.”

“മഞ്ഞുകാലം മുഴുവൻ യഥാർത്ഥത്തിൽ ഞാൻ നല്ല പുസ്തകങ്ങൾ വായിക്കുകയായിരുന്നു. അടുത്ത മഞ്ഞുകാലത്തും ഞാൻ അവ വായിക്കും. വെട്ടിത്തുറന്നു പറയുന്ന ചീത്ത പുസ്തകങ്ങൾ എനിക്ക് ഇഷ്ടമല്ല.”

“ഹെമിങ്‌വെ എന്തിനാണ് ചവറ് വായിക്കുന്നത്? അത് ഒരു മരിച്ചുപോയ മനുഷ്യൻ എഴുതിയ ഊതി വീർപ്പിച്ച ചവറാണ്.”

“അവർ എഴുതുന്നത് എന്താണെന്ന് അറിയാൻ ഞാൻ ഇഷ്ടപ്പെടുന്നു.” ഞാൻ പറഞ്ഞു. “അത് എന്റെ മനസ്സിനെ എഴുത്തിൽനിന്ന് മാറ്റി നിർത്തുന്നു.”

"നിങ്ങൾ ഇപ്പോൾ വായിക്കുന്ന മറ്റ് എഴുത്തുകാർ ആരാണ്?"

"ഡി എച്ച് ലോറൻസ്" ഞാൻ പറഞ്ഞു.

"അയാൾ വളരെ നല്ല ചില ചെറുകഥകൾ എഴുതിയിട്ടുണ്ട്- 'പ്രഷ്യൻ ഓഫീസർ' എന്ന കഥ."

"ഞാൻ അയാളുടെ നോവലുകൾ വായിക്കാൻ ശ്രമിച്ചു. അയാളെ സഹിക്കാൻ പറ്റില്ല. അയാൾ ദയനീയമാണ്. അയാളുടെ എഴുത്ത് അസംബന്ധമാണ്. അയാൾ അസുഖമുള്ള മനുഷ്യനെപ്പോലെയാണ് എഴുതുന്നത്."

"*ആൺമക്കളും കാമുകിമാരും* എനിക്ക് ഇഷ്ടമാണ്. *വെളുത്ത മയിൽ* എനിക്ക് ഇഷ്ടമാണ്." ഞാൻ പറഞ്ഞു. "ഒരു പക്ഷേ, അത് വളരെ മെച്ചം ആയിരിക്കില്ല. *പ്രണയിക്കുന്ന സ്ത്രീകൾ* എനിക്ക് വായിക്കാൻ കഴിഞ്ഞില്ല."

"നിങ്ങൾ മോശം പുസ്തകം വായിക്കാൻ ആഗ്രഹിക്കാതെ നിങ്ങൾക്ക് താല്പര്യമുള്ള എന്തെങ്കിലും വായിക്കണമെന്നുണ്ടെങ്കിൽ മാരീ ബെല്ലോക് ലോൺഡസിനെയാണ് വായിക്കേണ്ടത്. അവരുടെ എഴുത്ത് അതിന്റേതായ രീതിയിൽ വിശിഷ്ടമാണ്."

ഞാൻ അവരെപ്പറ്റി ഒരിക്കലും കേട്ടിരുന്നില്ല. മിസ് സ്റ്റൈൻ എനിക്ക് *വാടകയ്ക്ക് താമസിക്കുന്നയാൾ* വായ്പ തന്നു. അത് റിപ്പർ ജാക്കിന്റെ വിശിഷ്ടമായ കഥ ആയിരുന്നു. പാരീസിന് പുറത്തുള്ള മറ്റൊരു സ്ഥലത്തെ ഒരു കൊലപാതകം സംബന്ധിച്ചുള്ള ഒരു പുസ്തകവും അവർ കടം തന്നിരുന്നു. ആ സ്ഥലം എനീൻ ലസ് ബെയിൻസ് ആയിരിക്കും. അവ രണ്ടും ജോലി കഴിഞ്ഞ് വായിക്കാൻ പറ്റിയ പുസ്തകങ്ങൾ ആയിരുന്നു. അതിലെ മനുഷ്യർക്ക് വിശ്വാസ്യത ഉണ്ടായിരുന്നു. ഭീതി ഉണർത്തുന്ന സംഭവങ്ങൾ ഒരിക്കലും അവിശ്വസനീയം ആയിരുന്നില്ല. അവ നിങ്ങൾക്ക് ജോലിക്ക് ശേഷം വായിക്കാൻ ഉചിതമായിരുന്നു. ഞാൻ അവിടെ ഉണ്ടായിരുന്ന മിസ്സിസ് ബെല്ലോക് ലോൺഡസിന്റെ എല്ലാ പുസ്തകങ്ങളും വായിച്ചു. പക്ഷേ, അവിടെ ആദ്യത്തെ രണ്ടെണ്ണത്തിനൊപ്പം മെച്ചപ്പെട്ട മറ്റൊന്നും സിമനനിന്റെ ആദ്യത്തെ നല്ല പുസ്തകം പുറത്തുവരുന്നതു വരെ കണ്ടെത്താൻ കഴിഞ്ഞിരുന്നില്ല.

ഞാൻ വിചാരിച്ചത് സിമനനിന്റെ നല്ല പുസ്തകങ്ങൾ മിസ് സ്റ്റൈനിന് ഇഷ്ടമാകുമെന്നായിരുന്നു. ഞാൻ വായിച്ച ആദ്യത്തെ പുസ്തകം *ഒന്നാം നമ്പർ പൂട്ട്* ആയിരുന്നു. അല്ലെങ്കിൽ *കനാൽ വീട്* ആയിരുന്നു. പക്ഷേ, എനിക്ക് ഉറപ്പില്ല. കാരണം ഞാൻ മിസ്. സ്റ്റൈനിനെ അറിയുന്ന സമയത്ത് അവൾക്ക് ഫ്രഞ്ച് സംസാരിക്കാൻ താല്പര്യം ഉണ്ടായിരുന്നെങ്കിലും ഫ്രഞ്ച് വായിക്കാൻ ഇഷ്ടപ്പെട്ടിരുന്നില്ല. ഞാൻ വായിച്ച സിമനനിന്റെ ആദ്യത്തെ രണ്ട് പുസ്തകങ്ങൾ തന്നത് ജനറ്റ് ഫ്ളാനർ ആയിരുന്നു. അവൾ ഫ്രഞ്ച് വായിക്കാൻ ഇഷ്ടപ്പെട്ടിരുന്നു. സിമനൻ കുറ്റകൃത്യങ്ങൾ റിപ്പോർട്ടുചെയ്യുന്നവൻ ആയിരുന്ന സമയത്ത് തന്നെ അവൾ സിമനനിനെ വായിച്ചിരുന്നു.

ഞങ്ങൾ നല്ല കൂട്ടുകാർ ആയിരുന്ന മൂന്നോ നാലോ കൊല്ലത്തിനിട

യിൽ അവളുടെ രചനയെപറ്റി സൗമനസ്യം കാണിക്കാത്ത ഒരെഴുത്തുകാരെ പറ്റിയും ജർട്രൂഡ് സ്റ്റൈൻ നല്ല രീതിയിൽ സംസാരിച്ചിട്ടുള്ളതായി എനിക്ക് ഓർക്കാൻ കഴിയുന്നില്ല. ഇതിന് അപവാദം റൊനാൾഡ് ഫിർബാങ്കും സ്കോട്ട് ഫിറ്റ്സ് ജറാൾഡും മാത്രമായിരുന്നു. ഞാൻ അവളെ ആദ്യം കണ്ടുമുട്ടുമ്പോൾ ഒരു എഴുത്തുകാരൻ എന്ന നിലയിൽ ഷെർവുഡ് ആൻഡേഴ്സനെപ്പറ്റി അവൾ സംസാരിച്ചിരുന്നില്ല. പക്ഷേ, ഒരു പുരുഷൻ എന്ന നിലയിൽ അയാളുടെ മനോഹരമായ ഇറ്റാലിയൻ കണ്ണുകളെപ്പറ്റിയും അയാളുടെ വശ്യതയെപ്പറ്റിയും അയാളുടെ സ്വഭാവത്തെപ്പറ്റിയും ഉജ്ജ്വലമായി സംസാരിച്ചിരുന്നു. ഞാൻ അയാളുടെ മനോഹരമായ വലിയ ഇറ്റാലിയൻ കണ്ണുകൾ ശ്രദ്ധിച്ചിരുന്നില്ല. പക്ഷേ, അയാളുടെ ചെറുകഥകളിൽ ചിലത് ഞാൻ വളരെ കൂടുതൽ ഇഷ്ടപ്പെട്ടിരുന്നു. അവ സാധാരണമട്ടിൽ എഴുതിയവ ആയിരുന്നു. ചില സമയങ്ങളിൽ മനോഹരമായി എഴുതിയവ ആയിരുന്നു. അയാൾ എഴുതുന്ന മനുഷ്യരെപ്പറ്റി അയാൾ മനസ്സിലാക്കിയിരുന്നു. അതിന്റെകൂടെ അവരെപ്പറ്റി അയാൾക്ക് ആഴത്തിലുള്ള ശ്രദ്ധ ഉണ്ടായിരുന്നു. മിസ്. സ്റ്റൈൻ ഒരിക്കലും അയാളുടെ കഥകളെപറ്റി സംസാരിക്കാൻ ആഗ്രഹിച്ചില്ല. എല്ലാ സമയത്തും ഒരു പുരുഷൻ എന്ന നിലയിൽ അയാളെപ്പറ്റി സംസാരിക്കാനായിരുന്നു അവൾ ആഗ്രഹിച്ചിരുന്നത്.

"അയാളുടെ നോവലുകളെപറ്റി എന്ത് പറയുന്നു?" ഞാൻ അവളോട് ചോദിച്ചു. അവൾ ജോയ്സിന്റെ പുസ്തകങ്ങളെപ്പറ്റി- സംസാരിക്കുന്നതിലും മെച്ചമായി ആൻഡേഴ്സണിന്റെ പുസ്തകങ്ങളെപ്പറ്റി സംസാരിക്കാൻ ആഗ്രഹിച്ചിരുന്നില്ല. നിങ്ങൾ രണ്ടു തവണ ജോയ്സിനെ പുകഴ്ത്തിയിരുന്നെങ്കിൽ നിങ്ങൾക്ക് വീണ്ടും അവിടെ വരാനുള്ള ക്ഷണം കിട്ടില്ലായിരുന്നു. അത് ഒരു ജനറലിനോട് മറ്റൊരു ജനറലിനെപ്പറ്റി അനുകൂലമായി സംസാരിക്കുന്നതുപോലെ ആയിരുന്നു. ആദ്യത്തെ പ്രാവശ്യം അത് ചെയ്യുമ്പോൾത്തന്നെ അത് ചെയ്യാൻ പാടില്ലെന്ന് നിങ്ങൾ മനസ്സിലാക്കുന്നു. നിങ്ങൾ സംസാരിച്ചുകൊണ്ടിരിക്കുന്ന ജനറൽ മറ്റേ ജനറലിനെ തോല്പിച്ചിട്ടുണ്ടെങ്കിൽ നിങ്ങൾക്ക് സംസാരിക്കാം. നിങ്ങൾ സംസാരിക്കുന്ന ജനറൽ തോറ്റ ജനറലിനെ പുകഴ്ത്തിപ്പറയും. എന്നിട്ട് അയാൾ മറ്റേയാളെ എങ്ങനെ പരാജയപ്പെടുത്തിയെന്ന് സന്തോഷത്തോടെ വിശദീകരിക്കും.

ആൻഡേഴ്സണിന്റെ കഥകൾ രസകരമായ സംഭാഷണത്തിന് ഉചിതമായിരുന്നു. അയാളുടെ നോവലുകൾ എത്രമാത്രം ദയനീയമാണെന്ന് മിസ് സ്റ്റൈനിനോട് പറയാൻ ഞാൻ തയ്യാറായിരുന്നു. പക്ഷേ, ഇത് വളരെ മോശം സംഭവം ആയിരിക്കും. കാരണം അങ്ങനെ പറഞ്ഞാൽ അത് മിസ് സ്റ്റൈനിന്റെ ഏറ്റവും വിശ്വസ്തനായ ഒരു പിന്തുണക്കാരനെ കുറ്റപ്പെടുത്തുകയായിരിക്കും. അവസാനം അയാൾ *ഇരുണ്ട ചിരി* എന്ന അങ്ങേയറ്റം മോശപ്പെട്ട നോവൽ എഴുതിയപ്പോൾ എനിക്ക് അതിനെ ഒരു ഹാസ്യാനുകരണം കൊണ്ട് വിമർശിക്കാതിരിക്കാൻ കഴിഞ്ഞില്ല. മിസ്

സ്റ്റൈൻ വളരെ ദേഷ്യത്തിൽ ആയിരുന്നു. ഞാൻ അവളുടെ പരീക്ഷണ സാമഗ്രികളിൽ ഒന്നിനെ ആക്രമിക്കുകയായിരുന്നു. പക്ഷേ, അതിനുമുമ്പ് വളരെക്കാലം അവൾ ദേഷ്യത്തിൽ ആയിരുന്നില്ല. ഒരു എഴുത്തുകാരി എന്ന നിലയിൽ പൊട്ടിത്തകർന്നതിനുശേഷം അവൾ ഷെർവുഡിനെ വളരെക്കൂടുതൽ പുകഴ്ത്താൻ ആരംഭിച്ചിരുന്നു.

അവൾക്ക് എസ്രാ പൗണ്ടിനോട് ദേഷ്യമായിരുന്നു. കാരണം മിക്കവാറും താല്പര്യത്തോടെ തന്നെ അയാൾക്ക് നല്കപ്പെട്ടിരുന്ന ദുർബ്ബലമായ ചെറിയ ഇരിക്കാൻ ബുദ്ധിമുട്ടുള്ള കസേരയിൽ വളരെ പെട്ടെന്ന് അത് തകർന്നു വീഴാതെ അയാൾ ഇരുന്നുകഴിഞ്ഞിരുന്നു. അയാൾ ഒരു വലിയ കവിയും മഹാമനസ്കനായ മാന്യനും ആയിരുന്നതുകൊണ്ട് അയാൾക്ക് സ്വയം സാധാരണ വലിപ്പമുള്ള ഒരു കസേരയിൽ കയറി ഇരിക്കാൻ കഴിയുമായിരുന്നു. പക്ഷേ, അത്തരം ഒരു കസേര പരിഗണിക്കപ്പെട്ടിരുന്നില്ല. തന്ത്രപൂർവ്വം വിദ്വേഷത്തോടെ വ്യക്തമാക്കപ്പെട്ട അവളുടെ എസ്രയോടുള്ള വെറുപ്പിന്റെ കാരണം വർഷങ്ങൾക്കുശേഷം കണ്ടെത്തിയിരുന്നു.

അത് ഞങ്ങൾ കാനഡായിൽനിന്ന് തിരിച്ചുവന്ന് നോട്ടർ-ഡാം-ഡസ് ചാമ്പ്സ് തെരുവിൽ താമസിക്കുന്ന സമയത്തായിരുന്നു. ഞാനും മിസ് സ്റ്റൈനും ആ സമയത്തും നല്ല ചങ്ങാതിമാർ ആയിരുന്നതുകൊണ്ട് മിസ് സ്റ്റൈൻ കഴിഞ്ഞുപോയ തലമുറയെപ്പറ്റിയുള്ള അഭിപ്രായം പറഞ്ഞിരുന്നു. അവൾക്ക് അന്ന് അവൾ ഓടിച്ചിരുന്ന ഫോർഡിന് എന്തോ തകരാറ് ഉണ്ടായിരുന്നു. കഴിഞ്ഞ വർഷത്തെ യുദ്ധത്തിൽ സേവനം അനുഷ്ഠിച്ചിരുന്ന ഗാരേജിലെ ചെറുപ്പക്കാരൻ ഒരുപക്ഷേ, വിദഗ്ദ്ധൻ ആയിരിക്കില്ല. അല്ലെങ്കിൽ ഒരുപക്ഷേ, അയാൾ മിസ് സ്റ്റൈനിന്റെ ഫോർഡ് നന്നാക്കാൻ വേണ്ടി മറ്റ് കാറുകളുടെ മുൻഗണനയെ മറികടന്നിട്ടുണ്ടാകില്ല. എന്തായാലും മിസ് സ്റ്റൈനിന്റെ പ്രതിഷേധത്തിനു ശേഷം ഗാരേജിന്റെ യജമാനൻ ഗൗരവത്തിൽ അയാളുടെ തെറ്റ് തിരുത്തിയിരുന്നു. “നിങ്ങൾ എല്ലാം പാഴായിപ്പോയ ഒരു തലമുറയാണെന്ന്” ഗാരേജിന്റെ യജമാനൻ അയാളോട് പറഞ്ഞിരുന്നു.

“നിങ്ങൾ അതാണ്. അതാണ്.” മിസ് സ്റ്റൈൻ പറഞ്ഞു. “യുദ്ധത്തിൽ സേവനം അനുഷ്ഠിച്ച എല്ലാ ചെറുപ്പക്കാരും അങ്ങനെയാണ്. പാഴായിപ്പോയ ഒരുതലമുറ.”

“യഥാർത്ഥത്തിൽ അങ്ങനെയാണോ?” ഞാൻ ചോദിച്ചു. “നിങ്ങൾ അങ്ങനെയാണ്.” അവൾ ഊന്നിപ്പറഞ്ഞു. “നിങ്ങൾക്ക് എന്തു കാര്യത്തോടും ആദരവ് ഇല്ല. നിങ്ങൾ മരിക്കുന്നതുവരെ കുടിക്കുന്നു.”

“ചെറുപ്പക്കാരനായ ആ മെക്കാനിക് കുടിച്ചിരുന്നോ?” ഞാൻ ചോദിച്ചു.

“ഒരിക്കലും ഇല്ല.”

“നിങ്ങൾ എന്നെ എന്നെങ്കിലും കുടിച്ച് കണ്ടിട്ടുണ്ടോ?”

“ഇല്ല. പക്ഷേ, നിങ്ങളുടെ കൂട്ടുകാർ കുടിക്കുന്നുണ്ട്.”

"ഞാൻ കുടിച്ചിരുന്നു." ഞാൻ പറഞ്ഞു. "പക്ഷേ, ഞാൻ ഇവിടെ കുടിച്ചുകൊണ്ട് വന്നിട്ടില്ല."

"തീർച്ചയായും ഇല്ല. ഞാൻ അങ്ങനെ പറഞ്ഞിട്ടില്ല."

"ഗാരേജിലെ കുട്ടിയുടെ യജമാനൻ ഒരു പക്ഷേ, രാവിലെ പതിനൊന്നുമണിക്ക് കുടിച്ചു കാണും." ഞാൻ പറഞ്ഞു. "അതുകൊണ്ടാണ് അയാൾ ഇതുപോലെ മനോഹരമായി സംസാരിക്കുന്നത്?"

"ഹെമിങ്‌വേ എന്നോട് തർക്കിക്കരുത്." മിസ് സ്റ്റൈൻ പറഞ്ഞു. "അതുകൊണ്ട് പ്രയോജനം ഇല്ല. ഗാരേജ്കാരൻ പറഞ്ഞതുപോലെ നിങ്ങൾ എല്ലാവരും പാഴായിപ്പോയ ഒരു തലമുറയാണ്."

പിന്നീട് ഞാൻ എന്റെ ആദ്യ നോവൽ എഴുതിയപ്പോൾ ഗാരേജ്കാരൻ പറഞ്ഞ ഉദ്ധരണിയെ സഭാപ്രസംഗപുസ്തകത്തിലെ ഒരു ഉദ്ധരണിയുമായി സമതുലിതമാക്കാൻ ഞാൻ ശ്രമിച്ചിരുന്നു. പക്ഷേ, അന്നുരാത്രിയിൽ വീട്ടിലേക്ക് നടക്കുമ്പോൾ ഞാൻ ഗാരേജിലെ കുട്ടിയെ എന്നെങ്കിലും ആംബുലൻസാക്കി മാറ്റിയ ഏതെങ്കിലും ഒരു വാഹനത്തിൽ വലിച്ചുകയറ്റിയിരുന്നോ എന്ന് ചിന്തിക്കുന്നുണ്ടായിരുന്നു. മലഞ്ചെരിവിലൂടെ പരിക്കേറ്റ മനുഷ്യരേയും നിറച്ച് സാവധാനം ഇറക്കം ഇറങ്ങുമ്പോൾ അവർ ബ്രേക്ക് എരിച്ചുകളഞ്ഞിരുന്നതും അതിനുശേഷം അവസാനത്തെ ആളൊഴിഞ്ഞ വാഹനം എങ്ങനെയാണ് മുന്നോട്ടു നീങ്ങിയിരുന്നതെന്നും ഞാൻ ഓർമ്മിച്ചു. ഞാൻ മിസ് സ്റ്റൈനിനെക്കുറിച്ചും ഷെർവുഡ് ആൻഡേഴ്സണെക്കുറിച്ചും അഹന്തയ്ക്കും മാനസിക അലസതയ്ക്കും അച്ചടക്കത്തിനോടുള്ള എതിർപ്പിനെക്കുറിച്ചും ആലോചിച്ചു. ആര് ആരെയാണ് പാഴാക്കിപ്പോയ തലമുറയെന്ന് വിളിക്കുന്നതെന്ന് ആലോചിച്ചു. ഞാൻ എന്റെ പഴയ ചങ്ങാതിയെപ്പറ്റി ആലോചിച്ചുകൊണ്ട് മുന്നോട്ട് നടക്കുമ്പോൾ മരങ്ങളുടെ നിഴലിൽ വാളേന്തിക്കൊണ്ട് തനിച്ചു നില്ക്കുന്ന മാർഷൽ-നെയുടെ വെങ്കലപ്രതിമ കണ്ടപ്പോൾ എല്ലാ തലമുറകൾക്കും എന്തെങ്കിലും ഒക്കെ പാഴായിപ്പോയിരുന്നതായി ഞാൻ ആലോചിച്ചു. ഞാൻ പ്രതിമയ്ക്ക് ഒരു കൂട്ട് നല്കാൻ വേണ്ടി 'ക്ലോസറി ഡസ് ലിലാസിൽ' നടത്തം നിർത്തി. തടിമില്ലിന്റെ അപ്പുറത്തുള്ള ഫ്ളാറ്റിലേക്ക് പോകുന്നതിനുമുമ്പ് ഞാൻ അവിടെ നിന്ന് ഒരു തണുത്ത ബിയർ കുടിച്ചു. ഞാൻ ബിയർ കുടിച്ചുകൊണ്ട് പ്രതിമയിൽ നോക്കി ഇരിക്കുമ്പോൾ മിസ് സ്റ്റൈൻ എത്രമാത്രം സ്നേഹമുള്ള ഒരു ചങ്ങാതി ആയിരുന്നെന്നും ചെയ്യാൻ പറ്റുന്ന കാലത്തോളം അവൾ ചെയ്ത നല്ല ജോലിക്ക് നീതി ലഭിക്കാൻ വേണ്ടി പരമാവധി പ്രവർത്തിക്കുമെന്നും ഞാൻ ആലോചിച്ചു. അയാളുടെ പാഴായിപ്പോയ തലമുറയുടെ വർത്തമാനം തുലഞ്ഞുപോകട്ടെ. ഞാൻ വീടിന്റെ മുറ്റം കടന്ന് മുകളിലത്തെ നിലയിൽ എത്തിയപ്പോൾ ഭാര്യയെയും മകനെയും അവന്റെ എഫ് പുസ്സ് എന്ന പൂച്ചയെയും കണ്ടു. അവർ എല്ലാവരും സന്തോഷത്തിൽ ആയിരുന്നു. നെരിപ്പോടിൽ തീ കത്തുന്നത് ഞാൻ കണ്ടു. ഞാൻ ഭാര്യയോടു പറഞ്ഞു. "എന്തായാലും ജർട്രൂഡ് നല്ലവളാണെന്ന് നിങ്ങൾക്ക് അറിയാമല്ലോ."

"തീർച്ചയായും അറിയാം."

"പക്ഷേ, അവൾ ചിലപ്പോൾ ധാരാളം അസംബന്ധം പറയാറുണ്ട്."

"ഞാൻ ഒരിക്കലും അവൾ സംസാരിക്കുന്നത് കേട്ടിട്ടില്ല." എന്റെ ഭാര്യ പറഞ്ഞു. "ഞാൻ ഒരു ഭാര്യ ആണ്. എന്നോട് സംസാരിക്കുന്നത് അവളുടെ ചങ്ങാതിയാണ്."

ഷേക്സ്പിയറും തോഴന്മാരും

ആ ദിവസങ്ങളിൽ പുസ്തകങ്ങൾ വാങ്ങാൻ പണം ഇല്ലായിരുന്നു. ഷേക്സ്പിയറും തോഴന്മാരും എന്ന വാടകപുസ്തകശാലയിൽ നിന്ന് ഞാൻ പുസ്തകങ്ങൾ കടമെടുത്തു. സിൽവിയാ ബീച്ചിന്റെ റ്യൂ ഡി ഓഡിയോൺ വഴിയിലുള്ള പന്ത്രണ്ടാം നമ്പറിലെ വായനശാല ആയിരുന്നു അത്. ശീതകാലത്തെ തണുത്തകാറ്റ് വീശിയിരുന്ന തെരുവിൽ വലിയ നെരിപ്പോട് കത്തിക്കൊണ്ടിരുന്ന ഇളംചൂടുള്ള സ്ഥലം ആയിരുന്നു അത്. ജനാലയിൽ പുതിയ പുസ്തകങ്ങളും നിറഞ്ഞ പുസ്തക അലമാരകളും മരിച്ചവരും ജീവിച്ചിരിക്കുന്നവരുമായ വലിയ എഴുത്തുകാരുടെ ചിത്രങ്ങൾ തൂക്കിയ ഭിത്തിയും ഉള്ള മനോഹരമായ ഒരു സ്ഥലം ആയിരുന്നു. ഫോട്ടോഗ്രാഫുകൾ ഛായാചിത്രങ്ങൾ പോലെ ഉണ്ടായിരുന്നു. മരിച്ച എഴുത്തുകാർ അവർ ജീവിച്ചിരുന്ന കാലത്തെപ്പോലെ ആയിരുന്നു. സിൽവിയായ്ക്ക് ശില്പത്തിന്റേതുപോലെ മൂർച്ചയുള്ള ജ്വലിക്കുന്ന മുഖം ആയിരുന്നു. അവർക്ക് ഒരു ചെറിയ മൃഗത്തിന്റെ കണ്ണുകൾ പോലെ സജീവമായ തവിട്ടുനിറം ഉള്ള ചെറിയ കണ്ണുകൾ ആയിരുന്നു. ഒരു ചെറിയ പെൺകുട്ടിയുടെ കണ്ണുകൾ പോലെ ആഹ്ലാദമുള്ള കണ്ണുകൾ. പിന്നോട്ട് ചീകിവച്ച തവിട്ടുനിറം ഉള്ള ചുരുണ്ട തലമുടി ചെവിക്ക് താഴെ വച്ച് അവൾ അണിഞ്ഞിരുന്ന തവിട്ടുനിറം ഉള്ള വെൽവറ്റ് ജാക്കറ്റിന്റെ തൊട്ടുമുകളിൽവച്ച് മുറിച്ചിട്ടിരുന്നു. അവൾക്ക് മനോഹരമായ കാലുകൾ ഉണ്ടായിരുന്നു. അവൾ ദയയുള്ളവളും ഉല്ലാസവതിയും ആയിരുന്നു. അവൾ തമാശയും വിടുവാക്കും ഇഷ്ടപ്പെട്ടിരുന്നു. എനിക്ക് പരിചയം ഉള്ള ആരും തന്നെ എന്നോട് അവളെക്കാൾ ഹൃദ്യമായി ഇടപഴകിയിട്ടില്ല.

ആദ്യമായി ഗ്രന്ഥശാലയിൽ പോകുമ്പോൾ എനിക്ക് വലിയ സംശയം ഉണ്ടായിരുന്നു. വായനശാലയുടെ വരിസംഖ്യ കൊടുക്കാനുള്ള

പണം എന്റെ പക്കൽ ഉണ്ടായിരുന്നു. പണം ഉള്ളപ്പോൾ എനിക്ക് മുൻകൂറായി സ്വീകരിക്കുന്ന പണം നല്കാമെന്നും എനിക്ക് വേണ്ട പുസ്തകങ്ങൾ എല്ലാം അവിടെനിന്ന് കൊണ്ടുപോകാമെന്നും അവൾ എന്നോട് പറഞ്ഞു. അവൾ എനിക്ക് വേണ്ടി ഒരു കാർഡ് എഴുതി തയ്യാറാക്കി.

എന്നെ വിശ്വസിക്കാൻ അവൾക്ക് കാരണങ്ങൾ ഒന്നും ഉണ്ടായിരുന്നില്ല. അവൾക്ക് എന്നെ പരിചയം ഇല്ല. ഞാൻ അവൾക്ക് കൊടുത്തിരുന്ന 74, റ്യു കർദിനാൾ ലിമോയിൻ എന്ന മേൽവിലാസം പര്യാപ്തമാണോ എന്ന് അവൾക്ക് അറിയില്ല. പക്ഷേ, അവൾ സന്തോഷവതി ആയിരുന്നു. അവൾക്ക് ആകർഷണ ശക്തിയും സ്വാഗതം ചെയ്യാനുള്ള മനസ്ഥിതിയും ഉണ്ടായിരുന്നു. അവളുടെ പിന്നിലുള്ള മുറിയിലും അതിനുശേഷം വരുന്ന കെട്ടിടത്തിന്റെ ഉൾഭാഗങ്ങളിലും വായനശാലയുടെ സമ്പത്ത് ധാരാളം അലമാരകളിലായി പരന്നുകിടന്നിരുന്നു.

ഞാൻ ടർജനീവിൽ ആരംഭിച്ചു. ഞാൻ *കളിക്കാരന്റെ കുറിപ്പുകളുടെ* രണ്ട് വാല്യങ്ങളും ഡി എച്ച് ലോറൻസിന്റെ ആദ്യകാലപുസ്തകങ്ങളിൽ ഒന്നും (അത്- *ആൺമക്കളും കാമുകിമാരും* - ആയിരുന്നെന്നാണ് ഞാൻ വിചാരിക്കുന്നത്.) വായിക്കാൻ വേണ്ടി ശേഖരിച്ചു. എനിക്ക് ആഗ്രഹം ഉണ്ടെങ്കിൽ കൂടുതൽ പുസ്തകങ്ങൾ എടുക്കാൻ സിൽവിയ എന്നോട് പറഞ്ഞു. ഞാൻ *യുദ്ധവും സമാധാനവും* ദസ്തയേവ്സ്കിയുടെ *ചൂതുകളിക്കാരനും മറ്റുകഥകളും* എന്നിവ തെരഞ്ഞെടുത്തു.

“അതു മുഴുവൻ വായിക്കുകയാണെങ്കിൽ നിങ്ങൾ വളരെ പെട്ടെന്ന് തിരിച്ചുവരില്ല.” സിൽവിയാ പറഞ്ഞു.

“ഞാൻ പണം തരാൻ തിരിച്ചുവരും.” ഞാൻ പറഞ്ഞു. “എനിക്ക് ഫ്ളാറ്റിൽ കുറച്ചുപണം ഇരിപ്പുണ്ട്.”

“ഞാൻ അത് ഉദ്ദേശിച്ചിട്ടില്ല.” അവൾ പറഞ്ഞു. “നിങ്ങൾക്ക് അത് സൗകര്യം ഉള്ളപ്പോൾ തരാം.”

“ജോയ്സ് എപ്പോഴാണ് വരുന്നത്?” ഞാൻ ചോദിച്ചു.

“അയാൾ വരുകയാണെങ്കിൽ സാധാരണ വൈകിട്ട് വളരെ താമസിച്ചാണ് വരുന്നത്?” അവൾ പറഞ്ഞു. “നിങ്ങൾ അയാളെ ഒരിക്കലും കണ്ടിട്ടില്ലേ?”

“ഞാൻ അയാളെ മിച്ചൗഡിൽ കുടുംബത്തോടൊപ്പം ഭക്ഷണം കഴിക്കുന്ന സമയത്ത് കണ്ടിട്ടുണ്ട്.” ഞാൻ പറഞ്ഞു. “പക്ഷേ, ഭക്ഷണം കഴിക്കുമ്പോൾ ആളുകളെ നോക്കുന്നത് മര്യാദ അല്ല. കൂടാതെ മിച്ചൗഡ് ചെലവേറിയ സ്ഥലം ആണ്.”

“നിങ്ങൾ വീട്ടിലാണോ ഭക്ഷണം കഴിക്കുന്നത്?”

“ഇപ്പോൾ കൂടുതലും വീട്ടിലാണ്.” ഞാൻ പറഞ്ഞു. “ഞങ്ങൾക്ക് ഇപ്പോൾ ഒരു നല്ല പാചകക്കാരൻ ഉണ്ട്.”

“അവിടെ നിങ്ങളുടെ സ്ഥലത്തൊന്നും നല്ല ഭക്ഷണശാലകൾ ഇല്ല. ഉണ്ടോ?”

“ഇല്ല. നിങ്ങൾക്ക് എങ്ങനെ അറിയാം?”

"ലാർബൗഡ്* അവിടെ താമസിച്ചിരുന്നു." അവൾ പറഞ്ഞു. "അയാൾക്ക് ഭക്ഷണശാലകളുടെ കുറവ് ഒഴിച്ച് ബാക്കി എല്ലാം കൊണ്ടും അവിടത്തെ താമസം ഇഷ്ടമായിരുന്നു."

"ഏറ്റവും അടുത്തുള്ള ചെലവുകുറഞ്ഞ ഭക്ഷണശാല വിശ്വദേവാലയത്തിനു ശേഷമാണ്."

"എനിക്ക് ആ പ്രദേശം അറിയില്ല. ഞങ്ങൾ വീട്ടിലാണ് ഭക്ഷണം കഴിക്കുന്നത്."

"ഞാൻ പണം തരുന്നതുവരെ നിങ്ങൾ കാത്തിരിക്കണം." ഞാൻ പറഞ്ഞു. "പക്ഷേ, നിങ്ങളോട് വളരെ നന്ദിയുണ്ട്."

"വളരെ വേഗത്തിൽ വായിക്കേണ്ട." അവൾ പറഞ്ഞു.

റ്യു കർദ്ദിനാൾ ലമോയിനിലെ വീടിന്റെ അകത്ത് അണുനാശിനിയുള്ള ഒരു പാത്രം ഒഴിച്ച് മറ്റെന്തെങ്കിലും കക്കൂസ് സൗകര്യങ്ങളോ ചൂടുവെള്ളമോ ഉണ്ടായിരുന്നില്ല. മിച്ചിഗനിലെ ഉപഗ്രഹങ്ങൾ പരിചയം ഉള്ളവർക്കാർക്കും അത് ബുദ്ധിമുട്ടാകില്ല. മനോഹരമായ പുറംകാഴ്ചകളും നല്ല കിടക്കയും ഭിത്തിയിൽ ഞങ്ങൾക്ക് ഇഷ്ടമുള്ള ചിത്രങ്ങളും ഉള്ള ആ വീട് സന്തോഷകരമായ ഒരു ഫ്ളാറ്റ് ആയിരുന്നു. പുസ്തകങ്ങളുമായി അവിടെ എത്തിയപ്പോൾ ഞാൻ കണ്ടെത്തിയ വിസ്മയകരമായ സ്ഥലത്തെക്കുറിച്ച് ഭാര്യയോട് പറഞ്ഞു.

"പക്ഷേ, ടാറ്റി നിശ്ചയമായും ഉച്ചതിരിഞ്ഞ് അവിടെ പോയി പണം കൊടുക്കണം." അവൾ പറഞ്ഞു.

"തീർച്ചയായും ഞാൻ പോകും." ഞാൻ പറഞ്ഞു. "നമുക്ക് ഒന്നിച്ച് പോകാം. അതിനുശേഷം നമുക്ക് ജെട്ടിവഴി നദിക്കരയിലൂടെ നടക്കാം."

"നമുക്ക് റ്യു ഡി സീനിലൂടെ നടന്ന് എല്ലാ ചിത്രശാലകളും പരിശോധിക്കാം."

"തീർച്ചയായും നമുക്ക് എവിടെ വേണമെങ്കിലും നടക്കാം. അതിന്റെ കൂടെ നമുക്ക് ഒരാളെപ്പോലും പരിചയം ഇല്ലാത്ത നമ്മളെ ആരും അറിയാത്ത ഏതെങ്കിലും പുതിയ ഭക്ഷണശാലയിൽ കയറി ഒരളവ് മദ്യം കഴിക്കാം."

"നമുക്ക് രണ്ട് അളവ് മദ്യം കഴിക്കാം."

"അതിന് ശേഷം നമുക്ക് എവിടെ നിന്നെങ്കിലും ഭക്ഷണം കഴിക്കാം."

"വേണ്ട. നമുക്ക് വായനശാലയിൽ പണം കൊടുക്കാനുണ്ടെന്ന് മറക്കരുത്."

"നമുക്ക് വീട്ടിൽ വന്നിട്ട് ആഹാരം കഴിക്കാം. നമുക്ക് മനോഹരമായ ആഹാരം കഴിക്കാൻ പറ്റും. അവിടെയുള്ള ജനലിൽ നിന്നുകൊണ്ട് കാണാൻ കഴിയുന്ന സഹകരണ സ്റ്റോറിൽ നിന്ന് കിഴക്കൻ ഫ്രാൻസിലെ വീഞ്ഞു വാങ്ങാം. അവിടെ വീഞ്ഞിന്റെ വില ജനലിൽ തൂക്കിയിട്ടുണ്ട്. പിന്നീട് വായന കഴിഞ്ഞ് നമുക്ക് കിടക്കയിലേക്ക് പോകാം."

---

* ഫ്രഞ്ച് എഴുത്തുകാരൻ, കവി.

"നമ്മൾ ഒരിക്കലും പരസ്പരം അല്ലാതെ മറ്റ് ഒരാളെപ്പോലും പ്രണയിക്കില്ല."

"ഇല്ല. ഒരിക്കലും പ്രണയിക്കില്ല."

"എത്ര മനോഹരമായ വൈകുന്നേരമാണ്. നമ്മൾ ഇപ്പോൾ ഭക്ഷണം കഴിക്കുന്നതാണ് കൂടുതൽ നല്ലത്."

"എനിക്ക് നല്ല വിശപ്പുണ്ട്." ഞാൻ പറഞ്ഞു. "ഞാൻ അവിടെ ഒരു കഫെയിൽ ജോലി ചെയ്തിട്ടുണ്ട്."

"അത് എങ്ങനെ പോകുന്നു?"

"കുഴപ്പം ഇല്ലെന്നാണ് ഞാൻ വിചാരിക്കുന്നത്. നമുക്ക് ഉച്ചഭക്ഷണം എന്തു വേണം?"

"ചെറിയ മുള്ളങ്കിക്കിഴങ്ങ്, ആട്ടിൻകുട്ടിയുടെ കരളും ഉരുളക്കിഴങ്ങും ഒന്നിച്ച് ചേർത്തത്, കൂടെ ഒരു പച്ചക്കറി സലാഡ്. ആപ്പിൾ ടാർട്ട്."

"വായിക്കാൻ ലോകത്തിലെ എല്ലാ പുസ്തകങ്ങളും നമുക്ക് ലഭിക്കാൻ പോകുകയാണ്. നമ്മൾ പുറത്തുപോകുമ്പോൾ അവയെല്ലാം നമുക്ക് എടുക്കാൻ പറ്റും."

"അതു ശരിയാണോ?"

"തീർച്ചയായും."

"അവൾക്ക് ഹെൻറി ജെയിംസും അവിടെ ഉണ്ടോ?"

"ഉറപ്പായിട്ടും ഉണ്ട്."

അവൾ പറഞ്ഞു. "ആ സ്ഥലം കണ്ടെത്തിയത് നിങ്ങളുടെ ഭാഗ്യമാണ്."

"നമ്മൾക്ക് എന്നും ഭാഗ്യം ഉണ്ട്." എനിക്ക് ഭാഗ്യദോഷം ഇല്ലെന്ന് ഒരു വിഡ്ഢി പറയുന്നതുപോലെ ഞാൻ പറഞ്ഞു. ആ വാടകവീട്ടിൽ എല്ലായിടത്തും ഭാഗ്യദോഷത്തിനുള്ള കാര്യങ്ങൾ ഉണ്ടായിരുന്നു.

സൈനിലെ മനുഷ്യർ

റ്യു കർദ്ദിനാൾ ലമോയിന്റെ ഉയരത്തിൽനിന്നും നദിയിലേക്ക് നടന്നിറങ്ങാൻ ധാരാളം വഴികൾ ഉണ്ടായിരുന്നു. ഏറ്റവും ദൂരം കുറവുള്ള വ ഴി തെരുവിലൂടെ താഴോട്ട് ഇറങ്ങുന്നതായിരുന്നു. പക്ഷേ, അത് കുത്തനെയുള്ള ഇറക്കം ആയിരുന്നു. നിങ്ങൾ നിരപ്പുള്ള സ്ഥലത്തെത്തി വാഹനങ്ങളുടെ തിരക്കുള്ള വഴി കുറുകെ കടന്നുകഴിഞ്ഞാൽ കാറ്റുവീശുന്ന നദീതീരത്തിന്റെ ശൂന്യത തളംകെട്ടി നില്ക്കുന്ന നിർജ്ജീവമായ ഒരു ഭാഗത്ത് എത്തിച്ചേരും. നിങ്ങളുടെ വലതുവശത്ത് 'മാർക്കറ്റ് ഹാൾ' എന്ന വീഞ്ഞുകടയാണ്. ഇത് പാരീസിലെ മറ്റ് ചന്തകൾ പോലെ അല്ല. ഈ ചന്ത നികുതി കൊടുക്കാതെ വീഞ്ഞ് ശേഖരിച്ചുവെച്ചിരുന്ന ഒരുതരം കലവറ ആയിരുന്നു. അത് പട്ടാളക്കാരുടെ ഒരു താവളം പോലെ അല്ലെങ്കിൽ ഒരു ജയിലിന്റെ തമ്പുപോലെ അപ്രസന്നമായിരുന്നു.

സൈൻ നദിയുടെ ശാഖയുടെ മറുവശത്ത് ഇടുങ്ങിയ തെരുവുകളും ഉയരമുള്ള സുന്ദരമായ വീടുകളും ഉള്ള ഇൽ സലൂയി ദ്വീപ് ആയിരുന്നു. നിങ്ങൾക്ക് അവിടം സന്ദർശിക്കാം. അല്ലെങ്കിൽ ഇൽ സലൂയിയിലൂടെയുള്ള വഴിയിലൂടെ ഇടത്തോട്ട് തിരിഞ്ഞുനടന്ന് നോട്ടർഡാമിലേക്ക് പോകാം. അല്ലെങ്കിൽ നിങ്ങൾ നടന്നതിന്റെ എതിർദിശയിലേക്ക് നടന്ന് ഇൽ ദുലാസിത്തെയിൽ എത്താം.

ചിലപ്പോൾ തുറമുഖമേടയിലെ പുസ്തകക്കടകളിൽ അടുത്തകാലത്ത് വിലകുറച്ച് പ്രസിദ്ധീകരിച്ച അമേരിക്കയിൽ നിന്നുള്ള പുസ്തകങ്ങൾ നിങ്ങൾക്ക് കണ്ടെത്താൻ കഴിഞ്ഞിരുന്നു. 'ടൂ ദർജ്ജോ' ഭക്ഷണശാലയ്ക്ക് ഭക്ഷണഹാളിന്റെ മുകളിൽ ആ കാലത്ത് ഏതാനും മുറികൾ ഉണ്ടായിരുന്നു. അന്ന് അവർ അത് വാടകയ്ക്ക് കൊടുത്തിരുന്നു. അവിടെ താമസിക്കുന്ന മനുഷ്യർക്ക് ഭക്ഷണശാലയിൽനിന്നുള്ള ഭക്ഷണത്തിന്

ഒരു വിലക്കുറവ് നല്കാറുണ്ടായിരുന്നു. അവിടത്തെ താമസക്കാർ ഏതെങ്കിലും പുസ്തകം ഉപേക്ഷിക്കുകയാണെങ്കിൽ പിന്നിൽ അധികം ദൂരത്തല്ലാതെ ഒരു പുസ്തകക്കട ഉണ്ടായിരുന്നു. മുറിയിലെ പരിചാരകൻ അവയെല്ലാം ശേഖരിച്ച് ആ പുസ്തകക്കടയിൽ വില്പന നടത്തും. നിങ്ങൾക്ക് അവ ഏതാനും ഫ്രാങ്കുകൾക്ക് നടത്തിപ്പുകാരിയുടെ പക്കൽനിന്നും വാങ്ങാൻ കഴിഞ്ഞിരുന്നു. അവൾക്ക് ഇംഗ്ലീഷ് പുസ്തകങ്ങളെപ്പറ്റി വിശ്വാസം ഉണ്ടായിരുന്നില്ല. അതുകൊണ്ട് അവൾ ഏറക്കുറെ ഒട്ടുംതന്നെ പണം കൊടുക്കാതെയാണ് വാങ്ങിച്ചിരുന്നത്. അവർ അത് വിറ്റിരുന്നതും വളരെ പെട്ടെന്ന് ലഭിക്കുന്ന വളരെ ചെറിയ ലാഭത്തിൽ ആയിരുന്നു.

"അവ ഏതെങ്കിലും തരത്തിൽ നല്ലതാണോ?" ഞങ്ങൾ സുഹൃത്തുക്കൾ ആയതിനുശേഷം അവൾ ചോദിച്ചു.

"ചിലപ്പോൾ ഒരെണ്ണം നല്ലതായിരിക്കും."

"അത് എങ്ങനെ പറയാൻ പറ്റും."

"ഞാൻ അവ വായിക്കുമ്പോൾ എനിക്ക് പറയാൻ പറ്റും."

"പക്ഷേ, എന്നിട്ടും അത് ഒരുതരം ചൂതുകളി ആണ്. എത്ര ആളുകൾക്ക് ഇംഗ്ലീഷ് വായിക്കാൻ പറ്റും?"

"എനിക്കു വേണ്ടി സൂക്ഷിച്ചു വെക്കണം. എന്നെ അവയെല്ലാം പരിശോധിക്കാൻ അനുവദിക്കണം."

"പറ്റില്ല. എനിക്ക് അവ സൂക്ഷിച്ചുവെക്കാൻ പറ്റില്ല. എനിക്ക് അവ എത്രയും പെട്ടെന്ന് വില്ക്കണം. അവ അപ്രധാനം ആണോ എന്ന് ഒരാൾക്കും പറയാൻ പറ്റില്ല. അവ ഉപയോഗശൂന്യമായി മാറുകയാണെങ്കിൽ, ഞാൻ അവ ഒരിക്കലും വില്ക്കാൻ പോകുന്നില്ല."

"ഒരു ഫ്രഞ്ച് പുസ്തകത്തിന് മൂല്യം ഉണ്ടെന്ന് എങ്ങനെ നിങ്ങൾക്ക് പറയാൻ പറ്റും."

"ആദ്യമായി അതിൽ ചിത്രങ്ങൾ ഉണ്ട്. അടുത്തകാര്യം ചിത്രങ്ങളുടെ ഗുണനിലവാരം എന്ന പ്രശ്നമാണ്. അതിനടുത്തത് അതിന്റെ കുത്തിക്കെട്ടാണ്. ഒരു പുസ്തകം നല്ലതാണെങ്കിൽ അതിന്റെ ഉടമസ്ഥൻ അത് നല്ലപോലെ പുറംചട്ടയിട്ട് സൂക്ഷിക്കും. ഇംഗ്ലീഷിലുള്ള എല്ലാ പുസ്തകങ്ങളും കുത്തിക്കെട്ടിയിട്ടുണ്ട്. പക്ഷേ, ശരിയായി കുത്തിക്കെട്ടിയിട്ടില്ല. അവയെപ്പറ്റി തീരുമാനിക്കാൻ ഒരു വഴിയും ഇല്ല."

ടൂ ദർജോ ഭക്ഷണശാല കഴിഞ്ഞ് അമേരിക്കൻ പുസ്തകങ്ങളും ഇംഗ്ലീഷ് പുസ്തകങ്ങളും വില്ക്കുന്ന കടകൾ ഗ്രാന്റ് ഓഗസ്റ്റിൻസിന്റെ തുറവരെ ഉണ്ടായിരുന്നില്ല. അവിടെനിന്നും വോൾട്ടയർ പ്ലാറ്റ്ഫോം വരെ ഇടതുവശത്തെ നദീതീരത്തുള്ള ഹോട്ടലുകളിലെ ജോലിക്കാർ കൊടുക്കുന്ന പുസ്തകങ്ങൾ വില്ക്കുന്ന ധാരാളം പുസ്തകക്കടകൾ ഉണ്ടായിരുന്നു- കൂടുതലും കൂടുതൽ ധനികരായ ഇടപാടുകാർ ഉള്ള വോൾട്ടയർ ഹോട്ടലിലെ ജോലിക്കാരിൽനിന്ന് ലഭിക്കുന്ന പുസ്തകങ്ങൾ ആയി

രുന്നു. ഞാൻ ഒരു ദിവസം എന്റെ സുഹൃത്തായ മറ്റൊരു കടക്കാരിയോട് പുസ്തകത്തിന്റെ ഉടമസ്ഥർ എന്നെങ്കിലും പുസ്തകങ്ങൾ അവർക്ക് വിറ്റിട്ടുണ്ടോ എന്ന് അന്വേഷിച്ചു.

"ഇല്ല." അവൾ പറഞ്ഞു. "അവയെല്ലാം അവർ വലിച്ചെറിഞ്ഞതാണ്. അങ്ങനെയാണ് അവയ്ക്ക് മൂല്യം ഇല്ലെന്ന് ഒരാൾക്ക് മനസ്സിലാകുന്നത്."

"കൂട്ടുകാർ അവർക്ക് ബോട്ടിൽ ഇരുന്ന് വായിക്കാൻ പുസ്തകങ്ങൾ കൊടുക്കാറുണ്ട്."

"സംശയം ഇല്ല." അവൾ പറഞ്ഞു. "അവർ തീർച്ചയായും ആ പുസ്തകങ്ങളിൽ പലതും ബോട്ടിൽ ഉപേക്ഷിക്കുന്നുണ്ട്."

"അവർ ഉപേക്ഷിക്കുന്നു." ഞാൻ പറഞ്ഞു. "അവയെല്ലാം സൂക്ഷിച്ചുവച്ച് ബൈൻഡ് ചെയ്യുന്നു.- അവയാണ് പിന്നീട് കപ്പലിലെ വായനശാലയായി മാറുന്നത്."

"അത് ബുദ്ധിയാണ്." അവൾ പറഞ്ഞു. "അപ്പോൾ അവ കുറഞ്ഞ പക്ഷം ശരിയായി ബൈൻഡ് ചെയ്തിട്ടുണ്ടാകും. ഇപ്പോൾ അതുപോലെയുള്ള പുസ്തകങ്ങൾക്ക് ഒരു മൂല്യം കാണും."

ഞാൻ ജോലി കഴിഞ്ഞ് എന്തെങ്കിലും ചിന്തിച്ച് പുറത്തുകൊണ്ടുവരാൻ ശ്രമിക്കുന്ന സമയത്ത് തുറയിലൂടെ നടക്കും. എനിക്ക് നടക്കുന്ന സമയത്തും എന്തെങ്കിലും ചെയ്തു കൊണ്ടിരിക്കുന്ന സമയത്തും ആളുകൾ എന്തെങ്കിലും ചെയ്യുന്നത് കാണുന്ന സമയത്തും ചിന്തിക്കാൻ കൂടുതൽ എളുപ്പമായിരുന്നു. 'പണഫി'നു താഴെ ഇൽ ദുലാസിത്തെയുടെ അറ്റത്ത് ഹെൻറി നാലാമന്റെ ഒരു പ്രതിമ ഉണ്ടായിരുന്നു. കപ്പലിന്റെ കൂർത്ത അണിയം പോലെയുള്ള ഒരു അഗ്രഭാഗത്താണ് ദ്വീപ് അവസാനിക്കുന്നത്. അവിടെ തീരത്തോടു ചേർന്ന് പടർന്നു പന്തലിച്ചു നില്ക്കുന്ന വലിയ ചെസ്റ്റ്നട്ട് മരങ്ങൾ ഉള്ള ഒരു ചെറിയ പാർക്ക് ഉണ്ടായിരുന്നു. സൈൻ നദിയുടെ തീരത്ത് മീൻപിടുത്തത്തിനു പറ്റിയ ധാരാളം സ്ഥലങ്ങൾ ഉണ്ടായിരുന്നു. നിങ്ങൾ പടിക്കെട്ട് ഇറങ്ങി പാർക്കിലെത്തി അവിടെയുള്ള വലിയ പാലത്തിനടിയിലെ മീൻപിടിത്തക്കാരെ ശ്രദ്ധിക്കാതിരിക്കില്ല.

നദിയുടെ ആഴം അനുസരിച്ച് മീൻപിടിത്തത്തിനു യോജിച്ച സ്ഥലങ്ങൾക്ക് വ്യത്യാസം വന്നിരുന്നു. മീൻപിടിത്തക്കാർ കൂട്ടിക്കെട്ടിയ നീളം കൂടിയ മുളങ്കമ്പുകളും തൂവലിന്റെ ഫ്ളോട്ടുകളും ഉപയോഗിച്ച് വൈദഗ്ദ്ധ്യത്തോടെ മീൻപിടിക്കുന്നുണ്ടായിരുന്നു. അവർക്ക് എല്ലാസമയത്തും ഒരുവിധം മീൻകിട്ടി. പലപ്പോഴും ഗൗജൻസ് എന്ന് വിളിച്ചിരുന്ന "ഡേസ്" പോലെയുള്ള ഒരു മീനിനെ അവർ വലിയ തോതിൽ പിടിച്ചെടുത്തിരുന്നു. അവ വറുത്തെടുത്താൽ വളരെ രുചികരമായിരുന്നു. ഒരു പ്ലേറ്റ് പൂർണ്ണമായും എനിക്ക് കഴിക്കാൻ പറ്റും. അവ പച്ചമത്തിയേക്കാൾ മെച്ചപ്പെട്ട സ്വാദ് ഉള്ളവയായിരുന്നു. അവ ഒട്ടും തന്നെ എണ്ണമയം ഉള്ളവ ആയിരുന്നില്ല. നമ്മൾ അവ മുള്ളുസഹിതമാണ് തിന്നിരുന്നത്.

അവ കഴിക്കാൻ ഏറ്റവും പറ്റിയ സ്ഥലങ്ങളിൽ ഒന്ന് നദിക്ക് മുകളിൽ നിർമ്മിച്ചിരുന്ന ബാ മൂഡോണിലെ ഭക്ഷണശാല ആയിരുന്നു. ഞങ്ങളുടെ ദേശത്തുനിന്നും ഒരു യാത്രയ്ക്കുള്ള പണം ഉള്ളപ്പോൾ ഞങ്ങൾ 'ബാ മൂഡോണിലെ' നദിക്ക് മുകളിലുള്ള ഭക്ഷണശാലയിലാണ് പോയിരുന്നത്. അതിന്റെ പേര് 'ലപേഷ് മിറാക്യൂലീസ്' എന്നായിരുന്നു. അവർക്ക് 'മ്യുസ് കാദെ' പോലെയുള്ള ഒരുതരം വിശിഷ്ടമായ വീഞ്ഞ് ഉണ്ടായിരുന്നു. അത് സിസ്‌ലി പെയിന്റ് ചെയ്തതുപോലെ നദിയുടെ ദൃശ്യം ഉൾക്കൊള്ളുന്ന മോപ്പാസാങ്ങ് കഥയിൽ നിന്നുള്ള ഒരു സ്ഥലം പോലെ ആയിരുന്നു. 'ഗൗജൻസ്' കഴിക്കാൻ വേണ്ടി നിങ്ങൾക്ക് ഇത്രയും ദൂരം സഞ്ചരിക്കേണ്ട ആവശ്യം ഇല്ല. ഇൽ സലൂയിയിൽ നിങ്ങൾക്ക് നല്ല പോലെ വറുത്ത 'ഗൗജൻസ്' കിട്ടും.

ഇൽ സലൂയിയിൽ സൈൻ നദിയുടെ മീൻ ലഭിക്കുന്ന ഭാഗങ്ങളിൽ നിന്ന് മീൻ പിടിക്കുന്ന പലരേയും എനിക്ക് പരിചയം ഉണ്ടായിരുന്നു. ചിലപ്പോൾ സൂര്യപ്രകാശം ഉള്ള ദിവസങ്ങളിൽ ഒരു ലിറ്റർ വീഞ്ഞും റൊട്ടിയും സോസേജും വാങ്ങിക്കൊണ്ട് ഞാൻ വിലയ്ക്ക് വാങ്ങിയ പുസ്തകങ്ങളിൽ ഒരെണ്ണം പകൽ വെളിച്ചത്തിൽ ഇരുന്ന് വായിക്കും. അതിനോടൊപ്പം ഞാൻ മീൻപിടിത്തം ശ്രദ്ധിക്കുന്നുണ്ടാകും.

സഞ്ചാര സാഹിത്യകാരന്മാർ സൈൻ നദിയിലെ മീൻപിടിത്തക്കാരെപ്പറ്റി അവർക്ക് ഒന്നുംതന്നെ സൈൻ നദിയിൽനിന്ന് കിട്ടിയിരുന്നില്ലെന്നും അവർക്ക് കിറുക്കായിരുന്നെന്നും എഴുതിക്കഴിഞ്ഞിരുന്നു. പക്ഷേ, അവരുടെ മീൻപിടിത്തം അപകടകരവും ഫലപ്രദവും ആയിരുന്നു. മീൻ പിടിത്തക്കാരിൽ കൂടുതൽ ആളുകളും ചെറിയ പെൻഷനുകൾ വാങ്ങുന്നവർ ആയിരുന്നു. അത് പണപ്പെരുപ്പം കാരണം വിലയില്ലാതായിത്തീരുമെന്ന് അവർക്ക് അറിയില്ലായിരുന്നു. അവശേഷിച്ച മീൻപിടിത്തക്കാർ പകൽ മുഴുവൻ അല്ലെങ്കിൽ പകുതിസമയം ജോലിയിൽനിന്ന് അവധി എടുത്ത് മീൻപിടിക്കാൻ വരുന്ന കാര്യക്ഷമതയുള്ള മീൻപിടുത്തക്കാർ ആയിരുന്നു. പാരീസിന്റെ രണ്ടുവശത്തും ഉള്ള മൈൻനദി സൈൻ നദിയിൽ വന്നുചേരുന്ന ചാരൻടണിൽ മെച്ചപ്പെട്ട മീൻപിടിത്തം ഉണ്ടായിരുന്നു. പക്ഷേ, പാരീസിൽത്തന്നെ നല്ലരീതിയിലുള്ള മീൻപിടിത്തം ഉണ്ടായിരുന്നു. ഞാൻ മീൻപിടിച്ചിരുന്നില്ല. കാരണം എനിക്ക് അതിനുള്ള ചൂണ്ട ഇല്ലായിരുന്നു. അതുകൂടാതെ എന്റെ പണം സ്പെയിനിലെ മീൻപിടിത്തത്തിനുവേണ്ടി സൂക്ഷിക്കാനായിരുന്നു എന്റെ താല്പര്യം. അതുകൂടാതെ എപ്പോൾ ഈ ജോലി അവസാനിക്കുമെന്നോ എപ്പോൾ മറ്റൊരിടത്ത് പോകേണ്ടിവരുമെന്നോ എനിക്ക് ഒരിക്കലും അറിയില്ലായിരുന്നു. അതുകൊണ്ട് ഞാൻ മീൻപിടിത്തത്തിൽ പങ്കുചേരാൻ ആഗ്രഹിച്ചില്ല. മീൻപിടിത്തത്തിന് പക്ഷേ, നല്ല സമയവും മോശം സമയവും ഉണ്ടായിരുന്നു. എന്നിട്ടും ഞാൻ മീൻപിടിത്തത്തെ അടുത്തുനിന്ന് ശ്രദ്ധിച്ചു. പിന്തുടർന്നു. അത് അറിഞ്ഞിരിക്കുന്നത് നല്ലതായിരുന്നു. അത് രസകരം ആയിരുന്നു. മീൻപിടിക്കുന്നവർ പട്ടണത്തിൽ ഉണ്ടെന്നുള്ളതിൽ എല്ലാ സമ

യത്തും എനിക്ക് സന്തോഷം തോന്നിയിരുന്നു. പട്ടണത്തിൽ തന്നെ മനസ്സറിഞ്ഞ് മീൻപിടിത്തം നടത്തി ഏതാനും മത്തിയുമായി വീട്ടിലേക്ക് മടങ്ങുന്ന ശക്തരായ മീൻപിടിത്തക്കാർ ഉണ്ടെന്നുള്ളത് എന്നെ സന്തോഷിപ്പിച്ചിരുന്നു.

മീൻപിടിത്തക്കാരും നദിയിലെ ജീവിതവും തീരം അണയുന്ന മനോഹരമായ ബാർജുകളും പാലത്തിനടിയിലൂടെ കടന്നു പോകാൻ വേണ്ടി ചിമ്മിനികൾ മടക്കിവെച്ച് ഒരുനിര ബാർജുകളേയും വലിച്ചുകൊണ്ട് നീങ്ങുന്ന ബാർജുകളും ചില സ്ഥലങ്ങളിലെ പോപ്ലാർ മരങ്ങളും പാറകൾ നിറഞ്ഞ തീരത്തെ വലിയ ഇരുമ്പക മരങ്ങളും ഉള്ളപ്പോൾ നദിക്കരയിൽ എനിക്ക് ഒരിക്കലും ഒറ്റപ്പെടാൻ കഴിയില്ല. പെട്ടെന്ന് ഇളം ചൂടുള്ള ഒരു രാത്രിയിലെ കാറ്റ് ഏതോ ഒരു പ്രഭാതത്തിൽ വസന്തത്തെ വിളിച്ചു കൊണ്ടു വരുന്നതുവരെ പട്ടണത്തിലെ പല മരങ്ങളിലും വസന്തം വന്നുകൊണ്ടിരിക്കുന്നത് നിങ്ങൾക്ക് കാണാൻ കഴിയും. ചിലപ്പോൾ തണുത്ത പെരുമഴ അതിനെ അടിച്ചോടിക്കും. ഒരിക്കലും അത് തിരിച്ചുവരാൻ പോകുന്നില്ലെന്നും നിങ്ങൾക്ക് നിങ്ങളുടെ ജീവിതത്തിൽനിന്ന് ഒരു വസന്തം നഷ്ടപ്പെടാൻ പോകുകയാണെന്നും തോന്നും. യഥാർത്ഥത്തിൽ പാരീസിലെ ഒരേയൊരു മോശപ്പെട്ട കാലം ഇത് മാത്രം ആയിരുന്നു. കാരണം ഇത് പ്രകൃതിവിരുദ്ധമായിരുന്നു. നിങ്ങൾക്ക് മഴയെപ്പറ്റി ദുഃഖം തോന്നാൻ ഇടയുണ്ട്. മഞ്ഞുകാലത്തെ തണുത്ത വെളിച്ചത്തിൽ കാറ്റിനെതിരെ മരച്ചില്ലകളിലെ ഇലകൾ കൊഴിഞ്ഞ് മരങ്ങൾ നഗ്നരാക്കപ്പെടുമ്പോൾ ഓരോ വർഷവും നിങ്ങളുടെ ഒരു ഭാഗം മരിച്ചുപോകുന്നു. പക്ഷേ, എപ്പോഴും തണുത്തുറഞ്ഞ നദി വീണ്ടും ഒഴുകുമെന്ന് അറിയുന്നതു പോലെ എന്തായാലും ഒരു വസന്തം ഉണ്ടായിരിക്കുമെന്ന് നിങ്ങൾക്ക് അറിയാം. തുടർച്ചയായ മഴ വസന്തത്തെ ഇല്ലാതാക്കുന്നത് ഒരു കാരണവും ഇല്ലാതെ ഒരു ചെറുപ്പക്കാരി മരിച്ചുപോകുന്നതുപോലെ ആയിരുന്നു.

ആ കാലത്ത് അവസാനം വസന്തം നിരന്തരം വന്നിരുന്നെങ്കിലും ഏറക്കുറെ പരാജയപ്പെട്ടുപോയ അതിന്റെ വരവ് ഭയാനകം ആയിരുന്നു.

വിശ്വാസത്തിലെടുക്കാൻ പറ്റാത്ത വസന്തം

വസന്തം വരുമ്പോൾ അത് വിശ്വാസത്തിലെടുക്കാൻ പറ്റാത്ത വസന്തം ആണെങ്കിൽപ്പോലും എവിടെയാണ് ഏറ്റവും സന്തോഷം ലഭിക്കുന്നത് എന്ന ചോദ്യം ഒഴിച്ച് മറ്റ് പ്രശ്നങ്ങൾ ഒന്നും തന്നെ ഉണ്ടായിരുന്നില്ല. ഒരു ദിവസത്തെ നശിപ്പിക്കുന്ന ഒരേ ഒരു കാര്യം ആളുകൾ ആയിരുന്നു. നിങ്ങൾക്ക് മറ്റുള്ളവരുമായുള്ള കൂടിക്കാഴ്ചകൾ ഒഴിവാക്കാൻ കഴിഞ്ഞാൽ ഓരോ ദിവസത്തിനും പരിധികൾ ഇല്ലായിരുന്നു. വസന്തത്തോളം ആസ്വദിക്കാൻ പറ്റുന്ന വളരെക്കുറച്ച് മനുഷ്യർ ഒഴിച്ച് സന്തോഷത്തെ പരിമിതപ്പെടുത്തുന്നവർ എല്ലാസമയത്തും ആളുകൾ ആയിരുന്നു.

വസന്തത്തിലെ പ്രഭാതങ്ങളിൽ എന്റെ ഭാര്യ ഉറങ്ങിക്കിടന്നിരുന്ന സമയത്ത് ഞാൻ ഉണർന്നെഴുന്നേറ്റ് ജോലി ചെയ്യും. ജനാലകൾ തുറന്നുകിടന്നിരുന്നു. മഴയ്ക്ക് ശേഷം തെരുവിലെ കഴുകിവൃത്തിയാക്കിയ ചെറിയ പാറക്കല്ലുകളിൽനിന്ന് ഈർപ്പം വലിഞ്ഞുതുടങ്ങിയിരുന്നു. വീടുകളുടെ ജനാലകൾ നിറഞ്ഞ നനഞ്ഞ പുറംഭിത്തികളെ സൂര്യരശ്മികൾ ഉണക്കിയെടുക്കുകയായിരുന്നു. ഈ സമയത്തും കടകൾ അടഞ്ഞുകിടന്നിരുന്നു. ആട്ടിടയൻ അയാളുടെ കുഴൽ ഊതിക്കൊണ്ട് തെരുവിലൂടെ മുന്നോട്ടുവന്നിരുന്നു. ഞങ്ങളുടെ മുകളിലത്തെ നിലയിൽ താമസിച്ചിരുന്ന സ്ത്രീ ഒരു വലിയ പാത്രവുമായി നടപ്പാതയിലേക്ക് ഇറങ്ങി വന്നിരുന്നു. ആട്ടിടയൻ ആട്ടിൻപറ്റത്തിൽനിന്ന് നിറഞ്ഞ അകിടുള്ള ഒരു വലിയ കറുത്ത ആടിനെ തെരഞ്ഞെടുത്ത് അവരുടെ പാത്രത്തിലേക്ക് പാൽ കറന്ന് ഒഴിച്ചു കൊടുത്തു. ഈ സമയത്ത് അയാളുടെ നായ ബാക്കിയുള്ളവരെ നടപ്പാതയിലേക്ക് തള്ളിക്കയറ്റി. ആടുകൾ കാഴ്ചകൾ കാണാൻ വന്നവരെപ്പോലെ തലതിരിച്ച് നാലുചുറ്റും നോക്കി. ആട്ടിടയൻ സ്ത്രീയുടെ കൈയിൽനിന്ന് പണം വാങ്ങി അവർക്ക് നന്ദിപറഞ്ഞതിനു

ശേഷം കുഴൽ ഊതിക്കൊണ്ട് തെരുവിലൂടെ മുന്നോട്ടുനടന്നു. അയാളുടെ നായ കൊമ്പുകുലുക്കി മുന്നോട്ടു നീങ്ങുന്ന ആട്ടിൻപറ്റത്തെ നയിച്ചു. ഞാൻ എഴുത്തിലേക്ക് തിരിച്ചുപോയി. സ്ത്രീ ആട്ടിൻപാലും എടുത്തുകൊണ്ട് ഏണിപ്പടി കയറി മുകളിലേക്ക് വന്നു. അവർ വീട് വൃത്തിയാക്കുമ്പോൾ ഉപയോഗിക്കുന്ന ഒരു തരം കമ്പിളികൊണ്ട് നിർമ്മിച്ച അടിഭാഗമുള്ള ചെരുപ്പാണ് ധരിച്ചിരുന്നത്. ഏണിപ്പടിയുടെ മുകളിൽ എന്റെ വാതിലിന്റെ പുറത്ത് അവർ നടത്തം നിർത്തിയപ്പോഴുള്ള അവരുടെ ശ്വാസം മാത്രം ആയിരുന്നു എനിക്ക് കേൾക്കാൻ കഴിഞ്ഞത്. ഞങ്ങളുടെ കെട്ടിടത്തിലെ ആട്ടിൻപാലിന്റെ ഒരേയൊരു ഉപഭോക്താവ് അവർ മാത്രമായിരുന്നു.

ഞാൻ താഴെ ഇറങ്ങിച്ചെന്ന് രാവിലത്തെ കുതിരപ്പന്തയത്തിന്റെ പത്രം വാങ്ങാൻ തീരുമാനിച്ചു. ഒരു കുതിരപ്പന്തയത്തിന്റെ ഒരു പതിപ്പെങ്കിലും വാങ്ങാൻ കഴിവില്ലാത്ത ഒരു വാസസ്ഥലവും അവിടെ ഉണ്ടായിരുന്നില്ല. പക്ഷേ, ഇതുപോലെയുള്ള ഒരു ദിവസം നിങ്ങൾ അത് കാലേക്കൂട്ടി വാങ്ങിയിരിക്കണം. ഞാൻ ദ്യു ഡിക്കാറ്റിൽ ഒരെണ്ണം കണ്ടെത്തി. ആടുകൾ ദ്യു ഡിക്കാറ്റിലൂടെ താഴോട്ട് പോകുന്നുണ്ടായിരുന്നു. ഞാൻ മുറിയിൽ എത്തി എന്റെ ജോലി തീർക്കാൻ വേണ്ടി ഏണിപ്പടിയുടെ അടുത്തേക്ക് അതിവേഗത്തിൽ ശ്വാസം വിടാതെ നടന്നുവന്നു. പ്രഭാതത്തിലെ തെരുവിലൂടെ ആടുകളെ പിന്തുടരാൻ ഞാൻ പ്രലോഭിപ്പിക്കപ്പെട്ടിരുന്നു. പക്ഷേ, വീണ്ടും ഞാൻ ജോലി തുടങ്ങുന്നതിനുമുമ്പ് പത്രം കൈയിൽ എടുത്തു. അവർ ഓടുന്നത് ഒനിയനിലെ മനോഹരമായ ചെറിയ കള്ള ട്രാക്കിൽ ആയിരുന്നു.

അതുകൊണ്ട് ആ ദിവസം ഞാൻ ജോലി പൂർണ്ണമാക്കിയതിനു ശേഷം ഞങ്ങൾ കുതിരപ്പന്തയത്തിനു പോകും. കുറച്ചു പണം ഞാൻ വാർത്താ പത്രത്തിനുള്ള ജോലി ചെയ്തുകൊടുത്തിരുന്ന *ടൊറന്റോ* പത്രത്തിൽ നിന്ന് വന്നിട്ടുണ്ടായിരുന്നു. എന്റെ ഭാര്യക്ക് ഒരുകാലത്ത് ഉത്തെയിൽവച്ച് ഒരു കുതിര ഉണ്ടായിരുന്നു. അവസാനത്തെ ചാട്ടത്തിൽ അവൻ വീഴുമ്പോൾ ഞങ്ങൾക്ക് ആറുമാസം ജീവിക്കാൻ വേണ്ട സമ്പാദ്യം അവന്റെ പേരിൽ ഉണ്ടായിരുന്നു. അവൻ വീഴുന്നതുവരെ ആ വർഷം ഞങ്ങൾ മുമ്പിൽ ആയിരുന്നു.

“ടാറ്റീ, നമുക്ക് യഥാർത്ഥത്തിൽ പന്തയം വയ്ക്കാനുള്ള പണം ഉണ്ടോ?” എന്റെ ഭാര്യ ചോദിച്ചു.

“ഇല്ല. നമ്മൾ കൊണ്ടുപോകുന്നത് ചെലവാക്കപ്പെടുമെന്ന് ചിന്തിക്കാം. നിങ്ങൾ അതിനുവേണ്ടി മറ്റെന്തെങ്കിലും ചെലവാക്കുന്നുണ്ടോ?”

“ശരി” അവൾ പറഞ്ഞു.

“എനിക്ക് അറിയാം. അത് അങ്ങേയറ്റം ബുദ്ധിമുട്ട് ആയിരുന്നു. പണത്തെപ്പറ്റി ഞാൻ പിശുക്കുകാണിച്ചിരുന്നു.”

“ഇല്ല.” അവൾ പറഞ്ഞു. “പക്ഷേ...”

ഞാൻ എത്രമാത്രം അസഹനീയം ആയിരുന്നെന്നും കാര്യങ്ങൾ എത്രമാത്രം മോശം ആയിരുന്നെന്നും എനിക്ക് മനസ്സിലായിട്ടുണ്ടായിരുന്നു. ജോലി ചെയ്യുകയും അതിൽനിന്ന് സംതൃപ്തി ലഭിക്കുകയും ചെയ്യുന്നവനെ ദാരിദ്ര്യത്തിന് ബുദ്ധിമുട്ടിക്കാൻ കഴിയില്ല. ഞാൻ നമ്മളെക്കാൾ താണതരക്കാർ ഉപയോഗിക്കുന്ന ബാത്ടബ്ബുകളെക്കുറിച്ചും ഷവറുകളെക്കുറിച്ചും കുളിപ്പുരകളെക്കുറിച്ചും കക്കൂസുകളെക്കുറിച്ചും ആലോചിച്ചു. അല്ലെങ്കിൽ നിങ്ങൾ യാത്രകൾ നടത്തുമ്പോൾ ആസ്വദിക്കുന്ന കുളിമുറികളെക്കുറിച്ചും കക്കൂസുകളെക്കുറിച്ചും ആലോചിച്ചു. തെരുവിന്റെ അറ്റത്ത് നദീതീരത്ത് എല്ലാകാലത്തും പൊതുവായ ഉപയോഗത്തിനുള്ള കുളിമുറികൾ ഉണ്ടായിരുന്നു. ഞങ്ങളുടെ കുതിരവീണപ്പോൾ കരച്ചിലിനേക്കാൾ കൂടുതലായുള്ള ഒരു പരാതിയും എന്റെ ഭാര്യ ഇത്തരം കാര്യങ്ങളെക്കുറിച്ച് ഒരിക്കലും നടത്തിയിട്ടില്ല. അവൾ കുതിരയ്ക്കുവേണ്ടി കരഞ്ഞിരുന്നു. എനിക്ക് ഓർമ്മയുണ്ടായിരുന്നു. പക്ഷേ, പണത്തിനുവേണ്ടി കരഞ്ഞിരുന്നില്ല. അവൾ ചാരനിറം ഉള്ള ഒരു പുറംകുപ്പായത്തിന്റെ ആവശ്യം പറഞ്ഞപ്പോൾ ഞാൻ നിർവ്വികാരനായിരുന്നു. ഒരിക്കൽ അവൾ അത് വാങ്ങിക്കൊണ്ടുവന്നപ്പോൾ ഞാൻ ഇഷ്ടപ്പെട്ടിരുന്നു. മറ്റ് കാര്യങ്ങളിലും ഞാൻ നിർവ്വികാരനായിട്ടുണ്ട്. അതെല്ലാം ദാരിദ്ര്യത്തിനെതിരായ യുദ്ധത്തിന്റെ ഭാഗം ആയിരുന്നു. അതിൽ നിങ്ങൾക്ക് വിജയിക്കാൻ പണം ചെലവാക്കാതിരിക്കുക എന്ന ഒരേയൊരു വഴിമാത്രം ആണുള്ളത്. പ്രത്യേകിച്ചും വസ്ത്രങ്ങൾക്കുപകരം നിങ്ങൾ ചിത്രങ്ങൾ വാങ്ങുന്നവരാണെങ്കിൽ പണം ചെലവാകാതിരിക്കില്ല. പക്ഷേ, നമ്മൾ ഒരിക്കലും സ്വയം ദരിദ്രരാണെന്ന് ആലോചിക്കുന്നില്ലെങ്കിൽ നമ്മൾ ദാരിദ്ര്യത്തെ അംഗീകരിക്കില്ല. ഞങ്ങൾ സാമാന്യ നിലവാരത്തിലും ഉയർന്നവരായിരുന്നെന്ന് ചിന്തിച്ചിരുന്നു. മറ്റ് ആളുകളെ ഞങ്ങൾ ഞങ്ങളേക്കാൾ താഴെയാണ് കണ്ടിരുന്നത്. ഞങ്ങൾ സമ്പന്നരാണെന്ന് ശരിക്കും തെറ്റിദ്ധരിച്ചിരുന്നു. ഇളംചൂടിനു വേണ്ടി അടിവസ്ത്രമായി 'സ്വറ്റ്ഷർട്ട്' ഉപയോഗിക്കുന്നതിൽ അപാകതയുണ്ടെന്ന് എനിക്ക് ഒരിക്കലും തോന്നിയിരുന്നില്ല. സമ്പന്നർക്ക് മാത്രം അത് വിചിത്രമാണെന്ന് തോന്നിയിരുന്നു. ഞങ്ങൾ കുറഞ്ഞ ചെലവിൽ നല്ലഭക്ഷണം കഴിച്ചു. കുറഞ്ഞ ചെലവിൽ നല്ല മദ്യം കുടിച്ചു. ഞങ്ങൾ പരസ്പരം സ്നേഹിച്ചു. ഒന്നിച്ച് ഉറങ്ങി.

"നമുക്ക് പോകാമെന്നാണ് ഞാൻ വിചാരിക്കുന്നത്" എന്റെ ഭാര്യ പറഞ്ഞു. "നമ്മൾ പോയിട്ട് വളരെക്കാലം കഴിഞ്ഞു. നമ്മൾ കുറച്ച് വീഞ്ഞും ഉച്ചഭക്ഷണവും എടുത്തുകൊണ്ടുപോകും. ഞാൻ നല്ല ഒന്നാംതരം സാൻഡ്‌വിച്ച് ഉണ്ടാക്കും."

"നമുക്ക് ട്രെയിനിൽപോകാം. അതിന് ചെലവ് കുറവായിരിക്കും. പക്ഷേ, നിങ്ങൾ പോകണമെന്ന് വിചാരിക്കുന്നില്ലെങ്കിൽ നമുക്ക് പോകാതിരിക്കാം. ഇന്ന് നമ്മൾ ചെയ്യാൻ പോകുന്ന എന്ത് കാര്യവും നേരമ്പോക്ക് ആയിരിക്കും. ഇന്നത്തെ ദിവസം അത്ഭുതകരമായ ദിവസം ആണ്."

"നമ്മൾ പോകണമെന്നാണ് ഞാൻ വിചാരിക്കുന്നത്."

“മറ്റ് മാർഗ്ഗങ്ങളിലൊന്നും നിങ്ങൾ ഇത് ചെലവാക്കാൻ പോകുന്നില്ല. അല്ലേ?”

“ഇല്ല.” അവൾ അധികാരത്തോടെ പറഞ്ഞു. അവൾക്ക് അധികാരം വ്യക്തമാക്കുന്ന മനോഹരമായ ഉയർന്ന കവിളെല്ലുകൾ ഉണ്ടായിരുന്നു. “ഏതു വിധത്തിലായാലും നമ്മൾ ആണല്ലോ ചെലവാക്കുന്നത്?”

അങ്ങനെ ഞങ്ങൾ നഗരത്തിലെ ഏറ്റവും വൃത്തികെട്ട ഇരുണ്ട ഭാഗത്തുകൂടിയുള്ള ട്രെയിനിൽ വന്ന് നോർത്ത് സ്റ്റേഷന്റെ വശത്തുകൂടി നടന്നു ട്രാക്കിന്റെ അടുത്തെത്തി. ഞങ്ങൾ എത്തിയത് നേരത്തേ ആയിരുന്നു. അടുത്തകാലത്ത് അഗ്രം മുറിച്ചുമാറ്റിയ പുൽമേട്ടിൽ എന്റെ മഴക്കോട്ടിന്റെ മുകളിൽ ഞങ്ങൾ ഇരുന്നു. അവിടെ ഇരുന്ന് ഞങ്ങൾ ഉച്ചഭക്ഷണവും വീഞ്ഞും കഴിച്ചുകൊണ്ട് പഴയ ഗ്യാലറിയും തടികൊണ്ടുള്ള തവിട്ടുനിറമുള്ള പന്തയബൂത്തുകളും പച്ച ട്രാക്കുകളും കൂടുതൽ പച്ചനിറം ഉള്ള ഹർഡിലുകളും (ട്രാക്കിലെ തടസ്സങ്ങൾ) വാട്ടർജമ്പുകളും തിളങ്ങുന്ന തവിട്ടുനിറവും വെള്ളപൂശിയ കല്ലുമതിലുകളും തളിരിലകൾ നിറഞ്ഞ മരങ്ങൾക്കു താഴെയുള്ള താല്ക്കാലിക കുതിരലായങ്ങളും ആദ്യത്തെ കുതിരകളെ ലായത്തിലേക്ക് നടത്തിക്കൊണ്ടുവരുന്നതും മറ്റും നോക്കിക്കൊണ്ടിരുന്നു. ഞങ്ങൾ കൂടുതൽ വീഞ്ഞുകുടിച്ചുകൊണ്ട് കടലാസിലെ വ്യവസ്ഥകൾ വായിച്ചു മനസ്സിലാക്കി. എന്റെ ഭാര്യ മുഖത്ത് സൂര്യരശ്മിതട്ടിച്ച് ഉറങ്ങാൻ വേണ്ടി മഴക്കോട്ടിന്റെ മുകളിൽ കിടന്നു. ഞാൻ മിലാനോയിലെ സാൻസിറോയിൽവച്ച് മുമ്പ് പരിചയമുള്ള ഒരാളെ അന്വേഷിച്ച് കണ്ടുപിടിച്ചു.

“കരുതൽ വേണം, അവർ മുതൽ ഇറക്കുന്നില്ല. പക്ഷേ, വില നിങ്ങളെ പരിഭ്രമിപ്പിക്കാൻ അനുവദിക്കരുത്.”

ഞങ്ങൾ ചെലവാക്കിയതിന്റെ പകുതി പണം കൊണ്ട് ആദ്യത്തെ കളി ജയിച്ചു. ഞങ്ങൾ പണത്തിന്റെ പകുതിയോളം സമ്പാദിച്ചു. മറ്റേ പകുതി ഞങ്ങൾ രണ്ടാമത്തെ കുതിരയുടെ മുകളിൽ പന്തയം വച്ചു. അതിലും ഞങ്ങൾ വിജയിച്ചു.

ഞങ്ങൾ താവളത്തിനു താഴെയുള്ള മദ്യശാലയിൽ ഒരു ഗ്ലാസ് ഷാംപെയ്ൻ കുടിക്കാൻ വേണ്ടി പോയി. അതിനുശേഷം പണത്തിന്റെ നേട്ടം പുറത്തുവന്നു.

പക്ഷേ, ഞങ്ങൾ ധാരാളം പണം നേടിക്കഴിഞ്ഞിരുന്നു. ഞങ്ങളെ സംബന്ധിച്ചിടത്തോളം ഒരു വലിയ തുക. ഇപ്പോൾ ഞങ്ങൾക്ക് വസന്തം ഉണ്ട്. പണവും ഉണ്ട്. ഞങ്ങൾക്ക് ആവശ്യം അത് മാത്രമാണെന്ന് ഞാൻ ആലോചിച്ചു. ഇത്തരം ഒരു ദിവസത്തിൽ വിജയിച്ച പണത്തിന്റെ നാലിൽ ഒന്ന് ഓരോരുത്തർക്കും ചെലവാക്കാൻ വേണ്ടി ഭാഗിച്ചാൽ ബാക്കിവരുന്ന പകുതി കുതിരപ്പന്തയത്തിനുള്ള മൂലധനമായിരിക്കും. ഞാൻ കുതിരപ്പന്തയത്തിനുള്ള മൂലധനത്തെ മറ്റ് മൂലധനത്തിൽനിന്നും മാറ്റിവച്ച് പ്രത്യേകം സൂക്ഷിച്ചിരുന്നു.

ആ വർഷം കുറച്ച് ദിവസങ്ങൾക്കുശേഷം ഞങ്ങൾ ഒരു കപ്പൽ

യാത്ര കഴിഞ്ഞ് തിരിച്ചെത്തിയപ്പോൾ ഞങ്ങൾക്ക് പന്തയക്കളത്തിൽ അല്പം ഭാഗ്യം ഒരിക്കൽക്കൂടി സംഭവിച്ചിരുന്നു. വീട്ടിലേക്ക് തിരിച്ചുവരുമ്പോൾ ഞങ്ങൾ പ്രൂണിയേഴ്സിലെ ബാറിൽ കയറി ഇരിക്കുന്നതിനു മുമ്പ് അവിടത്തെ ജനാലയിൽ ഉണ്ടായിരുന്ന കൃത്യമായ വില എഴുതിയിരുന്ന അത്ഭുതങ്ങൾ വായിച്ചുനോക്കി. ഞങ്ങൾ മുത്തുച്ചിപ്പിയും മെക്സിക്കൻ ഞണ്ടും ഏതാനും ഗ്ലാസ് സാഞ്ചരെ വീഞ്ഞും കഴിച്ചു. ഞങ്ങൾ ഇരുട്ടിൽ ടൂയിലറീസ് കൊട്ടാരം വഴി തിരിച്ചുനടന്നു. ഇരുണ്ട തോട്ടങ്ങൾക്കു കുറുകെയുള്ള കറങ്ങുന്ന കമാനത്തിലൂടെ ഞങ്ങൾ നോക്കി. കമാനത്തിനു പിന്നിൽ പരന്നിരുന്ന ഇരുട്ടിനുശേഷം വിജയത്തിന്റെ കമാനത്തിലേക്ക് കയറിപ്പോകുന്ന വിളക്കുകളുടെ നീണ്ടനിര. അതിനുശേഷം ഞങ്ങൾ ഇരുട്ടിൽനിന്നിരുന്ന ലൂവർ കമാനത്തിലേക്ക് തിരിഞ്ഞുനോക്കി. ഞാൻ ചോദിച്ചു. "ഈ മൂന്നു കമാനങ്ങളും ഒരു നേർരേഖയിൽ ആണെന്ന് നിങ്ങൾ വിചാരിക്കുന്നുണ്ടോ? ഇതു രണ്ടും കൂടാതെ മിലാനോയിലെ സിർമിയോനയും."

"എനിക്ക് അറിയില്ല, ടാറ്റി." അവർ അങ്ങനെ പറയുന്നു., അവർ മനസ്സിലാക്കിയിട്ടുണ്ടാകും. "വസന്തത്തിൽ നമ്മൾ പുറത്തുവന്നപ്പോൾ മഞ്ഞിലൂടെ കയറ്റം കയറിവന്ന് സെയിന്റ് ബർണാഡ് ചുരത്തിന്റെ ഇറ്റാലിയൻ വശത്തെത്തി നിങ്ങളും ചിങ്കും ഞാനും കൂടി അഓസ്റ്റവരെ നടന്ന് ഇറങ്ങിയത് നിങ്ങൾ ഓർക്കുന്നുണ്ടോ?"

"ചിങ്ക് അന്ന് പറഞ്ഞു. 'പൊളിഞ്ഞ ഷൂസിൽ സെയിന്റ് ബർണാഡിന്റെ മറുവശത്തേക്ക് നിങ്ങളുടെ ഷൂസ് ഓർക്കുന്നുണ്ടോ?"

"എന്റെ ഗതികെട്ട ഷൂസ്. ഗലേറിയായിലെ 'ബിഫി'യിൽനിന്ന് പുതിയ പീച്ചുകളും സ്ട്രാബെറികളും കഴിച്ചത് നിങ്ങൾ ഓർക്കുന്നുണ്ടോ?"

"ഈ മൂന്ന് കമാനങ്ങളെപ്പറ്റി എനിക്ക് അത്ഭുതം തോന്നിയത് അന്നായിരുന്നു."

"എനിക്ക് സിർമിയോന കമാനം ഓർമ്മയുണ്ട്. അത് ഈ കമാനം പോലെ ആണ്."

"നിങ്ങൾ ഞാൻ മീൻ പിടിച്ചു കൊണ്ടിരിക്കുമ്പോൾ ഏഗ്ലിയിലെ സത്രത്തിൽവച്ച് ചിങ്കിന്റെ കൂടെ അവിടത്തെ തോട്ടത്തിലിരുന്ന് വായിച്ചുകൊണ്ടിരിക്കുകയായിരുന്നു. നിങ്ങൾ ആ ദിവസം ഓർക്കുന്നുണ്ടോ?"

"എനിക്ക് ഓർമ്മയുണ്ട് ടാറ്റി."

മഞ്ഞുരുകിയ വെള്ളം ചാര നിറത്തിൽ ഒഴുകിക്കൊണ്ടിരുന്ന 'റോൺ' കൈത്തോട് എനിക്ക് ഓർമ്മവന്നു. രണ്ടുവശത്തും ഉണ്ടായിരുന്ന പുഴമീനുകളുള്ള കൈത്തോടുകൾ എനിക്ക് ഓർമ്മവന്നു. സ്റ്റോക്കാൾപ്പർ കൈത്തോടിൽ അങ്ങേയറ്റം തെളിഞ്ഞ വെള്ളം ആയിരുന്നു. റോൺ കൈത്തോടിൽ കുറേക്കൂടി കലങ്ങിയ വെള്ളം ആയിരുന്നു.

"നിങ്ങൾ ചെസ്നട്ട് മരങ്ങൾ പൂത്തു നിന്നിരുന്നത് ഓർക്കുന്നുണ്ടോ? ഞാൻ 'വിസ്റ്ററിയാ'വീഞ്ഞിനെപ്പറ്റിയുള്ള ഒരു കഥ ഓർമ്മിക്കാൻ ശ്രമി

ച്ചിരുന്നു. അത് എന്നോടു പറഞ്ഞത് ജിം ഗേബിൾ ആയിരുന്നെന്നാണ് ഞാൻ വിചാരിക്കുന്നത്. ആരാണ് പറഞ്ഞതെന്ന് എനിക്ക് ഓർമ്മയില്ല."

"ടാറ്റിയും ചിങ്കും കാര്യങ്ങൾ വിശദമായി വിവരിക്കാതെ എങ്ങനെ കൃത്യമായി എഴുതാൻ പറ്റും എന്നതിനെപ്പറ്റി എല്ലാ സമയത്തും സംസാരിക്കുന്നുണ്ടായിരുന്നു. ഞാൻ എല്ലാ കാര്യങ്ങളും ഓർക്കുന്നുണ്ട്. ചിലപ്പോൾ അയാൾ പറയുന്നത് ശരിയായിരുന്നു. ചിലപ്പോൾ നിങ്ങൾ പറയുന്നത് ശരിയായിരുന്നു. നിങ്ങൾ വാദം ഉന്നയിച്ചിരുന്ന ഭാഷയും അതിലെ കാര്യങ്ങളും എല്ലാം എനിക്ക് ഓർമ്മയുണ്ട്."

ഞങ്ങൾ ഇപ്പോൾ ലൂമ്യൂസിയം വഴി ഗേറ്റിനു പുറത്തുവന്ന് പുറത്തെ തെരുവ് കുറുകെക്കടന്ന് പാലത്തിൽ കുനിഞ്ഞുനിന്ന് നദിയിലേക്ക് നോക്കി നില്ക്കുകയായിരുന്നു.

"നമ്മൾ മൂന്നുപേരും എല്ലാ കാര്യങ്ങളെപ്പറ്റിയും സവിശേഷതയുള്ള കാര്യങ്ങളെപ്പറ്റിയും തർക്കിച്ചിരുന്നു. നമ്മൾ പരസ്പരം കളിയാക്കിയിരുന്നു. നമ്മൾ ആ യാത്രയിൽ ചെയ്തതും പറഞ്ഞതുമായ എല്ലാ കാര്യങ്ങളും എനിക്ക് ഓർമ്മയുണ്ട്."

"എനിക്ക് വിസ്റ്ററിയ വീഞ്ഞിനെപ്പറ്റിയുള്ള കഥ ഓർമ്മിക്കാൻ ആഗ്രഹമുണ്ട്."

"അതിന് പ്രാധാന്യം ഉണ്ടായിരുന്നില്ല. പ്രാധാന്യം വീഞ്ഞിനായിരുന്നു."

"ഞാൻ ഏഗ്ലിയിൽ നിന്ന് കുറച്ച് വീഞ്ഞ് വാങ്ങിയത് ഓർമ്മയില്ലേ? അവർ സത്രത്തിൽ വീഞ്ഞ് വിറ്റിരുന്നു. അവർ അത് പുഴമീനിന്റെ കൂടെ കഴിക്കണമെന്ന് പറഞ്ഞു. നമ്മൾ അത് *ലോനസ്സ ഗസറ്റി*ന്റെ കടലാസിൽ പൊതിഞ്ഞ് കൊണ്ടുവന്നെന്നാണ് എന്റെ ഓർമ്മ."

"സയൻ വീഞ്ഞ് അതിനേക്കാൾ മെച്ചം ആയിരുന്നു. മിസിസ്സ്. ഗാൻജസ് വിസ്ച്ച് നമ്മൾ അത് താവളത്തിൽ കൊണ്ടുവന്നപ്പോൾ എങ്ങനെയാണ് അത് പാചകം ചെയ്തതെന്ന് ഓർക്കുന്നുണ്ടോ? അത് അത്ഭുതകരമായ പുഴമീൻ ആയിരുന്നു. നമ്മൾ സയൻ വീഞ്ഞ് കുടിച്ചുകൊണ്ട് പടിക്കെട്ടിലിരുന്ന് ഭക്ഷണം കഴിച്ചു. നമുക്ക് അവിടെ ഇരുന്ന് മലയിടുക്ക് താഴോട്ട് ഇറങ്ങിപ്പോകുന്നതും തടാകത്തിന്റെ മറുവശത്ത് പകുതിവരെ മഞ്ഞുമൂടി നില്ക്കുന്ന ഡന്റ്ഡ്യുമിഡി പർവ്വത നിരയും റോൺ അരുവി തടാകത്തിലേക്ക് ഒഴുകി വീഴുന്ന ഭാഗത്തെ മരങ്ങളും കാണാൻ കഴിഞ്ഞിരുന്നു."

"നമ്മൾ എപ്പോഴും ഹേമന്തത്തിലും വസന്തത്തിലും ചിങ്കിന്റെ അഭാവം അറിയുന്നു."

"എല്ലാ സമയത്തും അയാളുടെ അഭാവം അതിനു ശേഷവും ഞാൻ അറിയുന്നുണ്ട്."

"ചിങ്ക് ഒരു പട്ടാളക്കാരൻ ആയിരുന്നു. ഞാൻ അയാളെ ഇറ്റലിയിൽ വച്ചാണ് കണ്ടുമുട്ടുന്നത്. പിന്നീട് അയാൾ എന്റെ ഏറ്റവും അടുത്ത ചങ്ങാതിയായി. അതിനുശേഷം അയാൾ വളരെക്കാലം ഞങ്ങളുടെ

ഏറ്റവും അടുത്ത ചങ്ങാതി ആയിരുന്നു. അക്കാലത്ത് അയാൾ ഞങ്ങളുടെ കൂടെയാണ് അയാളുടെ അവധിക്കാലം ചെലവഴിച്ചിരുന്നത്."

"അയാൾ ഈ വരുന്ന വസന്തത്തിൽ അവധി ലഭിക്കാൻവേണ്ടി ശ്രമിക്കാൻ പോവുകയാണ്. അയാൾ കഴിഞ്ഞയാഴ്ച ജർമ്മനിയിലെ കൊളോൺ പട്ടണത്തിൽനിന്ന് എഴുതിയിരുന്നു."

"എനിക്ക് അറിയാം. നമുക്ക് ഇപ്പോൾ ഈ കാലത്തിന്റെ ഓരോ മിനിറ്റിലും ജീവിക്കണം."

"നമ്മൾ ഇപ്പോൾ വെള്ളം മുട്ടുതൂണിൽവന്ന് തട്ടുന്നത് ശ്രദ്ധിച്ചുകൊണ്ടിരിക്കുകയാണ്. നമ്മൾ നദിയുടെ മുകളിലേക്ക് നോക്കിയാൽ നമുക്ക് എന്താണ് കാണാൻ കഴിയുന്നത്?"

ഞങ്ങൾ നോക്കി. അതെല്ലാം അവിടെത്തന്നെ ഉണ്ടായിരുന്നു: ഞങ്ങളുടെ നദിയും ഞങ്ങളുടെ പട്ടണവും ഞങ്ങളുടെ പട്ടണത്തിലെ ദ്വീപും.

"നമുക്ക് ഭാഗ്യം കൂടുതലാണ്." അവൾ പറഞ്ഞു. "ചിങ്ക് വരുമെന്നാണ് എന്റെ പ്രതീക്ഷ. അയാൾക്ക് നമ്മളെപ്പറ്റി ശ്രദ്ധ ഉണ്ട്."

"അയാൾ അങ്ങനെ വിചാരിക്കുന്നില്ല."

"നമ്മൾ ഒന്നിച്ച് പര്യവേക്ഷണം നടത്തുകയാണെന്നാണ് അയാൾ ചിന്തിക്കുന്നത്."

"നമ്മൾ അത് ചെയ്യുന്നുണ്ട്. പക്ഷേ, അത് നിങ്ങൾ എന്ത് പര്യവേക്ഷണമാണ് നടത്തുന്നത് എന്നതിനെ ആശ്രയിച്ചിരിക്കുന്നു."

ഞങ്ങൾ പാലം കുറുകെക്കടന്ന് നദിയുടെ ഞങ്ങളുടെ കരയിൽ എത്തിയിരുന്നു.

"നമ്മളുടെ സംസാരവും നടത്തവും കൊണ്ട് നിങ്ങൾക്ക് വീണ്ടും വിശക്കുന്നുണ്ടോ?" ഞാൻ ചോദിച്ചു.

"തീർച്ചയായും വിശക്കുന്നുണ്ട്. ടാറ്റിക്ക് വിശപ്പില്ലേ?"

"നമുക്ക് വിസ്മയകരമായ സ്ഥലത്തുപോയി ശരിക്കും ഗംഭീരമായ ഒരു അത്താഴം കഴിക്കാം."

"എവിടെയാണ് പോകുന്നത്?"

"മിഷോയിൽസിൽ"

"അത് വളരെവളരെ മെച്ചം ആണ്. വളരെ അടുത്തുമാണ്."

അതുകൊണ്ട് ഞങ്ങൾ വിശുദ്ധ പിതാവിന്റെ പേരിലുള്ള തെരുവിലൂടെ നടന്ന് ജേക്കബ് തെരുവ് അവസാനിക്കുന്ന മൂലവരെ എത്തി നടത്തം അവസാനിപ്പിച്ചു. ഞങ്ങൾ മിഷോയിൽസ് ഭക്ഷണശാലയുടെ പുറത്തുണ്ടായിരുന്ന വിലവിവരപ്പട്ടിക വായിച്ചുകൊണ്ട് അല്പസമയം ചെലവഴിച്ചു. മിഷോയിൽസിൽ തിരക്കുണ്ടായിരുന്നു. ഞങ്ങൾ ഭക്ഷണത്തിനുശേഷം അവിടെ ഇരുന്നിരുന്ന ആളുകൾ പുറത്തുവരാൻ വേണ്ടി കാത്തുനിന്നു.

ഞങ്ങൾക്ക് നടത്തം കാരണം വീണ്ടും വിശക്കുന്നുണ്ടായിരുന്നു. ഞങ്ങളെ സംബന്ധിച്ചിടത്തോളം മിഷോയിൽസ് ആവേശം ഉണർത്തുന്ന തരത്തിലുള്ള ഒരു ചെലവേറിയ ഭക്ഷണശാല ആയിരുന്നു. ജോയ്സ്

അയാളുടെ ഭാര്യയോടൊപ്പം ഇന്ന് ഭക്ഷണം കഴിച്ചിരുന്നത് ഇവിടെയായിരുന്നു. ജോയ്സും ഭാര്യയും ഭിത്തിയുടെ എതിർവശത്ത് ഇരുന്നിരുന്നു. ജോയ്സ് കട്ടിക്കണ്ണടയിലൂടെ ഒരു കൈയിൽ മെനുക്കാർഡ് ഉയർത്തിപ്പിടിച്ച് സൂക്ഷിച്ചു നോക്കിക്കൊണ്ടിരിക്കുന്നു. നോറാ അയാളുടെ വശത്തിരുന്ന് വിഭവ സമൃദ്ധമായ ഭക്ഷണം കഴിച്ചുകൊണ്ടിരുന്നു. ജോർജിയോ പിന്നിൽ നിന്ന് നോക്കുമ്പോൾ മെലിഞ്ഞ ഒരു കഷണ്ടിത്തലയൻ ആയിരുന്നു. ലൂസിയാ മുതിർന്ന പെൺകുട്ടി ആയിട്ടില്ല - ധാരാളം ചുരുണ്ട തലമുടിയുള്ള ഒരു പെൺകുട്ടി. അവർ എല്ലാവരും ഇറ്റാലിയൻ ഭാഷ സംസാരിച്ചു.

ഞാൻ അവിടെനിന്നുകൊണ്ട് പാലത്തിൽ വച്ച് ഞങ്ങൾക്ക് അനുഭവപ്പെട്ടത് എന്തുതരം വിശപ്പായിരുന്നെന്ന് അത്ഭുതപ്പെട്ടു. ഞാൻ ഈ കാര്യം എന്റെ ഭാര്യയോടു ചോദിച്ചു. അവൾ പറഞ്ഞു. "ടാറ്റീ, എനിക്ക് അറിയില്ല. പലതരം വിശപ്പുണ്ട്. വസന്തത്തിൽ അതിന്റെ എണ്ണം കൂടും എന്തായാലും ഇപ്പോൾ വിശപ്പില്ല. വിശപ്പ് ഓർമ്മയായിരിക്കുന്നു."

ഞാൻ വിവേകം ഇല്ലാതെ പെരുമാറിക്കഴിഞ്ഞിരുന്നു. ജനാലയിലൂടെ രണ്ട് ടൂർനിഡോസ് മേശപ്പുറത്തു വിളമ്പുന്നതുകണ്ടപ്പോൾ എനിക്ക് സാധാരണ രീതിയിലുള്ള വിശപ്പുണ്ടെന്ന് മനസ്സിലായിക്കഴിഞ്ഞിരുന്നു.

"നമുക്ക് ഇന്ന് ഭാഗ്യം ഉണ്ടായിരുന്നെന്ന് നിങ്ങൾ പറഞ്ഞിരുന്നു. തീർച്ചയായും ഭാഗ്യം ഉണ്ടായിരുന്നു. പക്ഷേ, നമുക്ക് വളരെ നല്ല ഉപദേശവും വർത്തമാനങ്ങളും കിട്ടിയിരുന്നു."

അവൾ ചിരിച്ചു.

"ഞാൻ കുതിരപ്പന്തയത്തെപ്പറ്റി അല്ല പറഞ്ഞത്. നിങ്ങൾ പറയുന്നതെല്ലാം അക്ഷരാർത്ഥത്തിലാണ് എടുക്കുന്നത്. ഞാൻ മറ്റുരീതികളിൽ ഭാഗ്യം ഉണ്ടെന്നാണ് പറഞ്ഞത്."

"കുതിരപ്പന്തയത്തിൽ ചിങ്കിന് താല്പര്യം ഉണ്ടെന്ന് ഞാൻ വിചാരിക്കുന്നില്ല." ഞാൻ എന്റെ മണ്ടത്തരം ഇരട്ടിയാക്കിക്കൊണ്ട് പറഞ്ഞു.

"ഇല്ല. അയാൾ കുതിരപ്പുറത്ത് ഉണ്ടെങ്കിൽ മാത്രമേ അയാൾക്ക് കുതിരപ്പന്തയത്തിൽ താല്പര്യം ഉള്ളൂ."

"നിങ്ങൾക്ക് കൂടുതൽ കുതിരപ്പന്തയങ്ങൾക്ക് പോകാൻ ആഗ്രഹം ഇല്ലേ?"

"നിശ്ചയമായും ഉണ്ട്. കൂടാതെ നമുക്ക് ഇപ്പോൾ ആഗ്രഹം ഉള്ളപ്പോൾ എല്ലാം കുതിരപ്പന്തയത്തിന് പോകാൻ പറ്റും."

"പക്ഷേ, നിങ്ങൾക്ക് ശരിക്കും പോകാൻ ആഗ്രഹം ഉണ്ട്. ഇല്ലേ."

"നിശ്ചയമായും ഉണ്ട്. നിങ്ങൾക്കും ആഗ്രഹം ഉണ്ട്. നിങ്ങൾക്ക് ആഗ്രഹം ഇല്ലേ?"

ഞങ്ങൾ ഉള്ളിൽ പ്രവേശിച്ചപ്പോൾ മിഷോയിൽസിൽ നിന്ന് ലഭിച്ച ഭക്ഷണം വിസ്മയകരമായിരുന്നു. ഞങ്ങൾ അത് കഴിച്ചുകഴിഞ്ഞപ്പോൾ വിശപ്പിന്റെ പ്രശ്നം ഉണ്ടായിരുന്നില്ല. പക്ഷേ, ഞങ്ങൾ വീട്ടിലേക്കുള്ള ബസ് കയറുമ്പോൾ പാലത്തിൽ വെച്ച് ഞങ്ങൾക്കുണ്ടായിരുന്ന വിശപ്പു

പോലെയുള്ള വികാരം ഒഴിഞ്ഞുപോയിരുന്നില്ല. അത് ഞങ്ങൾ മുറിയിലെത്തിയതിനുശേഷവും തുടരുന്നുണ്ടായിരുന്നു. ഉയർന്ന മേല്ക്കൂരകളിലും തുറന്നു കിടന്ന ജനാലയിലൂടെ മുറിക്കുള്ളിലും കടന്നുവന്ന നിലാവിൽ ഞാൻ ഉറക്കം ഉണർന്ന സമയത്തും എനിക്ക് അനുഭവപ്പെട്ടിരുന്ന ആ തോന്നൽ വിട്ടുപോയിരുന്നില്ല. ഞാൻ നിലാവ് വീണിരുന്ന എന്റെ മുഖത്തെ നിഴലിലേക്ക് മാറ്റി. എനിക്ക് ഉറങ്ങാൻ കഴിഞ്ഞിരുന്നില്ല. ഞാൻ ആ തോന്നലിനെപ്പറ്റി ആലോചിച്ചുകൊണ്ട് ഉണർന്നുകിടന്നു. ഞങ്ങൾ രണ്ടുപേരും രാത്രിയിൽ രണ്ടുപ്രാവശ്യം ഉറക്കം ഉണർന്നിരുന്നു. ഇപ്പോൾ എന്റെ ഭാര്യ മുഖത്ത് നിലാവുമായി മധുരമുള്ള ഉറക്കത്തിൽ ആയിരുന്നു. ആ തോന്നലിനെപ്പറ്റി ചിന്തിക്കാൻ എനിക്ക് പരിശ്രമിക്കേണ്ടി വന്നിരുന്നു. എനിക്ക് അങ്ങേയറ്റത്തെ മണ്ടത്തരങ്ങൾ ആലോചിക്കേണ്ടിവന്നിരുന്നു. ഞാൻ ഉറക്കം ഉണർന്ന് വിശ്വാസത്തിലെടുക്കാൻ പറ്റാത്ത വസന്തത്തെ വിശ്വാസത്തിൽ എടുക്കുകയും ആട്ടിൻ പറ്റവുമായി വന്ന മനുഷ്യന്റെ കുഴലൂത്ത് കേട്ടുകൊണ്ട് കുതിരപ്പന്തയത്തിന്റെ വാർത്താപത്രം വാങ്ങാൻ വേണ്ടി പുറത്തിറങ്ങുകയും ചെയ്ത സമയത്തെല്ലാം ജീവിതം എനിക്ക് അങ്ങേയറ്റം ലളിതമാണെന്ന് തോന്നിയിരുന്നു.

പക്ഷേ, പാരീസ് ഒരു വളരെ പഴക്കം ചെന്ന പട്ടണം ആയിരുന്നു. ചെറുപ്പക്കാരായിരുന്ന ഞങ്ങൾക്ക് അവിടെ ഒരു കാര്യവും സുഗമമായിരുന്നില്ല. ദാരിദ്ര്യമോ, പെട്ടെന്നുള്ള പണമോ, നിലാവോ, ശരിയോ തെറ്റോ, എന്തിന് നിലാവിൽ നിങ്ങളുടെ വശത്തു കിടക്കുന്ന ആരോ ഒരാളുടെ നിശ്വാസം പോലും ലളിതമായിരുന്നില്ല.

ഒരു തൊഴിലിന്റെ അന്ത്യം

ആ വർഷവും മറ്റുള്ള വർഷങ്ങളിലും അതിരാവിലെ ജോലി ചെയ്തതിനുശേഷം ഞങ്ങൾ ഒന്നിച്ച് പലപ്രാവശ്യം കുതിരപ്പന്തയത്തിന് പോയിരുന്നു. ഹാഡ്‌ലി അത് ആസ്വദിച്ചിരുന്നു. ചില സമയങ്ങളിൽ അവൾ അതിനെ പ്രണയിക്കുകയായിരുന്നു. പക്ഷേ, അത് അവസാനത്തെ കാടിനുമുകളിലുള്ള പർവ്വതത്തിന്റെ പുൽത്തകിടി കയറുന്നതുപോലെയോ രാത്രിയിൽ വീട് എന്ന താവളത്തിലേക്ക് തിരിച്ചെത്തുന്നതുപോലെയോ ചിങ്കിനൊപ്പം കയറ്റം കയറുന്നതുപോലെയോ ആയിരുന്നില്ല. അത് സത്യത്തിന്റെ മത്സരഓട്ടം ആയിരുന്നില്ല. അത് കുതിരകളുടെ മുകളിലുള്ള ചൂതാട്ടം ആയിരുന്നു. പക്ഷേ, ഞങ്ങൾ അതിനെ കുതിരപ്പന്തയം എന്ന് വിളിച്ചിരുന്നു.

ഞങ്ങൾക്കിടയിൽ ഒരിക്കലും പന്തയം വന്നുചേർന്നിരുന്നില്ല. അത് കഴിഞ്ഞിരുന്നത് മറ്റ് മനുഷ്യരോട് മാത്രം ആയിരുന്നു. പക്ഷേ, വളരെക്കാലത്തേക്ക് ഒരു അധികാരമുള്ള ചങ്ങാതിയെപ്പോലെ അത് ഞങ്ങളുടെ അടുത്തുതന്നെ തങ്ങിനിന്നിരുന്നു. അത് അതിനെപ്പറ്റി ചിന്തിക്കാനുള്ള ഒരു ഉദാരമായ വഴി ആയിരുന്നു. ഞാൻ ഏറ്റവും വിശ്വസിക്കാൻ കൊള്ളാത്തവളും ഏറ്റവും സുന്ദരിയും ഏറ്റവും ഉത്സാഹം ഉള്ളവളും ഏറ്റവും ക്രൂരയും ഏറ്റവും അധികാരം കാണിക്കുന്നവളുമായ ഈ ചങ്ങാതിക്ക് ഞാൻ ഇടംകൊടുത്തിരുന്നു. കാരണം അവൾക്ക് ലാഭകരമാകാൻ പറ്റും. മനുഷ്യരെപ്പറ്റിയും അവരുടെ നശിപ്പിക്കാനുള്ള വാസനയെപ്പറ്റിയും അങ്ങേയറ്റം ധാർമ്മികബോധം ഉണ്ടായിരുന്ന ഞാൻ ഈ ചങ്ങാതിയെ സഹിച്ചിരുന്നു. അവളെ ലാഭകരമാക്കി മാറ്റിയെടുക്കുന്നത് മുഴുവൻ സമയവും ആവശ്യമായിവരുന്ന ഒരു തൊഴിൽ ആയിരുന്നു. എനിക്ക് അതിനുള്ള സമയം ഉണ്ടായിരുന്നില്ല. പക്ഷേ, ഞാൻ അതിനെ സ്വയം ന്യായീ

കരിച്ചിരുന്നു. കാരണം ഞാൻ അതിനെപ്പറ്റി എഴുതുന്നുണ്ടായിരുന്നു. അവസാനം ഞാൻ എഴുതിയവയിൽ ഒരു കഥ ഒഴിച്ച് ബാക്കി എല്ലാം തപാലിൽ നഷ്ടപ്പെട്ടിരുന്നു.

ഞാൻ ഇപ്പോൾ കുതിരപ്പന്തയത്തിന് പോകുന്നത് കൂടുതലും തനിച്ചായിരുന്നു. ഞാൻ അതിൽ അകപ്പെട്ടിരുന്നു. ഞാൻ അതുമായി കൂടുതൽ കൂടിക്കുഴഞ്ഞുപോയിരുന്നു. ഞാൻ അതിന്റെ സമയത്ത് എനിക്ക് പറ്റുമ്പോഴെല്ലാം രണ്ട് ട്രാക്കുകളിൽ ജോലി ചെയ്തു- ഉതൈയിലും ഓഗെയിലും. ബുദ്ധിപരമായി ട്രാക്കുകളിൽ പരിശ്രമിക്കുന്നതിന് മുഴുവൻ സമയവും ജോലി ചെയ്യേണ്ടി വരുന്നു. അതുകൊണ്ട് നിങ്ങൾക്ക് ആ രീതിയിൽ പണം ഉണ്ടാക്കാൻ കഴിയില്ല. കടലാസിൽ അത് അങ്ങനെയാണ് തെളിഞ്ഞുവന്നിരുന്നത്. നിങ്ങൾക്ക് അതിനെപ്പറ്റി അറിവുതരുന്ന ഒരു വാർത്താപത്രം വാങ്ങാൻ കഴിയും.

ഉതൈയിൽ നിങ്ങൾക്ക് തട്ടിന്റെ മുകളിൽനിന്ന് ഒരു ചാട്ടപ്പന്തയം ശ്രദ്ധിക്കേണ്ടിയിരിക്കുന്നു. ഓഗെയിൽ ഓരോ കുതിരയും ചാടുന്നതും ജയിക്കാൻ സാദ്ധ്യതയുള്ള കുതിര ജയിക്കാതിരിക്കുന്നതും എന്തുകൊണ്ട് ചെയ്യാൻ പറ്റുന്ന കാര്യം അതു ചെയ്യാതിരുന്നെന്നും മറ്റും നോക്കി മനസ്സിലാക്കണമെങ്കിൽ ഉറച്ച ഒരു കയറ്റത്തിൽക്കയറിനിന്ന് ശ്രദ്ധിക്കണം. ഓരോ തവണയും നിങ്ങൾ പിന്തുടരുന്ന കുതിര ഓട്ടം തുടങ്ങുന്നതും അതിന്റെ ഓട്ടവും മനസ്സിലാക്കണം. അവൻ തളരുന്ന സമയത്തെല്ലാം അടികിട്ടാൻ ഇടയുണ്ട്. പക്ഷേ, ആ സമയംകൊണ്ട് അവന്റെ സാദ്ധ്യതകൾ എന്തൊക്കെ ആയിരുന്നെന്ന് നിങ്ങൾ തിരിച്ചറിഞ്ഞിരിക്കണം. അത് കഠിനാദ്ധ്വാനം ആയിരുന്നു. പക്ഷേ, ഉതൈയിൽ അവർ മത്സരിക്കുന്ന ഓരോ ദിവസവും മനോഹരമായിരുന്നു. അവിടെ നിങ്ങൾക്ക് പേരെടുത്ത കുതിരകളുടെ സത്യസന്ധമായ ഓട്ടം കാണാൻ കഴിയും. അവസാനം പന്തയക്കുതിരകളുടെ പരിശീലകരും ഉടമസ്ഥരും ജോക്കികളുമായ ധാരാളം മനുഷ്യരെ നിങ്ങൾ മനസ്സിലാക്കുന്നു. അതുകൂടാതെ നിങ്ങൾ ധാരാളം കുതിരകളെപ്പറ്റി അറിയുന്നു- ധാരാളം കാര്യങ്ങൾ അറിയുന്നു.

എനിക്ക് ഒരു കുതിര ഉണ്ടായിരുന്ന സമയത്ത് മാത്രമാണ് ഞാൻ പന്തയം വെച്ചിരുന്നത്. പക്ഷേ, ചിലപ്പോൾ കുതിരകളുടെ പരിശീലകരും അവയുടെ മുകളിൽ പലതവണ പന്തയം വച്ച് എന്നോടൊപ്പം വിജയിച്ചിട്ടുള്ളവരും ഒഴിച്ച് മറ്റൊരാളും വിശ്വസിക്കാത്ത കുതിരകളെ ഞാൻ കണ്ടെത്തിയിരുന്നു. അവസാനം ഞാൻ അത് അവസാനിപ്പിച്ചു. കാരണം അതിന് വളരെ കൂടുതൽ സമയം ആവശ്യമായിരുന്നു. ഞാൻ അതിൽ വളരെക്കൂടുതൽ പങ്കെടുത്തുതുടങ്ങിയിരുന്നു. ഉതൈയിൽ നടന്നുകൊണ്ടിരിക്കുന്നതിനെപ്പറ്റി ഞാൻ വളരെ കൂടുതൽ മനസ്സിലാക്കിയിരുന്നു. അതുപോലെ നിരപ്പുള്ള ഓട്ടപ്പന്തയക്കളങ്ങളെക്കുറിച്ചും എനിക്ക് കാര്യങ്ങൾ അറിയാമായിരുന്നു.

ഞാൻ കുതിരപ്പന്തയത്തിലെ പരിശ്രമം അവസാനിപ്പിച്ചപ്പോൾ എനിക്ക് സന്തോഷം ഉണ്ടായിരുന്നു. പക്ഷേ, അത് ഒരു ശൂന്യത അവ

ശേഷിപ്പിച്ചു. പക്ഷേ, കുതിരപ്പന്തയം മോശമായിരുന്നെങ്കിൽ ആ ശൂന്യത സ്വയം പരന്നു നിറയുമായിരുന്നു. അത് നല്ലതായിരുന്നെങ്കിൽ നിങ്ങൾക്ക് ആ ശൂന്യതയെ അതിനേക്കാൾ മെച്ചപ്പെട്ട എന്തെങ്കിലും കണ്ടെത്തിയാൽ മാത്രമേ നിറയ്ക്കാൻ കഴിയുകയുള്ളൂ. ഞാൻ കുതിരപ്പന്തയത്തിനുള്ള മൂലധനത്തെ പൊതുമൂലധനത്തിലേക്ക് മാറ്റി. എനിക്ക് വളരെ ആശ്വാസവും സംതൃപ്തിയും തോന്നി.

കുതിരപ്പന്തയം ഉപേക്ഷിച്ച ദിവസം ഞാൻ നദിയുടെ മറുകരയിലേക്ക് പോയിരുന്നു. അന്ന് അവിടെ പ്രവർത്തിച്ചിരുന്ന 'ഗാരന്റി ട്രസ്റ്റി'ന്റെ സഞ്ചാരവിഭാഗത്തിൽ ഉണ്ടായിരുന്ന എന്റെ കൂട്ടുകാരൻ മൈക്ക് വാർഡിനെ കണ്ടിരുന്നു. ഞാൻ കുതിരപ്പന്തയത്തിനുള്ള മൂലധനം നിക്ഷേപമാക്കി മാറ്റുകയായിരുന്നു. പക്ഷേ, ഞാൻ ആ കാര്യം ആരോടും പറഞ്ഞിരുന്നില്ല. ഞാൻ ചെക്ക് ബുക്കിൽ ഇത് എഴുതിച്ചേർത്തില്ല. പക്ഷേ, ഞാൻ അത് എന്റെ തലയ്ക്കുള്ളിൽ സൂക്ഷിച്ചിരുന്നു.

"ഉച്ചഭക്ഷണത്തിനു പോകാൻ ആഗ്രഹം ഉണ്ടോ?" ഞാൻ മൈക്കിനോട് ചോദിച്ചു.

"തീർച്ചയായും എനിക്ക് അതിന് കഴിയും. എന്താണ് കാര്യം? നിങ്ങൾ ഇപ്പോൾ പന്തയക്കളത്തിൽ പോകുന്നില്ലേ?"

"ഇല്ല."

ഞാൻ ലൂയി സ്ക്വയറിലെ ചെറിയ ഭക്ഷണശാലയിൽനിന്ന് ഭക്ഷണം കഴിച്ചു- മനോഹരമായ വെളുത്ത വീഞ്ഞിനോടൊപ്പം ഉള്ള നല്ല ഉച്ചഭക്ഷണം.

"മൈക്ക് ഒരിക്കലും പന്തയക്കളത്തിൽ കൂടുതൽ പോയിരുന്നില്ല." ഞാൻ പറഞ്ഞു.

"ഇല്ല. വളരെക്കാലമായി പോയിട്ടില്ല."

"നിങ്ങൾ അത് നിർത്തിയത് എന്തുകൊണ്ടാണ്?"

"എനിക്ക് അറിയില്ല." മൈക്ക് പറഞ്ഞു. "അതെ. തീർച്ചയായും എനിക്ക് അറിയാം."

"ഒരു ലഹരികിട്ടാൻ വേണ്ടി നിങ്ങൾക്ക് പന്തയം വെക്കേണ്ടിവരുന്ന ഒരു കാര്യവും വിവേകം ഉള്ളതല്ല."

"നിങ്ങൾ ഇതുവരെ പോയിട്ടില്ലേ?"

"ചിലപ്പോൾ അറിയപ്പെടുന്ന കുതിരകളുടെ പന്തയം കാണാൻ പോയിട്ടുണ്ട്."

ഞങ്ങൾ നല്ല റൊട്ടിയും വെളുത്ത വീഞ്ഞും കഴിച്ചു.

"നിങ്ങൾ ആ കുതിരകളെ വളരെക്കൂടുതൽ പിന്തുടരുന്നുണ്ടായിരുന്നോ?"

"ഉണ്ടായിരുന്നു."

"നിങ്ങൾ എന്തുകാര്യമാണ് കൂടുതൽ മെച്ചമായി പരിഗണിച്ചത്?"

"സൈക്കിൾ മത്സരം."

"സത്യത്തിൽ അത് കൂടുതൽ മെച്ചമാണോ?"

"നിങ്ങൾക്ക് അതിൽ പന്തയം വെക്കേണ്ട കാര്യം ഇല്ല."

"കുതിരപ്പന്തയത്തിന് വളരെക്കൂടുതൽ സമയം വേണ്ടിവരും. നിങ്ങളുടെ മുഴുവൻ സമയവും അതിനുവേണ്ടി ചെലവാകും. എനിക്ക് അതിന്റെ ആളുകളെ ഇഷ്ടമല്ല."

"എനിക്ക് വലിയ താല്പര്യം ഉണ്ടായിരുന്നു."

"തീർച്ചയായും ഉണ്ടായിരുന്നു. നിങ്ങൾ ഒരുവിധം വിജയിച്ചില്ലേ?"

"കുഴപ്പം ഇല്ല."

"നിർത്തുന്നത് നല്ല കാര്യമാണ്." മൈക്ക് പറഞ്ഞു.

"ഞാൻ നിർത്തിയിരിക്കുന്നു."

"അത് ബുദ്ധിമുട്ടുള്ള കാര്യമാണ്. നമുക്ക് വല്ലപ്പോഴും സൈക്കിൾ മത്സരത്തിനു പോകാം."

അത് എനിക്ക് വളരെക്കുറച്ച് മാത്രം അറിയാവുന്ന ഒരു പുതിയ നല്ല കാര്യം ആയിരുന്നു. പക്ഷേ, ഞങ്ങൾ അത് ഉടൻതന്നെ തുടങ്ങിയില്ല. അത് പിന്നീടാണ് സംഭവിച്ചത്. അത് ഞങ്ങളുടെ ജീവിതത്തിന്റെ വലിയഭാഗമായി പിന്നീട് മാറിയിരുന്നു. പാരീസിലെ ഞങ്ങളുടെ ജീവിതത്തിന്റെ ആദ്യഭാഗം വിട പറഞ്ഞു.

പക്ഷേ, വളരെക്കാലത്തേക്ക് പാരീസിലെ ഞങ്ങളുടെ സ്ഥലത്തുതന്നെ കുതിരപ്പന്തയത്തിൽനിന്നും അകന്ന് ഞങ്ങളുടെ ജീവിതം ചൂതാട്ടമാക്കി മാറ്റാൻ ശ്രമിക്കാതെ ജീവിക്കാൻ അതിനുശേഷം ഞങ്ങൾക്ക് സാദ്ധ്യമായിരുന്നു. ഞാൻ ബൈസിക്കിൾ മത്സരത്തെക്കുറിച്ച് ധാരാളം കഥകൾ എഴുതാൻ ആരംഭിച്ചു. പക്ഷേ, ഒരിക്കലും കുതിരപ്പന്തയത്തെപ്പറ്റി എഴുതിയതുപോലെ മെച്ചപ്പെട്ട ഒരു കഥയും ഞാൻ എഴുതിയിട്ടില്ല.

പലതരം ബൈസിക്കിൾ മത്സരങ്ങൾ ഉണ്ടായിരുന്നു. നേരിട്ടുള്ള ഓട്ട മത്സരങ്ങൾ ഉണ്ടായിരുന്നു. കൂടുതൽ സമയം രണ്ട് ഓട്ടക്കാർ അവരുടെ യന്ത്രത്തിൽ മുന്നേറിക്കൊണ്ടുള്ള മത്സരവും ഉണ്ടായിരുന്നു. രണ്ടുമണിക്കൂർ നീണ്ടു നില്ക്കുന്ന കൂട്ട ഓട്ടമത്സരവും ഉണ്ടായിരുന്നു. ആറുദിവസത്തെ മത്സരങ്ങളുടെ അസാധാരണമായ ലോകത്തെക്കുറിച്ചും മലമ്പ്രദേശങ്ങളിലെ വഴികളിലൂടെയുള്ള മത്സരങ്ങളെക്കുറിച്ചും ഞാൻ തീർച്ചയായും എഴുതും. അതിനെപ്പറ്റി വേണ്ടരീതിയിൽ എഴുതപ്പെട്ടിട്ടുള്ള ഒരേയൊരു ഭാഷ ഫ്രഞ്ച് ആണ്. അതിലെ എല്ലാ പദങ്ങളും ഫ്രഞ്ചുഭാഷയിൽ ആണ്. അതാണ് അതിനെപ്പറ്റി എഴുതാനുള്ള വൈഷമ്യത്തിനു കാരണം. മൈക്ക് അതിനെപ്പറ്റി പറഞ്ഞത് ശരിയായിരുന്നു. പന്തയത്തിന്റെ ആവശ്യം വരുന്നില്ല. പക്ഷേ, അത് പാരീസിൽ വരുന്നത് മറ്റൊരു സമയത്താണ്.

വിശപ്പ് നല്ല പരിശീലനമായിരുന്നു

പാരീസിൽ നിങ്ങൾ വേണ്ടത്ര ഭക്ഷണം കഴിച്ചില്ലെങ്കിൽ നിങ്ങളുടെ വിശപ്പ് വർദ്ധിക്കും. കാരണം എല്ലാ ബേക്കറിക്കടകളുടെയും ജനലിൽ നല്ല സാധനങ്ങൾ ഉണ്ടായിരുന്നു. ആളുകൾ നടപ്പാതയിൽ ഇട്ടിരുന്ന മേശകളുടെ അടുത്തിരുന്ന് ഭക്ഷണം കഴിച്ചിരുന്നതുകൊണ്ട് നിങ്ങൾ ഭക്ഷണസാധനങ്ങൾ കാണുന്നു. അതിന്റെ മണം അറിയുന്നു. നിങ്ങൾ പത്രപ്രവർത്തനം ഉപേക്ഷിച്ചിട്ട് അമേരിക്കയിൽ ഒരാളും വാങ്ങാത്ത എന്തെങ്കിലും എഴുതിയിരുന്നപ്പോൾ മറ്റൊരാളുടെ കൂടെ പുറത്താണ് ഉച്ചഭക്ഷണം കഴിക്കുന്നതെന്ന് പറഞ്ഞ് പുറത്തിറങ്ങുമ്പോൾ നിങ്ങൾക്ക് പോകാൻ പറ്റിയ സ്ഥലം ലക്സംബോർഗ് ഗാർഡൻസ് ആയിരുന്നു. അവിടെയാകുമ്പോൾ 'ഒബ്സർവേറ്ററി സ്ക്വയറിൽ' നിന്നും 'വോഗിറാർഡ് തെരുവ്' വരെ വഴിയിൽ ഒരിടത്തും നിങ്ങൾക്ക് ഭക്ഷണസാധനങ്ങൾ കാണാനോ വാസനിക്കാനോ ഉള്ള അവസരം ലഭിക്കുന്നില്ല. അവിടെ നിങ്ങൾക്ക് എല്ലാ സമയത്തും ലക്സംബോർഗ് മ്യൂസിയത്തിനുള്ളിൽ പോകാൻ കഴിഞ്ഞിരുന്നു. നിങ്ങളുടെ വയർ ഒഴിഞ്ഞു കിടന്നതു കാരണം വിശപ്പുള്ള സമയം ആണെങ്കിൽ എല്ലാ ചിത്രങ്ങൾക്കും കൂടുതൽ സൗന്ദര്യവും കൂടുതൽ വ്യക്തതയും ഉണ്ടായിരിക്കും. എനിക്ക് വിശപ്പ് ഉണ്ടായിരുന്ന സമയത്ത് സെസാന്റെ ചിത്രങ്ങൾ കൂടുതൽ മെച്ചപ്പെട്ട രീതിയിൽ ഞാൻ മനസ്സിലാക്കി. വിശപ്പുള്ളപ്പോൾ സെസാൻ പ്രകൃതിദൃശ്യങ്ങൾ സത്യത്തിൽ എങ്ങനെയാണ് സൃഷ്ടിച്ചതെന്ന് മനസ്സിലാക്കാൻ ഞാൻ പഠിച്ചു. സെസാൻ ഈ ചിത്രങ്ങൾ വരയ്ക്കുമ്പോൾ അദ്ദേഹത്തിനും വിശപ്പ് ഉണ്ടായിരുന്നോ എന്ന് ഞാൻ അത്ഭുതപ്പെട്ടിരുന്നു. പക്ഷേ, അദ്ദേഹം ഭക്ഷണം കഴിക്കാൻ മറന്നുപോയിരിക്കാം എന്ന് ഞാൻ ആലോചിച്ചിരുന്നു. ഉറക്കം ലഭിക്കാത്ത സമയത്തോ വിശപ്പുള്ള സമയത്തോ

നിങ്ങൾ ചിന്തിക്കാൻ ഇടയുള്ള തെളിച്ചം ഉണ്ടെങ്കിലും ദുർബ്ബലമായ ചിന്തകളിൽ ഒന്ന് ഇതായിരുന്നു. പിന്നീട് സെസാന് ഒരുപക്ഷേ, മറ്റൊരു രീതിയിലുള്ള വിശപ്പ് ഉണ്ടായിരുന്നിരിക്കാം എന്ന് ഞാൻ ആലോചിച്ചിരുന്നു.

നിങ്ങൾക്ക് ലക്സംബോർഗിൽനിന്ന് പുറത്തു വന്നതിനുശേഷം ഇടുങ്ങിയ ഫിറോതെരുവിലൂടെ നടന്ന് സെയിന്റ് സൾപൈസ് വരെ എത്തുന്നതിനിടയ്ക്ക് ഭക്ഷണശാലകൾ ഉണ്ടായിരുന്നില്ല. മരങ്ങളും ചാരുബെഞ്ചുകളും നിറഞ്ഞ ശാന്തമായ ഒരു നടുമുറ്റമാണ് ഉണ്ടായിരുന്നത്. അവിടെ സിംഹങ്ങളുടെ രൂപത്തിലുള്ള ഒരു ജലധാര ഉണ്ടായിരുന്നു. നടപ്പാതയിലൂടെ മയിലുകൾ നടക്കുന്നുണ്ടായിരുന്നു. അവ ബിഷപ്പുമാരുടെ പ്രതിമകളിലാണ് ചേക്കേറിയിരുന്നത്. അവിടെ പള്ളിയും മതപരമായ സാധനങ്ങൾ വില്ക്കുന്ന കടകളും നടുമുറ്റത്തിന്റെ വടക്കുഭാഗത്താണ് ഉണ്ടായിരുന്നത്.

ഈ നടുമുറ്റത്തുനിന്നും പഴങ്ങളും പച്ചക്കറികളും വീഞ്ഞുകളും റൊട്ടികളും വില്ക്കുന്ന കടകൾക്ക് മുന്നിലൂടെ അല്ലാതെ നിങ്ങൾക്ക് മുന്നോട്ടുപോകാൻ കഴിയില്ല. നിങ്ങളുടെ വഴി നിങ്ങൾ ശ്രദ്ധാപൂർവ്വം തെരഞ്ഞെടുത്തുകൊണ്ട് വലതുവശത്തേക്ക് തിരിഞ്ഞാൽ ചാരനിറവും വെള്ളനിറവും ഉള്ള കല്ലുകൾ കൊണ്ട് തീർത്ത പള്ളിക്ക് പ്രദക്ഷിണം വച്ച് സിൽവിയാ ബീച്ചിന്റെ ബുക്കുകടയിൽ എത്താൻ പറ്റും. അങ്ങനെ വരുമ്പോൾ നിങ്ങൾക്ക് ഭക്ഷണശാലകൾ ഇല്ലാതെ ഒഴിഞ്ഞുകിടക്കുന്ന ലോഡിയൻ തെരുവിലൂടെ മറ്റൊരു നടുമുറ്റത്ത് എത്തിച്ചേരാൻ പറ്റും. അവിടെ മൂന്ന് ഭക്ഷണശാലകൾ ഉണ്ടായിരുന്നു.

നിങ്ങൾ ലോഡിയൻ തെരുവിലെ 12-ാം നമ്പറിൽ എത്തുമ്പോഴേക്കും നിങ്ങളുടെ വിശപ്പ് അടങ്ങിയിരുന്നു- പക്ഷേ, നിങ്ങളുടെ എല്ലാ കാഴ്ചകൾക്കും ഔന്നത്യം വന്നിരുന്നു. ചിത്രങ്ങൾ വ്യത്യസ്തമായി അനുഭവപ്പെട്ടിരുന്നു. നിങ്ങൾ ഇതുവരെ കാണാത്ത പുസ്തകങ്ങൾ നിങ്ങൾക്ക് കാണാൻ കഴിഞ്ഞിരുന്നു.

“ഹെമിങ്‌വേ വളരെക്കൂടുതൽ മെലിഞ്ഞു പോയിരിക്കുന്നു.” സിൽവിയാ പറയും “വേണ്ടത്ര ഭക്ഷണം നിങ്ങൾ കഴിക്കുന്നില്ലേ?”

“തീർച്ചയായും കഴിക്കുന്നുണ്ട്.”

“നിങ്ങൾ ഉച്ചയ്ക്ക് എന്താണ് കഴിച്ചത്?”

എന്റെ വയർ ഭക്ഷണത്തിന്റെ കാര്യം ഓർമ്മിക്കും. ഞാൻ പറയും. “ഞാൻ ഇപ്പോൾ ഉച്ചഭക്ഷണം കഴിക്കാൻ വീട്ടിൽ പോകുകയാണ്.”

“മൂന്നു മണിക്കോ?”

“സമയം മൂന്നുമണിയായത് ഞാൻ അറിഞ്ഞിരുന്നില്ല.”

“നിങ്ങളേയും ഹാഡ്‌ലിയേയും അത്താഴത്തിനു ക്ഷണിക്കണമെന്ന് കുറച്ചുദിവസം മുമ്പ് ഏഡ്രീന* പറഞ്ഞിരുന്നു. നമുക്ക് ഫ്യർഗ്യൂവിനോട്** ആവശ്യപ്പെടാം. നിങ്ങൾക്ക് ഫ്യർഗ്യൂവിനെ ഇഷ്ടമല്ലേ? അല്ലെങ്കിൽ

* ഫ്രഞ്ച് കവി

** അമേരിക്കൻ കവയിത്രി

ലാർബൗഡിനോട് പറയാം നിങ്ങൾക്ക് അയാളെ ഇഷ്ടമാണ്. അയാളെ നിങ്ങൾക്ക് ഇഷ്ടമാണെന്ന് എനിക്ക് അറിയാം. അല്ലെങ്കിൽ നിങ്ങൾക്ക് ഇഷ്ടമുള്ള ആരോട് വേണമെങ്കിലും പറയാം. നിങ്ങൾ ഹാഡ്‌ലിയോട് സംസാരിക്കുമോ?"

"അവൾക്ക് വരാൻ ഇഷ്ടമായിരിക്കും. എനിക്കറിയാം."

"ഞാൻ അവൾക്ക് ഒരു ക്ഷണക്കത്ത് അയയ്ക്കാം. നിങ്ങൾ ഇപ്പോൾ വേണ്ടരീതിയിൽ ഭക്ഷണം കഴിക്കാതെ കഠിനാദ്ധ്വാനം ചെയ്യുന്നുണ്ടോ?"

"ഇല്ല. ഞാൻ അങ്ങനെ ചെയ്യില്ല."

"ഉച്ചഭക്ഷണം കൂടുതൽ താമസിക്കാതെ വീട്ടിൽ പോയി കഴിക്കൂ."

"അത് അവർ അവിടെ സൂക്ഷിച്ചുവച്ചിട്ടുണ്ടാകും."

"തണുത്ത ഭക്ഷണം കഴിക്കാൻ പാടില്ല. ഉച്ചഭക്ഷണം ചൂടോടെ കഴിക്കണം."

"എനിക്ക് എന്തെങ്കിലും എഴുത്ത് കിട്ടിയിട്ടുണ്ടോ?"

"ഇല്ലെന്നാണ് എനിക്ക് തോന്നുന്നത്. പക്ഷേ, ഞാൻ ഒന്ന് പരിശോധിക്കട്ടെ."

അവൾ പരിശോധിച്ച് ഒരു കുറിപ്പ് കണ്ടെത്തി. പിന്നീട് സന്തോഷത്തോടെ തല ഉയർത്തിക്കൊണ്ട് അവൾ തുറന്നുനോക്കിയ മേശവലിപ്പ് അടച്ചു.

"ഇത് ഞാൻ പുറത്തുപോയിരുന്ന സമയത്ത് വന്നതാണ്." അവൾ പറഞ്ഞു. അത് ഒരു എഴുത്ത് ആണ്. അതിനുള്ളിൽ പണം ഉണ്ടെന്ന് തോന്നുന്നുണ്ടായിരുന്നു. സിൽവിയാ പറഞ്ഞു. *വെഡ്സ്റ്റർ കോപ്പ്.**

"അത് തീർച്ചയായും *ഡർക്യൂയേഴ്‌സ് നിത്തിൽ*** നിന്ന് ആയിരിക്കും. നിങ്ങൾ വെഡ്സ്റ്റർ കോപ്പിനെ കണ്ടിരുന്നോ?"

"ഇല്ല. പക്ഷേ, അയാൾ ജോർജിന്റെകൂടെ ഇവിടെ വന്നിരുന്നു. അയാൾ നിങ്ങളെ കാണും. വേവലാതിപ്പെടേണ്ട. ഒരുപക്ഷേ, അയാൾ നിങ്ങൾക്ക് ഏറ്റവും ആദ്യം പണം തരാൻ ആഗ്രഹിക്കുന്നുണ്ടാകും."

"അത് അറുന്നൂറ് ഫ്രാങ്കാണ്. അതിനേക്കാൾ കൂടുതൽ കാണുമെന്നാണ് അയാൾ പറയുന്നത്."

"അത് പരിശോധിക്കണമെന്ന് നിങ്ങൾ എന്നെ ഓർമ്മപ്പെടുത്തിയതിൽ എനിക്ക് അങ്ങേയറ്റം സന്തോഷം ഉണ്ട്. അത് വളരെ നല്ല കാര്യം ആയിരുന്നു."

"എനിക്ക് എന്തെങ്കിലും വില്ക്കാൻ പറ്റുന്ന ഒരേയൊരു സ്ഥലം ജർമ്മനിയാണെന്നുള്ളത് അമ്പരപ്പിക്കുന്ന ഒരു സംഗതി ആണ്."

"അങ്ങനെയാണോ? പക്ഷേ, നിങ്ങൾ എന്നെങ്കിലും വേവലാതിപ്പെട്ടിട്ടുണ്ടോ! നിങ്ങൾക്ക് കഥകൾ ഫോർഡിന് വില്ക്കാൻ പറ്റും." അവൾ എന്നെ കളിയാക്കി.

---

* ജർമ്മൻ എഴുത്തുകാരൻ.

** ജർമ്മൻ മാസിക.

"ഒരു പേജിന് മുപ്പതു ഫ്രാങ്ക്. മൂന്നുമാസത്തിൽ ഒരിക്കൽ *ട്രാൻസ് അറ്റ്ലാന്റിക്കിൽ* ഒരു കഥ പറയണം. അഞ്ചു പേജുള്ള ഒരു കഥ മൂന്നു മാസത്തിൽ ഒരിക്കൽ എഴുതിയാൽ മൂന്നുമാസത്തിൽ നൂറ്റിഅൻപതു ഫ്രാങ്ക് കിട്ടും. ഒരു വർഷത്തിൽ അറുന്നൂറു ഫ്രാങ്ക്."

"പക്ഷേ, അതുകൊണ്ട് ഇപ്പോൾ എന്തു കിട്ടുമെന്ന് ഹെമിങ്‌വേ ആലോചിക്കരുത്. നിങ്ങൾക്ക് അതിൽ എഴുതാൻ പറ്റുന്നതാണ് കാര്യം."

"എനിക്ക് അറിയാം. എനിക്ക് അവർക്കു വേണ്ടി എഴുതാൻ പറ്റും. ഞാൻ പത്രപ്രവർത്തനം നിർത്തിയതിനുശേഷം പണം ഒന്നും വരുന്നില്ല.

"അവർ വിറ്റുകൊള്ളും. നോക്കൂ. നിങ്ങൾക്ക് അവകാശപ്പെട്ട പണം ലഭിക്കും."

"സിൽവിയാ എന്നോട് ക്ഷമിക്കണം. അതിനെപ്പറ്റി സംസാരിച്ചതിന് എന്നോട് ക്ഷമിക്കണം."

"നിങ്ങളോട് എന്തു കാര്യത്തിനാണ് ഞാൻ ക്ഷമിക്കുന്നത്? എപ്പോഴും നിങ്ങൾക്ക് അതിനെപ്പറ്റി സംസാരിക്കാം. അല്ലെങ്കിൽ എന്തിനെപ്പറ്റിയും സംസാരിക്കാം. എല്ലാ എഴുത്തുകാരും അവരുടെ ദുഃഖങ്ങളെപ്പറ്റിയാണ് ഏതുസമയത്തും സംസാരിക്കുന്നതെന്ന് നിങ്ങൾക്ക് അറിയില്ലേ? പക്ഷേ, നിങ്ങൾ വേവലാതിപ്പെടില്ലെന്ന് എന്നോട് സത്യം ചെയ്യണം. വേണ്ടത്ര ഭക്ഷണം കഴിക്കുമെന്ന് സത്യം ചെയ്യണം."

"ഞാൻ വാക്കു തരുന്നു."

"അപ്പോൾ ഉടൻതന്നെ വീട്ടിൽപോയി ഉച്ചഭക്ഷണം കഴിക്കണം."

റ്യു ദുലുദിയോയിക്ക് വെളിയിൽ ഞാൻ കാര്യങ്ങളെപ്പറ്റി പരാതിപറഞ്ഞതിൽ എനിക്ക് എന്നോടുതന്നെ വെറുപ്പ് തോന്നിയിരുന്നു. ഞാൻ എന്റെ സ്വതന്ത്രമായ തീരുമാനത്തിനനുസരിച്ചാണ് പ്രവർത്തിച്ചുകൊണ്ടിരുന്നത്. അതിന്റെ കൂടെ ഞാൻ ചെയ്തിരുന്നതെല്ലാം മണ്ടത്തരങ്ങൾ ആയിരുന്നു. ഞാൻ ഒരു നേരത്തേ ഭക്ഷണം ഒഴിവാക്കുന്നതിനു പകരം ഒരു വലിയ കഷണം റൊട്ടി വാങ്ങിക്കൊണ്ടു വന്ന് കഴിക്കണമായിരുന്നു. പക്ഷേ, കുടിക്കാൻ ഒന്നുംതന്നെ ഇല്ലാതെ അത് നിങ്ങളുടെ തൊണ്ടയിൽനിന്ന് താഴോട്ട് ഇറങ്ങില്ല. "നിങ്ങൾ നാശംപിടിച്ച പരാതിക്കാരനാണ്." "നിങ്ങൾ വൃത്തികെട്ട കള്ളസന്ന്യാസിയാണ്. നിങ്ങൾ കള്ള രക്തസാക്ഷി ആണ്." ഞാൻ സ്വയം പറഞ്ഞു. "നിങ്ങൾ നിങ്ങളുടെ സ്വന്തം ഇഷ്ടത്തിന് പത്രപ്രവർത്തനം ഉപേക്ഷിച്ചു. അത് ഉറപ്പുള്ള കാര്യമാണ്. നിങ്ങൾക്ക് കടം കിട്ടും. സിൽവിയാ നിങ്ങൾക്ക് പണം കടം തരുമായിരുന്നു. പലപ്രാവശ്യം അവൾ അത് തന്നിട്ടുണ്ട്. നിങ്ങൾ ചെയ്യാൻ പോകുന്ന അടുത്ത കാര്യം മറ്റെന്തെങ്കിലും കാര്യത്തിൽ നിങ്ങൾ കാണിക്കാൻ പോകുന്ന അനുരഞ്ജനം ആണ്. വിശപ്പ് ആരോഗ്യകരമാണ്. ഭക്ഷണം കഴിക്കുന്നതും വിസ്മയകരമാണ്. ഇപ്പോൾ നിങ്ങൾ എവിടെയാണ് ആഹാരം കഴിക്കാൻ പോകുന്നതെന്ന് നിങ്ങൾക്ക് അറിവുണ്ടോ?"

നിങ്ങൾ ഇപ്പോൾ ഭക്ഷണം കഴിക്കാനും കുടിക്കാനും പോകുന്നത് ലിപ്സിൽ ആണ്.

ലിപ്സിലേക്കും ഞാൻ നടന്നുവരുമ്പോൾ എന്റെ വയർ ശ്രദ്ധ പതിപ്പിച്ചിരുന്ന മറ്റു സ്ഥലങ്ങളിലേക്കും ദൂരം കുറവായിരുന്നു. എന്റെ കണ്ണുകൾക്കും മൂക്കിനും ഉണ്ടായിരുന്ന ശ്രദ്ധ എന്റെ വയറിനും ഉണ്ടായിരുന്നു എന്നുള്ളത് നടത്തത്തെ കൂടുതൽ ആഹ്ലാദകരമാക്കി. മദ്യശാലയിൽ ഏതാനും ആളുകൾ ഉണ്ടായിരുന്നു. ഞാൻ ഭിത്തിയോട് ചേർന്നുകിടക്കുന്ന പിന്നിൽ കണ്ണാടിയും മുന്നിൽ മേശയും ഉള്ള ബെഞ്ചിൽ ഇരുന്നു. ജോലിക്കാരൻ എന്നോട് ബിയർ വേണോ എന്ന് ചോദിച്ചു. ഞാൻ 'ഡിസ്റ്റിൻഗ്യൂ'വിന്റെ ഒരു ലിറ്റർ കൊള്ളുന്ന വലിയ ഗ്ലാസും ഉരുളക്കിഴങ്ങ് സലാഡും ആവശ്യപ്പെട്ടു.

ബിയറിന് കൂടുതൽ തണുപ്പ് ഉണ്ടായിരുന്നു.- കുടിക്കാൻ മനോഹരമായിരുന്നു. എണ്ണയിൽ വരട്ടിയ കഷണങ്ങൾക്ക് വേണ്ടത്ര ഉറപ്പും ഒലീവ് എണ്ണയ്ക്ക് സ്വാദും ഉണ്ടായിരുന്നു. ഞാൻ ഉരുളക്കിഴങ്ങിനു മുകളിൽ കുരുമുളക് പൊടി വിതറി. റൊട്ടിയിൽ ഒലിവ് എണ്ണ പുരട്ടി നനച്ചെടുത്തു. ആദ്യത്തെ വലിയ ഗ്ലാസിനുശേഷം ഞാൻ സാവധാനം ബിയർ കുടിച്ചു. സാവധാനം ഭക്ഷണം കഴിച്ചു. ഉരളക്കിഴങ്ങ് തീർന്നപ്പോൾ ഞാൻ മറ്റൊരു ബിയറും സോസേജും ആവശ്യപ്പെട്ടു. അത് മാട്ടിറച്ചിയും പന്നിയിറച്ചിയും ഒന്നിച്ചുചേർത്ത് മസാലയിട്ട് വേവിച്ചെടുക്കുന്ന ഒരു പ്രത്യേക വിഭവം ആയിരുന്നു.

ഞാൻ മൊത്തം ഇറച്ചിയും ഒലിവ് എണ്ണയും റൊട്ടികൊണ്ട് തൂത്തുവാരി. ഞാൻ ബിയറിന്റെ തണുപ്പ് നഷ്ടപ്പെടുന്ന സമയംവരെ അത് സാവധാനം കുടിച്ചു. അതിനുശേഷം ഞാൻ അത് മുഴുവൻ പെട്ടെന്ന് കുടിച്ചു തീർത്തു. പിന്നീട് ഞാൻ ഒരു പകുതി ബിയർ ആവശ്യപ്പെട്ടു. അതിന് ആദ്യത്തെ 'ഡിസ്റ്റിൻഗ്യൂ'വിനേക്കാൾ കൂടുതൽ തണുപ്പായിരുന്നു. ഞാൻ അതിന്റെ പകുതിയേ കുടിച്ചുള്ളൂ.

ഞാൻ വേവലാതിപ്പെടുന്നുണ്ടായിരുന്നില്ലെന്ന് ചിന്തിച്ചിരുന്നു. കഥകൾ നല്ലതായിരുന്നെന്നും ആരെങ്കിലും അവസാനം അത് പ്രസിദ്ധീകരിക്കുമെന്നും എനിക്ക് വിശ്വാസം ഉണ്ടായിരുന്നു. ഞാൻ വാർത്താപത്രത്തിനുള്ള ജോലി അവസാനിപ്പിച്ചപ്പോൾ എന്റെ കഥകൾ പ്രസിദ്ധീകരിക്കപ്പെടുമെന്ന് എനിക്ക് ഉറപ്പുണ്ടായിരുന്നു. പക്ഷേ, ഞാൻ അയച്ചുകൊടുത്ത ഓരോ കഥയും തിരിച്ചുവന്നു. എഡ്വേഡ് ഓബ്രിയൻസ് 'എന്റെ കിഴവന്റെ കഥ' ഏറ്റവും നല്ല കഥകളുടെ പുസ്തകത്തിനുവേണ്ടി തെരഞ്ഞെടുത്തതും ആ കൊല്ലത്തെ ഈ പുസ്തകം എനിക്ക് വേണ്ടി സമർപ്പിച്ചതുമായിരുന്നു എന്റെ ആത്മവിശ്വാസത്തിന് കാരണം. അതിനുശേഷം ഞാൻ സന്തോഷിച്ചു. കുടിക്കുന്ന ബിയറിന്റെ എണ്ണം അല്പം കൂടി വർദ്ധിപ്പിച്ചു. ഈ കഥ ഒരിക്കലും ഒരു മാസികയിൽ പ്രസിദ്ധീകരിച്ചിട്ടില്ല. എഡ്വേഡ് ഓബ്രിയൻസ് ഈ കഥ ആ പുസ്തകത്തിൽ ഉപയോഗിക്കാൻ വേണ്ടി അതുവരെയുള്ള നിയമങ്ങൾ എല്ലാം തകർത്തുകളഞ്ഞിരുന്നു. ഞാൻ വീണ്ടും ചിരിച്ചു. വെയ്റ്റർ എന്റെ മുഖത്തേക്ക് നോക്കി. ഇത് തമാശ ആയിരുന്നു. കാരണം അതിനെല്ലാം ശേഷം അയാൾ ആ

കഥയുടെ പേര് എഴുതിയപ്പോൾ അതിലെ വാക്കുകളുടെ ക്രമം തെറ്റിച്ചിരുന്നു. ആ സമയത്ത് എന്നെ ഒന്ന് അത്ഭുതപ്പെടുത്താൻ വേണ്ടി ഹാഡ്‌ലി* ലൗസാനിലേക്ക് കൊണ്ടുവന്നിരുന്ന എന്റെ കഥകൾ എല്ലാം ലിയോൺ റെയിൽവേ സ്റ്റേഷനിൽവച്ച് നഷ്ടപ്പെട്ടപ്പോൾ എനിക്കു തിരിച്ചുകിട്ടിയ രണ്ടുകഥകളിൽ ഒന്ന് ഈ കഥ ആയിരുന്നു. പർവ്വതങ്ങളിൽ ചെലവഴിച്ചിരുന്ന അവധി ദിവസങ്ങളിൽ ആ കൈയെഴുത്തു പ്രതികൾ എനിക്ക് പരിശോധിക്കാമെന്നുള്ള ഉദ്ദേശ്യം കൂടി അവൾക്ക് ഉണ്ടായിരുന്നു. ഈ കഥ എന്റെ കൈയിൽ അവശേഷിക്കാൻ കാരണം ലിങ്കൺ സ്റ്റീഫൻസ് ഇത് ഏതോ പത്രാധിപർക്ക് അയച്ചുകൊടുത്തത് തിരിച്ചുവന്നതു കാരണം ആയിരുന്നു. എല്ലാ കഥകളും ഇരുന്നിരുന്ന ഫയൽ സൂക്ഷിച്ചിരുന്ന പെട്ടി മോഷ്ടിക്കപ്പെട്ടപ്പോൾ ഈ കഥ തപാൽപ്പെട്ടിയിൽ ആയിരുന്നു. എന്റെ കൈവശം ഉണ്ടായിരുന്ന മറ്റേ കഥ മിസ് സ്റ്റൈൻ ഞങ്ങളുടെ ഫ്ളാറ്റിൽ വരുന്നതിന് മുമ്പ് എഴുതിയ 'മിച്ചിഗനിൽ' എന്ന കഥ ആയിരുന്നു. ഞാൻ അതിന്റെ പകർപ്പ് ഒരിക്കലും എടുത്തിരുന്നില്ല. കാരണം അവൾ അത് പുറത്തുകാണിക്കാൻ കൊള്ളില്ലെന്ന് പറഞ്ഞിരുന്നു. അത് മേശവലിപ്പിൽ എവിടെയോ കിടക്കുകയായിരുന്നു.

അതുകൊണ്ട് ഞങ്ങൾ ലൗസാനിൽനിന്ന് ഇറ്റലിയിൽ എത്തിയതിനുശേഷം ഞാൻ കുതിരപ്പന്തയത്തെപ്പറ്റിയുള്ള കഥ ഒബ്രിയന് കാണിച്ചുകൊടുത്തു. വിളറിയ നീലക്കണ്ണുകളും സ്വയം മുറിച്ചിടുന്ന നീണ്ട തലമുടിയും ഉള്ള മാന്യനും നാണംകുണുങ്ങിയുമായ ഒരു മനുഷ്യൻ. അയാൾ അന്ന് താമസിച്ചിരുന്നത് റാപാല്ലോയുടെ മുകളിലുള്ള സന്ന്യാസിമഠത്തിൽ ആയിരുന്നു. അത് ഒരു മോശം സമയം ആയിരുന്നു. അന്ന് എനിക്ക് കൂടുതൽ എന്തെങ്കിലും എഴുതാൻ പറ്റുമെന്ന് ഞാൻ വിചാരിച്ചിരുന്നില്ല. ഞാൻ ഒരു ജിജ്ഞാസ കൊണ്ട് നിങ്ങൾക്ക് അവിശ്വസനീയമായ രീതിയിൽ നഷ്ടപ്പെട്ട ഒരു വടക്കുനോക്കിയന്ത്രം കാണിക്കുന്നതുപോലെ അല്ലെങ്കിൽ ഒരു അപകടത്തിനുശേഷം മുറിച്ചു മാറ്റേണ്ടിവന്ന കാല് കാണിക്കുന്നതുപോലെ ഞാൻ അയാൾക്ക് കഥ കാണിച്ചുകൊടുത്തു. അതിനുശേഷം അയാൾ കഥ വായിച്ചപ്പോൾ അയാൾക്ക് എന്നേക്കാൾ കൂടുതൽ മുറിവേറ്റിട്ടുണ്ടെന്ന് എനിക്ക് മനസ്സിലായി. ഹാഡ്‌ലി സാധനങ്ങൾ നഷ്ടപ്പെട്ടത് പറയുമ്പോൾ അല്ലാതെ ഞാൻ ഒരിക്കലും ആരെങ്കിലും മരണം കൊണ്ടോ സഹിക്കാൻ പറ്റാത്ത കഷ്ടപ്പാടുകൊണ്ടോ അല്ലാതെ മനോവേദന അനുഭവിക്കുന്നത് കണ്ടിരുന്നില്ല. അവൾക്ക് കരഞ്ഞുകരഞ്ഞ് കാര്യം എന്നോട് പറയാൻപോലും കഴിഞ്ഞിരുന്നില്ല. ഭയാനകമായ കാര്യം എന്തുതന്നെ ആണെങ്കിലും അത് കാര്യമാക്കേണ്ട കാര്യം ഇല്ലെന്ന് ഞാൻ അവളോട് പറഞ്ഞു. സംഭവിച്ചതുപോലെ മോശം കാര്യം ഒന്നും തന്നെ ഇല്ലെങ്കിലും അതിനെപ്പറ്റി ഓർത്ത് വിഷമിക്കരുതെന്ന് ഞാൻ അവളെ പറഞ്ഞു മനസ്സിലാക്കി. നമുക്ക് അതിനുള്ള പ്രതിവിധി കണ്ടെത്താൻ കഴിയും. അവൾക്ക് കഥകളുടെ പകർപ്പുകൾ ഉണ്ടായിരി

* സ്വിറ്റ്സർലന്റിലെ പട്ടണം

ക്കില്ലെന്ന് എനിക്ക് ഉറപ്പുണ്ടായിരുന്നു. എന്റെ പത്രത്തിനുവേണ്ടിയുള്ള ജോലി സംരക്ഷിച്ചു നിർത്താൻ വേണ്ടി ഞാൻ ഒരാളെ വാടകയ്ക്ക് എടുത്തു. ഞാൻ അപ്പോൾ പത്രപ്രവർത്തനം കൊണ്ട് നല്ല രീതിയിൽ പണം ഉണ്ടാക്കിയിരുന്നു.- അതിനു ശേഷം ഞാൻ പാരീസിലേക്ക് ട്രെയിൻ കയറി. ഞാൻ ഫ്ളാറ്റിൽ എത്തിയ രാത്രിയിൽ ഞാൻ ചെയ്തതെല്ലാം എനിക്ക് ഓർമ്മയുണ്ട്. കേട്ടതെല്ലാം സത്യമായിരുന്നു. അതെല്ലാം ഇപ്പോൾ കഴിഞ്ഞു പോയിരിക്കുന്നു. അതിനുശേഷം ദുരന്തങ്ങളെപ്പറ്റി ചർച്ച ചെയ്യാൻ പാടില്ലെന്ന് ചിങ്ക് എന്നെ പഠിപ്പിച്ചു. അതുകൊണ്ട് ഞാൻ ഒബ്രിയനോട് ഇത്രയധികം വിഷമിക്കേണ്ട കാര്യം ഇല്ലെന്ന് പറഞ്ഞു. ഒരുപക്ഷേ, എന്നെ സംബന്ധിച്ചിടത്തോളം ആദ്യകാല രചനകൾ നഷ്ടപ്പെട്ടത് നല്ല കാര്യം ആയിരിക്കാം. ഞാൻ വീണ്ടും കഥകൾ എഴുതാൻ ആരംഭിക്കുകയാണെന്ന് അയാളോട് പറഞ്ഞു. ഞാൻ അത് പറയുമ്പോൾ അയാൾ വിഷമിക്കാതിരിക്കാൻ വേണ്ടി കള്ളം പറയാൻ ശ്രമിക്കുകയായിരുന്നു. അത് പക്ഷേ, സത്യമാണെന്ന് എനിക്ക് അറിയാമായിരുന്നു.

പിന്നീട് ഞാൻ *ലിപ്സിൽ ഇരുന്ന് എല്ലാം നഷ്ടപ്പെട്ടതിനുശേഷം ഒരുകഥ എഴുതാൻ കഴിഞ്ഞത് എപ്പോൾ ആയിരുന്നെന്ന് ചിന്തിക്കാൻ തുടങ്ങി. അത് ജോലിസംബന്ധിച്ച് റെയിൻ ലാൻഡിലും റൂറിലും പോകാൻ വേണ്ടി വസന്തത്തിലെ **സ്കീയിങ് മുടക്കിക്കൊണ്ട് ഞാൻ ഹാഡ്ലിയോടൊപ്പം എത്തിയ സമയത്ത് ആയിരുന്നു. അത് സംഭവിച്ചത് ***കോർട്ടിനാ ഡംപസ്സോയിൽ ആയിരുന്നു. അത് 'ഔട്ട് ഓഫ് സീസൺ' എന്ന ലളിതമായ കഥ ആയിരുന്നു. അതിന്റെ യഥാർത്ഥ അന്ത്യം ഞാൻ ഒഴിവാക്കിയിരുന്നു. അത് കഥയിലെ വൃദ്ധൻ തൂങ്ങിമരിക്കുന്നതായിരുന്നു. അത് ഒഴിവാക്കിയ ഭാഗം കഥയ്ക്ക് കൂടുതൽ ശക്തി പകരുമെന്നും ആളുകൾക്ക് അവർ മനസ്സിലാക്കിയതിലും കൂടുതൽ കാര്യങ്ങൾ അനുഭവപ്പെടുമെന്നും നിങ്ങൾക്ക് മനസ്സിലായിട്ടുണ്ടെങ്കിൽ കഥയുടെ ഏത് ഭാഗവും ഒഴിവാക്കാമെന്നുള്ള എന്റെ പുതിയ സിദ്ധാന്തം കണക്കിലെടുത്തായിരുന്നു.

ഭക്ഷണത്തിൽ കുറവ് വരുത്തേണ്ടിവരുമ്പോൾ നിങ്ങൾക്ക് നിങ്ങളെ സ്വയം മെച്ചപ്പെട്ട രീതിയിൽ കൈകാര്യം ചെയ്യേണ്ടിവരും. അത് അവശ്യമാണ്. അതുകൊണ്ട് ചിന്ത കാരണം നിങ്ങളുടെ വിശപ്പ് വർദ്ധിക്കില്ല. ഇതിൽനിന്നും വിശപ്പ് ഒരു നല്ല പരിശീലനമാണെന്ന് നിങ്ങൾ മനസ്സിലാക്കുന്നു. അവർ അത് മനസ്സിലാക്കാത്ത കാലത്തോളം നിങ്ങൾ അവരുടെ മുന്നിലാണ്. ഞാൻ ആലോചിച്ചു. ഇപ്പോൾ ഞാൻ അവരേക്കാൾ വളരെ മുന്നിലാണെന്ന് ഉറപ്പുണ്ട്. അതുകൊണ്ട് എനിക്ക് കൃത്യമായ ഭക്ഷണം കഴിക്കുന്നതിന് കഴിയില്ല. അവർ അല്പം കൂടി മുന്നേറുന്നതുകൊണ്ട് തകരാറില്ല.

---

* പാരീസിലെ ഭക്ഷണശാല

** മഞ്ഞിലൂടെ പ്രത്യേക പാദുകങ്ങൾ ധരിച്ച് തെന്നി നീങ്ങുന്ന കളി.

**** ഇറ്റലിയിലെ പട്ടണം.

ഞാൻ ഒരു നോവൽ എഴുതണമെന്ന് എനിക്ക് മനസ്സിലായിട്ടുണ്ട്. ഞാൻ വളരെ ബുദ്ധിമുട്ടി വരികൾ എഴുതാൻ ശ്രമിക്കുമ്പോൾ അത് അസാദ്ധ്യമായ കാര്യം ആണെന്ന് തോന്നിയിരുന്നു. അത് ഒരു നോവലിനെ കാച്ചിക്കുറുക്കി എടുക്കുകയായിരിക്കും. അല്ലെങ്കിൽ വാറ്റിയെടുക്കുകയായിരിക്കും. ഇപ്പോൾ നിങ്ങൾ ഒരു നീളമേറിയ ഓട്ടമത്സരത്തിന് പരിശീലനം നേടുന്നതുപോലെ കുറേക്കൂടി നീണ്ടകഥകൾ എഴുതേണ്ടത് ആവശ്യം ആയിരുന്നു. ഞാൻ മുമ്പ് എഴുതിയിരുന്ന ഒരു നോവൽ ലിയോണിൽവെച്ച് നടന്ന മോഷണത്തിൽ നഷ്ടപ്പെട്ടിരുന്നു. പക്ഷേ, എനിക്ക് ഈ സമയത്തും വഴിതെറ്റിക്കുന്ന നശ്വരമായ യൗവനത്തിനു തുല്യമായ കൗമാരത്തിന്റെ ആത്മാവിഷ്കാരപരമായ ലാളിത്യം ഉണ്ടായിരുന്നു. ഒരു പക്ഷേ, അതെല്ലാം നഷ്ടപ്പെട്ടത് ഒരു നല്ല കാര്യം ആയിരിക്കുമെന്ന് എനിക്ക് അറിയാമായിരുന്നു. പക്ഷേ, നിശ്ചയമായും ഞാൻ ഒരു നോവൽ എഴുതണമെന്നും എനിക്ക് ബോദ്ധ്യം ഉണ്ടായിരുന്നു. എനിക്ക് അത് എഴുതാതിരിക്കാൻ കഴിയാതാകുന്നതുവരെ ഞാൻ അത് നീട്ടിവെക്കും. എനിക്ക് അത് എഴുതേണ്ടിവരുന്ന സമയത്ത് എനിക്ക് ചെയ്യാൻ പറ്റുന്ന ഒരേ ഒരു കാര്യം അതായിരിക്കും.- എനിക്ക് മറ്റൊരു പ്രഥമഗണന ഉണ്ടായിരിക്കില്ല. അതിന്റെ സമ്മർദ്ദം അധികരിക്കട്ടെ. ഇതിനിടയിൽ എനിക്ക് ഏറ്റവും നല്ലപോലെ മനസ്സിലാക്കാൻ കഴിഞ്ഞിട്ടുള്ള ഒരു നീണ്ടകഥ ഞാൻ എഴുതിപൂർത്തിയാക്കും.

ഈ സമയം കൊണ്ട് ഞാൻ ചെക്ക് കൊടുത്തതിനുശേഷം പുറത്തിറങ്ങി വലത്തോട്ട് തിരിഞ്ഞ് റ്യൂ ഡിറാന്ന കുറുകെ കടന്നിരുന്നു. അത് കൊണ്ട് ഞാൻ കാപ്പികുടിക്കാൻ വേണ്ടി ഡ്യൂക്സ് മഗോട്ട് ഹോട്ടലിൽ കയറാതെ വീട്ടിലേക്കുള്ള ഏറ്റവും ചെറിയ വഴിയായ റ്യൂ ബോണപ്പാർട്ടിലൂടെ അതിവേഗത്തിൽ നടക്കുകയായിരുന്നു

ഞാൻ എഴുതിയതിനുശേഷം നഷ്ടപ്പെട്ടുപോയ കഥകളിൽ എനിക്ക് ഏറ്റവും നല്ലതുപോലെ ഓർമ്മയുള്ള കഥ ഏതായിരുന്നു? സത്യത്തിൽ എനിക്ക് അറിയാവുന്നതും താല്പര്യം തോന്നുന്നതുമായ കഥ ഏതായിരുന്നു? അതിൽ ഒരു തെരഞ്ഞെടുപ്പ് ഉണ്ടായിരുന്നില്ല. നിങ്ങൾ എഴുതാൻ പോകുന്ന സ്ഥലത്തേക്ക് ഏറ്റവും പെട്ടെന്ന് തിരിച്ചെത്താനുള്ള വഴിയുടെ കാര്യത്തിൽ മാത്രം ആയിരുന്നു ഒരു തെരഞ്ഞെടുപ്പിനുള്ള സാദ്ധ്യത ഉണ്ടായിരുന്നത്. ഞാൻ ബോണപ്പാർട്ട് തെരുവിൽ നിന്ന് ഗുയ്നമർവരെ നടന്നു. അതിനു ശേഷം റ്യൂ നോട്ടർ ഡെയിംഡസ് ചാംപ്സ് വഴി ക്ലോസറിഡസ് ലിലാസിലൂടെ റ്യൂഡി അസാസിൽ എത്തിച്ചേർന്നു.

ഞാൻ ഉച്ചതിരിഞ്ഞുള്ള വെളിച്ചം എന്റെ മുഖത്തു വീഴില്ലെന്ന് ഉറപ്പുള്ള ഒരു മൂലയിൽ കിടന്ന കസേരയിൽ ഇരുന്നു. വെയിറ്റർ എനിക്ക് ഒരു കോഫിക്രീം കൊണ്ടുവന്നു ഞാൻ അതിന്റെ പകുതി കഴിച്ചിട്ട് എഴുതിക്കൊണ്ടിരുന്നു. എഴുതിക്കഴിഞ്ഞതിനുശേഷവും എനിക്ക് നദി ഉപേക്ഷിച്ച് പോകാൻ ആഗ്രഹം ഉണ്ടായിരുന്നില്ല. എനിക്ക് അവിടെ ഇരുന്നുകൊണ്ട് പുഴയിലെ ഓളങ്ങൾ പാലത്തിന്റെ തടിത്തൂണുകളിൽ തട്ടി സാവ

ധാനം ഗതിമാറി ഒഴുകുന്നതിനിടയിൽ ഉപരിതലത്തിലൂടെ പുളഞ്ഞുമാറുന്ന പുഴമീനുകളെ കാണാൻ കഴിഞ്ഞിരുന്നു. കഥ യുദ്ധത്തിൽനിന്ന് തിരിച്ചുവരുന്നതിനെപ്പറ്റി ആയിരുന്നു. പക്ഷേ, അതിൽ യുദ്ധത്തെപ്പറ്റി പരാമർശം ഒന്നും ഉണ്ടായിരുന്നില്ല.

പക്ഷേ, രാവിലെ ഇവിടെ പുഴ ഉണ്ടായിരിക്കും. എനിക്ക് നിശ്ചയമായും ഇത് പ്രയോജനപ്പെടുത്തണം. രാജ്യത്തിന് ഇതിന്റെ പ്രയോജനം കിട്ടണം. ഓരോ ദിവസവും ഇത് പ്രയോജനപ്പെടുത്താൻ വേണ്ടി എന്റെ മുന്നിൽ ദിവസങ്ങൾ ഉണ്ടായിരുന്നു. മറ്റൊന്നും ഗൗനിക്കേണ്ട കാര്യം ഇല്ല. എന്റെ പോക്കറ്റിൽ ജർമ്മനിയിൽനിന്നുള്ള പണം ഉണ്ടായിരുന്നു. അതുകൊണ്ട് അവിടെ പ്രശ്നങ്ങൾ ഉണ്ടായിരുന്നില്ല. അത് തീരുമ്പോൾ മറ്റ് നാണയങ്ങൾ എത്തിച്ചേരും.

ഞാൻ ഇപ്പോൾ നിശ്ചയമായും ചെയ്തിരിക്കേണ്ട ഏകകാര്യം നാളെ രാവിലെ വീണ്ടും എഴുതാൻ തുടങ്ങുന്നതുവരെ എന്റെ തലച്ചോറിനുള്ളിൽ എന്നെ ഇതേ അവസ്ഥയിൽ തടഞ്ഞുവെക്കുന്ന ജോലി മാത്രമാണ്.

ഫോർഡ് മഡോക്സ് ഫോർഡും പിശാചിന്റെ ശിഷ്യനും

ഞങ്ങൾ നോത്തർഡാം ദേഷാമിലെ 113-ാം നമ്പർ കെട്ടിടത്തിലെ തടി അറപ്പുമില്ലിന്റെ മുകളിലുള്ള ഫ്ളാറ്റിൽ താമസിക്കുന്ന സമയത്ത് ഏറ്റവും അടുത്തുണ്ടായിരുന്ന നല്ല ഭക്ഷണശാല കോസറി ദേലിലാ ആയിരുന്നു. അത് പാരീസിലെ ഏറ്റവും നല്ല ഭക്ഷണശാലകളിൽ ഒന്നായിരുന്നു. ശിശിരത്തിലും വസന്തത്തിലും മഴക്കാലത്തും അതിനുള്ളിൽ ഇളംചൂട് ഉണ്ടായിരുന്നു. മാർഷൽ നേയുടെ പ്രതിമ നില്ക്കുന്ന ഭാഗത്തെ ചോലമരങ്ങളുള്ള നടപ്പാതയിൽ പന്തലിനടിയിലായി മരങ്ങളുടെ നിഴലിൽ നിരത്തിയിരുന്ന ഒരേ പോലെയുള്ള സമചതുരത്തിലുള്ള മേശകൾ നിറഞ്ഞ അതിന്റെ പുറംഭാഗവും മനോഹരമായിരുന്നു. അവിടത്തെ പരിചാരകരിൽ രണ്ടുപേർ ഞങ്ങളുടെ നല്ല ചങ്ങാതിമാർ ആയിരുന്നു. റോമിലെയും റൊത്തോൻഡായിലെയും ആളുകൾ ഒരിക്കലും ലിലായിൽ വന്നിരുന്നില്ല. അവിടെ അവർക്ക് പരിചയം ഉള്ള ആരും തന്നെ ഉണ്ടായിരുന്നില്ല. അവർ വന്നിരുന്നെങ്കിൽ അവരെ ആരും തന്നെ ശ്രദ്ധിച്ചിരിക്കാൻ ഇടയില്ല. മോണ്ട് പർനസി നടപ്പാതയും റാസ്പെയിൽ നടപ്പാതയും ഒന്നിക്കുന്ന മൂലയിലുള്ള ഭക്ഷണശാലയിൽ ആ സമയത്ത് ധാരാളം ആളുകൾ പോകാറുണ്ടായിരുന്നു.

കോസറി ദേലിലാ ഒരു കാലത്ത് കവികൾ ഏറക്കുറെ പതിവായി കണ്ടുമുട്ടിയിരുന്ന ഒരു ഭക്ഷണശാല ആയിരുന്നു. അവസാനത്തെ പ്രധാനപ്പെട്ട കവി ഞാൻ ഒരിക്കലും വായിച്ചിട്ടില്ലാത്ത പോൾ ഫോർട്ട് ആയിരുന്നു. ഞാൻ എന്നെങ്കിലും അവിടെവച്ച് കണ്ടിരുന്ന ഒരേ ഒരു കവി ബ്ലേസ് സെന്ദ്രാസ് ആയിരുന്നു. തകർക്കപ്പെട്ട ബോക്സറുടെ മുഖവും ഒഴിഞ്ഞുകിടക്കുന്ന ഷർട്ടിന്റെ കൈയുമായി ഒറ്റക്കൈ കൊണ്ട് ബ്ലേസ് സെന്ദ്രാസ് അവിടെ ഇരുന്ന് സിഗററ്റ് തെറുക്കുന്നത് ഞാൻ കണ്ടിട്ടുണ്ടാ

യിരുന്നു. അയാൾ അമിതമായി കുടിക്കുന്നതുവരെ ഒരു നല്ല ചങ്ങാതി ആയിരുന്നു. അയാൾ കള്ളം പറയുമ്പോൾ സത്യസന്ധമായ കഥകൾ പറയുന്ന മറ്റു പലരേക്കാളും താല്പര്യം തോന്നിപ്പിക്കാൻ കഴിവുള്ളവനായിരുന്നു. പക്ഷേ, ആ കാലത്ത് ലിലായിൽ വന്നിരുന്ന ഏക കവി അയാൾ ആയിരുന്നു. ഞാൻ അയാളെ അവിടെവെച്ച് ഒരിക്കൽ മാത്രം കണ്ടിട്ടുണ്ടായിരുന്നു. അവിടത്തെ ഇടപാടുകാരിൽ കൂടുതൽ ആളുകളും താടിവെച്ച പ്രായം ചെന്ന മനുഷ്യർ ആയിരുന്നു. നല്ല വസ്ത്രങ്ങൾ ധരിച്ച് അവരുടെ ഭാര്യയെയോ വെപ്പാട്ടിയെയോ കൂട്ടിക്കൊണ്ട് എത്തുന്ന താടിക്കാർ. ചില ഭാര്യമാരും വെപ്പാട്ടികളും അവരുടെ വേഷത്തിനു മുകളിൽ നേർത്ത ചുവന്ന ബഹുമതിമുദ്ര അണിഞ്ഞിരുന്നു. മറ്റു ചിലർ ബഹുമതിമുദ്ര ധരിച്ചിരുന്നില്ല. ഞങ്ങൾ അവർ ശാസ്ത്രജ്ഞന്മാരോ പണ്ഡിതന്മാരോ ആയിരിക്കാൻ സാദ്ധ്യതയുണ്ടെന്ന് വിചാരിച്ചിരുന്നു. അവർ വിശപ്പുണ്ടാക്കാനുള്ള ഔഷധത്തിനു മുന്നിൽ കഴിയുന്നത്ര സമയം ചെലവഴിച്ചുകൊണ്ട് കസേരയിൽ ഇരിക്കുമ്പോൾ കൂടുതൽ മങ്ങിയ വേഷങ്ങൾ ധരിച്ച മനുഷ്യർ അവരുടെ ഭാര്യമാരോടോ വെപ്പാട്ടിമാരോടോ ഒപ്പം കേഫ്ക്രീമിനു മുന്നിൽ ഇരുന്ന് സമയം കളഞ്ഞു. അവരോടൊപ്പം ഉള്ള സ്ത്രീകൾ ധരിച്ചിരുന്ന കടുംചുവപ്പ് നിറമുള്ള റിബണിന് സത്യത്തിൽ ഫ്രഞ്ച് അക്കാദമിയുമായി യാതൊരു ബന്ധവും ഉണ്ടായിരുന്നില്ല. അവർ പ്രൊഫസറന്മാരോ അദ്ധ്യാപകരോ ആയിരുന്നെന്ന് ഞങ്ങൾ വിചാരിച്ചിരുന്നു.

ഈ മനുഷ്യർക്ക് പരസ്പരം താല്പര്യം ഉണ്ടായിരുന്നതുകൊണ്ടും അവർക്ക് അവരുടെ മദ്യത്തിലും കാപ്പിയിലും പത്രങ്ങളിലും ആനുകാലികങ്ങളിലും താല്പര്യം ഉണ്ടായിരുന്നതുകൊണ്ടും അവർ ഈ ഭക്ഷണശാലയെ സുഖകരമായ ഒരു സ്ഥലമാക്കിമാറ്റിയിരുന്നു.

ലിലായിൽ വരുന്ന മറ്റു മനുഷ്യരും ഈ പ്രദേശത്ത് ഉണ്ടായിരുന്നു. അവരിൽ ചിലർ യുദ്ധക്രോസ് റിബണുകൾ* മേൽക്കുപ്പായത്തിന്റെ മുകളിൽ ധരിച്ചിരുന്നു. മറ്റുള്ളവർക്കും പച്ച നിറത്തിലും മഞ്ഞനിറത്തിലും ഉള്ള സൈനിക മെഡലുകൾ ഉണ്ടായിരുന്നു. ഞാൻ അവരുടെ മുഖങ്ങളുടെ പുനർനിർമ്മാണം നടത്തിയിരുന്നത് എങ്ങനെയാണെന്ന് ശ്രദ്ധിച്ചു. അവർ അവരുടെ വൈകല്യങ്ങളെ എത്രമാത്രം ഭംഗിയായയാണ് മറികടക്കുന്നതെന്ന് ഞാൻ മനസ്സിലാക്കി. അവരുടെ കൃത്രിമക്കണ്ണുകളുടെ സവിശേഷതകൾ ഞാൻ തിരിച്ചറിഞ്ഞു. നഷ്ടപ്പെട്ട അവയവങ്ങളുടെ വൈകല്യത്തെ അവർ പരാജയപ്പെടുത്തുന്നത് ഞാൻ നേരിട്ടു കണ്ടു. കാര്യമായ പുനർ നിർമ്മാണം നടന്ന മുഖങ്ങൾക്ക് എപ്പോഴും പല നിറങ്ങളുടെ ഒരു തിളക്കം ഉണ്ടായിരുന്നു. ഞങ്ങൾ പണ്ഡിതന്മാരോ പ്രൊഫസറന്മാരോ ആയ ഇടപാടുകാരേക്കാൾ ഇത്തരം ഇടപാടുകാരെ കൂടുതൽ ബഹുമാനിച്ചിരുന്നു. പക്ഷേ, അംഗഭംഗം സംഭവിച്ചിരുന്നില്ലെങ്കിലും

* മഹായുദ്ധങ്ങളിൽ ധീരത കാണിച്ചതിനുള്ള മെഡലുകൾ

പ്രൊഫസറന്മാർക്കും പണ്ഡിതന്മാരും അവരുടേതായ സൈനിക സേവനം നടത്തിയവർ ആയിരുന്നു.

ആ കാലത്ത് യുദ്ധത്തിൽ പങ്കെടുക്കാത്തവരെ ഞങ്ങൾ വിശ്വസിച്ചിരുന്നില്ല. പക്ഷേ, ഞങ്ങൾ ആരെങ്കിലും ഒരാളെ പൂർണ്ണമായും വിശ്വസിക്കാൻ തയ്യാറായില്ല. സെൻഡ്രാർസിന് അയാളുടെ നഷ്ടപ്പെട്ട കൈയെ പറ്റിയുള്ള പൊങ്ങച്ചം അല്പം കുറവാണെന്നുള്ള ശക്തമായ തോന്നൽ നിലനിന്നിരുന്നു. അയാൾ വൈകുന്നേരം പതിവ് ഇടപാടുകാർ വരുന്നതിനുമുമ്പ് ലിലായിൽ എത്തിയതിൽ എനിക്ക് സന്തോഷം ഉണ്ടായിരുന്നു.

ഇന്നു വൈകുന്നേരത്ത് ഞാൻ ലിലായുടെ പുറത്തുകിടന്ന ഒരു മേശയ്ക്കരുകിൽ ഇരുന്ന് മരങ്ങളിലും കെട്ടിടങ്ങളിലും വീശിയിരുന്ന വെളിച്ചത്തിന് വ്യത്യാസം വരുന്നതും നടപ്പാതയുടെ പുറത്തുകൂടി സാവധാനം നീങ്ങുന്ന കുതിരകളുടെ ചലനങ്ങളും ശ്രദ്ധിക്കുകയായിരുന്നു. ഭക്ഷണശാലയുടെ വാതിൽ എന്റെ പിന്നിൽ തുറന്നുകിടന്നിരുന്നു. എന്റെ വലതുവശത്തുനിന്നും ഒരു മനുഷ്യൻ പുറത്തുവന്ന് എന്റെ മേശയുടെ അടുത്തേക്ക് നടന്നുവന്നു.

"ഓ, നിങ്ങൾ ഇവിടെ ഉണ്ടോ." അയാൾ പറഞ്ഞു.

അതു ഫോർഡ് മഡോക്സ് ഫോർഡ് ആയിരുന്നു. ആ കാലത്ത് അയാൾ സ്വയം വിളിച്ചിരുന്നത് അങ്ങനെ ആയിരുന്നു. അയാൾ കറപുരണ്ട കനത്ത മേൽമീശയ്ക്ക് ഇടയിലൂടെ ബുദ്ധിമുട്ടിയാണ് ശ്വാസം വലിച്ചിരുന്നത്.

"ഞാൻ ഇവിടെ നിങ്ങളുടെ കൂടെ ഇരിക്കട്ടെ?" ഇരിക്കുന്നതിനിടയിൽ അയാൾ ചോദിച്ചു. നിറമില്ലാത്ത കൺപോളകൾക്കിടയിലെ വൃത്തിയുള്ള നീലനിറമായി മാറിയ അയാളുടെ കണ്ണുകളും പുരികങ്ങളും ചോലമരങ്ങളുള്ള നടപ്പാതയിൽ അന്വേഷണം നടത്തുന്നുണ്ടായിരുന്നു.

"ആ മൃഗങ്ങളെ അനുകമ്പയോടെ കശാപ്പുചെയ്യാൻ വേണ്ടിയാണ് ഞാൻ എന്റെ ജീവിതത്തിലെ നല്ല വർഷങ്ങൾ ചെലവഴിച്ചത്." അയാൾ പറഞ്ഞു.

"നിങ്ങൾ എന്നോട് പറഞ്ഞിട്ടുണ്ട്." ഞാൻ പറഞ്ഞു.

"ഞാൻ അങ്ങനെ വിചാരിക്കുന്നില്ല."

"എനിക്ക് പൂർണ്ണമായും ഉറപ്പുണ്ട്."

"വളരെ വിചിത്രമായിരിക്കുന്നു. ഞാൻ ഇത് എന്റെ ജീവിതത്തിൽ ഒരിക്കലും ഒരാളോടും പറഞ്ഞിട്ടില്ല."

"നിങ്ങൾ ഒരു കവിൾ മദ്യം കഴിക്കുന്നോ?"

വെയ്റ്റർ അവിടെ നിന്നിരുന്നു. "ഇപ്പോൾ ഒരു ചാംബേരി ചാസി കഴിക്കാ"മെന്ന് ഫോർഡ് അയാളോട് പറഞ്ഞു. വെയ്റ്റർ തലയുടെ മുകൾഭാഗത്ത് കഷണ്ടിയും പൊക്കവും ഉള്ള ഒരു മെലിഞ്ഞ മനുഷ്യൻ ആയിരുന്നു. പഴയരീതിയിലുള്ള കുതിരപ്പടയാളിയുടെ മേൽമീശവെച്ച വെയിറ്റർ അയാൾ കൊടുത്ത ആജ്ഞ ആവർത്തിച്ചു.

"അല്ല. നല്ലപോലെ വെള്ളം ചേർത്ത് കൊണ്ടുവരൂ."

"സാറിന് നല്ലപോലെ വെള്ളം ചേർത്ത്." വെയിറ്റർ അയാളുടെ ആവശ്യം ഉറപ്പാക്കി.

കഴിയുന്നതും ഫോർഡിന്റെ മുഖത്തേക്ക് നോക്കാതിരിക്കാൻ ഞാൻ ശ്രമിച്ചിരുന്നു. ഞാൻ ഒരു അടഞ്ഞമുറിയിൽ അയാളുടെ സമീപത്താണെങ്കിൽ തീർച്ചയായും ശ്വാസം പിടിച്ചിരിക്കും. പക്ഷേ, ഇത് ഒരു തുറസ്സായ സ്ഥലം ആയിരുന്നു. എന്റെ അടുത്തായി നിലത്തുവീണുകിടന്ന ഇലകൾ നടപ്പാതയിലൂടെ അയാളെ കടന്നു പോയപ്പോൾ ഞാൻ അയാളുടെ മുഖത്തേക്ക് പശ്ചാത്താപത്തോടെ നോക്കിപ്പോയിരുന്നു. വെളിച്ചത്തിന് വീണ്ടും വ്യത്യാസം വന്നിരുന്നു. എനിക്ക് ആ വ്യത്യാസം കാണാൻ കഴിഞ്ഞിരുന്നില്ല. അത് എനിക്ക് നഷ്ടപ്പെട്ടു. അയാളുടെ വരവ് എന്റെ മദ്യത്തെ മലിനമാക്കിയിട്ടുണ്ടോ എന്ന് അറിയാൻ വേണ്ടി ഞാൻ അല്പം മദ്യം കുടിച്ചു നോക്കി. പക്ഷേ, ഇപ്പോഴും അതിന് നല്ല സ്വാദ് ഉണ്ടായിരുന്നു.

"നിങ്ങളുടെ മുഖം വാടിയിരിക്കുന്നു." അയാൾ പറഞ്ഞു.

"ഇല്ല."

"നിങ്ങളുടെ മുഖംവാടിയിരിക്കുകയാണ്. നിങ്ങൾ ഇതിലും കൂടുതൽ പുറംലോകത്തേക്ക് വരണം. റ്യുകർദ്ദിനാൾ ലമോയിനിലുള്ള പ്ലേസ് കോൺട്രാസ്കാർപിനു സമീപം ഞങ്ങൾ നടത്തുന്ന സന്തോഷകരമായ സംഗീത നൃത്തസന്ധ്യക്ക് നിങ്ങൾ വരുന്നുണ്ടോ എന്ന് ചോദിക്കാൻ വേണ്ടിയാണ് ഞാൻ ഇങ്ങോട്ടു വന്നത്."

"കഴിഞ്ഞ പ്രാവശ്യം നിങ്ങൾ പാരീസിൽ വരുന്നതിനുമുമ്പ് ഞാൻ അതിനു മുകളിലായി രണ്ടു കൊല്ലം താമസിച്ചിരുന്നു."

"എന്തു വിചിത്രമാണ്. നിങ്ങൾക്ക് ഉറപ്പാണോ?"

"അതെ" ഞാൻ പറഞ്ഞു. "എനിക്ക് ഉറപ്പുണ്ട്. അതിന്റെ ഉടമസ്ഥന് ഒരു ടാക്സി ഉണ്ടായിരുന്നു. എനിക്ക് ഒരു വിമാനത്തിൽ പോകേണ്ട ആവശ്യം ഉള്ളപ്പോൾ അയാൾ എന്നെ കൊണ്ടുപോകും. ഞങ്ങൾ അവിടുത്തെ ബാറിൽ കയറി ഒരു ഗ്ലാസ് വെളുത്ത വീഞ്ഞ് വിമാനത്താവളത്തിലേക്ക് പോകുന്നതിനുമുമ്പ് കുടിക്കാറുണ്ടായിരുന്നു."

"ഞാൻ ഒരിക്കലും വിമാനത്തിൽ പോകാറില്ല." ഫോർഡ് പറഞ്ഞു. "നിങ്ങളും ഭാര്യയും ശനിയാഴ്ച രാത്രിയിലെ സംഗീത നൃത്തത്തിന് വരാനുള്ള പദ്ധതി ഉണ്ടോ? അത് ആകപ്പാടെ നേരമ്പോക്ക് ആണ്. ഞാൻ ഒരു പടം വരച്ചുതരാം. അതുകൊണ്ട് നിങ്ങൾക്ക് ആ സ്ഥലം കണ്ടെത്താൻ പറ്റും. ഞാൻ ഓർക്കാപ്പുറത്ത് അവിടെ ചെന്ന് പെട്ടതാണ്."

"അത് റ്യുകർദ്ദിനാൾ ലമോയിനിലെ 74-ാം നമ്പറിന്റെ അടിയിൽ ആണ്." ഞാൻ പറഞ്ഞു. "ഞാൻ മൂന്നാം നിലയിലാണ് താമസിച്ചിരുന്നത്."

"അവിടെ നമ്പർ ഒന്നും ഇല്ല." ഫോർഡ് പറഞ്ഞു. "പക്ഷേ, പ്ലാസ് ദലകൂസ് കിക്യ കണ്ടുപിടിക്കാൻ കഴിഞ്ഞാൽ നിങ്ങൾക്ക് അതു കണ്ടെത്താൻ കഴിയും."

ഞാൻ മറ്റൊരു വലിയ അളവ് മദ്യം കഴിച്ചു. വെയ്റ്റർ ഫോർഡിന്റെ മദ്യം കൊണ്ടു വന്നതോടെ ഫോർഡ് അയാളുടെ തെറ്റ് തിരുത്തുകയായിരുന്നു. "അത് ബ്രാണ്ടിയും സോഡയും ആയിരുന്നില്ല." അയാൾ സഹായിക്കാനെന്ന മട്ടിൽ ഗൗരവത്തിൽ പറഞ്ഞു. "ഞാൻ പറഞ്ഞത് ചാംബേരി വെർമൗത്തും ചാസിയും ആയിരുന്നു."

"ഏങ്, അത് കുഴപ്പം ഇല്ല." ഞാൻ പറഞ്ഞു.

"അതിന്റെ പിഴ ഞാൻ എടുക്കാം. സാർ ഇപ്പോൾ ആവശ്യപ്പെട്ട മദ്യം കൊണ്ടു വന്നുകൊടുക്കൂ."

"ഞാൻ നേരത്തെ ആവശ്യപ്പെട്ടിരുന്ന മദ്യം" ഫോർഡ് തെറ്റുതിരുത്തി.

ആ സമയത്ത് മുറിക്കൈയൻ ഷർട്ട് ധരിച്ച സാമാന്യം മെലിഞ്ഞ ഒരു മനുഷ്യൻ ചോലമരങ്ങൾ നിറഞ്ഞ നടപ്പാതയിലൂടെ അയാളുടെ വഴിക്ക് നടന്നുപോയി.

"ഞാൻ അയാളെ ഒഴിവാക്കുന്നത് നിങ്ങൾ കണ്ടിരുന്നോ?" ഫോർഡ് ചോദിച്ചു. "അയാളെ ഞാൻ ഒഴിവാക്കിയത് കണ്ടിരുന്നോ?"

"ഇല്ല. നിങ്ങൾ ആരെയാണ് ഒഴിവാക്കിയത്?"

"ബെല്ലോക്കിനെ" ഫോർഡ് പറഞ്ഞു. "ഞാൻ അയാളെ ഒഴിവാക്കി!"

"അത് ഞാൻ കണ്ടില്ല;" ഞാൻ പറഞ്ഞു. "അയാളെ നിങ്ങൾ എന്തിനാണ് ഒഴിവാക്കിയത്!"

"ലോകത്തിലെ എല്ലാ നല്ല ന്യായവാദങ്ങൾക്കും വേണ്ടി അയാളെ ഞാൻ ഒഴിവാക്കി. എന്തായാലും ഒഴിവാക്കി!" ഫോർഡ് പറഞ്ഞു.

അയാൾ സമ്പൂർണ്ണമായ സന്തോഷത്തിൽ ആയിരുന്നു. ഞാൻ ബല്ലോക്കിനെ തീർച്ചയായും കണ്ടിരുന്നില്ല. അയാൾ ഞങ്ങളെ കണ്ടിരുന്നെന്ന് ഞാൻ ഒരുതരത്തിലും വിശ്വസിക്കുന്നില്ല. അയാൾ കാഴ്ചയിൽ മേശയിലേക്ക് വെറുതെ കണ്ണോടിച്ചുകൊണ്ട് എന്തോ കാര്യം ആലോചിച്ച് നടന്നുപോകുന്ന ഒരു മനുഷ്യനെപ്പോലെയാണ് കടന്നുപോയത്. എഴുത്ത് ആരംഭിക്കുന്ന ഒരു ചെറുപ്പക്കാരൻ എന്ന നിലയിൽ ഫോർഡ് അയാളോട് മോശമായി പെരുമാറിയതിൽ എനിക്ക് വിഷമം തോന്നി. പ്രായക്കൂടുതൽ ഉള്ള എഴുത്തുകാരൻ എന്ന നിലയിൽ എനിക്ക് ബല്ലോക്കിനോട് കൂടുതൽ ബഹുമാനം ഉണ്ടായിരുന്നു. ഈ കാലത്ത് ഇത് മനസ്സിലാക്കാൻ കഴിയുകയില്ല. പക്ഷേ, അന്ന് ഇത്തരം ബഹുമാനം ഒരു സാധാരണ സംഭവം ആയിരുന്നു.

ബല്ലോക്ക് മേശയുടെ അടുത്തേക്ക് വന്ന് എനിക്ക് അയാളോട് ഇടപഴകാൻ കഴിഞ്ഞിരുന്നെങ്കിൽ അത് നല്ല കാര്യം ആയിരുന്നെന്ന് ഞാൻ ആലോചിച്ചു. ഫോർഡിനെ കണ്ടതു കാരണം ഈ വൈകുന്നേരം നശിപ്പിക്കപ്പെട്ടിരിക്കുന്നു. പക്ഷേ, ബല്ലോക്ക് അതിനെ കൂടുതൽ മെച്ചപ്പെടുത്താൻ ഇടയുണ്ടെന്ന് ഞാൻ ചിന്തിച്ചിരുന്നു.

"നിങ്ങൾ എന്തിനാണ് ബ്രാണ്ടി കുടിക്കുന്നത്?" ഫോർഡ് എന്നോട് ചോദിച്ചു. "ബ്രാണ്ടി കുടിക്കാൻ തുടങ്ങുന്നത് ഒരു ചെറുപ്പക്കാരനായ

എഴുത്തുകാരനെ സംബന്ധിച്ചിടത്തോളം വിനാശകരം ആണെന്ന് നിങ്ങൾക്ക് അറിയില്ലേ?"

"ഞാൻ ഇത് കൂടെക്കൂടെ കുടിക്കാറില്ല." ഞാൻ പറഞ്ഞു. ഫോർഡിനോട് ഞാൻ ഒരിക്കലും മോശമായി പെരുമാറരുതെന്ന് എസ്രാ പൗണ്ട് എന്നോട് പറഞ്ഞിരുന്നു. ഞാൻ അത് പെട്ടെന്ന് ഓർമ്മിച്ചു. അയാൾ അങ്ങേയറ്റം ക്ഷീണിതനാകുമ്പോൾ മാത്രമാണ് കള്ളം പറയുന്നതെന്നും സത്യത്തിൽ അയാൾ വളരെ മെച്ചപ്പെട്ട എഴുത്തുകാരൻ ആണെന്നും കുടുംബപരമായ വലിയ ബുദ്ധിമുട്ടുകളിലൂടെ അയാൾ കടന്നുപോയിട്ടുണ്ടെന്നും ഇതെല്ലാം ഞാൻ നിശ്ചയമായും ഓർത്തിരിക്കണമെന്നും എസ്രാപൗണ്ട് എന്നോട് പറഞ്ഞിട്ടുണ്ടായിരുന്നു. ഞാൻ ഇതെല്ലാം ആലോചിക്കാൻ വേണ്ടി കഠിനമായി അദ്ധ്വാനിച്ചു. പക്ഷേ, തൊടാൻ പറ്റുന്ന ദൂരത്തിലുള്ള ഫോർഡിന്റെ ശ്വാസം മുട്ടിക്കുന്ന നാണംകെട്ട സാന്നിദ്ധ്യം എന്റെ ആലോചനകളെ അതിൽനിന്നെല്ലാം പിന്തിരിപ്പിച്ചു.

'ആളുകൾ എന്തിനാണ് ഒരാളെ ഒഴിവാക്കുന്നത്" ഞാൻ ചോദിച്ചു. അതുവരെ ഈ കാര്യം *ഉയ്ഡായുടെ നോവലുകളിൽ മാത്രം കാണുന്നതാണെന്നാണ് ഞാൻ വിചാരിച്ചിരുന്നത്. എനിക്ക് ഉയ്ഡായുടെ ഒരു നോവൽ വായിക്കാൻ ഇതുവരെ കഴിഞ്ഞിരുന്നില്ല. പക്ഷേ, ഏതോ ആറാം ഇന്ദ്രിയത്തിന്റെ കഴിവുകൊണ്ട് അവളുടെ നോവലുകളിൽ ആളുകൾ പരസ്പരം ഒഴിവാക്കിയിരുന്നെന്ന് എനിക്ക് ഉറപ്പുണ്ടായിരുന്നു.'

"ഒരു നീചനെ ഒരു മാന്യൻ എല്ലാസമയത്തും ഒഴിവാക്കും." ഫോർഡ് വിശദീകരിച്ചു.

ഞാൻ വളരെ പെട്ടെന്ന് ഒരു ബ്രാണ്ടി അകത്താക്കി.

"അയാൾ ഒരു ധിക്കാരിയെ ഒഴിവാക്കുമോ?" ഞാൻ ചോദിച്ചു.

"ഒരു മാന്യന് ഒരു ധിക്കാരിയെ മനസ്സിലാക്കാൻ സാദ്ധ്യമായിരിക്കില്ല."

"അപ്പോൾ തുല്യതയുടെ വ്യവസ്ഥകളിൽ നിങ്ങൾ മനസ്സിലാക്കിയവരെ മാത്രമേ നിങ്ങൾക്ക് ഒഴിവാക്കാൻ കഴിയുകയുള്ളൂ." ഞാൻ പിന്തുടർന്നു.

"സ്വാഭാവികമായും."

"ഒരാൾ ഒരു നീചനെ എങ്ങനെയാണ് കണ്ടുമുട്ടുന്നത്?"

"അയാൾ ഒരു നീചനായിട്ടുണ്ടെന്ന് നിങ്ങൾക്ക് മനസ്സിലാക്കാൻ പറ്റിയെന്ന് വരില്ല."

"ഒരു നീചൻ ആരാണ്?" ഞാൻ ചോദിച്ചു.

"അയാൾ നിങ്ങളുടെ ജീവിതത്തിന്റെ തൊട്ടടുത്ത് എത്തുമ്പോൾ അടികൊടുക്കേണ്ടവനല്ലേ?"

"അങ്ങനെ ആയിരിക്കണമെന്ന് നിർബ്ബന്ധം ഇല്ല." ഫോർഡ് പറഞ്ഞു.

---

* ഇംഗ്ലീഷ് നോവലിസ്റ്റ്.

"എസ്രാപൗണ്ട് മാന്യനാണോ?" ഞാൻ ചോദിച്ചു.

"തീർച്ചയായും അല്ല." ഫോർഡ് പറഞ്ഞു. "അയാൾ ഒരു അമേരിക്കക്കാരൻ ആണ്."

"ഒരു അമേരിക്കക്കാരന് മാന്യനാകാൻ പറ്റില്ലേ?"

"ഒരുപക്ഷേ, ജോൺ ക്വിൻ മാന്യനായിരിക്കും." ഫോർഡ് വിശദീകരിച്ചു.

"നിങ്ങളുടെ പ്രതിപുരുഷന്മാരിൽ ചിലർ മാന്യന്മാർ ആയിരുന്നു."

"മൈറോൺ ടി ഹെറിക്ക്?"

"ഒരുപക്ഷേ' മാന്യൻ ആയിരുന്നിരിക്കാം."

"ഹെൻറി ജെയിംസ് ഒരു മാന്യൻ ആയിരുന്നോ?"

"ഏറക്കുറെ മാന്യൻ ആയിരുന്നു."

"നിങ്ങൾ ഒരു മാന്യനാണോ?"

"സ്വാഭാവികമായും ഞാൻ മഹാരാജാവിന്റെ ദൗത്യം നടത്തിയിട്ടുണ്ട്."

"ഇത് വളരെ സങ്കീർണ്ണമാണ്." ഞാൻ പറഞ്ഞു. "ഞാൻ ഒരു മാന്യൻ ആണോ?"

"പരിപൂർണ്ണമായും അല്ല." ഫോർഡ് പറഞ്ഞു.

"അപ്പോൾ നിങ്ങൾ എന്തിനാണ് എന്റെ കൂടെ കുടിക്കുന്നത്?"

"നേട്ടങ്ങൾ ഉണ്ടാക്കുമെന്ന് സൂചന നല്കുന്ന ഒരു ചെറുപ്പക്കാരനായ എഴുത്തുകാരൻ എന്ന നിലയിലാണ് ഞാൻ നിങ്ങളുടെ കൂടെ കുടിക്കുന്നത്. സഹയാത്രികനായ ഒരു എഴുത്തുകാരൻ എന്ന നിലയിൽ-"

"നല്ല കാര്യം" ഞാൻ പറഞ്ഞു.

"ഇറ്റലിയിൽ നിങ്ങളെ ഒരു മാന്യനായി കണക്കാക്കാൻ ഇടയുണ്ട്." ഫോർഡ് മഹാമനസ്കത പ്രകടിപ്പിച്ചുകൊണ്ട് പറഞ്ഞു.

"പക്ഷേ, ഞാൻ ഒരു നീചൻ അല്ല."

"തീർച്ചയായും അല്ല. ആരെങ്കിലും അങ്ങനെ പറഞ്ഞോ?"

"ഞാൻ ഒരു നീചനായി മാറിയേക്കാം." ഞാൻ ദുഃഖത്തോടെ പറഞ്ഞു. "ബ്രാണ്ടി കുടിച്ച് കുടിച്ച്.... ട്രോളോപ്പിന്* സംഭവിച്ചത് അതായിരുന്നു. ട്രോളോപ്പ് ഒരു മാന്യൻ ആയിരുന്നോ?"

"തീർച്ചയായും ആയിരുന്നില്ല."

"നിങ്ങൾക്ക് ഉറപ്പാണോ?"

"രണ്ട് അഭിപ്രായങ്ങൾ ഉണ്ടായിരിക്കാം. പക്ഷേ, എനിക്ക് ഇല്ല."

"ഫീൽഡിങ്** മാന്യനായിരുന്നോ? അയാൾ ഒരു ജഡ്ജി ആയിരുന്നു."

"ഒരു പക്ഷേ സാങ്കേതികമായി പറഞ്ഞാൽ അയാൾ മാന്യനായിരുന്നിരിക്കാം."

"മാർലോയോ?"***

** ഇംഗ്ലീഷ് നോവലിസ്റ്റുകൾ

*** ഇംഗ്ലീഷ് നാടകകൃത്ത്

"ഒരിക്കലും മാന്യൻ ആയിരുന്നില്ല."

"ജോൺ ഡോൺ മാന്യനായിരുന്നോ?"

"അയാൾ ഒരു വികാരി ആയിരുന്നു."

"അത് എടുത്തുപറയേണ്ട കാര്യമാണ്."

"നിങ്ങൾക്ക് താല്പര്യം ഉള്ളതിൽ എനിക്ക് സന്തോഷം ഉണ്ട്." ഫോർഡ് പറഞ്ഞു. "പോകുന്നതിനുമുമ്പ് നിങ്ങളുടെ കൂടെ ഞാൻ വെള്ളം ചേർത്ത് ഒരു ബ്രാണ്ടി കൂടി കഴിക്കാം."

ഫോർഡ് പോയപ്പോൾ നേരം ഇരുട്ടിയിരുന്നു. ഞാൻ മാടക്കടയിൽ എത്തി അവിടെനിന്ന് ഉച്ചതിരിഞ്ഞുള്ള *പാരിസ് സ്പോർട്ട് കംപ്ലീറ്റ്* പത്രത്തിന്റെ അവസാനത്തെ എഡിഷൻ വാങ്ങി. പത്രത്തിൽ ഉത്തെയിൽ ഇന്നു നടന്ന കുതിരപ്പന്തയങ്ങളുടെ ഫലങ്ങളും ഓഗെയിൽ നാളെ നടക്കാൻ പോകുന്ന കാര്യങ്ങളും ഉണ്ടായിരുന്നു. ലിലായിൽ വല്ലപ്പോഴും മാത്രം വരുന്ന എന്റെ ഒരു വലിയ സുഹൃത്ത് ഓഗെയിലെ അവസാനത്തെ മത്സരത്തിന്റെ ഫലം നോക്കാൻ വേണ്ടി എന്റെ മേശയുടെ അടുത്തേക്ക് വന്നു. ഴാങ്ങിന്റെ സ്ഥാനം ഏറ്റെടുത്ത എമിലി എന്ന വെയിറ്ററും മത്സരഫലം നോക്കാൻവേണ്ടി എന്റെ മേശയുടെ അടുത്തെത്തി. അരക്കൈയൻ ഷർട്ടു ധരിച്ച മെലിഞ്ഞ മനുഷ്യൻ ഉയരം ഉള്ള സ്ത്രീയോടൊപ്പം നടപ്പാതയിലൂടെ ഞങ്ങളെ കടന്നുപോയി. അയാളുടെ നോട്ടം എന്റെ മേശയിലേക്ക് ഒഴുകിവന്നതിനുശേഷം അകന്നു മാറി വിദൂരതയിലേക്ക് ഒഴുകി.

"അത് ഹിലൈബെല്ലോക് ആണ്" ഞാൻ എന്റെ കൂട്ടുകാരനോട് പറഞ്ഞു. "ഇന്ന് വൈകുന്നേരത്ത് ഫോർഡ് ഇവിടെ ഉണ്ടായിരുന്നു. അയാൾ ബല്ലോക്കിനെ പൂർണ്ണമായും അവഗണിച്ചിരുന്നു."

"മണ്ടത്തരം പറയരുത്." എന്റെ സുഹൃത്ത് പറഞ്ഞു. "അത് മഹാദുഷ്ടനായ അലിസ്റ്റർ ക്രൗലി*യാണ്. അയാൾ ലോകത്തിലെ ഏറ്റവും ദുഷ്ടനായ മനുഷ്യനാണെന്ന് പറയപ്പെടുന്നു."

"മാപ്പ്" ഞാൻ പറഞ്ഞു.

---

* ഇംഗ്ലീഷ് കവി

ഒരു പുതിയ ദർശനത്തിന്റെ ജനനം

നീല പുറംചട്ടയുള്ള നോട്ട് ബുക്ക്, രണ്ട് പെൻസിലുകൾ, ഒരു പെൻസിൽ ഷാർപ്പനർ (കൊച്ചുപിച്ചാത്തികൊണ്ട് പെൻസിലിന്റെ മുനയുടെ തേയ്മാനം കൂടുതലായിരിക്കും), മാർബിൾ മേശകൾ, പ്രഭാതത്തിന്റെ മണം, അടിച്ചുവാരലും തുടച്ചുവൃത്തിയാക്കലും പിന്നെ ഭാഗ്യം കൂടി ഇവയ്ക്കൊപ്പം ഒത്തുചേർന്നാൽ നിങ്ങൾക്ക് ആവശ്യം ഉള്ള എല്ലാ കാര്യങ്ങളും ലഭിച്ചുകഴിഞ്ഞു. ഭാഗ്യത്തിനുവേണ്ടി നിങ്ങൾ വലത്തെ പോക്കറ്റിൽ ഹോഴ്സ് ചെസ് നട്ടും മുയലിന്റെ* കാലും കൊണ്ടു നടക്കുന്നുണ്ട്. മുയലിന്റെ കാലിൽനിന്ന് രോമങ്ങൾ എല്ലാം കൊഴിഞ്ഞുപോയിരുന്നു. എല്ലുകളും പേശികളും തേഞ്ഞ് തേഞ്ഞ് മിനുസപ്പെട്ടിരുന്നു. നഖങ്ങൾ ഉരഞ്ഞ് നിങ്ങളുടെ പോക്കറ്റിന്റെ ഉള്ളിലെ തുണി പിഞ്ചിപ്പോയിരുന്നു. എങ്കിലും നിങ്ങളുടെ ഭാഗ്യം പോക്കറ്റിനുള്ളിൽ ഉണ്ടെന്ന് നിങ്ങൾക്ക് അറിയാമായിരുന്നു.

ചില ദിവസങ്ങളിൽ ഭാഗ്യം വളരെ മെച്ചമായിരുന്നതുകൊണ്ട് നിങ്ങൾക്ക് കാട്ടിനുള്ളിലൂടെ നടന്ന് തുറസ്സായ ഉയർന്ന സ്ഥലത്ത് എത്തി തടാകത്തിന്റെ കൈവഴിക്ക് അപ്പുറം ഉള്ള കുന്നുകൾ കാണാൻ കഴിയുന്നു. പെൻസിൽ ഷാർപ്പനറിന്റെ കോണാകൃതിയിലുള്ള കൂർത്തഭാഗത്തിനുള്ളിൽ നിങ്ങളുടെ പെൻസിലിന്റെ അറ്റം ഒടിഞ്ഞെന്നുവരും. നിങ്ങൾ കൊച്ചുപിച്ചാത്തിയുടെ ചെറിയ അറ്റം ഉപയോഗിച്ച് മുനകൂർപ്പിക്കുന്നു. അല്ലെങ്കിൽ പെൻസിൽ ഷാർപ്പനർ ശ്രദ്ധയോടെ വീണ്ടും ഉപയോഗിക്കുന്നു. അതിനുശേഷം നിങ്ങളുടെ വിയർപ്പിന്റെ ഉപ്പുരസം ഉള്ള തുകൽസഞ്ചി മുതുകത്ത് ചുമന്നുകൊണ്ട് തടാകത്തിലേക്കുള്ള ഇറക്കം

---

* യൂറോപ്പ്, ചൈന, ആഫ്രിക്ക, അമേരിക്ക ഇവിടെയെല്ലാം മുയലിന്റെ കാൽ ഭാഗ്യം കൊണ്ടുവരുന്ന വസ്തുവായി കരുതിയിരുന്നു.

ഇറങ്ങുമ്പോൾ നേർത്ത ചെരുപ്പിനടിയിൽ പൈൻ മരത്തിന്റെ മുള്ളുകളെപ്പറ്റി നിങ്ങൾ ബോധവാനാകുന്നു.

അതിനുശേഷം ആരെങ്കിലും വിളിച്ചുപറയുന്നത് നിങ്ങൾ കേൾക്കും. "എഡോ ഹെമിങ്‌വേ, നിങ്ങൾ എന്താണ് ചെയ്യാൻ ശ്രമിക്കുന്നത്? ഒരു ഭക്ഷണശാലയിൽ ഇരുന്ന് എഴുതുകയാണോ?"

നിങ്ങളുടെ ഭാഗ്യം അവസാനിച്ചുകഴിഞ്ഞു. നിങ്ങൾ നിങ്ങളുടെ നോട്ട്ബുക്ക് അടയ്ക്കുന്നു. സംഭവിക്കാവുന്ന ഏറ്റവും മോശം കാര്യം ഇതായിരുന്നു. നിങ്ങൾക്ക് നിങ്ങളുടെ മാനസികനില നിലനിർത്താൻ കഴിഞ്ഞാൽ അത് കൂടുതൽ നല്ല കാര്യമായിരുന്നു. പക്ഷേ, ഞാൻ എന്റെ മാനസിക നില നിലനിർത്തുന്നതിൽ ആ സമയത്ത് ഒരു പരാജയം ആയിരുന്നു. ഞാൻ പറഞ്ഞു. "എടാ തെണ്ടി, നിന്റെ വൃത്തികെട്ട റോന്തു ചുറ്റലിനിടയിൽ നീ ഇവിടെ എന്തുചെയ്യുകയാണ്?"

"ഒരു അരക്കിറുക്കനായി അഭിനയിക്കാൻ വേണ്ടി ചീത്തവിളിക്കാൻ പാടില്ല."

"നീ നിന്റെ വൃത്തികെട്ട നാക്കുംകൊണ്ട് പുറത്തുപോകാൻ നോക്കൂ."

"ഇത് ഒരു പൊതുഭക്ഷണശാല ആണ്. എനിക്ക് ഇവിടെ നിനക്കുള്ള എല്ലാ അവകാശങ്ങളും ഉണ്ട്."

"നിനക്ക് നിന്റെ സ്ഥലത്തുള്ള ഏതെങ്കിലും കടയിൽ പോകരുതോ?"

"എന്റെ കൂട്ടുകാരൻ വഴക്കുണ്ടാക്കാൻ തുടങ്ങരുത്."

ഇപ്പോൾ നിങ്ങൾക്ക് പുറത്തുപോകാൻ പറ്റും. സന്ദർശകൻ അവിടെ ആകസ്മികമായി വന്നതാണെന്നും അപ്രതീക്ഷിതമായ ഒരു കൂടിക്കാഴ്ചയാണ് നടന്നതെന്നും അതുകൊണ്ട് ഉപദ്രവം ഒന്നും സംഭവിക്കാനില്ലെന്നും നിങ്ങൾക്ക് പ്രതീക്ഷിക്കാൻ പറ്റും. എഴുതാൻ പറ്റിയ മറ്റ് ഭക്ഷണശാലകൾ അവിടെ ഉണ്ടായിരുന്നു. പക്ഷേ, അവിടെ എത്താൻ വളരെ കൂടുതൽ നടക്കണം. ഇത് എന്റെ സ്വന്തം ഭക്ഷണശാല ആയിരുന്നു. ലിലാക് എൻക്ലോഷർ റസ്റ്റോറന്റിൽനിന്ന് പുറത്താക്കപ്പെടുന്നത് മോശം ആയിരുന്നു. എനിക്ക് ഒരു നിലപാട് സ്വീകരിക്കേണ്ടിയിരിക്കുന്നു. അല്ലെങ്കിൽ ഇവിടെ നിന്ന് പോകണം. ഒരുപക്ഷേ, പോകുന്നത് കൂടുതൽ ബുദ്ധി ആയിരിക്കും. പക്ഷേ, ദേഷ്യം വന്നുതുടങ്ങിയിരുന്നതുകൊണ്ട് ഞാൻ പറഞ്ഞു. "ശ്രദ്ധിച്ചു കേൾക്കണം, നിന്നെപ്പോലെ ഒരു പട്ടിക്ക് പോകാൻ ധാരാളം സ്ഥലങ്ങൾ ഉണ്ട്. നീ എന്തിനാണ് ഇവിടെവന്ന് സാമാന്യം നല്ല ഒരു ഭക്ഷണശാലയുടെ പേരു ചീത്തയാക്കുന്നത്?"

"ഞാൻ ഒരു കവിൾ മദ്യം കഴിക്കാൻവേണ്ടി വന്നതായിരുന്നു. അതിൽ എന്താണ് തെറ്റ്?"

"അത് അവർ നിങ്ങൾക്ക് വീട്ടിൽ വിളമ്പിത്തരും."

"എവിടെയാണ് വീട്? അതു കേട്ടിട്ട് ഒരു മനോഹരമായ സ്ഥലം ആണെന്ന് തോന്നുന്നു."

അയാൾ തൊട്ടടുത്തു കിടന്ന മേശയുടെ അടുത്ത് ഇരിക്കുകയായി

രുന്നു- കണ്ണടവച്ച് മാന്യനെന്ന് തോന്നിക്കുന്ന ഉയരം ഉള്ള ഒരു തടിയൻ. അയാൾ ഒരു ബിയർ കൊണ്ടുവരാൻ പറഞ്ഞിരുന്നു. അയാളെ അവഗണിച്ചുകൊണ്ട് എഴുതാൻ പറ്റുമെങ്കിൽ എഴുതാമെന്ന് ഞാൻ ആലോചിച്ചു. അതുകൊണ്ട് ഞാൻ അയാളെ അവഗണിച്ചു. അതിനുശേഷം ഞാൻ രണ്ടുവാചകങ്ങൾ എഴുതി.

"ഞാൻ ആകെ ചെയ്തകാര്യം നിങ്ങളോട് സംസാരിച്ചതാണ്."

ഞാൻ മറ്റൊരു വാചകം കൂടി എഴുതി.

"നിങ്ങൾ ആർക്കും സംസാരിക്കാൻ പറ്റാത്തതരത്തിൽ മഹാനായെന്നാണ് ഞാൻ വിചാരിക്കുന്നത്."

ഞാൻ മറ്റൊരു വാചകംകൂടി എഴുതിക്കൊണ്ട് ഒരു ഖണ്ഡിക പൂർത്തിയാക്കി. എഴുതിയതിന് തകരാറൊന്നും ഇല്ല. ഞാൻ അടുത്ത ഖണ്ഡികയുടെ ആദ്യത്തെ വാചകം എഴുതി.

"നിങ്ങൾ മറ്റൊരാളെപ്പറ്റി ഒരിക്കലും ആലോചിക്കുന്നില്ല. അല്ലെങ്കിൽ അവർക്കും പ്രശ്നങ്ങൾ ഉണ്ടെന്ന് ചിന്തിക്കുന്നില്ല."

ഞാൻ ജീവിതകാലം മുഴുവൻ പരാതികൾ കേട്ടിരുന്നു. എനിക്ക് എഴുത്തുതുടരാൻ പറ്റുമെന്ന് ഞാൻ കണ്ടെത്തി. അയാളുടെ പരാതികൾ മറ്റു ശബ്ദങ്ങളെക്കാൾ മോശം ആണെന്ന് എനിക്ക് തോന്നിയില്ല. എന്ന് മാത്രമല്ല അത് നിശ്ചയമായും എസ്രായുടെ ബസൂൺ* പഠനത്തേക്കാൾ മെച്ചമായിരുന്നു.

"നിങ്ങൾ ഒരു എഴുത്തുകാരനാകാൻ ആഗ്രഹിച്ചിട്ട് നിങ്ങളുടെ ശരീരത്തിന്റെ എല്ലാഭാഗങ്ങളിലും അത് അനുഭവപ്പെട്ടുകഴിഞ്ഞിട്ടും എഴുത്ത് പുറത്തേക്ക് വന്നില്ലെങ്കിൽ...."

ഞാൻ എഴുത്ത് തുടർന്നു. ഞാൻ ഇപ്പോൾ ഭാഗ്യവും അതിനോടൊപ്പം ആവശ്യം ഉള്ള മറ്റു കാര്യങ്ങളും ഒരുപോലെ അനുഭവിച്ചു തുടങ്ങുകയായിരുന്നു.

"ഒരിക്കൽ അത് തടഞ്ഞുനിർത്താൻ കഴിയാത്ത ഒരു മലവെള്ളപ്പാച്ചിൽ പോലെ കടന്നുവന്നതിനുശേഷം നിങ്ങളെ നിശ്ശബ്ദതയിലും മൂകതയിലും ഉപേക്ഷിച്ചുകൊണ്ട് അകന്നുപോകുകയാണെങ്കിൽ.."

അത് ശബ്ദായമാനമായ മൂകതയേക്കാൾ നല്ലതാണ്. ഞാൻ വിചാരിച്ചു. ഞാൻ എഴുത്ത് തുടർന്നുകൊണ്ടിരുന്നു. അയാൾ ഇപ്പോൾ വളരെ ഉച്ചത്തിലാണ് സംസാരിച്ചിരുന്നത്. തടി അറപ്പുമില്ലിൽ പലക അറക്കുന്ന ശബ്ദത്തിലുള്ള അയാളുടെ അവിശ്വസനീയമായ വാചകങ്ങൾപോലും എനിക്ക് ഇപ്പോൾ ആശ്വാസം ആയിരുന്നു.

"ഞങ്ങൾ ഗ്രീസിൽ പോയിരുന്നു." കുറച്ചുസമയം കഴിഞ്ഞപ്പോൾ അയാൾ പറയുന്നത് ഞാൻ കേട്ടിരുന്നു. ഇടവേളയിൽ അയാളുടെ സംസാരം എനിക്ക് വെറും ആരവം മാത്രം ആയിരുന്നു. ഞാൻ ഇപ്പോൾ എഴുത്തിൽ കൂടുതൽ മുന്നേറിക്കഴിഞ്ഞിരുന്നു. എനിക്ക് അത് നിർത്തി വച്ചുകൊണ്ട് നാളെ തുടർന്നെഴുതാൻ പറ്റും.

---

* ഒരു പാശ്ചാത്യ സംഗീതോപകരണം

"നിങ്ങൾ അവിടെ പോയിരുന്നെന്നാണോ പറഞ്ഞത്? അതോ ഗ്രീസ് ഉപയോഗിച്ചെന്നാണോ പറഞ്ഞത്?"

"നിങ്ങൾ വേല ഇറക്കരുത്." അയാൾ പറഞ്ഞു. "ഞാൻ ബാക്കി പറയണമെന്ന് നിങ്ങൾക്ക് ആഗ്രഹം ഇല്ലേ?"

"ഇല്ല." ഞാൻ പറഞ്ഞു. ഞാൻ നോട്ടുബുക്ക് അടച്ച് എന്റെ പോക്കറ്റിൽ വെച്ചു.

"അതിന്റെ ഫലം എന്താണെന്നറിയാൻ നിങ്ങൾക്ക് ആഗ്രഹം ഇല്ലേ?"

"ഇല്ല."

"നിങ്ങൾക്ക് ഒരു സഹജീവിയുടെ ജീവിതത്തെപ്പറ്റി കരുതൽ ഇല്ലേ? അയാളുടെ കഷ്ടപ്പാടുകളെപ്പറ്റി ഉൽക്കണ്ഠ ഇല്ലേ?"

"നിങ്ങളുടെ കാര്യത്തിൽ ഇല്ല."

"നിങ്ങൾ ക്രൂരനാണ്."

"ശരിയാണ്."

"ഹെമിങ്‌വേ; നിങ്ങൾക്ക് എന്നെ സഹായിക്കാൻ കഴിയുമെന്ന് ഞാൻ വിചാരിച്ചിരുന്നു."

"നിങ്ങളെ വെടിവെക്കാൻ കഴിഞ്ഞാൽ എനിക്ക് സന്തോഷം ആയിരിക്കും."

"നിങ്ങൾ എന്നെവെടിവെക്കുമോ?"

"ഇല്ല. അതിനെതിരായി ഒരു നിയമം ഉണ്ട്."

"ഞാൻ നിങ്ങൾക്കുവേണ്ടി എന്തുകാര്യവും ചെയ്യും."

"നിങ്ങൾ ചെയ്യുമോ?"

"തീർച്ചയായും ഞാൻ ചെയ്യും."

"അപ്പോൾ ഈ ഭക്ഷണശാലയിൽ നിന്ന് അകന്നു നില്ക്കൂ. അങ്ങനെ ആരംഭിക്കാം." ഞാൻ എഴുന്നേറ്റ് നിന്നു. വെയിറ്റർ അടുത്തേക്ക് വന്നു. ഞാൻ പണം കൊടുത്തു.

"ഹെമിങ്‌വേ, ഞാൻ നിങ്ങളുടെ കൂടെ തടി അറപ്പ് മില്ല് വരെ വരട്ടെ?"

"വേണ്ട."

"ശരി. മറ്റൊരു സമയത്ത് നമുക്ക് കാണാം."

"ഇവിടെ വേണ്ട."

"അത് വളരെ ശരിയാണ്." അയാൾ പറഞ്ഞു. "ഞാൻ വാക്കു തന്നിരിക്കുന്നു."

"നിങ്ങൾ എന്താണ് എഴുതിക്കൊണ്ടിരിക്കുന്നത്?" ഞാൻ ചോദിച്ചു. എന്റെ ചോദ്യം ഒരു അബദ്ധം ആയിരുന്നു.

"ഞാൻ എന്റെ ഏറ്റവും നല്ല പുസ്തകമാണ് എഴുതിക്കൊണ്ടിരിക്കുന്നത്. നിങ്ങൾ എഴുതുന്നതുപോലെ. പക്ഷേ, അത് അങ്ങേയറ്റം വ്യത്യസ്തമാണ്."

"നിങ്ങൾക്ക് എഴുതാൻ കഴിയില്ലെങ്കിൽ എഴുതാൻ പാടില്ല. അതിനെപ്പറ്റി നിങ്ങൾ എന്തിനാണ് വിളിച്ചുകൂവിക്കൊണ്ട് നടക്കുന്നത്? വീട്ടിൽ

പോകുക. ഒരു ജോലി നേടിയെടുക്കുക. അതിൽ സ്വയം തൂങ്ങിക്കിടക്കുക. അതിനെപ്പറ്റി സംസാരിക്കരുതെന്ന് മാത്രം പറയാം. നിങ്ങൾക്ക് ഒരിക്കലും എഴുതാൻ പറ്റില്ല."

"നിങ്ങൾ അങ്ങനെ പറയാൻ കാരണം എന്താണ്?"

"എപ്പോഴെങ്കിലും നിങ്ങൾ നിങ്ങളോട് സ്വയം സംസാരിക്കുന്നത് കേട്ടിട്ടുണ്ടോ?"

"ഞാൻ സംസാരിക്കുന്നത് എഴുതുന്നതിനെപ്പറ്റി ആണ്."

"അപ്പോൾ വായ് അടയ്ക്കുക."

"നിങ്ങൾ വെറും ക്രൂരനാണ്." അയാൾ പറഞ്ഞു. "നിങ്ങൾ ക്രൂരനും നിർദ്ദയനും ദുരഭിമാനിയും ആയിരുന്നെന്ന് എല്ലാവരും എപ്പോഴും പറയാറുണ്ടായിരുന്നു. ഞാൻ എപ്പോഴും നിങ്ങളെ ന്യായീകരിച്ചിരുന്നു. പക്ഷേ, ഇന്നുമുതൽ ഞാൻ അങ്ങനെ ചെയ്യില്ല."

"നല്ല കാര്യം."

"ഒരു സഹജീവിയോട് ഇത്രമാത്രം ക്രൂരത കാണിക്കാൻ നിങ്ങൾക്ക് എങ്ങനെയാണ് കഴിയുന്നത്.

"എനിക്കറിയില്ല." ഞാൻ പറഞ്ഞു. "നോക്കൂ. നിങ്ങൾക്ക് എഴുതാൻ കഴിയുന്നില്ലെങ്കിൽ നിരൂപണം എഴുതാൻ പഠിച്ചുകൂടെ?"

"ഞാൻ നിരൂപണം എഴുതണമെന്ന് നിങ്ങൾ ചിന്തിക്കുന്നുണ്ടോ?"

"അത് മെച്ചമായിരിക്കും." ഞാൻ അയാളോട് പറഞ്ഞു. "അപ്പോൾ എല്ലാ സമയത്തും നിങ്ങൾക്ക് എഴുതാൻ പറ്റും. നിങ്ങൾക്ക് ഒരിക്കലും എഴുതാൻ പറ്റുന്നില്ലെന്ന് വേവലാതിപ്പെടേണ്ടിവരില്ല. ആളുകൾ അത് വായിക്കും. അതിനോട് ആദരവ് കാണിക്കും."

"എനിക്ക് ഒരു നല്ല നിരൂപകൻ ആകാൻ കഴിയുമെന്ന് നിങ്ങൾ വിചാരിക്കുന്നുണ്ടോ?"

"എത്രമാത്രം നല്ല നിരൂപകൻ ആയിരിക്കുമെന്ന് എനിക്ക് അറിയില്ല. പക്ഷേ, നിങ്ങൾക്ക് നിരൂപകൻ ആകാൻ പറ്റും. നിങ്ങളെ സഹായിക്കാൻ എല്ലാ സമയത്തും ആളുകൾ കാണും. നിങ്ങൾക്ക് നിങ്ങളുടെ സ്വന്തം ആളുകളെ സഹായിക്കാനും കഴിയും."

"നിങ്ങൾ "സ്വന്തം ആളുകൾ" എന്ന് പറയുമ്പോൾ എന്താണ് ഉദ്ദേശിക്കുന്നത്?"

"നിങ്ങളോടൊപ്പം ചുറ്റിത്തിരിയുന്ന മനുഷ്യർ."

"ഓ, അവരെ ആണോ ഉദ്ദേശിച്ചത്. അവർക്കെല്ലാം അവരുടെ നിരൂപകർ ഉണ്ട്."

"നിങ്ങൾ പുസ്തകങ്ങളുടെ നിരൂപണം നടത്തണമെന്നില്ല." ഞാൻ പറഞ്ഞു. "ചിത്രങ്ങളും നാടകങ്ങളും നൃത്തവും സിനിമയും എല്ലാം അവിടെ ഉണ്ട്."

"ഹെമിങ്‌വേ നിരൂപണത്തെപ്പറ്റി സംസാരിച്ച് അതിനെ ആകർഷണീയമാക്കുന്നു. നിങ്ങളോട് വളരെ നന്ദിയുണ്ട്. ഇത് വളരെ ആവേശകരമാണ്. ഇത് സൃഷ്ടിപരവുമാണ്."

"ഒരുപക്ഷേ, കണക്കിലേറെ വിലമതിക്കപ്പെട്ട രചന. എന്തൊക്കെയായാലും ദൈവം ഈ ലോകത്തെ സൃഷ്ടിച്ചത് വെറും ആറു ദിവസം കൊണ്ട് ആയിരുന്നു. ഏഴാമത്തെ ദിവസം ദൈവം വിശ്രമിക്കുകയായിരുന്നു."

"തീർച്ചയായും എന്റെ സൃഷ്ടിപരമായ എഴുത്തിനെ തടസ്സപ്പെടുത്താൻ ഒന്നുകൊണ്ടും കഴിയില്ല."

"ഒന്നുകൊണ്ടും കഴിയില്ല. ഒരുപക്ഷേ, നിങ്ങൾ നിങ്ങളുടെ നിരൂപണത്തിലൂടെ സ്വയം അസാദ്ധ്യമായ ഉയരത്തിലുള്ള നിലവാരങ്ങൾ സ്ഥാപിച്ചെടുക്കുന്നത് ഒഴിവാക്കേണ്ടിവരും."

"അത് ഉന്നതമായിരിക്കും. നിങ്ങൾക്ക് അതു വിശ്വസിക്കാം."

"അത് ഉന്നതമായിരിക്കുമെന്ന് എനിക്ക് ഉറപ്പാണ്."

ഇതിനകം തന്നെ അയാൾ ഒരു നിരൂപകൻ ആയിരുന്നു. അതുകൊണ്ട് ഞാൻ അയാളോട് അല്പം കൂടി മദ്യം കഴിക്കുന്നോ എന്ന് അന്വേഷിച്ചു. അയാൾ അത് സമ്മതിച്ചു.

"ഹെമിങ്‌വേ" അയാൾ പറഞ്ഞു. "നിങ്ങളുടെ എഴുത്തിന് കൃത്യമായി അല്പം കാഠിന്യം കൂടുതലാണെന്ന് എനിക്ക് നിങ്ങളോട് പറയേണ്ടിയിരിക്കുന്നു.-" തല്ക്കാലം ഇപ്പോൾ മുതൽ സംസാരത്തിൽ അയാൾ ഒരു നിരൂപകൻ ആയിരുന്നെന്ന് ഞാൻ മനസ്സിലാക്കിയിരുന്നു. അവർ നിങ്ങളുടെ പേര് വാചകം അവസാനിക്കുന്ന ഭാഗത്തേക്കാൾ തുടങ്ങുന്ന ഭാഗത്താണ് കൂടുതൽ ഉപയോഗിക്കുന്നത്.

"വളരെ മോശം" ഞാൻ പറഞ്ഞു.

"ഹെമിങ്‌വേ. നിങ്ങളുടെ എഴുത്ത് വളരെ നഗ്നമാണ്. വളരെ ശുഷ്കമാണ്."

"ഭാഗ്യദോഷം."

"ഹെമിങ്‌വേ." അത് വളരെ കഠിനമാണ്. വളരെ നഗ്നമാണ്. വളരെ ശുഷ്കമാണ്. വളരെ കൈയൂക്ക് കാണിക്കുന്നതാണ്."

ഞാൻ കുറ്റബോധത്തോടെ എന്റെ പോക്കറ്റിൽകിടന്നിരുന്ന മുയലിന്റെ കാലിൽ തൊട്ടുനോക്കി. "ഞാൻ അതിനെ കുറച്ചുകൂടി കൊഴുപ്പിക്കാൻ ശ്രമിക്കാം."

"ശ്രദ്ധിക്കണം. ഞാൻ അതിനെ ക്രമാതീതമായി വീർത്തുകാണാൻ ആഗ്രഹിക്കുന്നില്ല."

"ഹാൽ" ഒരു നിരൂപകനെപ്പോലെ സംസാരിക്കാൻ ശീലിച്ചുകൊണ്ട് ഞാൻ പറഞ്ഞു. "എനിക്ക് കഴിയുന്നിടത്തോളം ഞാൻ അത് ഒഴിവാക്കും."

"നേരിട്ട് കാണാൻ കഴിഞ്ഞതിൽ സന്തോഷം ഉണ്ട്." അയാൾ ധൈര്യപൂർവ്വം പറഞ്ഞു.

"ഞാൻ എഴുതിക്കൊണ്ടിരിക്കുമ്പോൾ ഇവിടെ വരാതിരിക്കാൻ ശ്രദ്ധിക്കണമെന്ന് ഓർമ്മവേണം."

"ഹെമിങ്‌വേ, അത് എനിക്ക് സ്വാഭാവികമായും ഓർമ്മയുണ്ടായിരി

ക്കും. തീർച്ചയായും ഓർമ്മിക്കും. എനിക്ക് ഇപ്പോൾ മുതൽ സ്വന്തം ഭക്ഷണശാല ഉണ്ടായിരിക്കും."

"നിങ്ങൾ വളരെ ഉപകാരിയാണ്."

"ഞാൻ അങ്ങനെയാകാൻ ശ്രമിക്കുന്നുണ്ട്." അയാൾ പറഞ്ഞു.

ഈ ചെറുപ്പക്കാരൻ ഒരു പ്രസിദ്ധനായ നിരൂപകനായി മാറിയിരുന്നെങ്കിൽ അത് പഠനവിധേയമാക്കാൻ താല്പര്യം തോന്നുന്ന കാര്യം ആയിരുന്നു. കുറച്ചുകാലത്തേക്ക് എനിക്ക് ഉന്നതമായ പ്രതീക്ഷകൾ ഉണ്ടായിരുന്നെങ്കിലും അതിന്റെ പരിണാമം അങ്ങനെ ആയിരുന്നില്ല.

അടുത്ത ദിവസം അയാൾ വരുമെന്ന് ഞാൻ വിചാരിച്ചിരുന്നില്ല. പക്ഷേ, ഞാൻ സാദ്ധ്യത പരിശോധിക്കാൻ തയ്യാറായിരുന്നില്ല. അതുകൊണ്ട് ഞാൻ ലിലാക് എൻക്ലോഷറിന് ഒരുദിവസത്തെ വിശ്രമം അനുവദിക്കാൻ തീരുമാനിച്ചിരുന്നു. അടുത്ത ദിവസം ഞാൻ അതിരാവിലെ ഉണർന്നിരുന്നു. റബ്ബർ നിപ്പിളുകളും കുപ്പികളും വെള്ളത്തിൽ ഇട്ട് തിളപ്പിച്ചെടുത്തു. ഔഷധം തയ്യാറാക്കി. കുപ്പിയിൽ നിറച്ചു. മിസ്റ്റർ ബംബിക്ക് ഒരു കുപ്പി കുടിക്കാൻ കൊടുത്തു. അതിനുശേഷം "എഫ് പുസ്" എന്ന പൂച്ച ഉണരുന്നതിനുമുമ്പ് ഞാൻ ഭക്ഷണമേശയുടെ പുറത്തു ചെയ്യേണ്ട ജോലി ചെയ്തുതീർത്തു അവർ രണ്ടുപേരും തികച്ചും നല്ല ചങ്ങാതിമാർ ആയിരുന്നു. ഞാൻ സ്ഥിരമായി എഴുതുന്നതിലും നല്ല രീതിയിൽ എഴുതി. ആ ദിവസങ്ങളിൽ നിങ്ങൾക്ക് സത്യത്തിൽ ഒന്നിന്റെയും ആവശ്യം ഉണ്ടായിരുന്നില്ല. മുയലിന്റെ കാലിന്റെ പോലും ആവശ്യം സത്യത്തിൽ ഉണ്ടായിരുന്നില്ല. പക്ഷേ, അത് പോക്കറ്റിൽ ഉണ്ടെന്നുള്ള തോന്നൽ നല്ലതായിരുന്നു.

കുംഭഗോപുരത്തിൽ പാസ്കിനോടൊപ്പം

അത് ഒരു മനോഹരമായ വൈകുന്നേരം ആയിരുന്നു. പകൽ മുഴുവൻ ഞാൻ കഠിനമായി ജോലി ചെയ്തതിനുശേഷം തടി അറപ്പുമില്ലിന്റെ മുകളിലുള്ള ഫ്ളാറ്റിൽനിന്നും ഇറങ്ങി ചപ്പുചവറുകൾ കൂട്ടിയിട്ടിരുന്ന മുറ്റത്തുകൂടി നടന്ന് ഗേറ്റ് അടച്ചിട്ട് തെരുവ് കുറുകെക്കടന്ന് റൊട്ടിയുടെ നല്ലമണമുള്ള ബേക്കറിയുടെ പിൻവശത്തുകൂടി അടുത്ത തെരുവിൽ എത്തി. ബേക്കറിയിൽ വെളിച്ചം തെളിഞ്ഞിരുന്നു. ബേക്കറിയുടെ പുറത്ത് പകൽ അവസാനിക്കുകയായിരുന്നു. ഞാൻ സന്ധ്യയുടെ ആരംഭത്തിൽ തെരുവിലൂടെ നടന്ന് നാഗ്രെഡി ടൊലൗസ് റെസ്റ്റോറന്റിന്റെ മട്ടുപ്പാവിന്റെ മുന്നിൽ നടത്തം അവസാനിപ്പിച്ചു. അവിടെ ചുവപ്പും വെള്ളയും കളങ്ങൾ നിറഞ്ഞ തൂവാലകൾ ഞങ്ങൾ ഭക്ഷണം കഴിക്കാൻ കയറുന്നതും പ്രതീക്ഷിച്ച് തടികൊണ്ടുള്ള വളയങ്ങളിൽ നിരന്നു കിടന്നിരുന്നു. ഞാൻ ചുവന്ന മഷിയിൽ എഴുതിയിരുന്ന ഭക്ഷണത്തിന്റെ വിലവിവരപ്പട്ടിക വായിച്ച് ഇന്നത്തെ വിഭവങ്ങൾ മനസ്സിലാക്കി. പട്ടിക വായനയോടെ എനിക്ക് വിശക്കാൻ തുടങ്ങിയിരുന്നു.

കട ഉടമസ്ഥനായ മിസ്റ്റർ ലാവിൻ എന്നോട് എന്റെ ജോലി എങ്ങനെ മുന്നോട്ടുപോകുന്നു എന്ന് അന്വേഷിച്ചു. അത് നല്ല നിലയിൽ പോകുന്നുണ്ടെന്ന് ഞാൻ പറഞ്ഞു. അതിരാവിലെ ഞാൻ ലിലാക് എൻക്ലോഷറിന്റെ മട്ടുപ്പാവിൽ ഇരുന്ന് ജോലി ചെയ്യുന്നത് അയാൾ കണ്ടിരുന്നതായി പറഞ്ഞു. പക്ഷേ, ഞാൻ അങ്ങേയറ്റം ജോലിയിൽ മുഴുകി ഇരുന്നതുകൊണ്ട് അയാൾ എന്നോട് സംസാരിച്ചിരുന്നില്ല.

“നിങ്ങൾക്ക് ഒരു കാട്ടിൽ ഒറ്റയ്ക്കായവന്റെ ഭാവം ഉണ്ടായിരുന്നു.” അയാൾ പറഞ്ഞു.

“ജോലി ചെയ്യുമ്പോൾ ഞാൻ കണ്ണില്ലാത്ത ഒരു പന്നിയെപ്പോലെ ആണ്.”

"പക്ഷേ, സാർ, നിങ്ങൾ ഒരു കാട്ടിൽ ആയിരുന്നില്ലേ?"

"കുറ്റിക്കാട്ടിൽ ആയിരുന്നു."

ഞാൻ വസന്തത്തിലെ സന്ധ്യയിൽ കടന്നുവരുന്ന മനുഷ്യരോട് പുഞ്ചിരിച്ചു. ഞാൻ ജനാലകളിലേക്ക് നോക്കിക്കൊണ്ട് തെരുവിലൂടെ മുന്നോട്ടു നടന്നു. പ്രധാനപ്പെട്ട മൂന്ന് ഭക്ഷണശാലകളിലും ഞാൻ കണ്ടാൽ അറിയുന്ന മനുഷ്യരേയും കണ്ടാൽ സംസാരിക്കുന്ന മറ്റ് മനുഷ്യരേയും കണ്ടിരുന്നു. പക്ഷേ, അവിടെ കാഴ്ചയിൽ കൂടുതൽ നല്ലവർ എന്നു തോന്നുന്ന മനുഷ്യർ എല്ലാ സമയത്തും ഉണ്ടായിരുന്നു. എനിക്ക് അവരെ അറിയില്ലായിരുന്നു. സന്ധ്യക്ക് വിളക്കുകൾ തെളിഞ്ഞു തുടങ്ങുന്ന സമയത്ത് അവർ ഒന്നിച്ചു കുടിക്കാനും ഒന്നിച്ച് ഭക്ഷണം കഴിക്കാനും ഒന്നിച്ച് കെട്ടിപ്പിടിച്ച് ഉറങ്ങാനും വേണ്ടി ഏതെങ്കിലും സ്ഥലത്തേക്ക് തിടുക്കപ്പെട്ടു പോകുന്നവർ ആയിരുന്നു. പ്രധാനഭക്ഷണശാലകളിലെ മനുഷ്യരും ഒരു പക്ഷേ, ചെയ്യുന്നത് ഈ കാര്യം തന്നെ ആയിരിക്കും. അല്ലെങ്കിൽ അവർ മറ്റുള്ളവരെ അവരുടെ പ്രണയം കാണാൻ അനുവദിച്ചുകൊണ്ട് വെറുതെ ഇരുന്ന് കുടിക്കും. സംസാരിക്കും.

ഞാൻ ഇഷ്ടപ്പെടുന്നവരും കണ്ടുമുട്ടിയിട്ടില്ലാത്തവരുമായ മനുഷ്യർ വിശാലമായ ഭക്ഷണശാലകളിലാണ് പോയിരുന്നത്. കാരണം അവർ അവരിൽ തന്നെ നഷ്ടപ്പെട്ടവർ ആയിരുന്നു. അവർ ഒന്നിക്കുമ്പോൾ അവരിൽ തന്നെ തനിച്ചാകാൻ കഴിയുന്നവർ ആയിരുന്നു. ആരും അവരെ ശ്രദ്ധിച്ചിരുന്നില്ല. വിശാലമായ ഭക്ഷണശാലകൾ ആ കാലത്തും ചെലവ് കുറഞ്ഞവ ആയിരുന്നു. എല്ലാ സ്ഥലങ്ങളിലും നല്ല ബിയർ ലഭിച്ചിരുന്നു. വിശപ്പുണ്ടാക്കുന്ന ഔഷധങ്ങളുടെ വില ന്യായമായിരുന്നു. കൂടാതെ അവ വിളമ്പിത്തരുന്ന തട്ടങ്ങളിൽ വില കൃത്യമായി രേഖപ്പെടുത്തിയിരുന്നു.

ഇന്നു വൈകുന്നേരം ഞാൻ ഇതെല്ലാം മൊത്തത്തിൽ ആലോചിക്കുകയായിരുന്നു. പക്ഷേ, ഒന്നും തന്നെ മൗലികത്വമുള്ള ചിന്തകൾ ആയിരുന്നില്ല. കുതിരപ്പന്തയത്തിനുപോകാൻ അമിതമായി ആഗ്രഹം തോന്നിയ സമയത്ത് പകൽ മുഴുവൻ ഞാൻ നല്ലപോലെ ജോലി ചെയ്തതിൽ എനിക്ക് വളരെക്കൂടുതൽ സന്തോഷം തോന്നിയിരുന്നു. പക്ഷേ, ഈ പ്രാവശ്യം നിങ്ങൾ അതിനുവേണ്ടി പരിശ്രമിച്ചെങ്കിൽ പണം ഉണ്ടാക്കാൻ കഴിയുമായിരുന്നെങ്കിലും എനിക്ക് പോകാൻ ബുദ്ധിമുട്ടുകൾ ഉണ്ടായിരുന്നു. അത് കുതിരകളുടെ തുപ്പൽ പരിശോധനയും കൃത്രിമമായി കുതിരകളെ ഉത്തേജിപ്പിക്കുന്ന മറ്റ് കാര്യങ്ങൾ തിരിച്ചറിയാനുള്ള രീതികളും വരുന്നതിന് മുമ്പുള്ള ദിവസങ്ങൾ ആയിരുന്നു. കുതിരകൾക്ക് മയക്കുമരുന്നു നല്കുന്ന വിദ്യ വ്യാപകമായി പ്രയോഗിച്ചിരുന്നു. ഉത്തേജക മരുന്ന് സ്വീകരിച്ച കുതിരകളെ പറമ്പിൽ പോയി തിരിച്ചറിഞ്ഞ് നിങ്ങൾക്ക് കിട്ടിയ അറിവ് അനുസരിച്ച് പ്രവർത്തിക്കുന്നത് ഗദ്യരചനയെ ഒരു മുഴുവൻ സമയ ജോലിയായി സ്വീകരിക്കാനുള്ള ഉദ്ദേശ്യത്തോടെ അത് പഠിക്കാൻ

ശ്രമിക്കുന്ന ഭാര്യയും കുട്ടിയും ഉള്ള ഒരു ചെറുപ്പക്കാരന് ചേർന്ന വഴി അല്ല.

ഏത് അളവുകോൽ വച്ച് നോക്കിയാലും ഞങ്ങൾ ഈ സമയത്തും വളരെ ദരിദ്രർ ആയിരുന്നു. ഞാൻ എന്നെ ഒരു ചങ്ങാതി ഉച്ചഭക്ഷണത്തിന് ക്ഷണിച്ചിട്ടുണ്ടെന്ന് ഭാര്യയോട് പറഞ്ഞിട്ട് ലക്സംബോർഗ് തോട്ടത്തിൽ പോയി രണ്ടു മണിക്കൂറിനുശേഷം വീട്ടിൽ തിരിച്ചുവന്ന് കഴിക്കാൻ ഇടയായ മനോഹരമായ ഉച്ചഭക്ഷണത്തിന്റെ വർണ്ണന നടത്തുന്നതുപോലെയുള്ള സാമ്പത്തിക ശാസ്ത്രസംബന്ധിയായ ചെലവു ചുരുക്കൽ നടപടികൾ ഈ സമയത്തും തുടരുന്നുണ്ടായിരുന്നു. നിങ്ങൾ ഇരുപത്തഞ്ചു വയസ്സും ജന്മനാ കൂടുതൽ തടിയും ഉള്ള ഒരു ചെറുപ്പക്കാരൻ ആണെങ്കിൽ ഒരു നേരത്തെ ഭക്ഷണം നഷ്ടപ്പെടുന്നത് നിങ്ങളുടെ വിശപ്പ് വർദ്ധിപ്പിക്കും. പക്ഷേ, അത് നിങ്ങളുടെ എല്ലാ അറിവുകളുടെയും മൂർച്ച വർദ്ധിപ്പിക്കുന്നുണ്ട്. ഞാൻ എഴുത്തിലൂടെ പരിചയപ്പെടുത്തിയ ആളുകളിൽ പലർക്കും വളരെ ശക്തമായ വിശപ്പ് ഉള്ളവരാണെന്നും ഭക്ഷണത്തോട് വലിയ താല്പര്യവും ആഗ്രഹവും വെച്ചുപുലർത്തുന്നവരാണെന്നും അപൂർവ്വം ചിലർ ഒഴിച്ച് മറ്റുള്ളവരും മദ്യം താല്പര്യത്തോടെ പ്രതീക്ഷിക്കുന്നവരാണെന്നും ഞാൻ കണ്ടെത്തിയിരുന്നു.

നാഗ്രെഡി ടൊലൗ ഡി ടൗലോസിൽ* നിന്ന് ഞങ്ങൾ കാൽകുപ്പിയിൽ ആരംഭിച്ച് അരക്കുപ്പിയിലൂടെ കടന്നു പോയി ഒരു കുപ്പിയിൽ അവസാനിക്കുന്നതുവരെ ഒന്നാംതരം ചഹോർസ് വീഞ്ഞ് മൂന്നിലൊന്ന് വെള്ളം ചേർത്ത് പതിവായി കുടിച്ചിരുന്നു. തടി അറപ്പ് മില്ലിന് മുകളിലുള്ള വീട്ടിൽ ഞങ്ങൾക്ക് കൊർസിക്കൻ വീഞ്ഞ് ഉണ്ടായിരുന്നു. അതിന് വലിയ മേല്ക്കോയ്മയും വിലക്കുറവും ഉണ്ടായിരുന്നു. അത് ശരിയായ കൊർസിക്കൻ വീഞ്ഞ് ആയിരുന്നു. നിങ്ങൾ അതിന്റെ കൂടെ പകുതിവെള്ളം ചേർത്തതിനുശേഷവും അതിന് തരാനുള്ള സന്ദേശം നിങ്ങൾക്ക് ലഭിച്ചിരിക്കും. പാരീസിൽ ആ കാലത്ത് നിങ്ങൾക്ക് ഏറക്കുറെ ഒന്നും ഇല്ലാതെതന്നെ വളരെ നല്ല രീതിയിൽ ജീവിക്കാൻ കഴിയുമായിരുന്നു. വല്ലപ്പോഴും ഭക്ഷണം ഒഴിവാക്കുന്നതും ഒരിക്കലും പുതിയ വസ്ത്രങ്ങൾ വാങ്ങാതിരിക്കുന്നതും പതിവാക്കുകയാണെങ്കിൽ നിങ്ങൾക്ക് സമ്പാദിക്കാൻ കഴിയും. എന്ന് മാത്രമല്ല ആഡംബരങ്ങൾ അനുഭവിക്കാനും പറ്റും.

തിരിച്ചുവരുമ്പോൾ ഹരോൾഡ് സ്റ്റേൺസിനെക്കണ്ട് ഞാൻ ഒഴിഞ്ഞു മാറിയിരുന്നു. സ്റ്റേൺസ് കുതിരകളെപ്പറ്റി സംസാരിക്കാൻ ആഗ്രഹിക്കുമെന്ന് എനിക്ക് അറിയാം. കുതിരകളെപ്പറ്റി എനിക്ക് അടുത്തു ചെല്ലാൻപോലും താല്പര്യം ഇല്ലാത്ത ജന്തുക്കൾ എന്ന നിലയിലാണ് ഈ നിമിഷത്തിൽ ഞാൻ ആലോചിച്ചുകൊണ്ടിരുന്നത്. ദുശ്ശീലത്തെ പരിഹസിച്ചുകൊണ്ട് ഞാൻ റൊട്ടൊൺഡ് റസ്റ്റോറന്റിലെ ഇടപാടുകാരെ ശ്രദ്ധിക്കാതെ ജന്മവാസനകൊണ്ട് താഴികക്കുടത്തിന്റെ ഭാഗത്തേക്ക് പോകാൻ വേണ്ടി ചോലമരങ്ങൾ നിറഞ്ഞ നടപ്പാത കുറുകെക്കടന്നു.

---

* ഹോട്ടലിന്റെ പേര്

താഴികക്കുടത്തിലും ആൾക്കൂട്ടം ഉണ്ടായിരുന്നു. പക്ഷേ, അവിടെ ജോലി കഴിഞ്ഞ് വിശ്രമിക്കുന്നവരും ഉണ്ടായിരുന്നു.

അവിടെ ജോലികഴിഞ്ഞ മോഡലുകൾ ഉണ്ടായിരുന്നു. വെളിച്ചം പോകുന്നതുവരെ ജോലി ചെയ്തുകൊണ്ടിരുന്ന ചിത്രകാരന്മാർ ഉണ്ടായിരുന്നു. കൂടുതൽ മെച്ചമാകാനോ അല്ലെങ്കിൽ കൂടുതൽ മോശം ആകാനോ വേണ്ടി ഒരു ദിവസത്തെ ജോലി അവസാനിപ്പിച്ച എഴുത്തുകാർ ഉണ്ടായിരുന്നു. അവിടെ കുടിയന്മാരും കഥാപാത്രങ്ങളും ഉണ്ടായിരുന്നു. അവരിൽ ചിലരെ എനിക്ക് പരിചയം ഉണ്ടായിരുന്നു. മറ്റു ചിലർ വെറും അലങ്കാര വസ്തുക്കൾ മാത്രമായിരുന്നു.

ഞാൻ ശ്രദ്ധയോടെ പരിശോധന നടത്തിയതിനുശേഷം പാസ്കിനും സഹോദരിമാരായ രണ്ട് മോഡലുകൾക്കും ഒപ്പം ഒരു മേശയിൽ ഇരുന്നു. ഡെലാംബ്രെ തെരുവിന്റെ ഭാഗത്തുവെച്ച് അല്പം മദ്യം കുടിക്കാൻ വേണ്ടി നടത്തം നിർത്തണോ എന്ന് ആലോചിച്ചുകൊണ്ട് നിന്നപ്പോൾ പാസ്കിൻ എന്നെ കൈവീശിക്കാണിച്ചിരുന്നു. പാസ്കിൻ വളരെ നല്ല ഒരു ചിത്രകാരൻ ആയിരുന്നു. അയാൾ കുടിച്ചിരുന്നെങ്കിലും ബോധം ഉണ്ടായിരുന്നു. രണ്ട് മോഡലുകളും ചെറുപ്പം ആയിരുന്നു. സുന്ദരികളും ആയിരുന്നു. ഒരാൾക്ക് വളരെ ഇരുണ്ട നിറം ആയിരുന്നു. അവൾക്ക് മനോഹരമായ ചെറിയ ശരീരവും കൃത്രിമവും ദുർബ്ബലവുമായ വഷളത്തവും ഉണ്ടായിരുന്നു. മറ്റവൾ നിഷ്കളങ്ക ആയിരുന്നു. അവൾക്ക് പെട്ടെന്ന് അവസാനിച്ചു പോകുന്ന ബാലിശമായ സൗന്ദര്യം ഉണ്ടായിരുന്നു. അവൾക്ക് അവളുടെ സഹോദരിയുടെ ശരീരത്തിനൊപ്പം സുന്ദരമായ ശരീരം ഉണ്ടായിരുന്നില്ല.

"നല്ല സഹോദരിയും ചീത്ത സഹോദരിയും" പാസ്കിൻ പറഞ്ഞു. "എന്റെ കൈയിൽ പണമുണ്ട്. നിങ്ങൾ എന്താണ് കുടിക്കുന്നത്?"

"ഒരു ഡമി ബ്ലോണ്ട്."

"ഒരു വിസ്കി കഴിക്ക്. എന്റെ കൈയിൽ പണമുണ്ട്."

"എനിക്ക് ഇഷ്ടം ബിയർ ആണ്."

"നിങ്ങൾക്ക് യഥാർത്ഥത്തിൽ ബിയർ ആണ് ഇഷ്ടമെങ്കിൽ നിങ്ങൾ ലിപ്പിൽ* ആയിരിക്കും. അവിടെ നിങ്ങൾ ജോലി ചെയ്തിരുന്നെന്നാണ് എന്റെ ഊഹം."

"ശരിയാണ്."

"അത് എങ്ങനെ പോകുന്നു?"

"കുഴപ്പം ഇല്ലെന്ന് ഞാൻ പ്രതീക്ഷിക്കുന്നു."

"നല്ല കാര്യം. എനിക്ക് സന്തോഷമുണ്ട്. കാര്യങ്ങൾക്ക് എല്ലാം ഇപ്പോഴും നല്ല താല്പര്യം ഉണ്ടല്ലോ?"

"ഉണ്ട്."

"നിങ്ങൾക്ക് എത്ര വയസ്സുണ്ട്."

---

* പാരീസിലെ ഒരു ബാർ

"ഇരുപത്തിഅഞ്ച്."

"നിങ്ങൾക്ക് ഇവളെപ്പറ്റി താല്പര്യം ഉണ്ടോ?" അയാൾ ഇരുണ്ട നിറം ഉള്ള സഹോദരിയെ നോക്കി പുഞ്ചിരിച്ചു. "അവൾക്ക് നിങ്ങളെ ആവശ്യമുണ്ട്."

"ഒരുപക്ഷേ, നിങ്ങൾ ഇന്ന് അവളോട് ആവശ്യത്തിനുള്ള താല്പര്യം കാണിച്ചുകാണും."

അവൾ എന്നോട് ചുണ്ടുകൾ തുറന്ന് പുഞ്ചിരിച്ചു. "അയാൾ ദുഷ്ടനാണ്." അവൾ പറഞ്ഞു. "പക്ഷേ, അയാൾക്ക് അനുകമ്പയുണ്ട്."

"നിങ്ങൾക്ക് അവളെ സ്റ്റുഡിയോയിലേക്ക് കൊണ്ടുപോകാം."

"ആർത്തിപിടിപ്പിക്കരുത്." തവിട്ടുനിറക്കാരിയായ സഹോദരി പറഞ്ഞു.

"നിങ്ങളോട് ആരെങ്കിലും സംസാരിച്ചോ?" പാസ്കിൻ അവളോട് ചോദിച്ചു.

"ആരും സംസാരിച്ചില്ല. പക്ഷേ, എനിക്ക് അങ്ങനെപറയാൻ തോന്നി."

"നമ്മൾ വഴക്കടിക്കണ്ട." പാസ്കിൻ പറഞ്ഞു. "ഗൗരവമുള്ള കാര്യങ്ങൾ എഴുതുന്ന ഒരു ചെറുപ്പക്കാരനായ എഴുത്തുകാരൻ, സൗഹൃദവും വിവേകവും ഉള്ള പ്രായം ചെന്ന ഒരു ചിത്രകാരൻ, ജീവിതം മുഴുവൻ മുന്നിലുള്ള സുന്ദരികളായ രണ്ട് ചെറുപ്പക്കാരികൾ.."

പെൺകുട്ടികൾ അവരുടെ പാനീയം ഇടയ്ക്കിടയ്ക്ക് രുചി നോക്കിക്കൊണ്ട് ഞങ്ങളുടെ കൂടെ ഇരുന്നു. പാസ്കിൻ ഒരു വിസ്കി കൂടി കുടിച്ചു. ഞാൻ ബിയർ കുടിച്ചു. പക്ഷേ, പാസ്കിൻ ഒഴിച്ച് ഒരാൾക്കു പോലും സ്വസ്ഥത ഉണ്ടായിരുന്നില്ല. ഇരുണ്ടനിറക്കാരി അസ്വസ്ഥയായിരുന്നു. അവൾ വെളിച്ചം മുഖത്തുവീഴുന്നരീതിയിൽ ചരിഞ്ഞിരുന്നുകൊണ്ട് കറുത്ത കമ്പിളിയുടുപ്പിനടിയിൽ ഞെരുങ്ങുന്ന മാറിടം എനിക്കു മുമ്പിൽ പ്രദർശിപ്പിച്ചു. അവളുടെ മുറിച്ചിട്ടിരുന്ന തലമുടി കിഴക്കൻ ദേശക്കാരുടെ മുടിപോലെ ഇടതൂർന്നതും ഇരുണ്ടതും ആയിരുന്നു.

"നിങ്ങൾ പകൽ മുഴുവൻ ചിത്രരചനയ്ക്കു വേണ്ടി കൃത്രിമ ഭാവം അഭിനയിക്കുകയായിരുന്നു." പാസ്കിൻ അവളോട് പറഞ്ഞു. "നിങ്ങൾ ഇപ്പോൾ ഈ ഭക്ഷണശാലയിൽ ഇരുന്ന് ആ കമ്പിളി ഉടുപ്പിനെക്കൊണ്ട് അഭിനയിപ്പിക്കുകയാണോ?"

"എനിക്ക് ഈ കമ്പിളി ഉടുപ്പ് ഇഷ്ടമാണ്."

"നിങ്ങളെക്കണ്ടാൽ ഒരു ജാവനീസ് കളിപ്പാട്ടം ആണെന്ന് തോന്നും."

"കണ്ണുകൾ അങ്ങനെ അല്ല." അവൾ പറഞ്ഞു. "അവ അതിനേക്കാൾ കൂടുതൽ സങ്കീർണ്ണമാണ്."

"നിങ്ങൾ കാഴ്ചയിൽ നെറികെട്ട ഒരു പാവം പാവക്കുട്ടിയെപ്പോലെ ആണ്."

"ഒരുപക്ഷേ ആയിരിക്കാം." അവൾ പറഞ്ഞു. "പക്ഷേ, അത് നിങ്ങളേക്കാൾ ജീവനുള്ളതാണ്."

"അതു നമുക്ക് പരിശോധിച്ചുനോക്കാം."

"നല്ല കാര്യം" അവൾ പറഞ്ഞു. "തെളിവുകൾ എനിക്ക് ഇഷ്ടം ആണ്."

"ഇന്ന് നിങ്ങൾക്ക് തെളിവുകൾ ഒന്നും കിട്ടില്ല."

"അത് സാരമില്ല." അവസാനിക്കാൻ പോകുന്ന സന്ധ്യാവെളിച്ചത്തിന്റെ നേർക്ക് മുഖംതിരിച്ചുകൊണ്ട് അവൾ പറഞ്ഞു. "നിങ്ങൾക്ക് നിങ്ങളുടെ ജോലിയിൽ മാത്രം ആയിരുന്നു ആവേശം. അയാൾക്ക് ക്യാൻവാസുകളോട് പ്രണയം ആയിരുന്നു." അവൾ എന്നോട് പറഞ്ഞു. "എപ്പോഴും എന്തെങ്കിലും തരത്തിലുള്ള വൃത്തികേട് ഉണ്ട്."

"ഞാൻ നിങ്ങളുടെ ചിത്രം വരയ്ക്കണമെന്നും എന്റെ തലച്ചോർ മങ്ങാതിരിക്കാൻ വേണ്ടി ഞാൻ നിങ്ങളുമായി പ്രണയത്തിലാകണമെന്നും നിങ്ങളോട് താല്പര്യം വേണമെന്നും നിങ്ങൾ ആഗ്രഹിക്കുന്നു." പാസ്കിൻ പറഞ്ഞു. "നിങ്ങൾ ഒരു പാവം പാവക്കുട്ടി ആണ്."

"സാർ, നിങ്ങൾക്ക് എന്നെ ഇഷ്ടമല്ലേ?" അവൾ എന്നോട് ചോദിച്ചു.

"വളരെ ഇഷ്ടമാണ്."

"പക്ഷേ, നിങ്ങൾ വളരെ വലിയവൻ ആണ്."

"കിടക്കയിൽ എല്ലാവർക്കും ഒരേ വലിപ്പമാണ്."

"അത് സത്യമല്ല." അവളുടെ സഹോദരി പറഞ്ഞു. "ഈ സംസാരം കൊണ്ട് എന്റെ ക്ഷമ നശിച്ചിരിക്കുന്നു."

"നോക്കൂ." പാസ്കിൻ പറഞ്ഞു. "ഞാൻ ക്യാൻവാസുകളുമായി പ്രണയത്തിലാണെന്ന് നിങ്ങൾ ചിന്തിക്കുന്നുണ്ടെങ്കിൽ നാളെ ഞാൻ നിങ്ങളെ ജലച്ഛായം കൊണ്ട് ചിത്രീകരിക്കും."

"നമ്മൾ എപ്പോഴാണ് ആഹാരം കഴിക്കുന്നത്?" അവളുടെ സഹോദരി ചോദിച്ചു. "എവിടെയാണ് ഭക്ഷണം കഴിക്കുന്നത്?"

"നിങ്ങൾ ഞങ്ങളുടെ കൂടെ ഭക്ഷണം കഴിക്കുന്നുണ്ടോ?" ഇരുണ്ട നിറമുള്ള പെൺകുട്ടി ചോദിച്ചു.

"ഇല്ല."

"ഞാൻ എന്റെ യഥാർത്ഥ അവകാശിയുടെ കൂടെ ഭക്ഷണം കഴിക്കാൻ പോകുന്നു."

"നിങ്ങൾക്ക് പോകണോ?"

"പോകണം. പോകാനാണ് ആഗ്രഹം."

"അപ്പോൾ പോകൂ." പാസ്കിൻ പറഞ്ഞു. "പോയതിനുശേഷം ടൈപ്പ് ചെയ്യുന്ന കടലാസുമായി പ്രണയത്തിലാകരുത്."

"അങ്ങനെ എനിക്ക് സംഭവിച്ചാൽ ഞാൻ ഒരു പെൻസിൽകൊണ്ട് എഴുതും."

"നാളെ ജലച്ഛായം" പാസ്കിൻ പറഞ്ഞു. "ശരി കുട്ടികളേ, ഞാൻ അല്പം കൂടി കുടിക്കാം. എന്നിട്ട് നിങ്ങൾ ആഗ്രഹിക്കുന്ന സ്ഥലത്തു നിന്ന് നമുക്ക് ഭക്ഷണം കഴിക്കാം."

"വൈക്കിങ്ങിൽ പോകാം" ഇരുണ്ട നിറമുള്ള പെൺകുട്ടി പറഞ്ഞു.

“ഞാനും വരുന്നു.” അവളുടെ സഹോദരി തിടുക്കം കൂട്ടി.

“ശരി.” പാസ്കിൻ സമ്മതിച്ചു. “ചെറുപ്പക്കാരന് ശുഭരാത്രി ആശംസിക്കുന്നു. നന്നായി ഉറങ്ങൂ.”

“നിങ്ങളും നന്നായി ഉറങ്ങൂ.”

“അവർ എന്നെ ഉറങ്ങാൻ സമ്മതിക്കില്ല.” അയാൾ പറഞ്ഞു. “ഞാൻ ഒരിക്കലും ഉറങ്ങില്ല.”

“ഇന്നു രാത്രിയിൽ ഉറങ്ങണം.”

“വൈക്കിങ്ങിൽ പോയതിനുശേഷം എങ്ങനെ ഉറങ്ങാൻ പറ്റും?” തൊപ്പി തലയുടെ പിന്നിലേക്ക് മാറ്റിക്കൊണ്ട് അയാൾ പല്ലിളിച്ചു. വശീകരിക്കുന്ന ഒരു ചിത്രകാരൻ എന്നതിനേക്കാൾ അയാൾ കാഴ്ചയിൽ പത്തൊൻപതാം നൂറ്റാണ്ടിലെ ബ്രോഡ്‌വെ നാടകത്തിലെ ഒരു കഥാപാത്രത്തെപ്പോലെ ഉണ്ടായിരുന്നു. പിന്നീട് അയാൾ തൂങ്ങിമരിച്ചപ്പോൾ എനിക്ക് താല്പര്യം അന്ന് രാത്രിയിൽ കുംഭഗോപുരത്തിൽവെച്ച് കണ്ട പാസ്കിനെ* ഓർമ്മിക്കാൻ ആയിരുന്നു. നമ്മൾ ചെയ്യാൻ പോകുന്ന കാര്യങ്ങളുടെ എല്ലാം വിത്തുകൾ നമ്മളിൽത്തന്നെ ഉണ്ടായിരിക്കുമെന്നാണ് അവർ പറയുന്നത്. പക്ഷേ, ജീവിതത്തിൽ തമാശ സൃഷ്ടിക്കുന്നവരുടെ വിത്തുകൾ മെച്ചപ്പെട്ട മണ്ണിൽ കൂടുതൽ ഉയർന്ന ഗുണനിലവാരം ഉള്ള വളത്തിൽ പുതഞ്ഞാണ് കിടക്കുന്നതെന്ന് എല്ലാക്കാലത്തും എനിക്ക് തോന്നിയിരുന്നു.

---

* ബൾഗേറിയൻ ചിത്രകാരൻ

എസ്രാ പൗണ്ടും അയാളുടെ സുമനസ്സും

എസ്രാ പൗണ്ട് എല്ലാ സമയത്തും ഒരു നല്ല സുഹൃത്ത് ആയിരുന്നു. അയാൾ എല്ലാ സാഹചര്യങ്ങളിലും മനുഷ്യർക്കുവേണ്ടി കാര്യങ്ങൾ ചെയ്യുന്നുണ്ടായിരുന്നു. അയാൾ ഭാര്യയായ ഡൊറോത്തിയോടൊപ്പം ജീവിച്ചിരുന്ന വീട് ജർട്രൂഡ് സ്റ്റൈനിന്റെ സ്റ്റുഡിയോയുടെ സമ്പന്നതയ്ക്കുതുല്യം ദരിദ്രമായിരുന്നു. നെരിപ്പോടിന്റെ ചൂട് നിറഞ്ഞുനിന്നിരുന്ന വീട്ടിനുള്ളിൽ വളരെ നല്ല വെളിച്ചം ഉണ്ടായിരുന്നു. മുറിക്കുള്ളിൽ എസ്രായ്ക്ക് പരിചയമുള്ള ജാപ്പനീസ് കലാകാരന്മാരുടെ ചിത്രങ്ങൾ ഉണ്ടായിരുന്നു. അവർ എല്ലാവരും മുടി നീട്ടി വളർത്തിയ മാന്യന്മാർ ആയിരുന്നു. അവർ തലകുമ്പിടുമ്പോൾ അവരുടെ തിളക്കമുള്ള കറുത്ത തലമുടി മുഖത്തേക്ക് തെറിച്ചുവീണിരുന്നു. എനിക്ക് അവരെപ്പറ്റി മതിപ്പുതോന്നി. പക്ഷേ, അവരുടെ ചിത്രങ്ങൾ എനിക്ക് ഇഷ്ടപ്പെട്ടില്ല. എനിക്ക് അവരെ മനസ്സിലായില്ല. പക്ഷേ, അവർക്ക് ഒരു നിഗൂഢതയും ഉണ്ടായിരുന്നില്ല. അവസാനം ഞാൻ അവരെ മനസ്സിലാക്കിയപ്പോൾ എന്നെ സംബന്ധിച്ചിടത്തോളം എനിക്ക് അവരെപ്പറ്റി ഒരു പരിഗണനയും കൊടുക്കേണ്ട ആവശ്യം തോന്നിയിരുന്നില്ല. എനിക്ക് ഈ കാര്യത്തിൽ വിഷമം ഉണ്ടായിരുന്നു. പക്ഷേ, എനിക്ക് ഇതിൽ ഒന്നുംതന്നെ ചെയ്യാൻ കഴിയുമായിരുന്നില്ല.

ഡൊറോത്തിയുടെ ചിത്രങ്ങൾ ഞാൻ വളരെ കൂടുതൽ ഇഷ്ടപ്പെട്ടിരുന്നു. ഡൊറോത്തി ഉറച്ച ശരീരമുള്ള ഒരു അതിസുന്ദരിയാണെന്ന് ഞാൻ ആലോചിച്ചിരുന്നു. ഗാഡിയർ ബ്രസസ്കാ വരച്ച ഹെമിങ്വേയുടെ തലയും എനിക്ക് ഇഷ്ടപ്പെട്ടു. കൂടാതെ എസ്രാ എനിക്ക് കാണിച്ചു തന്ന ഈ ശില്പിയുടെ ശില്പങ്ങളുടെ ഫോട്ടോകൾ എല്ലാംതന്നെ എനിക്ക് ഇഷ്ടപ്പെട്ടിരുന്നു. ഈ ഫോട്ടോകൾ എല്ലാം എസ്രാ അയാളെപ്പറ്റി എഴു

തിയ പുസ്തകത്തിൽ ഉണ്ടായിരുന്നു. എസ്രായ്ക്ക് പിക്കാബിയായുടെ ചിത്രങ്ങളും ഇഷ്ടമായിരുന്നു. അന്ന് അവയെല്ലാം അപ്രധാനമാണെന്നാണ് ഞാൻ വിചാരിച്ചിരുന്നത്. എസ്രാ വളരെ അധികം ഇഷ്ടപ്പെട്ടിരുന്ന വിൻഡം ലൂയിസിന്റെ ചിത്രം എനിക്ക് ഇഷ്ടമായിരുന്നില്ല. അയാൾ അയാളുടെ ചങ്ങാതിമാരുടെ സൃഷ്ടികൾ ഇഷ്ടപ്പെട്ടിരുന്നു. ഈ ഇഷ്ടം ആത്മാർത്ഥതയോളം മനോഹരമായിരുന്നു. പക്ഷേ, അത് അവരുടെ സൃഷ്ടികളെ പറ്റി വിലയിരുത്തൽ നടത്തുമ്പോൾ ഒരു ദുരന്തമായി മാറിയിരുന്നു. ഞങ്ങൾ ഈ കാര്യങ്ങളെക്കുറിച്ച് ഒരിക്കലും തർക്കിച്ചിരുന്നില്ല. എനിക്ക് ഇഷ്ടപ്പെടാത്ത കാര്യങ്ങളെപ്പറ്റി വായ് അടച്ചുവെക്കുന്നതായിരുന്നു എന്റെ ശീലം. ഒരാൾ അയാളുടെ കൂട്ടുകാരുടെ ചിത്രങ്ങളോ സാഹിത്യരചനകളോ ഇഷ്ടപ്പെടുന്നത് ഒരുപക്ഷേ, ആളുകൾ അവരുടെ കുടുംബങ്ങളെ ഇഷ്ടപ്പെടുന്നതുപോലെ ആയിരിക്കുമെന്ന് ഞാൻ ചിന്തിച്ചിരുന്നു. അവരെ വിമർശിക്കുന്നത് മര്യാദ ആയിരുന്നില്ല. ചിലപ്പോൾ നിങ്ങളുടെ സ്വന്തം കുടുംബാംഗങ്ങളെയോ വിവാഹം വഴിയുള്ള ബന്ധുക്കളെയോ വിമർശിക്കാതെ വളരെക്കാലം മുന്നോട്ടുപോകാൻ നിങ്ങൾക്ക് കഴിയും. പക്ഷേ, മോശം ചിത്രകാരന്മാരെ വിമർശിക്കുന്നത് കൂടുതൽ എളുപ്പമാണ്. കാരണം അവർ കുടുംബാംഗങ്ങൾ ചെയ്യുന്നതുപോലുള്ള ഭയാനകമായ കാര്യങ്ങൾ ചെയ്യാറില്ല. അതുപോലെ കുടുംബാംഗങ്ങൾക്ക് ചെയ്യാൻ കഴിയുന്നതുപോലെ ആഴമുള്ള ഉപദ്രവം ഉണ്ടാക്കാൻ അവർക്ക് കഴിയില്ല. മോശം ചിത്രകാരന്മാരുടെ കാര്യത്തിൽ നിങ്ങൾ ആകെ ചെയ്യേണ്ടത് അവരെ ശ്രദ്ധിക്കാതിരിക്കുക എന്ന ജോലി മാത്രമാണ്. കുടുംബാംഗങ്ങളെ പരിഗണിക്കാതിരിക്കാനും അവരെ ശ്രദ്ധിക്കാതിരിക്കാനും അവർക്ക് ചെവി കൊടുക്കാതിരിക്കാനും നിങ്ങൾ ശീലിച്ചു കഴിഞ്ഞാലും നിങ്ങളോട് അപകടകരമായി ഇടപെടാൻ കുടുംബാംഗങ്ങൾക്ക് കഴിയും.

എസ്രാ എന്നേക്കാൾ ക്രിസ്തുമതവിശ്വാസി ആയിരുന്നു. എന്നേക്കാൾ മനുഷ്യരോട് അനുകമ്പയുള്ളവൻ ആയിരുന്നു. സ്വന്തം എഴുത്തിൽ അയാൾ ഇതിലേക്ക് കൃത്യമായി ചെന്നെത്തുമ്പോൾ അയാളുടെ ക്രിസ്തുമതവിശ്വാസം അങ്ങേയറ്റം സമ്പൂർണ്ണമായിരുന്നു. അയാളുടെ പിഴകളോട് അയാൾ സത്യസന്ധതയുള്ളവൻ ആയിരുന്നു. അയാളുടെ തെറ്റുകളെപ്പറ്റി അങ്ങേയറ്റം ഭ്രമമുള്ളവൻ ആയിരുന്നു. മനുഷ്യരോടുള്ള അയാളുടെ അനുകമ്പ കാരണം ഞാൻ അയാളെപ്പറ്റി എപ്പോഴും ഒരു പുണ്യവാളൻ എന്നതരത്തിൽ ചിന്തിച്ചിരുന്നു. പക്ഷേ, മറ്റ് പല പുണ്യവാളന്മാരേയും പോലെ അയാളും മുൻകോപക്കാരൻ ആയിരുന്നു.

എസ്രാ എന്നോട് ബോക്സിങ് പഠിപ്പിക്കാൻ ആവശ്യപ്പെട്ടിരുന്നു. അത് ഒരു ദിവസം ഉച്ചതിരിഞ്ഞ് ഞാൻ വിൻഡം ലൂയിസിനെ* ആദ്യമായി കണ്ടുമുട്ടിയ സ്റ്റുഡിയോയിൽവച്ച് ആയിരുന്നു. എസ്രാ വളരെക്കാലമായി ബോക്സിങ് നടത്തിയിരുന്നില്ല. അയാൾക്ക് പരിചയമുള്ള ആരുടെയെങ്കിലും മുന്നിൽവച്ച് അയാൾ ബോക്സിങ് പഠിക്കാൻ പരിശ്രമി

* ഇംഗ്ലീഷ് എഴുത്തുകാരൻ, കവി, നിരൂപകൻ

ക്കുന്നതിൽ എനിക്ക് അമ്പരപ്പുണ്ടായിരുന്നു. ഞാൻ അയാൾ ബോക്സിങ്ങിൽ കഴിയുന്നത്ര മെച്ചമാണെന്ന് കാണിക്കാൻ ശ്രമിച്ചിരുന്നു. ഞാൻ നടത്തിയതെല്ലാം അടിസ്ഥാന ചലനങ്ങൾ ആയിരുന്നു. എനിക്ക് അയാളെ ഒരിക്കലും ശരിയായ രീതിയിൽ ബോക്സിങ് പഠിപ്പിക്കാൻ കഴിഞ്ഞിരുന്നില്ല.

വിൻഡം ലൂയിസ് വിശാലമായ ഒരു കറുത്ത തൊപ്പി ധരിച്ചിരുന്നു. അയാളുടെ മുഖം കണ്ടപ്പോൾ എനിക്ക് ഒരു തവളയെ ഓർമ്മ വന്നു. വലിയ തവളയെ ആയിരുന്നില്ല. ഒരു സാധാരണ തവളയെ ആയിരുന്നു. പാരീസ് അയാളെ സംബന്ധിച്ചിടത്തോളം അയാൾക്ക് യോജിക്കാത്ത വളരെ വലിയ ഒരു ചെളിക്കുണ്ട് ആയിരുന്നു. ഏത് എഴുത്തുകാരനും ചിത്രകാരനും അയാൾക്ക് സ്വന്തമായുള്ള ഏത് വസ്ത്രവും ധരിക്കാമെന്ന് ആ കാലത്ത് ഞങ്ങൾ വിശ്വസിച്ചിരുന്നു. കലാകാരന് വിധിപ്രകാരം ഉള്ള വേഷം ഉണ്ടായിരുന്നില്ല. പക്ഷേ, ലൂയിസ് യുദ്ധത്തിനുമുമ്പുള്ള കലാകാരന്റെ വിധിപ്രകാരമുള്ള വേഷമാണ് ധരിച്ചിരുന്നത്. അയാളെ കണ്ടാൽ അമ്പരന്നു പോകുമായിരുന്നു. ഞാൻ എസ്രായുടെ ഇടതുവശം കൊണ്ടുള്ള മുന്നേറ്റത്തെ വലംകൈയിലെ കൈയുറകൊണ്ട് തടഞ്ഞപ്പോൾ അയാൾ വലിയ ഗൗരവത്തിൽ ശ്രദ്ധിക്കുന്നുണ്ടായിരുന്നു.

ഞാൻ അത് അവസാനിപ്പിക്കാൻ ആഗ്രഹിച്ചിരുന്നു. പക്ഷേ, ലൂയിസ് അത് തുടർന്നുകൊണ്ട് പോകാൻ ഞങ്ങളെ നിർബ്ബന്ധിച്ചിരുന്നു. എനിക്ക് അത് മനസ്സിലാകുന്നുണ്ടായിരുന്നു. സംഭവിക്കുന്ന കാര്യങ്ങളെപ്പറ്റി യാതൊരു വിവരവും ഇല്ലാതെ എസ്രായ്ക്ക് ചതവു പറ്റും എന്നുള്ള പ്രതീക്ഷയിൽ അയാൾ കാത്തിരിക്കുകയായിരുന്നു. ഒന്നും സംഭവിച്ചില്ല. ഞാൻ ഒരിക്കലും തിരിച്ച് ആക്രമിച്ചില്ല. എസ്രാ ഞാൻ അയാളുടെ ഇടതുകൈ തടസ്സപ്പെടുത്തിയതിനുശേഷം വലതുകൈ രണ്ടു മൂന്നു പ്രാവശ്യം മുന്നോട്ടുവീശി. അതിനുശേഷം എസ്രാ തലയിൽ ഒരു കുടം വെള്ളം ഒഴിച്ച് തോർത്തിക്കൊണ്ട് നമ്മൾ അവസാനിപ്പിക്കുകയാണെന്ന് പറഞ്ഞു. തല തോർത്തിക്കഴിഞ്ഞ് അയാൾ എന്റെ ഒരു പുറംകുപ്പായം എടുത്ത് ധരിച്ചിരുന്നു.

ഞങ്ങൾ അതിനുശേഷം അല്പം മദ്യമോ മറ്റോ കുടിച്ചിരുന്നു. ഞാൻ എസ്രായും ലൂയിസും കൂടി ലണ്ടനിലേയും പാരീസിലേയും മനുഷ്യരെ പറ്റി സംസാരിക്കുന്നത് ശ്രദ്ധിച്ച് കേട്ടിരുന്നു. ഞാൻ നിങ്ങൾ ബോക്സിങ് നടത്തുമ്പോൾ ചെയ്യുന്നതുപോലെ ലൂയിസിന് അയാളെ നോക്കുന്നുണ്ടെന്ന് മനസ്സിലാക്കാൻ കഴിയാത്ത വിധത്തിൽ അയാളെ ശ്രദ്ധിച്ചിരുന്നു. ഞാൻ എന്നെങ്കിലും ഇതിനേക്കാൾ കാഴ്ചയിൽ മോശമായ ഒരു മനുഷ്യനെ കണ്ടിട്ടുണ്ടെന്ന് വിചാരിക്കുന്നില്ല. ഒരു വലിയ പന്തയക്കുതിര പ്രജനനത്തിനുള്ള ആഗ്രഹം കാണിക്കുന്നതുപോലെയാണ് ചില മനുഷ്യർ തിന്മ അഭിനയിക്കുന്നത്. അവർക്ക് ഒരു വലിയ വ്രണം ഉള്ളതിന്റെ ഗാംഭീര്യം ഉണ്ടായിരുന്നു. ലൂയിസ് തിന്മ പ്രകടമാക്കിയിരുന്നില്ല. അയാൾ കാഴ്ചയിൽ മോശം ആയിരുന്നെന്ന് മാത്രം പറയാൻ പറ്റും.

ഞാൻ വീട്ടിലേക്ക് നടക്കുമ്പോൾ അയാൾ എന്ത് കാര്യമാണ് എന്നെ ഓർമ്മപ്പെടുത്തിയതെന്ന് ചിന്തിക്കാൻ ശ്രമിച്ചിരുന്നു. പല കാര്യങ്ങളും അയാൾ ഓർമ്മപ്പെടുത്തിരുന്നു. അതിൽ കുഴിനഖം എന്ന നാടൻ സംസാരശൈലി ഒഴിച്ച് ബാക്കി എല്ലാം വൈദ്യശാസ്ത്ര സംബന്ധിയായ കാര്യങ്ങൾ ആയിരുന്നു. ഞാൻ അയാളുടെ മുഖത്തെ അവയവങ്ങൾ വേർതിരിച്ച് വിശദീകരിക്കാൻ ശ്രമിച്ചിരുന്നു. പക്ഷേ, എനിക്ക് അയാളുടെ കണ്ണുകൾ മാത്രമേ വർണ്ണിക്കാൻ കഴിഞ്ഞിരുന്നുള്ളൂ. കറുത്ത തൊപ്പിയുടെ താഴെ ആദ്യമായി ഞാൻ അയാളുടെ കണ്ണുകൾ കാണുന്നസമയത്ത് അവ പരാജയപ്പെട്ട ഒരു ബലാത്സംഗക്കാരന്റെ കണ്ണുകൾ ആയിരുന്നു.

"ഇന്ന് കണ്ടിട്ടുള്ളതിൽ വെച്ച് ഏറ്റവും മോശം മനുഷ്യനെ ഞാൻ കണ്ടുമുട്ടിയിരുന്നു." ഞാൻ എന്റെ ഭാര്യയോടു പറഞ്ഞു.

"ടാറ്റീ, അയാളെപ്പറ്റി എന്നോട് പറയേണ്ട." അവൾ പറഞ്ഞു. "ദയവായി അയാളെപ്പറ്റി എന്നോട് പറയരുത്. നമ്മൾ ഉടൻതന്നെ അത്താഴം കഴിക്കാൻ പോകുകയാണ്."

ഏകദേശം ഒരാഴ്ചയ്ക്ക് ശേഷം മിസ് സ്റ്റൈനിനെ കണ്ടുമുട്ടിയപ്പോൾ ഞാൻ വിൻഡം ലൂയിസിനെ കണ്ട സംഭവം അവളോട് പറഞ്ഞു. കൂടാതെ എന്നെങ്കിലും അവൾ അയാളെ കണ്ടിട്ടുണ്ടോ എന്ന് അവളോട് അന്വേഷിക്കുകയും ചെയ്തു.

"ഞാൻ അയാളെ വിളിക്കുന്നത് 'അളവുപുഴു' എന്നാണ്." അവൾ പറഞ്ഞു. "അയാൾ ലണ്ടനിൽനിന്നും ഇവിടെ വന്ന് ഒരു നല്ല ചിത്രം കാണുകയാണെങ്കിൽ ഉടൻതന്നെ ഒരു പെൻസിൽ അയാളുടെ പോക്കറ്റിൽ നിന്ന് പുറത്തെടുത്ത് പെൻസിലിന്റെ നീളം കണക്കാക്കി അതിനെ അളന്നു തിട്ടപ്പെടുത്തുന്നത് നിങ്ങൾക്ക് ശ്രദ്ധിച്ചാൽ കാണാൻ കഴിയും. അതിനെ അളന്നുനോക്കി എങ്ങനെയാണ് വരച്ചിരിക്കുന്നതെന്ന് കൃത്യമായി മസ്സിലാക്കും. അതിനു ശേഷം അയാൾ ലണ്ടനിൽ തിരിച്ചുപോയി അത് വീണ്ടും വരയ്ക്കുന്നു. അതു വരച്ചുകഴിയുമ്പോൾ ശരിയായിരിക്കില്ല. ചെയ്ത ജോലികൊണ്ട് പ്രയോജനം ഉണ്ടാകില്ല."

അതുകേട്ടപ്പോൾ ഞാൻ അയാളെപ്പറ്റി ഒരു 'അളവുപുഴു' എന്ന് ആലോചിച്ചിരുന്നു. ആ സമയത്ത് 'അളവു പുഴു' എന്ന പ്രയോഗം ഞാൻ അയാളെപ്പറ്റി ചിന്തിച്ചിരുന്നതിനേക്കാൾ ക്രിസ്തീയമായ ഒരു പ്രയോഗം ആയിരുന്നു. പിന്നീട് ഞാൻ എസ്രായുടെ എല്ലാ ചങ്ങാതിമാരോടും ചെയ്തിരുന്നതുപോലെ അയാളോട് കൂട്ടുകൂടാനും അയാളെ ഇഷ്ടപ്പെടാനും ശ്രമം നടത്തിയിരുന്നു. എസ്രാ അവരെപ്പറ്റി എന്നോട് വിശദീകരിക്കുമ്പോൾ ഞാൻ അവരെ എല്ലാം ഇഷ്ടപ്പെടാൻ തുടങ്ങിയിരുന്നു. പക്ഷേ, എസ്രായുടെ സ്റ്റുഡിയോയിൽവച്ച് ആദ്യമായി അയാളെ കാണുന്നസമയത്ത് എനിക്ക് അയാളെപ്പറ്റി തോന്നിയത് ഇങ്ങനെ ആയിരുന്നു.

എനിക്ക് എല്ലാക്കാലത്തും പരിചയം ഉള്ള എഴുത്തുകാരിൽ വെച്ച് ഏറ്റവും മഹാമനസ്കതയുള്ള മനുഷ്യൻ എസ്രാ ആയിരുന്നു. ഏറ്റവും നിസ്വാർത്ഥനായ എഴുത്തുകാരനും എസ്രാ ആയിരുന്നു. അയാൾ കവി

കളേയും ചിത്രകാരന്മാരെയും ശില്പികളെയും ഗദ്യരചയിതാക്കളെയും സഹായിച്ചിരുന്നു. അയാൾക്ക് വിശ്വാസം ഉള്ളവരെയും ഇല്ലാത്തവരെയും അയാൾ സഹായിച്ചു. അവർക്ക് ബുദ്ധിമുട്ട് ഉണ്ടെങ്കിലും ഇല്ലെങ്കിലും അയാൾ സഹായിച്ചിരുന്നു. അയാൾ എല്ലാവരേയും പറ്റി വേവലാതിപ്പെട്ടിരുന്നു. ആദ്യം ഞാൻ അയാളെ പരിചയപ്പെടുമ്പോൾ അയാൾ ടി എസ് എലിയട്ടിനെപ്പറ്റി ആലോചിച്ച് വിഷമിച്ചിരുന്നു. എലിയട്ടിന് ലണ്ടനിലെ ഒരുബാങ്കിൽ ജോലി ചെയ്യേണ്ടി വരുന്നതുകൊണ്ട് ഒരു കവി എന്ന നിലയിലുള്ള ചുമതല നിർവ്വഹിക്കാൻ സമയക്കുറവ് ഉണ്ടെന്ന് എസ്രാ എന്നോട് പറഞ്ഞിരുന്നു.

കലകളുടെ രക്ഷാധികാരി ആയിരുന്ന മിസ്. നാറ്റലി ബാർനി എന്ന സമ്പന്നയായ അമേരിക്കക്കാരിയോടൊപ്പം എസ്രാ ബെൽ എസ്പ്രിറ്റ് (സുമനസ്സുകൾ) എന്ന സംഘത്തെ ഒരളവുവരെ കണ്ടെത്തിയിരുന്നു. മിസ് ബാർനി എന്റെ കാലത്തിന് മുമ്പ് ഉണ്ടായിരുന്ന റമി ഡി ഗോർമോണ്ട് എന്ന സ്ത്രീയുടെ സുഹൃത്ത് ആയിരുന്നു. അവർക്ക് അവരുടെ വീട്ടിൽ ഒരു സ്വീകരണമുറിയും തോട്ടത്തിൽ ഒരു ചെറിയ ഗ്രീക്ക് ദേവാലയവും ഉണ്ടായിരുന്നു. പണമുള്ള ധാരാളം അമേരിക്കക്കാരികൾക്കും ഫ്രഞ്ചുകാരികൾക്കും സ്വീകരണ മുറികൾ ഉണ്ടായിരുന്നു. ഞാൻ വളരെ നേരത്തേതന്നെ എനിക്ക് അവ പുറത്തുവരുമ്പോൾ താമസിക്കാൻ പറ്റിയ ഏറ്റവും നല്ല സ്ഥലങ്ങളാണെന്ന് കണക്കാക്കിയിരുന്നു. പക്ഷേ, ഒരു ചെറിയ ഗ്രീക്ക് ദേവാലയം ഉള്ളത് മിസ് ബാർനിക്ക് മാത്രം ആയിരുന്നെന്നാണ് എന്റെ വിശ്വാസം.

എസ്രാ "സുമനസ്സുകളുടെ" ലഘുരേഖ എനിക്ക് കാണിച്ചുതന്നു. ലഘുലേഖയുടെ പുറംചട്ടയായി ചെറിയ ഗ്രീക്ക് ദേവാലയത്തിന്റെ ചിത്രം ഉപയോഗിക്കാൻ മിസ് ബാർനി എസ്രായ്ക്ക് അനുവാദം കൊടുത്തിരുന്നു. "സുമനസ്സുകളുടെ" ആശയം ഞങ്ങൾ എല്ലാവരും ഞങ്ങൾ സമ്പാദിക്കുന്നതിന്റെ ഒരുഭാഗം മിസ്റ്റർ എലിയട്ടിനെ ബാങ്കിൽനിന്നു പുറത്തുകൊണ്ടുവരാൻ വേണ്ടി അതിലേക്ക് സംഭാവന ചെയ്യുക എന്നതായിരുന്നു. അതുകൊണ്ട് അയാൾക്ക് കവിത എഴുതാനുള്ള സാമ്പത്തികശേഷി ഉണ്ടായിരിക്കും. ഇത് എനിക്ക് ഒരു നല്ല ആശയംപോലെ തോന്നിയിരുന്നു. അതുകൊണ്ട് മിസ്റ്റർ എലിയട്ടിനെ ബാങ്കിൽനിന്ന് പുറത്തുകൊണ്ടുവന്നതിനുശേഷം ഞങ്ങൾക്ക് ഇതുമായി മുന്നോട്ടുപോയി എല്ലാവരേയും ക്രമീകരിക്കാൻ കഴിയുമെന്ന അനുമാനം എസ്രാ നടത്തിയിരുന്നു.

ഞാൻ തുടർച്ചയായി എലിയട്ടിനെപ്പറ്റി പറയുമ്പോൾ അയാളെ മേജർ ഡഗ്ലസായി ഞാൻ തെറ്റിദ്ധരിച്ചിരിക്കുകയാണെന്ന് അഭിനയിച്ചുകൊണ്ട് മേജർ എലിയട്ട് എന്നു പറയാറുണ്ടായിരുന്നു. മേജർ ഡഗ്ലസ് എന്ന സാമ്പത്തിക വിദഗ്ദ്ധന്റെ ആശയങ്ങളെപ്പറ്റി എസ്രായ്ക്ക് വലിയ ആവേശം ഉണ്ടായിരുന്നു. പക്ഷേ, എന്റെ മനസ്സ് ശരിയായ സ്ഥാനത്ത് ആണെന്നും അത് "സുമനസ്സുകളിൽ" നിറഞ്ഞിരിക്കുകയാണെന്നും എസ്രായ്ക്ക് അറിയാമായിരുന്നു. പക്ഷേ, മേജർ എലിയട്ടിനെ ബാങ്കിൽനിന്ന് പുറത്തെത്തി

ക്കാൻ വേണ്ടി എന്റെ സുഹൃത്തുക്കളോട് ഞാൻ പണം ചോദിക്കുന്നത് എസ്രയെ അലോസരപ്പെടുത്തിയിരുന്നു. മേജർ ബാങ്കിൽ എന്തുചെയ്യുകയാണെന്ന് ആരെങ്കിലും ചോദിക്കും. സൈന്യം അയാളെ വെട്ടിമാറ്റിയെങ്കിൽ അയാൾക്ക് പെൻഷൻ ഇല്ലേ എന്നും കുറഞ്ഞപക്ഷം ഗ്രാറ്റുവിറ്റി എങ്കിലും കിട്ടില്ലേ എന്നും ചോദ്യങ്ങൾ ഉണ്ടായിരിക്കും.

ഇത്തരം സന്ദർഭങ്ങളിൽ ഇതൊന്നും പരിഗണിക്കേണ്ട കാര്യങ്ങൾ അല്ലെന്ന് ഞാൻ സുഹൃത്തുക്കൾക്ക് വിശദീകരിച്ചുകൊടുക്കും. നിങ്ങൾക്ക് 'സുമനസ്സുകളിൽ' ഉണ്ടാകുകയോ ഉണ്ടാകാതിരിക്കുകയോ ചെയ്യാം. നിങ്ങൾ ഉണ്ടെങ്കിൽ മേജറെ ബാങ്കിൽനിന്ന് പുറത്തുകൊണ്ടുവരാൻ വേണ്ടി നിങ്ങൾക്ക് സംഭാവന ചെയ്യാം. നിങ്ങൾ ഇല്ലെങ്കിൽ അത് വളരെ മോശം കാര്യമായിരിക്കും. ആ ചെറിയ ഗ്രീക്ക് ദേവാലയത്തിന്റെ അർത്ഥം അവർക്ക് മനസ്സിലായില്ലേ? ഇല്ലെന്നാണ് ഞാൻ വിചാരിക്കുന്നത്. വളരെ മോശം. മാക്, നിങ്ങൾ നിങ്ങളുടെ പണം സൂക്ഷിച്ചുവയ്ക്കുക. ഞങ്ങൾ അതിൽ സ്പർശിക്കില്ല.

'സുമനസ്സുകളിലെ' അംഗം എന്ന നിലയിൽ ഞാൻ ഒന്നിച്ചുള്ള പ്രവർത്തനം ഉത്സാഹത്തോടെ നടത്തിയിരുന്നു. ആ ദിവസങ്ങളിലെ എന്റെ ഏറ്റവും സന്തോഷകരമായ സ്വപ്നം ഒരു സ്വതന്ത്രമനുഷ്യനായി മേജർ ബാങ്കിൽ നിന്ന് വലിയ ചുവടുകൾ വെച്ച് പുറത്തേക്ക് വരുന്നത് കാണുന്നതായിരുന്നു. അവസാനം "സുമനസ്സുകൾ" എങ്ങനെയാണ് പൊട്ടിത്തകർന്നതെന്ന് എനിക്ക് ഓർമ്മിക്കാൻ കഴിയുന്നില്ല. പക്ഷേ, അതിന് മേജർക്ക് 'ഡയൽ അവാർഡ്'* നേടിക്കൊടുത്ത *ദി വേസ്റ്റ് ലാന്റിന്റെ* പ്രസിദ്ധീകരണവുമായി ബന്ധപ്പെട്ട് എന്തൊക്കെയോ കാര്യങ്ങൾ ഉണ്ടായിരുന്നു. എനിക്കും എസ്രായ്ക്കും അതിനുശേഷം എലിയട്ടിനെ പറ്റി വേവലാതിപ്പെടേണ്ട കാര്യം ഉണ്ടായിരുന്നില്ല.

ചെറിയ ഗ്രീക്ക് ദേവാലയം ഇപ്പോഴും തോട്ടത്തിൽ ഉണ്ടായിരിക്കുമെന്നാണ് ഞാൻ വിശ്വസിക്കുന്നത്. എന്റെ സ്വപ്നങ്ങളിലെപ്പോലെ 'സുമനസ്സുകൾ' കൊണ്ട് മാത്രം മേജറെ പുറത്തുകൊണ്ടുവരാൻ ഞങ്ങൾക്ക് കഴിയാത്തതിൽ എനിക്ക് എന്നും നിരാശ ഉണ്ടായിരുന്നു. എന്റെ സ്വപ്നങ്ങളിൽ ഒരുപക്ഷേ, ചെറിയ ഗ്രീക്ക് ദേവാലയത്തിൽ താമസിക്കാൻ വേണ്ടി അയാൾ പുറത്തുവന്നതായും ഞാനും എസ്രായും കൂടി അയാളെ കിരീടം അണിയിക്കാൻ വേണ്ടി അവിടെ പോകുന്നതായും ഉള്ള ചിത്രീകരണം ഞാൻ നടത്തിയിട്ടുണ്ടായിരിക്കാം. എന്റെ സൈക്കിളിൽ കറങ്ങിനടന്ന് എവിടെനിന്ന് എനിക്ക് ആകർഷകമായ കിരീടം ശേഖരിക്കാൻ കഴിയുമെന്ന് ഞാൻ മനസ്സിലാക്കിയിട്ടുണ്ട്. അയാൾക്ക് ഏകാന്തത അനുഭവപ്പെടുന്ന ഏത് സമയത്തും ഞങ്ങൾക്ക് കിരീടം അണിയിക്കാൻ കഴിയുമെന്ന് ഞാൻ ചിന്തിച്ചിരുന്നു. അല്ലെങ്കിൽ 'ദി വേസ്റ്റ് ലാന്റ്' പോലെയുള്ള മറ്റൊരു മഹത്തായ കവിതയുടെ കൈയെഴുത്തു പ്രതി എസ്രാ പരിശോ

* *ഡയൽ* മാസിക സാഹിത്യത്തിനു നല്കിവന്നിരുന്ന വിലമതിപ്പുള്ള അവാർഡ്.

ധിച്ചുകഴിയുമ്പോൾ ഞങ്ങൾക്ക് അത് കഴിയുമെന്ന് എനിക്ക് ഉറപ്പുണ്ടായിരുന്നു. എന്നെ സംബന്ധിച്ചിടത്തോളം മൊത്തം കാര്യങ്ങളും മറ്റ് പല കാര്യങ്ങളിലും എന്നപോലെ മോശമായി പരിണമിക്കുകയായിരുന്നു. കാരണം മേജറെ ബാങ്കിൽ നിന്ന് പുറത്തുകൊണ്ടുവരാൻ വേണ്ടി നീക്കിവച്ചിരുന്ന പണം പുറത്തെടുത്ത് ഓഗെയിലേക്ക് കൊണ്ടുപോയി ഉത്തേജകമരുന്നിന്റെ സ്വാധീനത്തിൽ ചാടിക്കൊണ്ടിരുന്ന കുതിരകളുടെ മുകളിൽ പന്തയം വെച്ചിരുന്നു. രണ്ട് ഒത്തുചേരലുകളിൽ ഉത്തേജകമരുന്ന് ലഭിച്ച കുതിരകൾ അതു ലഭിക്കാത്ത കുതിരകളെ അല്ലെങ്കിൽ അല്പം മാത്രം ലഭിച്ച കുതിരകളെ പിന്തള്ളിയിരുന്നു. പക്ഷേ, ഞങ്ങളുടെ ഭാവന കൂടുതൽ ഉത്തേജിപ്പിക്കപ്പെട്ടിരുന്ന ഒരു അവസരത്തിൽ മത്സരം തുടങ്ങുന്നതിനു മുമ്പ് അവൻ അവന്റെ ജോക്കിയെ വലിച്ചെറിഞ്ഞിട്ട് സ്വപ്നത്തിൽ മാത്രം കാണാൻ കഴിയുന്നതരത്തിലുള്ള ചാട്ടങ്ങൾ ചാടിക്കൊണ്ട് മത്സരം അവസാനിപ്പിച്ചു. അയാൾ അവനെ പിടിച്ചു നിർത്തി വീണ്ടും പുറത്തു ചാടിക്കയറി ഫ്രഞ്ച് ശൈലിയിൽ പറയുന്നതുപോലെ അഭിമാനാർഹമായി മത്സരം പൂർത്തിയാക്കി. പക്ഷേ, പന്തയത്തിൽ നിന്ന് പുറത്തായിക്കഴിഞ്ഞിരുന്നു.

പന്തയത്തിൽ ഉപയോഗിച്ച പണം ഇപ്പോൾ നിലവിൽ ഇല്ലാത്ത സുമനസ്സുകൾക്ക് വേണ്ടി ഉപയോഗിച്ചിരുന്നെങ്കിൽ എനിക്ക് കൂടുതൽ സന്തോഷം ലഭിക്കുമായിരുന്നു. പക്ഷേ, ഈ പന്തയത്തിൽ ഉപയോഗിച്ച പണം അഭിവൃദ്ധിപ്പെട്ടിരുന്നെങ്കിൽ എനിക്ക് ഉദ്ദേശിച്ചതിലും കൂടുതൽ പണം 'സുമനസ്സുകൾക്ക്' സംഭാവന ചെയ്യാൻ കഴിയുമായിരുന്നു എന്ന ആശ്വാസം ഞാൻ സ്വയം കണ്ടെത്തിയിരുന്നു.

വേണ്ടത്ര അസാധാരണമായ ഒരു അന്ത്യം

ജർട്രൂഡ് സ്റ്റൈനുമായി* ബന്ധപ്പെടുത്തുമ്പോൾ അത് അവസാനിച്ചത് വേണ്ടത്ര അസാധാരണമായ രീതിയിൽ ആയിരുന്നു. ഞങ്ങൾ നല്ല സുഹൃത്തുക്കളായി മാറിക്കഴിഞ്ഞിരുന്നു. ഞാൻ അവൾക്കുവേണ്ടി അവളുടെ നീണ്ട പുസ്തകം പരമ്പരയാക്കിമാറ്റുക, കൈയെഴുത്തു പ്രതി ടൈപ്പ് ചെയ്യാൻ സഹായിക്കുക തുടങ്ങിയ പല പ്രായോഗിക കാര്യങ്ങളും ചെയ്തുകഴിഞ്ഞിരുന്നു. ഞങ്ങൾ ഞാൻ വിചാരിച്ചിരുന്നതിനേക്കാൾ മെച്ചപ്പെട്ട ചങ്ങാതിമാരായി മാറിക്കൊണ്ടിരിക്കുകയായിരുന്നു. വലിയ സ്ത്രീകളുമായുള്ള ആണുങ്ങളുടെ സൗഹൃദത്തിന് കൂടുതൽ ഭാവി ഉണ്ടായിരിക്കില്ല. ഒരുപക്ഷേ, ആ സൗഹൃദം മെച്ചപ്പെടുന്നതിനോ വഷളാകുന്നതിനോ മുമ്പ് യഥാർത്ഥത്തിൽ അതിമോഹമുള്ള സ്ത്രീകളുടെ കാര്യത്തിൽ അതിന്റെ ഭാവി സാധാരണ നിലയിൽ ഉള്ളതിനേക്കാൾ വളരെ ക്കൂടുതൽ മോശമായിരിക്കും. ഒരിക്കൽ കുറച്ചുകാലത്തേക്ക് 27 ഫ്ളവർ സ്ട്രീറ്റിൽ കയറാൻ കഴിയാതെ വന്നത് മിസ് സ്റ്റൈൻ വീട്ടിൽ ഉണ്ടോ എന്ന് അറിവില്ലാത്തതുകാരണം ആണെന്ന് പറഞ്ഞ് ഞാൻ ക്ഷമചോദിക്കുമ്പോൾ അവൾ പറഞ്ഞു. "ഹെമിങ്‌വേ, നിങ്ങൾക്ക് അവിടെ എല്ലാ അധികാരവും ഉണ്ടെന്ന് നിങ്ങൾക്ക് അറിയില്ലേ? ഞാൻ ആത്മാർത്ഥമായാണ് പറയുന്നത്. ഏത് സമയത്തും നിങ്ങൾക്ക് അവിടെ വരാം. വേലക്കാരി- (അവൾ വേലക്കാരിയുടെ പേര് ഉപയോഗിച്ചിരുന്നു. പക്ഷേ, ഞാൻ അത് മറന്നുപോയിരിക്കുന്നു) നിങ്ങളുടെ കാര്യങ്ങൾ നോക്കും. ഞാൻ വരുന്നതുവരെ നിങ്ങൾക്ക് അത് സ്വന്തം വീടുപോലെ കരുതാം."

---

* പാരീസിൽ താമസിച്ചിരുന്ന അമേരിക്കൻ നോവലിസ്റ്റ്, കവയിത്രി, കലാവസ്തുക്കൾ ശേഖരിച്ചിരുന്നവൾ.

ഞാൻ ഇതിലൊന്നും അവരെ കുറ്റം പറയുന്നില്ല. ചില സമയങ്ങളിൽ ഞാൻ അവിടെ പോകും. ജോലിക്കാരി എനിക്ക് കുടിക്കാൻ എന്തെങ്കിലും തരും. ഞാൻ അവിടെയുള്ള ചിത്രങ്ങൾ നോക്കും. മിസ് സ്റ്റൈൻ തിരിച്ചുവന്നില്ലെങ്കിൽ ഞാൻ ജോലിക്കാരിക്ക് നന്ദി പറയും. ഒരു കുറിപ്പ് അവിടെ ഉപേക്ഷിച്ചതിനുശേഷം ഞാൻ പുറത്തുകടക്കും. മിസ് സ്റ്റൈനും അവരുടെ ഒരു ചങ്ങാതിയും കൂടി സ്റ്റൈനിന്റെ കാറിൽ ഇന്ന് തെക്കൻ പ്രദേശത്തേക്ക് പോകാൻ ഒരു പദ്ധതി തയ്യാറാക്കിയിരുന്നു. അവരെ പറഞ്ഞുവിടാൻ വേണ്ടി ഉച്ചയ്ക്ക് മുമ്പ് വീട്ടിൽ എത്തണമെന്ന് മിസ് സ്റ്റൈൻ എന്നോട് ആവശ്യപ്പെട്ടിരുന്നു. ഹാഡ്‌ലിയും ഞാനും ഒരു ഹോട്ടലിൽ താമസിച്ചുകൊണ്ട് അവരെ സന്ദർശിക്കണമെന്ന് അവർ പറഞ്ഞിരുന്നു. പക്ഷേ, ഹാഡ്‌ലിക്കും എനിക്കും മറ്റ് പദ്ധതികൾ ഉണ്ടായിരുന്നു. ഞങ്ങൾക്ക് മറ്റ് ചിലസ്ഥലങ്ങൾ കാണാൻ ആഗ്രഹം ഉണ്ടായിരുന്നു. നിങ്ങൾ സ്വാഭാവികമായും അവൾക്ക് യോജിച്ച മറുപടി ഒന്നും പറയില്ല. പക്ഷേ, നിങ്ങൾക്ക് പറ്റുമെങ്കിൽ മിസ്. സ്റ്റൈനിനെ സന്ദർശിക്കാൻ കഴിയും. അപ്പോൾ അത് സംഭവിക്കാവുന്ന കാര്യമാണ്. ആളുകളെ സന്ദർശിക്കാതിരിക്കാനുള്ള വ്യവസ്ഥകളെപ്പറ്റി എനിക്ക് അറിയാവുന്നത് കുറച്ചു കാര്യങ്ങൾ മാത്രം ആയിരുന്നു. ഞാൻ അത് പഠിക്കണമായിരുന്നു. പക്ഷേ, വളരെക്കാലത്തിനുശേഷം ധനികർ പിക്കാസോയെ ക്ഷണിച്ചാൽ അയാൾ എപ്പോഴും അവരുടെ അടുത്ത് ചെല്ലാമെന്ന് വാക്കുകൊടുത്തിരുന്നതായി പിക്കാസോ എന്നോട് പറഞ്ഞിട്ടുണ്ട്. കാരണം അത് അവർക്ക് വലിയ സംതൃപ്തി ലഭിക്കുന്ന കാര്യമാണ്. അതിനുശേഷം അയാൾക്ക് വാക്കു പാലിക്കാൻ പറ്റാത്ത വിധത്തിൽ എന്തെങ്കിലും സംഭവിക്കും. പക്ഷേ, മിസ് സ്റ്റൈനുമായി ഈ പറഞ്ഞതിന് യാതൊരു ബന്ധവും ഇല്ല. മറ്റ് ആളുകളെപ്പറ്റിയാണ് അയാൾ ഇത് പറയുന്നതെന്ന് പിക്കാസോ എടുത്തു പറഞ്ഞിരുന്നു.

അന്ന് വസന്തത്തിലെ ഒരു മനോഹരമായ ദിവസം ആയിരുന്നു. ഞാൻ നിരീക്ഷണകേന്ദ്രത്തിൽനിന്ന് ചെറിയ ലക്സംബോർഗ് തോട്ടത്തിലെ താഴോട്ട് നടന്നു. ചെസ്നട്ട് മരങ്ങൾ പൂത്തു നില്ക്കുകയായിരുന്നു. ചരൽ വിരിച്ച നടപ്പാതയിൽ ധാരാളം കുട്ടികൾ കളിക്കുന്നുണ്ടായിരുന്നു. അവരുടെ ആയമാർ ബഞ്ചുകളിൽ ഇരിക്കുന്നതും മരങ്ങളിൽ കാട്ടിലെ മയിലുകൾ ഇരിക്കുന്നതും കണ്ടിരുന്നു. എനിക്ക് കാണാൻ പറ്റാത്തവയുടെ ശബ്ദം ഞാൻ കേൾക്കുന്നുണ്ടായിരുന്നു.

ജോലിക്കാരി ഞാൻ മണിയടിക്കുന്നതിന്റെ മുമ്പ് വാതിൽ തുറന്ന് അകത്തുകയറി കാത്തിരിക്കാൻ പറഞ്ഞു. മിസ് സ്റ്റൈൻ ഏത് നിമിഷത്തിലും വന്നുചേരാം. അത് ഉച്ചയ്ക്ക് മുമ്പ് ആയിരുന്നു. ജോലിക്കാരി ഒരു ഗ്ലാസ് 'ജീവജലം' ഒഴിച്ച് എന്റെ കൈയിൽ തന്നതിനുശേഷം സന്തോഷത്തോടെ കണ്ണുചിമ്മി. നിറമില്ലാത്ത മദ്യം എന്റെ നാക്കിന് രുചികരം ആണെന്ന് തോന്നി. മിസ് സ്റ്റൈനിനോട് ആരോ സംസാരിക്കുന്നത് ഞാൻ കേൾക്കുന്ന സമയത്തും എന്റെ നാക്കിൽ മദ്യത്തിന്റെ രുചി ഉണ്ടായിരു

ന്നു. ഒരാൾ മറ്റൊരാളോട് ഈ രീതിയിൽ സംസാരിക്കുന്നത് ഞാൻ ഒരിടത്തും ഒരിക്കലും കേട്ടിട്ടുണ്ടായിരുന്നില്ല.

അതിനുശേഷം മിസ്. സ്റ്റൈനിന്റെ യാചിക്കുന്ന ശബ്ദം കേട്ടിരുന്നു. "വേണ്ട, പുസ്സി. വേണ്ട വേണ്ട. ദയവായി ചെയ്യരുത്. പുസ്സി, ഞാൻ എന്തു വേണമെങ്കിലും ചെയ്യാം. പക്ഷേ, ദയവായി അത് ചെയ്യരുത്. ദയവായി ചെയ്യരുത്. പുസ്സി ദയവായി ചെയ്യരുത്."

ഞാൻ മദ്യം അകത്താക്കി ഗ്ലാസ് മേശപ്പുറത്ത് വെച്ചുകൊണ്ട് വാതിലിന്റെ നേർക്ക് നടക്കാൻ ആരംഭിച്ചു. ജോലിക്കാരി എന്നെനോക്കി വിരൽ കുലുക്കിക്കൊണ്ട് പറഞ്ഞു.

"പോകരുത്. മാഡം ഇപ്പോൾ ഇറങ്ങിവരും."

"എനിക്ക് തിരിച്ചുപോകണം." ഞാൻ പറഞ്ഞു. തിരിച്ചുപോരുമ്പോൾ കൂടുതലൊന്നും കേൾക്കാൻ ഞാൻ ശ്രമിച്ചിരുന്നില്ല. പക്ഷേ, അപ്പോഴും മുറിക്കുള്ളിൽ അത് തുടരുന്നുണ്ടായിരുന്നു. അത് കേൾക്കാതിരിക്കണമെങ്കിൽ ഞാൻ അവിടെ നിന്ന് പോയിരിക്കണം. അത് കേൾക്കാൻ ബുദ്ധിമുട്ട് ആയിരുന്നു. മറുപടികൾ കൂടുതൽ മോശപ്പെട്ട കാര്യങ്ങൾ ആയിരുന്നു.

മുറ്റത്തുവച്ച് ഞാൻ ജോലിക്കാരിയോടു പറഞ്ഞു. "ഞാൻ മുറ്റത്തുവന്ന് നിങ്ങളെ കണ്ടിരുന്നെന്ന് പറയണം. ഒരു കൂട്ടുകാരന് സുഖമില്ലാത്തതുകൊണ്ട് എനിക്ക് കാത്തുനില്ക്കാൻ പറ്റുന്നില്ല. എനിക്കുവേണ്ടി ശുഭയാത്ര അറിയിക്കണം ഞാൻ എഴുത്ത് എഴുതും."

"സാർ, എനിക്ക് മനസ്സിലായി. നിങ്ങൾക്ക് കാത്തു നില്ക്കാൻ കഴിയാത്തത് എന്തുമാത്രം മോശമാണ്."

"അതെ" ഞാൻ പറഞ്ഞു. "വലിയ മോശമാണ്."

എന്നെ സംബന്ധിച്ചിടത്തോളം അത് അവസാനിച്ചത് ഈ രീതിയിൽ ആയിരുന്നു. ഞാൻ ഇപ്പോഴും അത്യാവശ്യത്തിന് പ്രത്യക്ഷപ്പെട്ടുകൊണ്ട് ചെറിയ ജോലികൾ ചെയ്തിരുന്നു. ആവശ്യപ്പെടുന്ന ആളുകളെ ഞാൻ വിളിച്ചുകൊണ്ടുവന്നിരുന്നു. മറ്റ് പുരുഷന്മാരായ പല സുഹൃത്തുക്കൾക്കും ഒപ്പം അവരെ പറഞ്ഞുവിടുന്നതിനുവേണ്ടി കാത്തുനിന്നിരുന്നു. സമയം വരുമ്പോൾ പുതിയ കൂട്ടുകാർ അകത്തു കടന്നു. യോഗ്യത ഇല്ലാത്ത ചിത്രങ്ങൾ മഹത്തായ ചിത്രങ്ങൾക്കൊപ്പം തൂക്കിയിരിക്കുന്നത് ദുഃഖകരമായിരുന്നു. ഇപ്പോൾ അവയ്ക്കു തമ്മിൽ യാതൊരു വ്യത്യാസവും ഉണ്ടായിരുന്നില്ല. എനിക്ക് അത് ശരിയായില്ല. അവൾ അവളോട് ഇഷ്ടം ഉണ്ടായിരുന്നവരിൽ ജുവൻഗ്രിസ് ഒഴിച്ച് ബാക്കി ഒരുവിധം എല്ലാവരോടും വഴക്കടിച്ചിരുന്നു. ജുവൻ ഗ്രിസിനോട്* അവൾക്ക് വഴക്കടിക്കാൻ കഴിയില്ലായിരുന്നു. കാരണം അയാൾ മരിച്ചു പോയിരുന്നു. അയാൾ ഒന്നിലും ശ്രദ്ധിക്കാത്തവൻ ആയിരുന്നതുകൊണ്ട് ഈ വഴക്കും അയാൾ ശ്രദ്ധിക്കുമെന്ന് എനിക്ക് ഉറപ്പില്ല. അയാളുടെ ചിത്രങ്ങളിൽ ഇത് കാണാനുണ്ടായിരുന്നു.

---

* സ്പാനിഷ് ചിത്രകാരൻ

അവസാനം അവൾ പുതിയ സുഹൃത്തുക്കളോടുപോലും വഴക്കടിച്ചിരുന്നു. പക്ഷേ, ഞങ്ങളാരും അതിന്റെ പുറകെ പോയില്ല. അവൾ ഒരു റോമൻ ചക്രവർത്തിയെപ്പോലെ പെരുമാറാൻ തുടങ്ങി. നിങ്ങൾക്ക് നിങ്ങളുടെ സ്ത്രീകൾ റോമൻചക്രവർത്തിമാരെപ്പോലെ പെരുമാറുന്നത് ഇഷ്ടമാണെങ്കിൽ അത് നല്ലതായിരുന്നു. പക്ഷേ, പിക്കാസോ അവളുടെ ചിത്രം വരച്ചിരുന്നു. അവൾ ഫ്രിയൂലിയെ* സ്ത്രീയെപ്പോലെ തോന്നിച്ചിരുന്ന കാലം എനിക്ക് ഓർമ്മിക്കാൻ കഴിഞ്ഞിരുന്നു.

അവസാനം എല്ലാവരും അല്ലെങ്കിൽ ഏറക്കുറെ എല്ലാവരും ബലം പിടിത്തം ഒഴിവാക്കിക്കൊണ്ട് വീണ്ടും സൗഹൃദം പുതുക്കിയിരുന്നു. ഞാനും അങ്ങനെ ചെയ്തിരുന്നു. പക്ഷേ, എനിക്ക് സത്യത്തിൽ മനസ്സുകൊണ്ടോ തലച്ചോറുകൊണ്ടോ വീണ്ടും സൗഹൃദത്തിലാകാൻ കഴിഞ്ഞിരുന്നില്ല. ഏറ്റവും മോശം കാര്യം നിങ്ങൾക്ക് തലച്ചോറുകൊണ്ട് സൗഹൃദത്തിലാകാൻ കഴിയാതെ വരുന്നതാണ്. പക്ഷേ, ഇത് അതിനേക്കാൾ കൂടുതൽ സങ്കീർണ്ണമായിരുന്നു.

---

* ഏറ്റവും സുന്ദരികളായ സ്ത്രീകൾ ഉണ്ടെന്ന് കരുതപ്പെടുന്ന ഇറ്റലിയിലെ സ്ഥലം.

മരണത്തിനുവേണ്ടി പ്രത്യേകം അടയാളപ്പെടുത്തിയിരുന്ന മനുഷ്യൻ

എസ്രായുടെ സ്റ്റുഡിയോയിൽ വെച്ച് ഞാൻ കവി ഏണസ്റ്റ് വാഷിനെ* കണ്ടുമുട്ടിയ വൈകുന്നേരം അയാൾ കാൽമുട്ടുവരെ ഇറക്കമുള്ള മിങ്ക് കോട്ടുകൾ ധരിച്ച രണ്ട് പെൺകുട്ടികൾക്ക് ഒപ്പം ആയിരുന്നു. യൂണിഫോം ധരിച്ച ഡ്രൈവറുള്ള നീളം കൂടിയ തിളക്കമുള്ള ഒരു ടാക്സിക്കാർ പുറത്ത് നിരത്തിൽ കിടക്കുന്നുണ്ടായിരുന്നു. പെൺകുട്ടികൾ തവിട്ടുനിറം ഉള്ള സുന്ദരികൾ ആയിരുന്നു. അവർ വാഷിന്റെ കൂടെ ഒരേ കപ്പലിൽ വന്നുചേർന്നവർ ആയിരുന്നു. കപ്പൽ ഒരുദിവസം മുമ്പാണ് വന്നുചേർന്നിരുന്നത്. അയാൾ എസ്രായെ സന്ദർശിക്കാൻ വേണ്ടി അവരെ കൂട്ടിക്കൊണ്ടുവന്നതായിരുന്നു.

ഏണസ്റ്റ് വാഷ് ഇരുണ്ട നിറമുള്ള ഗൗരവക്കാരൻ ആയിരുന്നു. അയാൾ കുറ്റമറ്റതരത്തിൽ അയർലണ്ടുകാരനായിരുന്നു. കവിതയുള്ളവൻ ആയിരുന്നു. ചലച്ചിത്രങ്ങളിൽ മരണത്തിനുവേണ്ടി പ്രത്യേകം അടയാളപ്പെടുത്തിയിരിക്കുന്ന കഥാപാത്രങ്ങളെപ്പോലെ മരണത്തിനുവേണ്ടി അടയാളപ്പെടുത്തിയവൻ ആയിരുന്നു. അയാൾ എസ്രായോട് സംസാരിച്ചു. ഞാൻ എന്നോട് മിസ്റ്റർ. വാഷിന്റെ കവിതകൾ വായിച്ചിട്ടുണ്ടോ എന്ന് അന്വേഷിച്ച പെൺകുട്ടികളോട് സംസാരിച്ചു. ഞാൻ വാഷിന്റെ കവിതകൾ വായിച്ചിരുന്നില്ല. അവരിൽ ഒരാൾ ഹാരിയറ്റ് മോൺറോ** യുടെ *പൊയട്രി, എ മാഗസിൻ ഓഫ് വാഴ്സി*ന്റെ പച്ച പുറംചട്ടയുള്ള പുസ്തകം തുറന്ന് അതിൽ ഉൾപ്പെടുത്തിയിട്ടുള്ള വാഷിന്റെ കവിതകൾ എനിക്ക് കാണിച്ചുതന്നു.

---

* അമേരിക്കൻ കവി

** അമേരിക്കൻ കവയിത്രി എഡിറ്റർ.

“ഓരോ കവിതയ്ക്കും അയാൾക്ക് പന്തീരായിരം ഡോളർ വീതം കിട്ടുന്നു.” അവൾ പറഞ്ഞു.

“ഓരോ കവിതയ്ക്കും.” മറ്റേ പെൺകുട്ടി പറഞ്ഞു.

ഇതേ മാഗസിനിൽ നിന്ന് പേജിന് പന്ത്രണ്ട് ഡോളർ എനിക്ക് കിട്ടിയിരുന്നെന്നാണ് എന്റെ ഓർമ്മ. “അയാൾ നിശ്ചയമായും വളരെ നല്ല ഒരു കവി ആയിരിക്കും.” ഞാൻ പറഞ്ഞു.

“അത് എഡ്ഡി ഗസ്റ്റിന് കിട്ടുന്നതിനേക്കാൾ കൂടുതലാണ്.” ആദ്യത്തെ പെൺകുട്ടി എന്നോട് പറഞ്ഞു.

“അത് ഏത് കവിക്ക് കിട്ടുന്നതിലും കൂടുതലാണ്. നിങ്ങൾക്ക് അറിയുമായിരിക്കും.” അവൾ കൂട്ടിച്ചേർത്തു.

“കിപ്ലിങ്ങിന് കിട്ടുന്നതിലും കൂടുതലാണോ?” അവളുടെ കൂട്ടുകാരി ചോദിച്ചു.

“അത് ഏതൊരാൾക്ക് ഏതുകാലത്ത് കിട്ടിയതിലും കൂടുതലാണ്.” ആദ്യത്തെ പെൺകുട്ടി പറഞ്ഞു.

“നിങ്ങൾ വളരെക്കാലം പാരീസിൽ താമസിക്കാൻ പോകുന്നുണ്ടോ?” ഞാൻ അവരോട് ചോദിച്ചു.

“ഇല്ല. സത്യത്തിൽ ഇല്ല. ഞങ്ങൾ കൂട്ടുകാരുടെ ഒരു സംഘത്തിനൊപ്പമാണ്.”

“ഞങ്ങൾ ഈ ബോട്ടിൽ സന്ദർശനത്തിന് വന്നവരാണ്. നിങ്ങൾക്ക് മനസ്സിലായിക്കാണും. സത്യത്തിൽ അതിനുള്ളിൽ ആരും ഉണ്ടായിരുന്നില്ല. തീർച്ചയായും മിസ്റ്റർ. വാഷ് ഉണ്ടായിരുന്നു.”

“അയാൾ ചീട്ടുകളിക്കില്ലേ?” ഞാൻ ചോദിച്ചു.

അവൾ എന്റെ മുഖത്തേക്ക് സഹതാപം കലർന്ന നൈരാശ്യത്തോടെ നോക്കി.

“ഇല്ല. അയാൾക്ക് അത് ചെയ്യേണ്ട ആവശ്യമില്ല.”

“നിങ്ങൾ ഏത് കപ്പലിൽ ആണ് തിരിച്ചുപോകുന്നത്.”

“അത് ബോട്ടുകളെയും മറ്റ് പല കാര്യങ്ങളെയും ആശ്രയിച്ചിരിക്കും. നിങ്ങൾ തിരിച്ചുപോകുന്നുണ്ടോ?”

“ഇല്ല. എനിക്ക് ഇവിടെ കഷ്ടിച്ച് തുടരാൻ പറ്റും.”

“ഇവിടം ഒരുതരം പാവങ്ങളുടെ പ്രദേശം ആണ്. ശരിയല്ലേ?”

“അതെ. പക്ഷേ, ഇവിടം വേണ്ടത്ര മനോഹരമാണ്. ഞാൻ ഭക്ഷണശാലകളിൽ ഇരുന്ന് ജോലി ചെയ്യുന്നു. ഞാൻ പുറത്തു പന്തയക്കളങ്ങളിലും പോകുന്നു.”

“ഈ വേഷങ്ങളിൽ നിങ്ങൾക്ക് പന്തയക്കളങ്ങളിൽ പോകാൻ പറ്റുമോ?”

“ഇല്ല. ഇത് എന്റെ ഭക്ഷണശാലയിലെ വേഷമാണ്.”

“ഇതിന് സാമാന്യം ഭംഗി ഉണ്ട്.” പെൺകുട്ടികളിൽ ഒരുവൾ പറഞ്ഞു. “എനിക്ക് ഈ പറഞ്ഞ ഭക്ഷണശാലകളിലെ ജീവിതം കുറച്ചൊക്കെ കാണാൻ ആഗ്രഹം ഉണ്ട്. ഇയാൾ എന്റെ കൂടെ വരില്ലേ?”

"ഞാൻ വരും." മറ്റേ പെൺകുട്ടി പറഞ്ഞു. ഞാൻ എന്റെ നോട്ട്ബുക്കിൽ അവരുടെ പേരുകൾ എഴുതിവച്ചു. ഞാൻ ക്ലാറിഡ്ജ് ഹോട്ടലിലേക്ക് അവരെ ക്ഷണിക്കാമെന്ന് അവർക്ക് വാക്കുകൊടുത്തു. അവർ നല്ല പെൺകുട്ടികൾ ആയിരുന്നു. ഞാൻ അവരോടും വാഷിനോടും എസ്രയോടും വിട ചോദിച്ചു. വാഷ് ഈ സമയത്തും വലിയ തീവ്രതയോടെ എസ്രയോട് സംസാരിച്ചുകൊണ്ടിരിക്കുകയായിരുന്നു.

"മറക്കരുത്." പെൺകുട്ടികളിൽ കൂടുതൽ ഉയരം ഉള്ളവൾ പറഞ്ഞു.

"എനിക്ക് എങ്ങനെ മറക്കാൻ പറ്റും?" ഞാൻ അവളോട് പറഞ്ഞതിനുശേഷം വീണ്ടും രണ്ടുപേർക്കും കൈകൊടുത്തു.

ക്ലാറിഡ്ജ് ഹോട്ടലിൽവെച്ച് എസ്രയുടെ കവിതകളെ ആരാധിക്കുന്ന ഏതോ രണ്ട് പെൺകുട്ടികൾ മരണത്തിനുവേണ്ടി അടയാളപ്പെടുത്തിക്കഴിഞ്ഞ യുവകവിയോടുള്ള ആരാധനകൊണ്ട് വാഷിന് ആവശ്യമുള്ള ധനസഹായം നല്കിയെന്ന വാർത്തയാണ് ഞാൻ പിന്നീട് വാഷിനെ പറ്റി എസ്രായിൽനിന്ന് കേൾക്കാൻ ഇടയായത്. അതിനു ശേഷം കുറച്ചു കാലം കഴിഞ്ഞ് വാഷിന് മറ്റൊരു സ്രോതസ്സിൽനിന്ന് സാമ്പത്തിക പിന്തുണ ലഭിച്ചെന്നുള്ള വാർത്തയാണ് ഞാൻ കേൾക്കാൻ ഇടയായത്. അതുകൊണ്ട് അയാൾ കൂടി പത്രാധിപരായിട്ടുള്ള ഒരു മാസിക ഇവിടെ നിന്ന് ആരംഭിക്കാൻ പോകുന്നുണ്ടെന്നുള്ളതായിരുന്നു ആ വാർത്തയുടെ അവസാനഭാഗം.

ആ സമയത്ത് സ്കോഫീൽഡ് തെയർ* പത്രാധിപർ ആയിരുന്ന അമേരിക്കയിൽ നിന്നുള്ള *ഡയൽ* എന്ന സാഹിത്യമാസിക വർഷംതോറും പ്രസിദ്ധീകരിക്കുന്ന ഏറ്റവും നല്ല സാഹിത്യ രചനയ്ക്ക് ആയിരം ഡോളർ സമ്മാനമായി നല്കിയിരുന്നതായാണ് എന്റെ വിശ്വാസം. അത് ആ കാലത്ത് ഏത് സത്യസന്ധനായ എഴുത്തുകാരന്റെ കാര്യത്തിലും ഒരു വലിയ തുക ആയിരുന്നു. ഈ സമ്മാനം ലഭിച്ചിരുന്നത് സ്വാഭാവികമായും അതിന് അർഹതയുള്ള പല എഴുത്തുകാർക്കും ആയിരുന്നു. അതുകൊണ്ട് ഇതിന് പ്രശസ്തിയേക്കാൾ പ്രാധാന്യം ഉണ്ടായിരുന്നു അന്ന് രണ്ട് മനുഷ്യർക്ക് യൂറോപ്പിൽ അഞ്ചുഡോളർ കൊണ്ട് ഒരു ദിവസം സുഖമായി ജീവിക്കാനും യാത്രചെയ്യാനും കഴിയുമായിരുന്നു.

വാഷും കൂടി പത്രാധിപർ ആയിരുന്ന ഈ ത്രൈമാസിക ആദ്യത്തെ നാലുലക്കത്തിന്റെ പ്രസിദ്ധീകരണത്തിനുശേഷം ഏറ്റവും നല്ല രചന എന്ന് വിലയിരുത്തപ്പെടുന്ന സൃഷ്ടി സംഭാവന ചെയ്യുന്നയാൾക്ക് കാര്യമായ ഒരു സമ്മാനം നല്കാൻ പോകുന്നുണ്ടെന്നുള്ള സൂചന നല്കിയിരുന്നു.

ഈ വാർത്ത പ്രചരിച്ചത് സംസാരത്തിലൂടെ ആയിരുന്നോ അതോ അതൊരു കിംവദന്തി ആയിരുന്നോ അതോ അത് സ്വകാര്യമായ ഒരു വിശ്വാസം ആയിരുന്നോ എന്ന് എനിക്ക് വ്യക്തമായി പറയാൻ കഴിയില്ല.

---

* അമേരിക്കൻ കവി

അതിന് എല്ലാ രീതിയിലും പ്രചാരം കിട്ടിയിരുന്നതായി നമുക്ക് വിശ്വസിക്കാം. തീർച്ചയായും ഈ കാര്യത്തിന് വാഷിനെ ഒരിക്കലും പഴിക്കാൻ കഴിയില്ല. സെയിന്റ് മൈക്കൽ പ്രദേശത്തെ ചോലമരങ്ങൾ നിറഞ്ഞ നടപ്പാതയിലുള്ള ഏറ്റവും ചെലവേറിയ ഏറ്റവും നല്ല ഹോട്ടലിലേക്ക് വാഷ് എന്നെ ഉച്ചഭക്ഷണത്തിന് ക്ഷണിക്കുന്ന സമയത്ത് മുമ്പ് സൂചിപ്പിച്ച കിംവദന്തി ഞാൻ കേട്ടതിനുശേഷം കൂടുതൽ ദിവസങ്ങൾ കഴിഞ്ഞിരുന്നില്ല. മങ്ങിയ ചെമ്പ് നിറം ഉള്ള ചെലവേറിയ മാരിനസ് മുത്തുച്ചിപ്പികളും (ചെലവ് കുറഞ്ഞ പോർച്ചുഗീസ് മുത്തുച്ചിപ്പികൾ അല്ല) ഒരു കുപ്പി പൂയി-ഫ്യൂസി വീഞ്ഞും ആയിരുന്നു. രുചികരമായ ഭക്ഷണ പദാർത്ഥങ്ങളിലേക്ക് വഴികാണിച്ചുതന്നത്. അയാൾ ബോട്ടിൽ വെച്ച് പെൺകുട്ടികളെ ആകർഷിച്ചതുപോലെ എന്നെ ആകർഷിക്കുകയാണെന്ന് തോന്നി. അയാൾ അവരെ നിശ്ചയമായും കള്ളം പറഞ്ഞ് വിശ്വസിപ്പിച്ചിരുന്നു. അയാൾ എനിക്ക് ഒരു ഡസൻ നിരപ്പുള്ള മുത്തുച്ചിപ്പികൾ കൂടി കഴിക്കാൻ ആഗ്രഹം ഉണ്ടോ എന്ന് ചോദിച്ചപ്പോൾ എനിക്ക് അത് അങ്ങേയറ്റം ഇഷ്ടം ആണെന്നായിരുന്നു എന്റെ മറുപടി (അയാൾ മാരിനസ് മുത്തുച്ചിപ്പിയെ നിരപ്പുള്ള മുത്തുച്ചിപ്പി എന്നാണ് വിശേഷിപ്പിച്ചത്.) അയാൾ എന്റെ കൂടെ ഉണ്ടായിരുന്ന ഈ സമയത്ത് ഞാൻ മരണത്തിനുവേണ്ടി പ്രത്യേകം അടയാളപ്പെടുത്തിയവൻ ആണെന്ന് ഭാവിക്കാൻ കൂട്ടാക്കിയിരുന്നില്ല. അത് ഒരു ആശ്വാസം ആയിരുന്നു. അയാൾക്ക് കള്ളം പറഞ്ഞ് പണം തട്ടിയെടുക്കാനുള്ള കൗശലം ഉണ്ടെന്ന് എനിക്ക് അറിയാമെന്ന് അയാൾക്ക് അറിയാമായിരുന്നു. അതുകൊണ്ട് ഭക്ഷണമേശയുടെ അടുത്തിരുന്നു ചുമയ്ക്കാൻ അയാൾ ബുദ്ധിമുട്ടിയിരുന്നില്ല. അതിന് എനിക്ക് അയാളോട് നന്ദി ഉണ്ടായിരുന്നു. ഞാൻ രണ്ടാമത്തെ ഡസൻ മുത്തുച്ചിപ്പികളെ ഓരോന്നായി അവയുടെ മഞ്ഞുപൊടിച്ചുണ്ടാക്കിയ വെള്ളിത്തളികയിലെ കിടക്കയിൽനിന്നും അടർത്തിയെടുത്ത് ചെറുനാരങ്ങാ നീര് പിഴിഞ്ഞൊഴിക്കുമ്പോൾ അവയുടെ അവിശ്വസനീയമായ രീതിയിൽ മൃദുലമായ തവിട്ടുനിറമുള്ള അരികുകൾ അതിവിനയത്തോടെ പ്രതികരിക്കുന്നത് ശ്രദ്ധിച്ചുകൊണ്ട് അവയെ ഉറപ്പിച്ചു നിർത്തിയിരുന്ന പേശികളെ പുറംതോടിൽനിന്ന് ശ്രദ്ധയോടെ വേർപെടുത്തിയെടുത്ത് ചവച്ചിറക്കാൻ വേണ്ടി മുകളിലേക്ക് ഉയർത്തിക്കൊണ്ടിരുന്നു.

“എസ്രാ ഒരു വളരെ മഹാനായ കവി ആണ്.” വാഷ് അയാളുടെ സ്വന്തം ഇരുണ്ട നിറമുള്ള കവിയുടെ കണ്ണുകൾകൊണ്ട് എന്റെ മുഖത്തേക്ക് നോക്കിക്കൊണ്ട് പറഞ്ഞു.

“അതെ” ഞാൻ പറഞ്ഞു. “അതിന്റെ കൂടെ ഒരു നല്ല മനുഷ്യനും ആണ്.”

“കുലീനൻ” വാഷ് പറഞ്ഞു. “യഥാർത്ഥ കുലീനൻ.” ഞങ്ങൾ എസ്രായുടെ കുലീനതയ്ക്ക് വേണ്ടി നിശ്ശബ്ദരായിരുന്ന് തിന്നു. കുടിച്ചു.

എസ്രാ അവിടെ ഇല്ലാത്തതിൽ എനിക്ക് വിഷമം തോന്നിയിരുന്നു. അയാൾക്കും മാരിനസ് മുത്തുച്ചിപ്പികൾക്കുള്ള പ്രാപ്തിയുണ്ടായിരുന്നില്ല.

"ജോയ്സ് മഹാനാണ്." വാഷ് പറഞ്ഞു. "വളരെ വളരെ മഹാനാണ്."

"അതെ" ഞാൻ പറഞ്ഞു. "അതിന്റെ കൂടെ ഒരു നല്ല സുഹൃത്തും ആണ്." അയാൾ *യുളിസസ്* എഴുതിക്കഴിഞ്ഞ് അടുത്തത് ആരംഭിക്കുന്നതുവരെ ഞങ്ങൾ 'ജോലി പുരോഗതിയിൽ' എന്ന് വിളിച്ചിരുന്ന അത്ഭുതകരമായ കാലഘട്ടത്തിൽ ഞങ്ങൾ സുഹൃത്തുക്കളായി മാറിയിരുന്നു. ഞാൻ ജോയ്സിനെക്കുറിച്ച് ആലോചിച്ച് പല കാര്യങ്ങളും ഓർമ്മിച്ചുകൊണ്ടിരുന്നു.

"അയാളുടെ കണ്ണുകൾ കുറച്ചുകൂടി നന്നായിരുന്നെങ്കിൽ എന്ന് എനിക്ക് ആഗ്രഹം ഉണ്ട്." വാഷ് പറഞ്ഞു.

"അയാൾക്കും അങ്ങനെ ആഗ്രഹം ഉണ്ട്." ഞാൻ പറഞ്ഞു.

"അത് നമ്മുടെ കാലത്തിന്റെ ഒരു ദുരന്തമാണ്." വാഷ് എന്റെ മുഖത്തു നോക്കിക്കൊണ്ട് പറഞ്ഞു.

"എല്ലാവർക്കും എന്തെങ്കിലും കുഴപ്പം കാണും." ഞാൻ ഉച്ചഭക്ഷണത്തിന്റെ ഉന്മേഷം കൂട്ടാൻ ശ്രമം നടത്തിക്കൊണ്ട് പറഞ്ഞു.

"നിങ്ങൾക്കില്ല." അയാൾ അയാളുടെ എല്ലാ വശീകരണ തന്ത്രങ്ങളും അതിനേക്കാൾ കൂടിയ തന്ത്രങ്ങളും എനിക്കുവേണ്ടി ദാനം ചെയ്തു. അതിനുശേഷം അയാൾ സ്വയം മരണത്തിനുവേണ്ടി അയാളെ അടയാളപ്പെടുത്തി.

"ഞാൻ മരണത്തിനുവേണ്ടി അടയാളപ്പെടുത്തിയിരിക്കുന്നവൻ അല്ലെന്നാണോ നിങ്ങൾ പറയുന്നത്?" ഞാൻ ചോദിച്ചു. എനിക്ക് ചോദിക്കാതിരിക്കാൻ കഴിഞ്ഞിരുന്നില്ല.

"അല്ല. നിങ്ങൾ ജീവിതത്തിനുവേണ്ടി പ്രത്യേകം അടയാളപ്പെടുത്തിയിരിക്കുന്നവൻ ആണ്." അയാൾ ആ വാക്കിനെ മുതലെടുത്തു.

അയാൾ നല്ല ഇറച്ചി വേണമെന്ന ആഗ്രഹം പ്രകടമാക്കി. ഞാൻ എല്ലില്ലാതെ വറുത്ത ഇറച്ചിയും ബെയർനൈസ് സോസും കൊണ്ടുവരാൻ പറഞ്ഞു.

"ചുവന്ന വീഞ്ഞിനെപ്പറ്റി എന്തു പറയുന്നു?" അയാൾ ചോദിച്ചു. വെയിറ്റർ അടുത്തു വന്നിരുന്നു. ഞാൻ 'ഷാറ്റൊനോഫ് ഡ്യൂപപ്' വീഞ്ഞിന് ഓർഡർ കൊടുത്തു. എനിക്ക് അത് കപ്പൽ തുറയിലൂടെ നടന്നുതീർക്കാൻ കഴിയും. അയാൾക്ക് അത് ഉറങ്ങിത്തീർക്കാൻ കഴിയും. അല്ലെങ്കിൽ അയാൾക്ക് ഇഷ്ടമുള്ളത് ചെയ്യാൻ കഴിയും.

ഞങ്ങൾ ഇറച്ചിയും വറുത്ത ഉരുളക്കിഴങ്ങും 'ഷാറ്റൊനോഫ് ഡ്യൂപപ്പ്' വീഞ്ഞിന്റെ മുക്കാൽ ഭാഗവും തീർത്തുകഴിഞ്ഞ സമയത്തായിരുന്നു അതു പുറത്തുവന്നത്.

"വെറുതെ അതും ഇതും പറയുന്നതുകൊണ്ട് പ്രയോജനമില്ല." അയാൾ പറഞ്ഞു. "നിങ്ങൾക്കാണ് സമ്മാനം കിട്ടാൻ പോകുന്നതെന്ന് നിങ്ങൾക്കറിയാം. അറിയില്ലേ?"

"എനിക്കാണോ?" ഞാൻ ചോദിച്ചു. "എന്തുകൊണ്ട്?"

"നിങ്ങൾക്കാണ് അതു കിട്ടേണ്ടത്." അയാൾ പറഞ്ഞു. അയാൾ എന്റെ എഴുത്തിനെപ്പറ്റി സംസാരിക്കാൻ ആരംഭിച്ചു. ഞാൻ അയാൾക്ക് ചെവികൊടുക്കുന്നത് അവസാനിപ്പിച്ചു. ആളുകൾ എന്റെ എഴുത്തിനെപ്പറ്റി എന്നോട് നേരിട്ട് സംസാരിക്കുന്നത് എനിക്ക് അസ്വസ്ഥത ഉണ്ടാക്കുന്ന കാര്യം ആയിരുന്നു. ഞാൻ അയാളെ നോക്കി. അയാളുടെ മരണത്തിനുവേണ്ടി പ്രത്യേകം അടയാളപ്പെടുത്തിയിരിക്കുന്നവൻ എന്ന മട്ടിലുള്ള മുഖഭാവത്തിലേക്ക് നോക്കി. ഞാൻ ആലോചിച്ചു. നിങ്ങൾ ആളുകളെ കബളിപ്പിച്ച് പണം ഉണ്ടാക്കുന്നവനാണ്. നിങ്ങൾ നിങ്ങളുടെ തട്ടിപ്പുമായി എന്നെ കബളിപ്പിക്കുകയാണ്. ഞാൻ വഴിയിലെ ബഹളത്തിനിടയിൽ അണിനിരന്നുനില്ക്കുന്ന ഒരു സേനാവിഭാഗത്തെ കണ്ടിട്ടുണ്ട്. അവരിൽ മൂന്നിലൊന്ന് മരണത്തിനുവേണ്ടിയോ അല്ലെങ്കിൽ അതിനേക്കാൾ മോശപ്പെട്ട കാര്യങ്ങൾക്കുവേണ്ടിയോ പ്രത്യേകം അടയാളപ്പെടുത്തിക്കഴിഞ്ഞവർ ആയിരുന്നു. അവർക്ക് പ്രത്യേകം അടയാളങ്ങൾ ഉണ്ടായിരുന്നില്ല. നിങ്ങളും നിങ്ങളുടെ മരണത്തിനു വേണ്ടി പ്രത്യേകം അടയാളപ്പെടുത്തിയിരിക്കുന്ന മട്ടിലുള്ള മുഖഭാവവും. നിങ്ങൾ കള്ളം പറഞ്ഞ് പണം കബളിപ്പിക്കുന്നവനാണ്. നിങ്ങൾ നിങ്ങളുടെ മരണം കൊണ്ട് ജീവിതം ഉണ്ടാക്കുന്നവനാണ്. ഇപ്പോൾ നിങ്ങൾ എന്നെ കബളിപ്പിച്ച് പണം ഉണ്ടാക്കും. മരണം അയാളെ കള്ളം പറഞ്ഞ് വഞ്ചിച്ചിരുന്നില്ല. അത് തീർച്ചയായും വന്നുകൊണ്ടിരിക്കുകയായിരുന്നു.

"ഏണസ്റ്റ്, ഞാൻ അത് അർഹിക്കുന്നുണ്ടെന്ന് ഞാൻ വിചാരിക്കുന്നില്ല." സ്വന്തം പേര് ഉപയോഗിക്കുന്നതിൽ സന്തോഷിച്ചുകൊണ്ട് ഞാൻ പറഞ്ഞു. പക്ഷേ, അയാളുടെ കാര്യത്തിൽ ആ പേര് എനിക്ക് വെറുപ്പായിരുന്നു. "ഏണസ്റ്റ്, അതുകൂടാതെ അത് ധാർമ്മികമല്ല."

"ഒരേ പേര് നമുക്ക് കിട്ടിയത് വിചിത്രമാണ്. അല്ലേ?" ഞാൻ പറഞ്ഞു. "ഈ പേര് നമുക്ക് അവസാനം വരെ ജീവിക്കാനുള്ളതാണ്. ഞാൻ ഉദ്ദേശിച്ചത് ഏണസ്റ്റിന് മനസ്സിലായിക്കാണും. ഇല്ലേ?"

"ഏണസ്റ്റ് പറഞ്ഞത് എനിക്ക് മനസ്സിലായി." അയാൾ അയർലണ്ടുകാരന്റെ വശ്യതയും വിവേകവും എനിക്ക് ദാനം ചെയ്തിരുന്നു.

അതുകൊണ്ട് ഞാൻ എപ്പോഴും അയാളോടും അയാളുടെ മാസികയോടും വളരെ നല്ലരീതിയിൽ ഇടപെട്ടിരുന്നു. അയാൾ രക്തസ്രാവം ഉണ്ടായി പാരീസ് വിട്ടുപോകുമ്പോൾ ഇംഗ്ലീഷ് വായിക്കാൻ അറിയാത്ത അയാളുടെ അച്ചടിക്കാരന്റെ അടുത്തുചെന്ന് അയാളുടെ മാസിക പരിശോധിക്കണമെന്ന് എന്നോട് ആവശ്യപ്പെട്ടിരുന്നു. ഞാൻ അതു ചെയ്തുകൊടുത്തിരുന്നു. അയാളുടെ രക്തസ്രാവങ്ങളിൽ ഒന്ന് ഞാൻ കണ്ടിരുന്നു. അത് ന്യായമായ രീതിയിൽ ഉള്ളതായിരുന്നു. അയാൾ ബുദ്ധിമുട്ടില്ലാതെ മരിക്കും എന്ന് ഞാൻ മനസ്സിലാക്കിയിരുന്നു. ആ സമയത്ത് അത് നല്ലകാര്യം ആണെന്ന് എനിക്ക് തോന്നിയിരുന്നു. അത് എന്റെ ജീവിതത്തിലെ ബുദ്ധിമുട്ടുള്ള ഒരു സമയമായിരുന്നു. അയാളെ ഏണസ്റ്റ് എന്ന് വിളിക്കുന്നതിൽപോലും എനിക്ക് സംതൃപ്തി തോന്നിയിരുന്നു. അയാ

ളുടെ സഹപത്രാധിപയേയും ഞാൻ ഇഷ്ടപ്പെട്ടിരുന്നു. അവൾ എനിക്ക് സമ്മാനം വാഗ്ദാനം ചെയ്തിരുന്നില്ല. അവൾക്ക് ഒരു നല്ല മാസിക പടുത്തുയർത്തണമെന്നും അതിനുവേണ്ട സംഭാവനകൾ നടത്തുന്നവർക്ക് നല്ലരീതിയിൽ പണം കൊടുക്കണമെന്നും ഉള്ള ആഗ്രഹം മാത്രമാണ് ഉണ്ടായിരുന്നത്.

ഞാൻ ഒരു ദിവസം തനിച്ച് മാറ്റിനി സിനിമ കണ്ടതിനുശേഷം സെയിന്റ് ജർമ്മാ നടപ്പാതയിലൂടെ നടന്നുവരുന്ന ജെയിംസ് ജോയിസിനെ കണ്ടുമുട്ടിയിരുന്നു. നടന്മാരെ നേരിട്ട് കാണാൻ കഴിഞ്ഞില്ലെങ്കിലും അവർ പറയുന്നത് ശ്രദ്ധിക്കാൻ അയാൾക്ക് ഇഷ്ടമായിരുന്നു. അയാൾ ഒരു കവിൾ മദ്യം കുടിക്കാൻ വേണ്ടി എന്നെ ക്ഷണിച്ചു. ജോയിസ് കുടിക്കുന്നത് 'വെള്ള വീഞ്ഞ്' മാത്രമാണെന്നാണ് എപ്പോഴും നിങ്ങൾക്ക് വായിക്കാൻ കഴിയുന്നതെങ്കിലും അയാൾ അന്ന് ഡ്യൂക്സ് മഗോട്ട്സ് ഹോട്ടലിൽവച്ച് 'ഡ്രൈ ഷെറിയാണ്' കൊണ്ടുവരാൻ പറഞ്ഞത്.

"വാഷിന്റെ വിശേഷം എന്തുണ്ട്?"

"മരിക്കുന്നതിനിടയിൽ ജീവിച്ചുകൊണ്ടിരിക്കുന്നു."

"അയാൾ നിങ്ങൾക്ക് ആ സമ്മാനം വാഗ്ദാനം ചെയ്തിരുന്നോ?" ജോയിസ് ചോദിച്ചു.

"ചെയ്തിരുന്നു."

"ഞാൻ അത് വിചാരിച്ചിരുന്നു." ജോയിസ് പറഞ്ഞു. ഒരു മിനിറ്റിനു ശേഷം അയാൾ ചോദിച്ചു. "അയാൾ അത് എസ്രാ പോണ്ടിന് വാഗ്ദാനം ചെയ്തിരുന്നെന്ന് നിങ്ങൾ വിചാരിക്കുന്നുണ്ടോ?"

"എനിക്ക് അറിയില്ല."

"അയാളോട് ചോദിക്കാതിരിക്കുന്നതാണ് ഏറ്റവും നല്ലത്." ജോയിസ് പറഞ്ഞു. അവിടെ അത് ഞങ്ങൾ ഉപേക്ഷിച്ചു. എസ്രായുടെ സ്റ്റുഡിയോയിൽ വച്ച് നീണ്ട 'ഫർകോട്ട്' ധരിച്ച പെൺകുട്ടികൾക്കൊപ്പം ഞാൻ അയാളെ ആദ്യമായി കണ്ടുമുട്ടിയ കഥ പോണ്ടിനോട് വിവരിച്ചു. കഥ കേൾക്കാൻ കഴിഞ്ഞതിൽ അയാൾക്ക് സന്തോഷം ഉണ്ടായിരുന്നു.

ഇവാൻഷിപ്മാൻ ലിലാസിൽ

സിൽവിയാ ബീച്ചിന്റെ ഗ്രന്ഥശാല കണ്ടെത്തിയ ദിവസം മുതൽ ഗോഗൾ ഇംഗ്ലീഷിൽ പ്രസിദ്ധീകരിച്ചിരുന്ന ടർജനീവിന്റെ എല്ലാ പുസ്തകങ്ങളും കോൺസ്റ്റന്റ് ഗാർനറ്റ് ഇംഗ്ലീഷിലേക്ക് പരിഭാഷപ്പെടുത്തിയ ടോൾസ്റ്റോയിയുടെയും ചെക്കോവിന്റെയും പുസ്തകങ്ങളും ഞാൻ ഒന്നൊന്നായി വായിച്ച് തീർത്തിരുന്നു. ഞങ്ങൾ പാരീസിൽ വരുന്നതിനുമുമ്പ് ടൊറൊന്റോയിൽ ഉണ്ടായിരുന്ന സമയത്ത് കാതറൈൻ മാൻസ് ഫീൽഡ് ഒരു നല്ല ചെറുകഥാകൃത്ത് എന്നതിനേക്കാൾ ഒരു മഹത്തായ ചെറുകഥാകൃത്ത് ആയിരുന്നെന്ന് എനിക്ക് അറിയാമായിരുന്നു. പക്ഷേ, ചെക്കോവിനെ വായിച്ചുകഴിഞ്ഞ് അവരെ വായിക്കാൻ ശ്രമിക്കുന്നത് നല്ല എഴുത്തുകാരനായ വിവരമുള്ള ഒരു ഡോക്ടറുടെ വ്യക്തതയുള്ള കഥകൾ കേട്ടതിനുശേഷം ഒരു മദ്ധ്യ വയസ്കയായ ജോലിക്കാരിയുടെ കള്ളക്കഥകൾ കേൾക്കുന്നതിനു തുല്യമായിരുന്നു. കാതറൈൻ മാൻസ് ഫീൽഡ് ലഹരി ഇല്ലാത്ത ബിയർ പോലെ ആയിരുന്നു. വെള്ളം കുടിക്കുന്നതായിരുന്നു കൂടുതൽ നല്ല കാര്യം. പക്ഷേ, ചെക്കോവിന്റെ കഥകളിൽ കടുപ്പം കുറയ്ക്കുന്നതിനുള്ള വെള്ളം മാത്രമാണ് ഉണ്ടായിരുന്നത്. വെറും ലേഖനം ആണെന്ന് തോന്നുന്ന ചില കഥകൾ ഉണ്ടായിരുന്നു. പക്ഷേ, അത്ഭുതകരമായ കഥകളും ഉണ്ടായിരുന്നു.

ദസ്തയേവ്സ്കിയുടെ പുസ്തകങ്ങളിൽ വിശ്വസനീയമായ കാര്യങ്ങളും വിശ്വസിക്കാൻ പറ്റാത്ത കാര്യങ്ങളും ഉണ്ടായിരുന്നു. പക്ഷേ, ചില കാര്യങ്ങൾ അത്രമാത്രം സത്യസന്ധം ആയിരുന്നതുകൊണ്ട് വായനയുടെ സമയത്തുതന്നെ അവർ നിങ്ങളിൽ വ്യത്യാസം വരുത്തിയിരുന്നു. ടർജനീവിന്റെ കൃതികളിൽ നിന്ന് നിങ്ങൾ പ്രകൃതിദൃശ്യങ്ങളും വഴികളും മനസ്സിലാക്കുന്നതുപോലെയോ, ടോൾസ്റ്റോയിയുടെ കൃതികളിൽ നിന്ന്

സൈനിക ഉദ്യോഗസ്ഥരെയും മനുഷ്യരേയും യുദ്ധഭൂമിയെയും സൈനിക നീക്കങ്ങളെയും നിങ്ങൾ മനസ്സിലാക്കുന്നതുപോലെയോ ദസ്തയേവ്സ്കിയുടെ കൃതികളിൽനിന്ന് ചാപല്യവും ഭ്രാന്തും ദുഷ്ടതയും വിശുദ്ധിയും ചൂതാട്ടത്തിന്റെ ഉന്മാദവും നിങ്ങൾക്ക് മനസ്സിലാക്കാൻ കഴിയും. ടോൾസ്റ്റോയി സ്റ്റീഫൻ ക്രെയിനിന്റെ ആഭ്യന്തരയുദ്ധം സംബന്ധിച്ചുള്ള എഴുത്തിനെ യുദ്ധം ഒരിക്കലും കണ്ടിട്ടില്ലാത്തവനും യുദ്ധവും പുരാവൃത്തങ്ങളും വായിച്ചിട്ടുള്ളവനും ഞാൻ എന്റെ അപ്പൂപ്പന്റെ വീട്ടിൽ കണ്ടിരുന്ന തരത്തിലുള്ള ബ്രാഡിയുടെ ഫോട്ടോഗ്രാഫുകൾ കണ്ടിട്ടുള്ളവനുമായ ഒരു അസുഖം ഉള്ള കുട്ടിയുടെ തിളക്കമുള്ള ഭാവനപോലെ എഴുതിയിരുന്നു. ഞാൻ *പർമയുടെ ചാർട്രൂസ്** വായിക്കുന്നതുവരെ ഞാൻ ടോൾസ്റ്റോയിയുടെ പുസ്തകത്തിൽ അല്ലാതെ മറ്റൊരിടത്ത് ഒരിക്കലും യുദ്ധത്തെപ്പറ്റി വായിച്ചിട്ടുണ്ടായിരുന്നില്ല. വാട്ടർലൂ യുദ്ധത്തെപ്പറ്റിയുള്ള സ്റ്റെൻദാലിന്റെ വിവരണം സാമാന്യം വിരസമായ പുസ്തകത്തിലെ ഒരു യാദൃച്ഛികമായ രചന ആയിരുന്നു. നല്ലപോലെ ജീവിക്കാനുള്ള വഴിയും ജോലിയും വായിക്കാനുള്ള സമയവും ഉള്ളപ്പോൾ പാരീസുപോലെ ഒരു നഗരത്തിലെ എഴുത്തിന്റെ പുതിയ ലോകത്തിലേക്ക് കടന്നുവരുമ്പോൾ നിങ്ങൾ എത്ര മാത്രം ദരിദ്രൻ ആണെന്നുള്ളത് കാര്യമാക്കേണ്ട ആവശ്യം ഇല്ല. അത് നിങ്ങൾക്ക് ഒരു വലിയ നിധി തരുന്നതുപോലെ ആയിരുന്നു. നിങ്ങൾക്ക് നിങ്ങളുടെ നിധി യാത്ര ചെയ്യുന്ന സമയത്തും കൂടെക്കൊണ്ടുപോകാൻ കഴിഞ്ഞിരുന്നു. ഞങ്ങൾ ജീവിച്ച സ്വിറ്റ്സർലാണ്ടിലേയും ഇറ്റലിയിലേയും പർവ്വതങ്ങളിൽ അത് ഞങ്ങളുടെ കൂടെ ഉണ്ടായിരുന്നു. ഞങ്ങൾ ഓസ്ട്രിയായിലെ വൊറാൾ ബർഗ്ഗിലുള്ള ഉയരമുള്ള മലയടിവാരത്തിൽ ഷ്രൺസ് പട്ടണം കണ്ടെത്തുന്നതുവരെ പുസ്തകങ്ങൾ എല്ലാ സമയത്തും ഞങ്ങളുടെ കൂടെ ഉണ്ടായിരുന്നു. അതുകൊണ്ട് നിങ്ങൾ കണ്ടെത്തിയ പുതിയ ലോകത്തെ മഞ്ഞിലും കാട്ടിലും മഞ്ഞുമൂടിയ പർവ്വതങ്ങളിലും അവിടത്തെ മഞ്ഞുകാലത്തിന്റെ പ്രശ്നങ്ങളിലുമാണ് ഞങ്ങൾ ജീവിച്ചുകൊണ്ടിരുന്നത്. പകൽ സമയത്ത് ഞങ്ങൾക്ക് ഗ്രാമത്തിലെ ഹോട്ടൽ ടൗബിയുടെ ഉന്നതമായ അഭയസ്ഥാനം ഉണ്ടായിരുന്നു. രാത്രിയിൽ ഞങ്ങൾക്ക് റഷ്യൻ എഴുത്തുകാർ തന്നിരുന്ന അത്ഭുതകരമായ മറ്റൊരു ലോകത്തിൽ ജീവിക്കാൻ കഴിഞ്ഞിരുന്നു. അതിനുശേഷം മറ്റുള്ള രാജ്യങ്ങളിലെ എഴുത്തുകാരുടെ പുസ്തകങ്ങളും ഉണ്ടായിരുന്നു. പക്ഷേ, വളരെക്കാലത്തേക്ക് ഒപ്പം ഉണ്ടായിരുന്നത് റഷ്യക്കാർ ആയിരുന്നു.

"നിങ്ങളോട് സത്യം പറയുകയാണെങ്കിൽ ഞാൻ ഈ റൂഷ്യക്കാരെ ഒരു കാലത്തും വായിച്ചിട്ടില്ല." എസ്രാ പറഞ്ഞു. അത് സത്യസന്ധമായ ഒരു മറുപടി ആയിരുന്നു. മറ്റൊരു കാര്യത്തിലും എസ്രാ എന്നോട് അത്തരത്തിൽ ഒരു മറുപടി പറഞ്ഞിട്ടുണ്ടായിരുന്നില്ല. എനിക്ക് വലിയ ദുഃഖം

---

* ഫ്രഞ്ചു എഴുത്തുകാരൻ സ്റ്റെൻദാലിന്റെ പുസ്തകം (ചാർട്രൂസ് ഒരുതരം മദ്യമാണ്)

തോന്നി. കാരണം ഒരു നിരൂപകൻ എന്ന നിലയിൽ ഞാൻ എറ്റവും കൂടുതൽ ഇഷ്ടപ്പെടുകയും വിശ്വസിക്കുകയും ചെയ്യുന്ന മനുഷ്യൻ ആയിരുന്നു അവിടെ ഉണ്ടായിരുന്നത്. വെറും വാക്കുകളിൽ വിശ്വസിച്ചിരുന്ന മനുഷ്യൻ - കൃത്യമായി ഉപയോഗിക്കാൻ ഒരേയൊരു വാക്കാണ് ഉള്ളതെന്ന് വിശ്വസിക്കുന്ന മനുഷ്യൻ- ചില സന്ദർഭങ്ങളിൽ ചില മനുഷ്യരെ വിശ്വസിക്കാൻ പാടില്ലെന്ന് ഞാൻ പിന്നീട് മനസ്സിലാക്കിയതുപോലെ നാമവിശേഷണങ്ങളെ അവിശ്വസിക്കണമെന്ന് എന്നെ പഠിപ്പിച്ച മനുഷ്യൻ - ഏറക്കുറെ മറ്റൊരാളും ചെയ്തിട്ടില്ലാത്തതുപോലെ അയാളുടെ ആളുകളെ ഇടയ്ക്കിടയ്ക്ക് ബോധവാന്മാരാക്കിയിരുന്ന വെറും വാക്കുകൾ ഒരിക്കലും ഉപയോഗിച്ചിട്ടില്ലാത്ത ഒരു മനുഷ്യനെപ്പറ്റിയുള്ള അയാളുടെ അഭിപ്രായം അറിയാൻ എനിക്ക് ആഗ്രഹമുണ്ടായിരുന്നു.

"ഫ്രഞ്ചിൽ ഉറച്ചു നില്ക്കുക" എസ്രാ പറഞ്ഞു.

"അവിടെ നിങ്ങൾക്ക് ധാരാളം കാര്യങ്ങൾ മനസ്സിലാക്കാനുണ്ട്."

"അത് എനിക്ക് അറിയാം." ഞാൻ പറഞ്ഞു. "എനിക്ക് എല്ലായിടത്തുനിന്നും ധാരാളം കാര്യങ്ങൾ മനസ്സിലാക്കാനുണ്ട്."

പിന്നീട് എസ്രായുടെ സ്റ്റുഡിയോയിൽനിന്ന് ഇറങ്ങി തടിമില്ലിലേക്കുള്ള വഴിയിലൂടെ വീട്ടിൽ എത്തി ഗേറ്റ് തുറന്ന് പുതിയതായി അറുത്തിട്ട തടിക്കഷണങ്ങൾ മറികടന്ന് കോണിപ്പടിയുടെ വശത്തുകിടന്നിരുന്ന അച്ചിനുള്ളിൽ ടെന്നീസ് റാക്കറ്റ് തൂക്കിയിട്ടതിനുശേഷം മുകളിലത്തെ നിലയിലേക്ക് കയറി. ഞാൻ കോണിപ്പടിയിൽ നിന്നുകൊണ്ട് വിളിച്ചുചോദിച്ചിരുന്നു. പക്ഷേ, വീട്ടിൽ ഒരാളും ഉണ്ടായിരുന്നില്ല.

"മാഡം പുറത്തുപോയി. കുട്ടിയെക്കൂടി കൊണ്ടുപോയിട്ടുണ്ട്." തടിമില്ലിന്റെ ഉടമസ്ഥന്റെ ഭാര്യ വിളിച്ചു പറഞ്ഞു. അവർ കൂടുതൽ തടിയും പിച്ചളനിറം ഉള്ള തലമുടിയും ഉള്ള ഒരു സ്ത്രീ ആയിരുന്നു. അവരെ മനസ്സിലാക്കാൻ വളരെ ബുദ്ധിമുട്ടായിരുന്നു. ഞാൻ അവർക്ക് നന്ദി പറഞ്ഞു.

"നിങ്ങളെ കാണാൻ ഒരു ചെറുപ്പക്കാരൻ വന്നിട്ടുണ്ടായിരുന്നു." അവൾ പറഞ്ഞു "അയാൾ ലിലായിൽ കാണുമെന്നാണ് പറഞ്ഞത്."

"വളരെ നന്ദി" ഞാൻ പറഞ്ഞു. "മാഡം വരുകയാണെങ്കിൽ ദയവായി ഞാൻ ലിലായിൽ ഉണ്ടെന്ന് അവളോടു പറയണം."

"അവൾ കൂട്ടുകാരുടെ കൂടെ പുറത്തുപോയതാണ്." ചുവന്ന ഗൗൺ ചുരുട്ടിപിടിച്ച് സ്വന്തം പ്രവർത്തനമണ്ഡലത്തിന്റെ വാതിൽ അടയ്ക്കാതെ ഉയർന്ന ഉപ്പൂറ്റിയുള്ള ചെരുപ്പിൽ വാതിലിനടുത്തേക്ക് നടക്കുമ്പോൾ തടിമില്ലുകാരന്റെ ഭാര്യ പറഞ്ഞു.

നിറം മങ്ങിയ വലിയ കെട്ടിടങ്ങൾക്ക് നടുക്കുകൂടി നടന്ന് വലത്തോട്ട് തിരിഞ്ഞ് ലിലാ ഹോട്ടലിന്റെ സൂര്യപ്രകാശമുള്ള സന്ധ്യയിലേക്ക് ഞാൻ പ്രവേശിച്ചു.

അവിടെ എനിക്ക് പരിചയമുള്ള ഒരാൾപോലും ഇല്ലായിരുന്നു. ഞാൻ പുറത്തിറങ്ങി മട്ടുപ്പാവിലെത്തിയപ്പോൾ ഇവാൻ ഷിപ്മാൻ അവിടെ

കാത്തുനിന്നിരുന്നത് ഞാൻ കണ്ടു. അയാൾ ഒരു നിലവാരം ഉള്ള കവി ആയിരുന്നു. അതിന്റെ കൂടെ അയാൾക്ക് കുതിരകളെപ്പറ്റി അറിവുണ്ടായിരുന്നു. അയാൾക്ക് കുതിരകളെപ്പറ്റിയും എഴുത്തിനെപ്പറ്റിയും ചിത്രങ്ങളെപ്പറ്റിയും ശ്രദ്ധ ഉണ്ടായിരുന്നു. അയാൾ എഴുന്നേറ്റുനിന്നു. നല്ല ഉയരം ഉള്ള അയാൾ മെലിഞ്ഞുവിളറിപ്പോയിട്ടുണ്ടെന്ന് എനിക്ക് മനസ്സിലായി. അയാളുടെ വെളുത്ത ഷർട്ടിന്റെ കോളർ കീറിയിരുന്നു. ടൈ ശ്രദ്ധാപൂർവ്വം കെട്ടിയിരുന്നു. അയാളുടെ ചാരനിറം ഉള്ള പഴയ സ്യൂട്ട് പിഞ്ചിത്തുടങ്ങിയിരുന്നു. അയാളുടെ വിരലുകൾ മുടിയേക്കാൾ ഇരുണ്ടു പോയിരുന്നു. നഖങ്ങളിൽ അഴുക്കു പിടിച്ചിരുന്നു. അയാളുടെ കേടായ പല്ലുകൾ പുറത്തു കാണാതിരിക്കാൻ വേണ്ടി പരിഹാസവും സ്നേഹവും നിറഞ്ഞ അയാളുടെ പുഞ്ചിരി ഇറുക്കി അടച്ച ചുണ്ടുകൾക്കിടയിൽ അയാൾ ഒതുക്കിവെച്ചിരുന്നു.

"ഹെമിങ്‌വേ കാണാൻ കഴിഞ്ഞത് വളരെ നല്ല കാര്യമാണ്." അയാൾ പറഞ്ഞു.

"ഇവാന് എങ്ങനെയുണ്ട്."

"അല്പം മോശമാണ്." അയാൾ പറഞ്ഞു. "നിങ്ങൾക്ക് എങ്ങനെ ഇരിക്കുന്നു."

"കുഴപ്പം ഇല്ലെന്ന് തോന്നുന്നു." ഞാൻ പറഞ്ഞു. "നിങ്ങൾ വന്നപ്പോൾ ഞാൻ എസ്രായുടെ കൂടെ ടെന്നീസ് കളിക്കാൻ പുറത്തു പോയിരിക്കുകയായിരുന്നു."

"എസ്രായ്ക്ക് സുഖമാണോ?"

"വളരെ"

"എനിക്ക് അങ്ങേയറ്റം സന്തോഷമുണ്ട്. ഹെമിങ്‌വേ, നിങ്ങളുടെ വീട്ടുടമസ്ഥന്റെ ഭാര്യക്ക് എന്നെ ഇഷ്ടമാണെന്ന് ഞാൻ വിചാരിക്കുന്നില്ല. അവൾ എന്നെ മുകളിലത്തെ നിലയിൽ നിങ്ങൾക്കു വേണ്ടി കാത്തിരിക്കാൻ അനുവദിക്കില്ല."

"ഞാൻ അവളോട് പറയാം."

"സാരമില്ല. എനിക്ക് ഏത് സമയത്തും ഇവിടെ കാത്തിരിക്കാൻ പറ്റും. ഇപ്പോൾ ഇവിടെ ഇരിക്കാൻ സുഖമാണ്. സൂര്യൻ തെളിഞ്ഞു നില്ക്കുകയാണ് അല്ലേ?"

"ഇപ്പോൾ മഴയാണ്." ഞാൻ പറഞ്ഞു. "നിങ്ങൾ വേണ്ടത്ര ചൂട് കിട്ടുന്ന വേഷങ്ങൾ ധരിച്ചിട്ടുണ്ടെന്ന് എനിക്ക് തോന്നുന്നില്ല."

"തണുപ്പ് വരാൻ വൈകുന്നേരം ആകും." ഇവാൻ പറഞ്ഞു. "ഞാൻ എന്റെ കോട്ട് ഇടും."

"അത് എവിടെയാണെന്ന് നിങ്ങൾക്ക് അറിയാമോ?"

"അറിയില്ല. പക്ഷേ, എവിടെയോ അതു സുരക്ഷിതമായി കിടക്കുന്നുണ്ട്."

"അത് നിങ്ങൾക്ക് എങ്ങനെ അറിയാം?"

"കാരണം അതിന്റെ പോക്കറ്റിൽ കവിത കിടപ്പുണ്ട്." അയാൾ

ചുണ്ടുകൾ പല്ലുകൾക്ക് മുകളിൽ ഇറുക്കി അടച്ചുകൊണ്ട് ആത്മാർത്ഥമായി ചിരിച്ചു. "ഹെമിങ്ങ്‌വേ ദയവായി എന്റെ കൂടെ ഒരു വിസ്കി കഴിക്കണം."

"ശരി."

"ജീൻ" ഇവാൻ എഴുന്നേറ്റ് നിന്ന് വെയിറ്ററെ വിളിച്ചു പറഞ്ഞു. "ദയവായി രണ്ട് വിസ്കി."

ജീൻ കുപ്പിയും രണ്ട് ഗ്ലാസും രണ്ട് തളികകളും കുപ്പിയിൽ നിന്ന് ഗ്ലാസിലേക്ക് വിസ്കി പകരാനുള്ള സൈഫണും കൊണ്ടു വന്നു. അയാൾ അളന്ന് ഒഴിക്കാനുള്ള ഗ്ലാസ് ഉപയോഗിച്ചിരുന്നില്ല. അയാൾ ഗ്ലാസിന്റെ നാലിൽ മൂന്നു ഭാഗം നിറയുന്നതുവരെ വിസ്കി ഗ്ലാസിനുള്ളിൽ നിറച്ചു വെച്ചു. പലപ്പോഴും ജീൻ അയാളുടെ അവധി ദിവസങ്ങളിൽ മോഹൂഷിൽ ഉള്ള ഇവാന്റെ തോട്ടത്തിൽ പോയി ഇവാനോടൊപ്പം ജോലി ചെയ്തിരുന്നു. ജീനിന് ഇവാനോട് സ്നേഹമായിരുന്നു.

"നിങ്ങൾ കൂടുതൽ ഒഴിക്കരുത്." ഉയരം ഉള്ള വൃദ്ധനായ വെയിറ്ററോട് ഇവാൻ പറഞ്ഞു.

"ഇത് രണ്ട് വിസ്കി മാത്രം ആണ്. അല്ലേ?"

ഞങ്ങൾ വെള്ളം ഒഴിച്ചു കൊണ്ടിരുന്നപ്പോൾ ഇവാൻ പറഞ്ഞു. "ആദ്യത്തെ ഇറക്ക് വളരെ സൂക്ഷിച്ച് കുടിക്കണം. ശരിയായ രീതിയിൽ കൈകാര്യം ചെയ്താൽ കുറച്ച് സമയത്തേക്ക് അത് നമ്മളെ പിടിച്ചു നിർത്തും."

"നിങ്ങൾ നിങ്ങളെപ്പറ്റി ശ്രദ്ധിക്കുന്നുണ്ടോ?"

"സത്യത്തിൽ ഞാൻ ശ്രദ്ധിക്കുന്നുണ്ട്. ഹെമിങ്ങ്‌വേ, നമുക്ക് അത് സംസാരിക്കണോ? നമുക്ക് മറ്റെന്തെങ്കിലും സംസാരിക്കാം."

മട്ടുപ്പാവിൽ ആരും തന്നെ ഇരിക്കുന്നുണ്ടായിരുന്നില്ല. വിസ്കി ഞങ്ങൾക്ക് രണ്ടുപേർക്കും ഇളംചൂട് പകർന്നുകൊണ്ടിരുന്നു. മഴയ്ക്ക് വേണ്ടി ഞാൻ ഇവാനേക്കാൾ നല്ല രീതിയിൽ തയ്യാറെടുത്തിരുന്നു. ഞാൻ ഒരു അടിവസ്ത്രത്തിനുമുകളിൽ ഒരു ഷർട്ടും അതിനു മുകളിൽ നീലനിറത്തിലുള്ള ഫ്രഞ്ച് നാവികന്റെ കമ്പിളി സ്വറ്ററും ധരിച്ചിട്ടുണ്ടായിരുന്നു.

"ഞാൻ ദസ്തയേവ്സ്കിയെപ്പറ്റി അത്ഭുതപ്പെടുകയായിരുന്നു." ഞാൻ പറഞ്ഞു. "ഒരു മനുഷ്യന് എങ്ങനെ ഇത്രമാത്രം അവിശ്വസനീയമായ രീതിയിൽ മോശമായി എഴുതി നിങ്ങളെ ഈവിധത്തിൽ സ്പർശിക്കാൻ കഴിയും."

"അത് പരിഭാഷ കൊണ്ട് ആയിരിക്കില്ല." ഇവാൻ പറഞ്ഞു. "അവൾ ടോൾസ്റ്റോയിയെ നല്ല രീതിയിൽ എഴുതി പുറത്തു കൊണ്ടുവന്നിട്ടുണ്ട്.

"എനിക്കറിയാം. കോൺസ്റ്റൻസ് ഗാരറ്റിന്റെ* പരിഭാഷ എനിക്ക് ലഭിക്കുന്നതിനു മുമ്പ് *യുദ്ധവും സമാധാനവും* വായിക്കാൻ പല തവണ ശ്രമിച്ചിരുന്നത് എനിക്ക് ഓർമ്മയുണ്ട്."

---

* കോൺസ്റ്റൻസ് ക്ലാര ഗാരറ്റ് - പത്തൊൻപതാം നൂറ്റാണ്ടിലെ പ്രമുഖ പരിഭാഷക

"അവർ പറയുന്നത് അത് മെച്ചപ്പെടുത്താൻ കഴിയുമെന്നാണ്." ഇവാൻ പറഞ്ഞു. "എനിക്ക് റഷ്യൻ ഭാഷ അറിയില്ലെങ്കിലും അത് മെച്ചപ്പെടുത്താൻ കഴിയുമെന്ന് എനിക്ക് ഉറപ്പാണ്. പക്ഷേ, അത് വളരെ മെച്ചപ്പെട്ട നിലയിലും പുറത്തുവന്നിട്ടുണ്ട്. നിങ്ങൾക്ക് അതും വീണ്ടും വീണ്ടും വായിക്കാൻ പറ്റും."

"എനിക്കറിയാം" ഞാൻ പറഞ്ഞു. "പക്ഷേ, നിങ്ങൾക്ക് ദസ്തയേവ്സ്കിയെ വീണ്ടും വീണ്ടും വായിക്കാൻ പറ്റില്ല. 'ഷ്രൺസി'*ലേക്കുള്ള ഒരു യാത്രയ്ക്കിടയിൽ പുസ്തകങ്ങൾ ഇല്ലാതിരുന്ന ഒരു അവസരത്തിൽ എന്റെ കൈവശം *കുറ്റവും ശിക്ഷയും* ഉണ്ടായിരുന്നു. എനിക്ക് ഒന്നും തന്നെ വായിക്കാൻ ഇല്ലാതായപ്പോൾ അത് വീണ്ടും വായിക്കാൻ എനിക്ക് കഴിഞ്ഞിരുന്നില്ല. ഞാൻ **ടച്ച് നിറ്റ്സിന്റെ ചില മുഷിഞ്ഞ പുസ്തകങ്ങൾ കണ്ടെത്തുന്നതുവരെ ഞാൻ ജർമ്മൻ ഭാഷ പഠിച്ചിരുന്നു. അതുവരെ ഞാൻ വായിച്ചത് ഓസ്ട്രിയൻ പേപ്പറുകൾ ആയിരുന്നു."

"ടച്ച് നിറ്റ്സിനെ ദൈവം അനുഗ്രഹിക്കട്ടെ" ഇവാൻ പറഞ്ഞു. വിസ്കിക്ക് അതിന്റെ ജ്വലിക്കുന്ന ഗുണം നഷ്ടപ്പെട്ടുകഴിഞ്ഞിരുന്നു. ഇപ്പോൾ വെള്ളം കൂടി ഒഴിച്ചപ്പോൾ അതിന് വെറും കടുപ്പം മാത്രമാണ് ഉണ്ടായിരുന്നത്.

"ദസ്തയേവ്സ്കി ഒരു അസംബന്ധം ആയിരുന്നു." ഇവാൻ തുടർന്നു. "അയാൾ അസംബന്ധങ്ങളിലും വിശുദ്ധിയിലും ഏറ്റവും മെച്ചം ആയിരുന്നു. അയാൾ വിസ്മയജനകമായ വിശുദ്ധന്മാരെ സൃഷ്ടിച്ചു. നമുക്ക് അയാളെ വീണ്ടും വായിക്കാൻ കഴിയാത്തത് ഒരു നാണക്കേട് ആണ്."

"ഞാൻ *കരമസോവ് സഹോദരന്മാർ* വീണ്ടും വായിക്കാൻ പോവുകയാണ്. അത് ഒരു പക്ഷേ, എന്റെ പിഴവായിരിക്കും."

"അതിൽ ചിലതെല്ലാം നിങ്ങൾക്ക് വീണ്ടും വായിക്കാൻ പറ്റും. കൂടുതലും പറ്റും. പക്ഷേ, അപ്പോൾ അത് എന്തുമാത്രം ഗംഭീരം ആണെങ്കിലും നിങ്ങളെ അത് ദേഷ്യം പിടിപ്പിക്കാൻ തുടങ്ങും."

"പക്ഷേ, അത് ആദ്യത്തെ തവണ വായിക്കാൻ പറ്റുന്നതിൽ നമ്മൾ ഭാഗ്യവാന്മാർ ആയിരുന്നു. ഒരുപക്ഷേ, കൂടുതൽ മെച്ചപ്പെട്ട പരിഭാഷകൾ ഇനിയും പുറത്തുവരും."

"പക്ഷേ, അത് നിങ്ങളെ പ്രലോഭിപ്പിക്കാൻ അനുവദിക്കരുത്."

"ഞാൻ അത് അനുവദിക്കില്ല. ഞാൻ അതിനുവേണ്ടിയാണ് ശ്രമിച്ചുകൊണ്ടിരിക്കുന്നത്."

"ശരി, ജീനിന്റെ വിസ്കിയുടെ കാര്യത്തിൽ എന്റെ പിന്തുണ നിങ്ങൾക്കുണ്ട്." ഇവാൻ പറഞ്ഞു.

"ആ പിന്തുണ ജീനിനെ കുഴപ്പത്തിലാക്കും." ഞാൻ പറഞ്ഞു.

---

* ഓസ്ട്രിയൻ താഴ്‌വരയിലെ ഒരു പട്ടണം

** "ടച്ച്നിറ്റ്സ് പബ്ലിഷേഴ്സ്" ഇംഗ്ലീഷ് പുസ്തകങ്ങൾ പ്രസിദ്ധീകരിച്ചിരുന്ന ജർമ്മൻ കുടുംബത്തിന്റെ പേര്.

"അയാൾ ഇപ്പോൾത്തന്നെ കുഴപ്പത്തിലാണ്" ഇവാൻ പറഞ്ഞു.

"എങ്ങനെ?"

"അവർ അതിന്റെ നടത്തിപ്പിൽ വ്യത്യാസം വരുത്താൻ പോകുകയാണ്." ഇവാൻ പറഞ്ഞു. "പുതിയ ഉടമസ്ഥന്മാർ കുറച്ച് പണം മുടക്കാൻ തയ്യാറുള്ള മറ്റ് ഇടപാടുകാർ വേണം എന്ന് ആഗ്രഹിക്കുന്നുണ്ട്. അവർ ഒരു അമേരിക്കൻ മദ്യശാല തുടങ്ങാൻ പോകുകയാണ്. വെയിറ്ററമ്മാർ ഇനി മുതൽ വെളുത്ത ജാക്കറ്റിൽ ആയിരിക്കും. ഹെമിങ്വേ അറിഞ്ഞോ എന്ന് അറിയില്ല. അവരോട് എല്ലാം മേൽമീശ വടിക്കാൻ ആജ്ഞാപിച്ചുകഴിഞ്ഞു."

"ആന്ദ്രേയോടും ജീനിനോടും അവർക്ക് അത് ചെയ്യാൻ കഴിയില്ല."

"അവർക്ക് അത് ചെയ്യാൻ കഴിയും. അവർ അത് ചെയ്യും."

"ജീനിന് ജീവിതകാലം മുഴുവൻ മേൽമീശ ഉണ്ടായിരുന്നു. അത് ഒരു കുതിരപ്പടയാളിയുടെ മേൽമീശ ആയിരുന്നു. അയാൾ കുതിരപ്പട്ടാളത്തിൽ ജോലി ചെയ്തിരുന്നു."

"അയാൾ അത് വേണ്ടെന്നുവെക്കാൻ പോകുകയാണ്."

ഞാൻ വിസ്കിയുടെ മിച്ചം ഉണ്ടായിരുന്ന ഭാഗം കുടിച്ചു.

"ഒരു വിസ്കി കൂടി എടുക്കട്ടെ?" ജീൻ ചോദിച്ചു. "ഷിപ്മാൻസാറിന് ഒരു വിസ്കികൂടി വേണോ?" അയാളുടെ മെലിഞ്ഞ മുഖത്ത് താഴോട്ട് വീണു കിടന്നിരുന്ന കനത്ത മേൽമീശ അയാളുടെ അനുകമ്പയുള്ള മുഖത്തിന്റെ ഒരു ഭാഗം ആയിരുന്നു. അയാളുടെ കഷണ്ടിത്തലയിൽ പറ്റിച്ചു വെച്ചിരുന്ന മുടിയിഴകൾക്ക് അടിയിൽ അയാളുടെ മൊട്ടത്തല തിളങ്ങിക്കൊണ്ടിരുന്നു.

"ജീൻ, അത് ചെയ്യരുത്" ഞാൻ പറഞ്ഞു. "അത് ചെയ്യാനുള്ള അവസരം ഒരുക്കരുത്."

"അവസരം ഒന്നും ഇല്ല." ജീൻ ഞങ്ങളോട് ശബ്ദം ഉയർത്താതെ പറഞ്ഞു. "വലിയ അസ്വസ്ഥത ഉണ്ടായിരുന്നു. ധാരാളം ആളുകൾ പിരിഞ്ഞു പോകുകയാണ്." അയാൾ ഉറക്കെപ്പറഞ്ഞു. അയാൾ ഉള്ളിലേക്ക് പോയിട്ട് കൈയിൽ ഒരു കുപ്പി വിസ്കിയും രണ്ട് വലിയ ഗ്ലാസുകളും പത്ത് ഫ്രാങ്കിന്റെ സ്വർണ്ണ അരികുകൾ ഉള്ള രണ്ട് തളികകളും ഒരു കുപ്പി വെള്ളവും കൊണ്ടു വന്നതിനുശേഷം ആദ്യത്തെ കുപ്പിയിൽ അവശേഷിച്ചിരുന്ന വിസ്കി ഹോട്ടലിനുള്ളിലേക്ക് എടുത്തു കൊണ്ടുപോയി.

"ദസ്തയേവ്സ്കിക്ക് ജീനിനെ പരിചയം ഇല്ലാത്തത് വളരെ നല്ല കാര്യം ആയിരുന്നു." ഇവാൻ പറഞ്ഞു. "അല്ലെങ്കിൽ അയാൾ വിസ്കി കുടിച്ച് മരിക്കുമായിരുന്നു."

"നമ്മൾ ഇതുകൊണ്ട് എന്തുചെയ്യാൻ പോകുകയാണ്?"

"അതു കുടിക്കും." ഇവാൻ പറഞ്ഞു. "ഇത് ഒരു പ്രതിഷേധ പ്രകടനമാണ്. നേരിട്ടുള്ള ഒരു നടപടി."

അടുത്ത തിങ്കളാഴ്ച രാവിലെ ജോലി തുടരാൻ വേണ്ടി ഞാൻ ലിലാ

ഹോട്ടലിൽ പോയിരുന്നു. ആ സമയത്ത് ആന്ദ്രേ എനിക്ക് ബോവ്റിൽ* വിളമ്പിയിരുന്നു. അയാൾക്ക് സ്വർണ്ണനിറം ഉള്ള മുടിയും നീലക്കണ്ണുകളും ഉണ്ടായിരുന്നു. അയാൾക്ക് ഉണ്ടായിരുന്ന കുറ്റിമീശ മുഖത്ത് ഉണ്ടായിരുന്നില്ല. അയാളുടെ ചുണ്ടുകൾ ഒരു പുരോഹിതന്റെ ചുണ്ടുകൾ പോലെ നഗ്നമായിരുന്നു. അയാൾ ഒരു അമേരിക്കൻ ഹോട്ടൽ പരിചാരകന്റെ വെളുത്ത കോട്ടാണ് ധരിച്ചിരുന്നത്.

"ജീൻ എവിടെ?"

"അയാൾ നാളെ വരെ ഉണ്ടാവില്ല."

"അയാൾ ഏതവസ്ഥയിൽ ആണ്?"

അയാൾക്ക് ചോദ്യവുമായി സ്വയം പൊരുത്തപ്പെടാൻ കൂടുതൽ സമയം വേണ്ടിവന്നു. "യുദ്ധത്തിൽ മുഴുവൻ കാലവും അയാൾ കുതിരപ്പട്ടാളത്തിൽ ആയിരുന്നു. അയാൾക്ക് "കോദെഗേറും മിഡേയൽസ് മിലിടെയറും"** ഉണ്ടായിരുന്നു.

"അയാൾക്ക് ഇത്രമാത്രം മോശമായി പരിക്കേറ്റിരുന്നെന്ന് എനിക്ക് അറിയില്ലായിരുന്നു."

"അല്ല. അയാൾക്ക് തീർച്ചയായും പരിക്ക് പറ്റിയിരുന്നു. പക്ഷേ, അയാൾക്ക് സാഹസികതയ്ക്കുള്ള മറ്റൊരുതരത്തിലുള്ള "മിഡേയൽസ് മിലിടെയറാണ്" ഉണ്ടായിരുന്നത്.

"ഞാൻ അയാളെ അന്വേഷിച്ചിരുന്നെന്ന് പറയണം."

"തീർച്ചയായും പറയാം" ആന്ദ്രേ പറഞ്ഞു. "അയാൾക്ക് സ്വയം പൊരുത്തപ്പെടാൻ കൂടുതൽ സമയം വേണ്ടിവരില്ലെന്നാണ് എനിക്ക് തോന്നുന്നത്."

"ഷിപ്മാന്റെ അഭിനന്ദനങ്ങൾ കൂടി അയാളെ അറിയിക്കണം."

"മിസ്റ്റർ ഷിപ്മാൻ അയാളോടൊപ്പം ഉണ്ട്." ആന്ദ്രെ പറഞ്ഞു. "അവർ ഒന്നിച്ച് തോട്ടക്കൃഷി നടത്തുകയാണ്."

---

* ഒരുതരം മാട്ടിറച്ചി സൂപ്പ്

** ഫ്രഞ്ച് സൈനിക ബഹുമതി മെഡലുകൾ

തിന്മയുടെ പ്രതിനിധി

റപ്പാലോയിലേക്ക് പോകാൻ വേണ്ടി റ്യൂനോട്ടർഡാം ദസ് ചാംപ്സിൽ നിന്ന് പുറപ്പെടുന്നതിനുമുമ്പ് എസ്രാ എന്നോട് പറഞ്ഞ അവസാനത്തെ കാര്യം ഇതായിരുന്നു. "ഹെമിങ്‌വേ, ഈ ജാറിലുള്ള കറുപ്പ് സൂക്ഷിച്ചു വെക്കണം. ഡണ്ണിങ്ങിന് ഇതിന്റെ ആവശ്യം ഉള്ള സമയത്ത് ഹെമിങ്‌വേ ഇത് അയാൾക്ക് മാത്രം കൊടുക്കണം."

അത് ഒരു വലിയ ഐസ്ക്രീം ഭരണി ആയിരുന്നു. ഞാൻ അതിന്റെ അടപ്പിന്റെ പിരിയഴിച്ച് തുറന്നപ്പോൾ അതിന്റെ ഉള്ളിൽ സംസ്കരിക്കാത്ത കറുപ്പിന്റെ മണമുള്ള ഇരുണ്ട നിറത്തിലുള്ള ഒട്ടിപ്പിടിക്കുന്ന ഒരു കുഴമ്പായിരുന്നു. എസ്രാ അത് വലിയ വില കൊടുത്ത് ഇറ്റാലിയൻസ് എന്ന നടപ്പാതയുടെ അടുത്തുള്ള സംഗീത നാടകശാലയിലേക്കുള്ള വഴിയുടെ വശത്തുനിന്ന് വാങ്ങിയതാണെന്നായിരുന്നു എന്നോട് പറഞ്ഞിരുന്നത്. അത് പഴയ രഹസ്യമദ്യശാലയുടെ അടുത്തുനിന്ന് ലഭിച്ചതായിരിക്കുമെന്ന് ഞാൻ ആലോചിച്ചിരുന്നു. അത് ഒന്നാം യുദ്ധത്തിന്റെ കാലത്തും അതിനുശേഷവും ഒളിച്ചോടിയ പട്ടാളക്കാരുടെയും മയക്കുമരുന്ന് കൊണ്ടുനടന്ന് വില്ക്കുന്നവരുടെയും ഒരു താവളമായിരുന്നു. രഹസ്യ മദ്യശാല ഒരു ഇടനാഴിയേക്കാൾ അല്പം കൂടി വീതിയുള്ള, ചുവന്നചായം പൂശിയ പൂമുഖമുള്ള ഒരു മുറി ആയിരുന്നു. ഒരുകാലത്ത് അതിനു പാരീസിലെ ഭൂമിക്ക് അടിയിലൂടെ പോകുന്ന ഓവുചാലിൽ എത്തിച്ചേരാൻ കഴിയുന്ന ഒരു വാതിൽ പിൻവശത്തുകൂടി ഉണ്ടായിരുന്നു. അവിടെനിന്ന് നിങ്ങൾക്ക് ഭൂഗർഭകല്ലറകളിൽ എത്താമെന്ന് വിശ്വസിക്കപ്പെട്ടിരുന്നു. എസ്രാ പറഞ്ഞ ഡണ്ണിങ്ങ് കറുപ്പ് വലിച്ച് ഭക്ഷണം കഴിക്കാൻ മറന്നു പോകാറുള്ള റാൽഫ് ഷീവർ ഡണ്ണിങ് എന്ന കവിയെപ്പറ്റി ആയിരുന്നു. കൂടുതൽ കറുപ്പ് വലി

ക്കുമ്പോൾ അയാൾക്ക് പാൽ മാത്രമേ കുടിക്കാൻ കഴിഞ്ഞിരുന്നുള്ളൂ. അയാൾ ടെർസാ റിറുസ്* രീതിയിലാണ് എഴുതിയിരുന്നത്. അതു അയാളെ എസ്രായ്ക്ക് പ്രിയപ്പെട്ടവനാക്കി മാറ്റിയിരുന്നു. എസ്രായും അയാളുടെ കവിതകളുടെ നല്ല ഗുണങ്ങളിൽ ആകൃഷ്ടനായിരുന്നു. എസ്രായുടെ പണിപ്പുര ഉണ്ടായിരുന്ന ഗ്രാമപ്രദേശത്തായിരുന്നു അയാളും ജീവിച്ചിരുന്നത്. എസ്രാ പാരീസിൽനിന്ന് പോകുന്നതിന് ഏതാനും ആഴ്ചകൾക്ക് മുമ്പ് ഡണ്ണിങ് മരണത്തോട് അടുത്തുകൊണ്ടിരുന്ന സമയത്ത് അയാളെ സഹായിക്കാൻവേണ്ടി എസ്രാ എന്നെ വിളിച്ചിരുന്നു.

"ഡണ്ണിങ് മരിച്ചുകൊണ്ടിരിക്കുകയാണ്." എസ്രായുടെ സന്ദേശം പറഞ്ഞു. "പെട്ടെന്ന് എത്തിച്ചേരണം."

മെത്തയിൽ കിടന്നിരുന്ന ഡണ്ണിങ് കാഴ്ചയിൽ ഒരു അസ്ഥികൂടം ആണെന്ന് തോന്നിയിരുന്നു. അവസാനം അയാൾ പോഷകാഹാരക്കുറവ് കൊണ്ട് മരിക്കുകയായിരുന്നു. പക്ഷേ, ഞാൻ വടിവൊത്ത-ടെർസാ റിറൂസ് ശൈലിയിൽ കാര്യങ്ങൾ വ്യക്തമാക്കിക്കൊണ്ടിരിക്കുമ്പോൾ ഒരു കാലത്തും ഏതെങ്കിലും മനുഷ്യർ മരിച്ചിട്ടില്ലെന്ന് അവസാനം ഞാൻ എസ്രായെ പറഞ്ഞു ബോദ്ധ്യപ്പെടുത്തിയിരുന്നു. കൂടാതെ ദാന്തെയ്ക്ക്** പോലും അങ്ങനെ ചെയ്യാൻ കഴിയുമെന്ന് എനിക്ക് വിശ്വാസം ഇല്ലെന്ന് ഞാൻ എസ്രായെ വിശ്വസിപ്പിച്ചിരുന്നു. അവസാനം വരാൻ പോകുന്ന മരണത്തിനുവേണ്ടി ഒരു രാത്രി ഡണ്ണിങ്ങിനോടൊപ്പം കഴിച്ചുകൂട്ടിയതിനുശേഷം ഞാൻ ഈ കാര്യം ഒരു ഡോക്ടറെ ഏല്പിച്ചു കൊടുത്തിരുന്നു. ഡണ്ണിങ്ങിനെ ലഹരിയിൽനിന്ന് മോചിപ്പിച്ചെടുക്കാൻ വേണ്ടി ഒരു സ്വകാര്യ ആശുപത്രിയിലേക്ക് കൊണ്ടുപോയിരുന്നു. എസ്രാ അതിനുള്ള പണം ഉറപ്പു പറഞ്ഞു. എസ്രാ ഡണ്ണിങ്ങിനു വേണ്ടി സഹായം എത്തിക്കുന്ന എനിക്കു പരിചയം ഇല്ലാത്ത കവിതാ സ്നേഹികളുടെ പട്ടിക തയ്യാറാക്കി. യഥാർത്ഥ അടിയന്തരാവസ്ഥയിൽ കറുപ്പ് എത്തിച്ചുകൊടുക്കുന്ന ജോലി മാത്രമാണ് എനിക്ക് വേണ്ടി മാറ്റിവെച്ചിരുന്നത്. അത് എസ്രായിൽനിന്ന് വരുന്ന പവിത്രമായ ഒരു ചുമതല ആയിരുന്നു. എനിക്ക് യഥാർത്ഥ അടിയന്തരാവസ്ഥ തീരുമാനിച്ച് അത് നടപ്പാക്കാൻ കഴിയുമെന്നുള്ള പ്രതീക്ഷ ഉണ്ടായിരുന്നു. അടിയന്തരാവസ്ഥ വന്നുചേർന്നത് ഞാൻ ഞായറാഴ്ച രാവിലെ ജനലിനടുത്തിരുന്ന് കുതിരപ്പന്തയത്തിന്റെ അവസ്ഥ വായിച്ചു പഠിച്ചുകൊണ്ടിരിക്കുന്ന സമയത്ത് ആയിരുന്നു. എസ്രായുടെ കാവല്ക്കാരൻ തടിമില്ലിന്റെ മുറ്റത്തുകൂടി തുറന്നുകിടന്നിരുന്ന ജനലിന്റെ താഴെ വന്ന് നിന്നുകൊണ്ട് വിളിച്ചുകൂവി. "മിസ്റ്റർ. ഡണ്ണിങ് മേല്ക്കൂരയിലാണ്. താഴെ ഇറങ്ങി വരാൻ നിരസിക്കുന്നു."

---

* ഒരു കവിത രചനാരീതി.

* ടെർസാ റിറൂസ് തുടങ്ങിയ ഇറ്റാലിയൻ കവി.

ഡണ്ണിങ് പണിപ്പുരയുടെ മേല്ക്കൂരയിൽ കയറിനിന്ന് താഴെ ഇറങ്ങില്ലെന്ന് ഉറപ്പിച്ച് പറയുന്ന സാഹചര്യം ന്യായമായ ഒരു അടിയന്തരാവസ്ഥ ആണെന്ന് തോന്നി. ഞാൻ കറുപ്പിന്റെ ഭരണി എടുത്തുകൊണ്ട് എസ്രായുടെ കാവല്ക്കാരിയോടൊപ്പം തെരുവിലൂടെ മുന്നോട്ടു നടന്നു. അവർ സാഹചര്യം കൊണ്ട് വലിയ ആവേശത്തിൽ എത്തിയിരുന്ന പൊക്കംകുറഞ്ഞ ഒരു ഗൗരവക്കാരി ആയിരുന്നു.

"സാറിന്റെ കൈയിൽ അയാൾക്ക് ആവശ്യം ഉള്ള സാധനം ഉണ്ടോ?"

"തീർച്ചയായും ഉണ്ട്." ഞാൻ പറഞ്ഞു. "ബുദ്ധിമുട്ട് വരാൻ പോകുന്നില്ല."

"മിസ്റ്റർ എസ്രാ പൗണ്ട് എല്ലാ കാര്യങ്ങളും ആലോചിക്കുന്നു." അവൾ പറഞ്ഞു. "അദ്ദേഹം അനുകമ്പയുടെ ആൾരൂപമാണ്."

"അയാൾ വാസ്തവത്തിൽ അതുതന്നെയാണ്" ഞാൻ പറഞ്ഞു. "ഓരോ ദിവസവും ഞാൻ അയാളുടെ അഭാവം അറിയുന്നുണ്ട്."

"മിസ്റ്റർ ഡണ്ണിങ് ന്യായമായി പെരുമാറുമെന്ന് നമുക്ക് പ്രതീക്ഷിക്കാം.

"അതിനുവേണ്ടത് എന്റെ കൈവശം ഉണ്ട്." ഞാൻ പറഞ്ഞു. ഞാൻ അവൾക്ക് ഉറപ്പുകൊടുത്തു.

ഞങ്ങൾ പണിപ്പുരയുടെ മുറ്റത്ത് എത്തിയപ്പോൾ കാവല്ക്കാരി പറഞ്ഞു. "അയാൾ താഴെ ഇറങ്ങി വന്നിട്ടുണ്ട്."

"ഞാൻ വരുന്നുണ്ടെന്ന് അയാൾ തീർച്ചയായും അറിഞ്ഞുകാണും."

ഞാൻ പുറത്തുകൂടി ഡണ്ണിങ്ങിന്റെ സ്ഥലത്തേക്കുള്ള പടിക്കെട്ടുകൾ കയറി. ഞാൻ വാതിലിൽ മുട്ടി. അയാൾ വാതിൽ തുറന്നു. അയാൾ മെലിഞ്ഞു പോയിരുന്നു. അയാൾക്ക് പതിവിലും കൂടുതൽ ഉയരം ഉണ്ടെന്ന് തോന്നി.

"ഇത് നിങ്ങൾക്ക് കൊണ്ടുത്തരാൻ എസ്രാ എന്നോട് ആവശ്യപ്പെട്ടിരുന്നു." ഞാൻ ചെറിയ ഭരണി അയാളെ ഏല്പിച്ചുകൊണ്ട് പറഞ്ഞു. "നിങ്ങൾക്ക് അത് എന്താണെന്ന് മനസ്സിലാകുമെന്ന് എസ്രാ പറഞ്ഞു."

അയാൾ ഭരണി കൈയിലെടുത്ത് പരിശോധിച്ചു. അതിനുശേഷം അയാൾ അത് എന്റെ നേർക്ക് വലിച്ചെറിഞ്ഞു. അത് എന്റെ നെഞ്ചത്തോ തോളിലോ തട്ടിയതിനുശേഷം പടിക്കെട്ടിലൂടെ താഴോട്ട് ഉരുണ്ടുപോയി.

"നായിന്റെ മോൻ" അയാൾ പറഞ്ഞു. "തന്തയില്ലാത്തവൻ."

"ഇത് നിങ്ങൾക്ക് ആവശ്യം വരുമെന്ന് എസ്രാ പറഞ്ഞിരുന്നു." അയാൾ ഇതിനുള്ള മറുപടിയായി ഒരു പാൽകുപ്പി വലിച്ചെറിഞ്ഞു.

"ഇത് നിങ്ങൾക്ക് ആവശ്യം ഇല്ലെന്ന് നിങ്ങൾക്ക് ഉറപ്പുണ്ടോ?" ഞാൻ ചോദിച്ചു.

അയാൾ മറ്റൊരു പാൽകുപ്പി വലിച്ചെറിഞ്ഞു. ഞാൻ പിൻവാങ്ങി. അയാൾ മറ്റൊരു പാൽകുപ്പി എന്റെ പിറകുവശം ലക്ഷ്യം വെച്ച് വലിച്ചെറിഞ്ഞു. അതിനുശേഷം അയാൾ കതകടച്ചു.

ഞാൻ ചെറുതായി പൊട്ടൽ വീണ ഭരണി എടുത്ത് എന്റെ പോക്കറ്റിൽ ഇട്ടു.

"അയാൾക്ക് മിസ്റ്റർ പൗണ്ടിന്റെ സമ്മാനം ആവശ്യമില്ലെന്ന് തോന്നുന്നു." ഞാൻ കാവല്ക്കാരിയോട് പറഞ്ഞു.

"അയാൾക്ക് ഇപ്പോൾ ഒരുപക്ഷേ, ശാന്തി കിട്ടിക്കാണും."

"ഒരുപക്ഷേ, അയാൾക്ക് സ്വന്തമായി ആവശ്യത്തിന് കണ്ടുകാണും." ഞാൻ പറഞ്ഞു.

"പാവം ഡണ്ണിങ്." അവൾ പറഞ്ഞു.

അവസാനം എസ്രാ സംഘടിപ്പിച്ചിരുന്ന കവിതയെ സ്നേഹിക്കുന്നവർ ഡണ്ണിങ്ങിന്റെ സഹായത്തിനുവേണ്ടി അയാളുടെ താമസസ്ഥലത്ത് സമ്മേളിച്ചിരുന്നു. എന്റെ ഭാഗത്തുനിന്നുള്ളതും ജോലിക്കാരിയുടെ ഭാഗത്തുനിന്നുള്ളതുമായ എല്ലാ ഇടപെടലുകളും പരാജയപ്പെടുകയായിരുന്നു. കറുപ്പാണെന്ന് പ്രസ്താവിച്ച സാധനം ഇരുന്നിരുന്ന പൊട്ടിയ ഭരണി കുതിരസവാരിക്കുള്ള എന്റെ ഒരു പഴയ ബൂട്ടിനുള്ളിൽ ഞാൻ മെഴുകുകടലാസിൽ പൊതിഞ്ഞ് ഭദ്രമായി സൂക്ഷിച്ചുവെച്ചിരുന്നു. കുറച്ചുവർഷങ്ങൾക്കുശേഷം ആ മുറിയിൽനിന്ന് ഞാനും ഇവാൻ ഷിപ്മാനും കൂടി എന്റെ സ്വന്തം സാധനങ്ങൾ നീക്കം ചെയ്യുമ്പോൾ പഴയ ബൂട്ട് മുറിക്കുള്ളിൽ ഉണ്ടായിരുന്നെങ്കിലും ഭരണി ബൂട്ടിനുള്ളിൽ ഉണ്ടായിരുന്നില്ല. ഡണ്ണിങ് പാൽക്കുപ്പികൊണ്ട് എന്നെ എറിഞ്ഞതിന്റെ കാരണം എനിക്ക് മനസ്സിലായിരുന്നില്ല. ഒരുപക്ഷേ, അത് അയാൾ മരിച്ചുകൊണ്ടിരുന്ന അന്നത്തെ രാത്രിയിൽ ഞാൻ അയാളോടു കാണിച്ച വിശ്വാസക്കുറവ് അയാൾ അറിഞ്ഞതുകൊണ്ട് ആയിരിക്കാം. അല്ലെങ്കിൽ എന്റെ വ്യക്തിത്വത്തോട് ജന്മനാ തോന്നുന്ന വെറുപ്പുകൊണ്ട് ആയിരിക്കാം. പക്ഷേ, "മിസ്റ്റർ ഡണ്ണിങ് മേൽക്കൂരയിലാണ്, താഴെ ഇറങ്ങി വരാൻ കൂട്ടാക്കുന്നില്ല." എന്ന വാചകം ഇവാൻ ഷിപ്മാന് നല്കിയ സന്തോഷം എനിക്ക് ഓർമ്മയുണ്ട്. ആ വാചകത്തെപ്പറ്റി പ്രതീകാത്മകമായ ഏതോ കാര്യങ്ങൾ അതിനുള്ളിൽ അടങ്ങിയിരിക്കുന്നതായി ഷിപ്മാൻ വിശ്വസിച്ചിരുന്നു. ഞാൻ അത് മനസ്സിലാക്കാൻ പോകുന്നില്ല. ഒരുപക്ഷേ, ഡണ്ണിങ് എന്നെ തിന്മയുടെ പ്രതിനിധിയായി മനസ്സിലാക്കിയിരിക്കാം. അല്ലെങ്കിൽ പൊലീസിന്റെ ചാരനായി കണക്കാക്കിയിരിക്കാം. എസ്രാ മറ്റ് പലരോടും കാണിക്കുന്ന അനുകമ്പ ഡണ്ണിങ്ങിനോടും കാണിക്കാൻ ശ്രമിക്കുകയായിരുന്നു എന്ന സത്യം അറിയുന്നത് എനിക്ക് മാത്രമായിരുന്നു. എസ്രാ വിശ്വസിച്ചിരുന്നതുപോലെ ഡണ്ണിങ് ഒരു നല്ല കവി ആയിരുന്നെന്ന് ഞാൻ എല്ലാക്കാലത്തും വിശ്വസിച്ചിരുന്നു. ഒരു കവി എന്ന നിലയിൽ അയാൾ പാൽക്കുപ്പി എറിഞ്ഞതിൽ അങ്ങേയറ്റത്തെ കൃത്യത ഉണ്ടായിരുന്നു. പക്ഷേ, വളരെ വലിയ കവി ആയിരുന്ന എസ്രാ ടെന്നീസും നല്ല രീതിയിൽ കളിക്കുമായിരുന്നു. പക്ഷേ, വളരെ നല്ല കവി ആയിരുന്ന ഇവാൻ

ഷിപ്മാൻ സത്യത്തിൽ അയാളുടെ കവിതകളുടെ പ്രസിദ്ധീകരണത്തിൽ ശ്രദ്ധിച്ചിരുന്നില്ല. അത് ഒരു രഹസ്യമായി തുടരണമെന്ന് അയാൾ ആഗ്രഹിച്ചിരുന്നു.

"ഹെമിങ്ങ്‌വേ, നമുക്ക് നമ്മുടെ ജീവിതത്തിൽ കൂടുതൽ സത്യസന്ധമായ നിഗൂഢതയുടെ ആവശ്യമുണ്ട്." ഒരിക്കൽ അയാൾ പറഞ്ഞു. "ഈ കാലത്ത് നമുക്ക് ഏറ്റവും കൂടുതൽ അഭാവം ഉള്ള കാര്യങ്ങൾ തീരെ അതിമോഹം ഇല്ലാത്ത എഴുത്തുകാരനും പ്രസിദ്ധീകരിക്കാത്ത നല്ല കവിതയുമാണ്. തീർച്ചയായും അവിടെ ഉപജീവനമാർഗ്ഗത്തിന്റെ പ്രശ്നമുണ്ട്."

സ്കോട്ട് ഫിറ്റ്സ് ജറാൾഡ്

അയാളുടെ കഴിവ് ഒരു ചിത്രശലഭത്തിന്റെ ചിറകുകളിലെ ധൂളി സൃഷ്ടിക്കുന്ന മാതൃക പോലെ സ്വാഭാവികം ആയിരുന്നു. മുമ്പൊരിക്കൽ ഒരു ചിത്രശലഭത്തിന് അത് മനസ്സിലാകാത്തതുപോലെ അയാൾക്കും അത് മനസ്സിലായിരുന്നില്ല. അത് മാഞ്ഞുപോയത് അല്ലെങ്കിൽ വികൃതമാക്കപ്പെട്ടത് ഏത് സമയത്ത് ആയിരുന്നെന്ന് അയാൾക്ക് അറിയില്ലായിരുന്നു. പിന്നീട് അയാളുടെ കേടുവന്ന ചിറകുകളെപ്പറ്റി അയാൾ ബോധവാനായി. അവയുടെ നിർമ്മാണ രീതിയെപ്പറ്റി അയാൾ ബോധവാനായി. അയാൾ ചിന്തിക്കാൻ പഠിച്ചു. പക്ഷേ, അകന്നുപോയ സ്നേഹത്തിന്റെ വെളിച്ചം ഇല്ലാതായിക്കഴിഞ്ഞിരുന്നതുകൊണ്ട് അയാൾക്ക് പിന്നീട് പറക്കാൻ കഴിഞ്ഞിരുന്നില്ല. പറക്കുന്നത് എളുപ്പമായിരുന്ന കാലത്തെക്കുറിച്ച് അയാൾക്ക് ഓർക്കാൻ മാത്രമേ കഴിഞ്ഞിരുന്നുള്ളൂ.

ഞാൻ സ്കോട്ട് ഫിറ്റ്സ് ജറാൾഡിനെ ആദ്യമായി കാണുന്ന സമയത്ത് വളരെ വിചിത്രമായ ഒരു കാര്യം സംഭവിച്ചിരുന്നു. സ്കോട്ടിന്റെ കൂടെ ധാരാളം വിചിത്രമായ കാര്യങ്ങൾ സംഭവിച്ചിരുന്നു. പക്ഷേ, ഇത് എനിക്ക് ഒരിക്കലും മറക്കാൻ കഴിഞ്ഞിരുന്നില്ല. ഞാൻ പരിപൂർണ്ണമായും പ്രയോജനശൂന്യമായ കഥാപാത്രങ്ങളുടെ കൂടെ ദിലംബാ തെരുവിലെ 'ഡിൻഗോബാറിൽ' ഇരിക്കുന്ന സമയത്ത് ആയിരുന്നു അയാൾ അവിടെ കടന്നുവന്ന് സ്വയം പരിചയപ്പെടുത്തിയത്. അയാളുടെ കൂടെ ഉണ്ടായിരുന്ന കർഷകൻ എന്ന് തോന്നിക്കുന്ന ഉയരം കൂടിയ മനുഷ്യനെ പ്രസിദ്ധ പന്തുകളിക്കാരൻ ഡൂൺ ചാപ്ലിൻ ആണെന്ന് പറഞ്ഞ് അയാൾ എന്നെ പരിചയപ്പെടുത്തിയിരുന്നു. ഞാൻ പ്രിൻസിട്ടോണിലെ* ബേസ്ബാൾ കളി

---

* ന്യൂ ജേഴ്സിയിലെ പട്ടണം.

പിന്തുടരുന്നുണ്ടായിരുന്നില്ല. അതിന്റെ കൂടെ ഞാൻ ഡൂൺ ചാബ്ലിനെ പറ്റി ഒരിക്കലും കേട്ടിട്ടുണ്ടായിരുന്നില്ല. പക്ഷേ, അയാൾ അസാധാരണ മായ സന്തോഷവും സൗഹൃദവും ഉള്ള ഒരു നല്ല മനുഷ്യൻ ആയിരുന്നു. ഞാൻ സ്കോട്ടിനേക്കാൾ കൂടുതൽ താല്പര്യം കാണിച്ചത് അയാളോട് ആയിരുന്നു.

സ്കോട്ട് ആ സമയത്ത് സൗന്ദര്യത്തിനും അഴകിനും ഇടയ്ക്കുള്ള ഒരു മുഖം സ്വന്തമായുള്ള ഒരു ആൺകുട്ടിയെപ്പോലെ തോന്നിച്ചിരുന്നു. അയാൾക്ക് മനോഹരമായി ചുരുണ്ടുകിടന്നിരുന്ന തൂവെള്ളനിറം ഉള്ള തലമുടി ഉണ്ടായിരുന്നു. കൂടാതെ ഉയർന്ന നെറ്റിയും സൗഹൃദം നിഴലി ക്കുന്നതും ആവേശം ഉണർത്തുന്നതുമായ കണ്ണുകൾ ഉണ്ടായിരുന്നു. അയാൾക്ക് നീണ്ട ചുണ്ടുകളുള്ള അയർലന്റുകാരുടെ വായ് ആയിരുന്നു. ഒരു പെൺകുട്ടിയുടെ മുഖത്തായിരുന്നെങ്കിൽ അയാളുടെ വായ് സൗന്ദ ര്യമുള്ള വായ് ആയിട്ടു പോലും വാഴ്ത്തപ്പെടുമായിരുന്നു. അയാളുടെ താടിയുടെ ആകൃതി കുറ്റമറ്റതായിരുന്നു. പക്ഷേ, ചന്തമുള്ള ഒരു മുഖ ത്തിന് ഇതുകൂടി വേണമെന്ന് ഇല്ലായിരുന്നു. നിറവും വളരെ ഭംഗിയുള്ള തലമുടിയും വായും കൂടി ഒന്നിച്ച് ചേർന്ന് അയാളുടെ മുഖത്തിന് വേണ്ടത്ര ഭംഗി നല്കിയിരുന്നു. നിങ്ങൾ അയാളെ മനസ്സിലാക്കുന്നതുവരെ അയാ ളുടെ വായ നിങ്ങളെ പീഡിപ്പിച്ചിരുന്നു. അതിനു ശേഷം അത് നിങ്ങളെ കൂടുതൽ പീഡിപ്പിച്ചിരുന്നു.

എനിക്ക് അയാളെ കണ്ടതിൽ വളരെ ജിജ്ഞാസ തോന്നിയിരുന്നു. പകൽ മുഴുവൻ ഞാൻ അത്യദ്ധ്വാനം ചെയ്യുകയായിരുന്നു.സ്കോട്ട് ഫിറ്റ്സ് ജെറാൾഡും ഞാൻ ഒരിക്കലും കേട്ടിട്ടില്ലാത്ത എന്നാൽ ഇപ്പോൾ എന്റെ ചങ്ങാതിയായി മാറിക്കഴിഞ്ഞിരുന്ന മഹാനായ ഡൂൺ ചാപ്ലിനും ഇവിടെ ഉള്ളത് അത്ഭുതകരമാണെന്ന് തോന്നുന്നുണ്ടായിരുന്നു. സ്കോട്ട് സംസാരം നിർത്തിയിരുന്നില്ല. അയാളുടെ സംസാരം കേട്ട് അമ്പരന്നു പോയ ഞാൻ - (അയാൾ സംസാരിച്ചിരുന്നത് എന്റെ എഴുത്തിനെപ്പ റ്റിയും അതിന്റെ മഹത്ത്വത്തെപ്പറ്റിയും ആയിരുന്നു)- അയാളുടെ മുഖത്തു നിന്ന് കണ്ണു മാറിയിരുന്നില്ല. ഞാൻ അയാൾ പറയുന്നത് കേൾക്കുന്ന തിനു പകരം അയാളെ ശ്രദ്ധിക്കുകയായിരുന്നു. ഞങ്ങൾ നിശ്ചലമായ ഈ വ്യവസ്ഥയുടെ അധീനതയിൽ മുന്നോട്ടു പോയി. അതിനുശേഷം മുഖത്തെപ്പറ്റിയുള്ള പ്രശംസ ഒരു നഗ്നമായ നാണക്കേട് ആയിരുന്നു. സ്കോട്ട് ഷാംപെയിൻ കൊണ്ടുവരാൻ ആജ്ഞാപിച്ചിരുന്നു. അയാളും ഞാനും ഡൂൺ ചാബ്ലിനും കൂടി ഉപയോഗശൂന്യമായ ചില കഥാപാത്ര ങ്ങൾക്കൊപ്പം അത് കുടിച്ചെന്നാണ് ഞാൻ വിചാരിക്കുന്നത്. ഡൂണോ ഞാനോ അയാളുടെ സംസാരം കൃത്യമായി പിന്തുടർന്നിരുന്നെന്ന് ഞാൻ വിചാരിക്കുന്നില്ല. കാരണം അയാളുടെ സംസാരത്തിനിടയിൽ ഞാൻ സ്കോട്ടിനെ ശ്രദ്ധിക്കുകയായിരുന്നു. അയാൾക്ക് വണ്ണം കുറവായിരുന്നു.

അയാളുടെ മുഖം നേരിയതോതിൽ വീർത്തിരുന്നു. അയാളുടെ "ബ്രൂക്ക് ബ്രദേഴ്സ്" വേഷങ്ങൾ അയാൾക്ക് നല്ലതുപോലെ യോജിക്കുന്നുണ്ടായിരുന്നു. അയാൾ ബട്ടൺ ഇട്ട പരന്ന കോളർ ഉള്ള വെളുത്തഷർട്ടും 'ഗാർഡ്സ് ടൈയും' ആണ് ധരിച്ചിരുന്നത്. ഞാൻ അയാളോട് ടൈയെ പറ്റി പറയണമെന്ന് വിചാരിച്ചിരുന്നു. കാരണം അവർക്ക് പാരീസിൽ ബ്രിട്ടീഷുകാർ ഉണ്ടായിരുന്നു. ഒരാൾ 'ഡിൻഗോയിൽ' വരുകയാണെങ്കിൽ അവിടെ ഗാർഡ്സ് ടൈ ധരിച്ച രണ്ടോ മൂന്നോ ആളുകൾ ഉണ്ടായിരിക്കും- പക്ഷേ, അതിനു ശേഷം ഞാൻ അത് ഉപേക്ഷിച്ചു. ഞാൻ കുറേ നേരം കൂടി അയാളെ നോക്കിക്കൊണ്ടിരുന്നു. പിന്നീട് അയാൾ ടൈ റോമിൽനിന്ന് വാങ്ങിയതാണെന്ന് തിരിച്ചറിയാൻ കഴിഞ്ഞിരുന്നു.

ഇപ്പോൾ അയാളെ നോക്കിക്കൊണ്ട് ഇരുന്നതുകൊണ്ട് ഞാൻ കൂടുതൽ കാര്യങ്ങൾ ഒന്നും മനസ്സിലാക്കുന്നുണ്ടായിരുന്നില്ല. അയാൾക്ക് നല്ല ആകൃതിയിലുള്ള, പ്രാപ്തിയുണ്ടെന്ന് തോന്നുന്ന കൈകൾ ഉണ്ടായിരുന്നു. അയാളുടെ കൈകൾക്ക് നീളം കുറവായിരുന്നില്ല. അയാൾ ബാറിലെ ഒരു സ്റ്റൂളിൽ ഇരുന്നപ്പോൾ അയാളുടെ കാലുകൾക്ക് നീളം കുറവാണെന്ന് ഞാൻ മനസ്സിലാക്കിയിരുന്നു. അയാളുടെ കാലുകൾ സാധാരണ നിലയിൽ ഉള്ളവ ആയിരുന്നെങ്കിൽ അയാൾക്ക് രണ്ട് ഇഞ്ചുകൂടി ഉയരം ഉണ്ടാകുമായിരുന്നു. ഞങ്ങൾ ആദ്യത്തെ കുപ്പി ഷാംപെയിൻ തീർത്തതിനുശേഷം രണ്ടാമത്തെ കുപ്പിക്ക് തുടക്കം ഇട്ടിരുന്നു. സംസാരത്തിന്റെ ശക്തി ക്ഷയിക്കാൻ തുടങ്ങിയിരുന്നു.

ഷാംപെയിനിനു ശേഷം എനിക്കും ഡൂണിനും ഷാംപെയിനിനുമുമ്പുള്ള തോന്നലുകളേക്കാൾ മെച്ചപ്പെട്ട അനുഭൂതികൾ തോന്നിത്തുടങ്ങിയിരുന്നു. സംസാരം അവസാനിച്ചിരുന്നെങ്കിൽ അത് ഒരു നല്ല കാര്യം ആണെന്ന് എനിക്ക് തോന്നുന്നുണ്ടായിരുന്നു. അതുവരെ എനിക്ക് ഞാൻ എന്ത് മഹാനായ എഴുത്തുകാരനാണെന്ന് തോന്നിയിരുന്നു. അതുവരെ ഇത് രഹസ്യമായി എന്റെ ഭാര്യക്കും എനിക്കും ഇടയിലും സംസാരിക്കാൻ യോഗ്യരാണെന്ന് ഞങ്ങൾ വിചാരിക്കുന്ന മനുഷ്യർക്കിടയിലും മാത്രമായി ഞാൻ ഒതുക്കി നിർത്തിയിരിക്കുകയായിരുന്നു. സംഭവിക്കാവുന്ന ഈ മഹത്ത്വത്തിന്റെ തീരുമാനത്തിലേക്ക് അവസാനം സ്കോട്ട് ഫിറ്റ്സ് ജറാൾഡും എത്തിച്ചേർന്നതിൽ എനിക്ക് സന്തോഷം ഉണ്ടായിരുന്നു. എങ്കിലും അയാളുടെ സംസാരത്തിന്റെ ശക്തി ക്ഷയിക്കാൻ തുടങ്ങിയതിലും എനിക്ക് സന്തോഷം തോന്നിയിരുന്നു. പക്ഷേ, സംസാരത്തിനുശേഷം ചോദ്യത്തിന്റെ സമയം വന്നിരുന്നു. നിങ്ങൾക്ക് അയാളെ പഠനവിഷയമാക്കിക്കൊണ്ട് അയാളുടെ സംസാരം അവഗണിക്കാൻ പറ്റുമായിരുന്നു. പക്ഷേ, ചോദ്യങ്ങളിൽ നിന്ന് നിങ്ങൾക്ക് രക്ഷപ്പെടാൻ കഴിയില്ല. നോവൽ എഴുത്തുകാരന് അയാൾക്ക് ആവശ്യമുള്ളത് കൂട്ടുകാരോടും പരിചയക്കാരോടും നേരിട്ട് ചോദിച്ച് കണ്ടുപിടിക്കാൻ കഴിയുമെന്ന് സ്കോട്ട് വിശ്വസിക്കുന്നുണ്ടെന്ന് എനിക്ക് കണ്ടെത്താൻ കഴിഞ്ഞിരുന്നു. ചോദ്യം ചെയ്യൽ മുഖത്തോടുമുഖം ആയിരുന്നു.

"ഏണസ്റ്റ്" അയാൾ പറഞ്ഞു. "നിങ്ങളെ ഏണസ്റ്റ് എന്ന് വിളിക്കുന്നതിൽ വിരോധം ഇല്ലല്ലോ? വിരോധം ഉണ്ടോ?"

"ഡൂണിനോട് ചോദിക്കൂ." ഞാൻ പറഞ്ഞു.

"തമാശ പറയരുത്. ഇത് ഗൗരവം ഉള്ള കാര്യമാണ്. എന്നോട് പറയണം. നിങ്ങളും നിങ്ങളുടെ ഭാര്യയും വിവാഹം കഴിയുന്നതിനുമുമ്പ് ഒന്നിച്ച് ഉറങ്ങിയിരുന്നോ?

"എനിക്ക് അറിയില്ല."

"അറിയില്ലാന്ന് പറയുന്നത് എന്ത് ഉദ്ദേശ്യത്തിലാണ്?"

"എനിക്ക് ഓർമ്മയില്ല."

"പക്ഷേ, ഇത്രയും പ്രധാനപ്പെട്ട ഒരു കാര്യം നിങ്ങൾക്ക് എങ്ങനെയാണ് മറക്കാൻ കഴിയുന്നത്?

"എനിക്ക് അറിയില്ല." ഞാൻ പറഞ്ഞു. "ഇത് വിചിത്രമാണ്. അല്ലേ?"

"വിചിത്രം എന്ന് പറഞ്ഞാൽ പോരാ- അതിലും മോശമാണ്." സ്കോട്ട് പറഞ്ഞു. "നിങ്ങൾക്ക് നിശ്ചയമായും ഓർത്തെടുക്കാൻ കഴിയും."

"എനിക്ക് വിഷമം ഉണ്ട്. ഇത് ശോചനീയമാണ്. അല്ലേ?

"ഒരു ബ്രിട്ടീഷുകാരനെപ്പോലെ സംസാരിക്കരുത്." അയാൾ പറഞ്ഞു. "കളി പറയാതെ ഓർത്തെടുക്കാൻ ശ്രമിച്ചുനോക്കൂ."

"പറ്റില്ല" ഞാൻ പറഞ്ഞു. "ശ്രമിച്ചിട്ട് ഫലം കിട്ടാൻ പോകുന്നില്ല."

"ഓർമ്മിക്കാൻ നിങ്ങൾക്ക് ആത്മാർത്ഥമായി ശ്രമിച്ചു നോക്കാം."

സംസാരം വേണ്ടതിൽ അധികം ആയിരിക്കുന്നു. ഞാൻ വിചാരിച്ചു. എല്ലാവരോടും അയാൾ ഇങ്ങനെ സംസാരിക്കാൻ ഇടയുണ്ടോ എന്ന് എനിക്ക് അത്ഭുതം തോന്നുന്നുണ്ടായിരുന്നു. പക്ഷേ, ഞാൻ അങ്ങനെ ചിന്തിച്ചിരുന്നില്ല. കാരണം സംസാരത്തിനിടയിൽ അയാൾ വിയർക്കുന്നത് ഞാൻ കണ്ടിരുന്നു. വിയർപ്പ് അയാളുടെ പൂർണ്ണതയുള്ള നീണ്ട മേൽച്ചുണ്ടിനു മുകളിൽ നിന്നും വളരെ ചെറിയ തുള്ളികളായി പുറത്തേക്ക് വരുന്നുണ്ടായിരുന്നു. ഞാൻ അയാളുടെ മുഖത്തുനിന്നു കണ്ണെടുത്തുകൊണ്ട് സ്റ്റൂളിൽ ഇരുന്നിരുന്ന അയാളുടെ കാലുകളുടെ നീളം പരിശോധിച്ചത് ആ സമയത്ത് ആയിരുന്നു. അസാധാരണമായ കാര്യം സംഭവിച്ചത് ഞാൻ അയാളുടെ മുഖത്തേക്ക് വീണ്ടും നോക്കിയപ്പോൾ ആയിരുന്നു.

അയാൾ ഷാംപെയിന്റെ ഗ്ലാസും പിടിച്ചുകൊണ്ട് ബാറിൽ ഇരുന്നിരുന്ന സമയത്ത് അയാളുടെ മുഖത്തെ വീക്കം ഇല്ലാതാകുന്നതുവരെ തൊലി വലിഞ്ഞു മുറുകുന്നതായി തോന്നിയിരുന്നു. പിന്നീട് അയാളുടെ മുഖം മരിച്ചവന്റെ മുഖമായി മാറുന്നതുവരെ അയാളുടെ തൊലി വീണ്ടും വലിഞ്ഞു മുറുകിക്കൊണ്ടിരുന്നു. കണ്ണുകൾ താഴ്ന്നു പോയിരുന്നു. അയാൾ മരിച്ചു കഴിഞ്ഞെന്ന് തോന്നിത്തുടങ്ങിയിരുന്നു. അയാളുടെ മുഖത്തിന്റെ നിറം ഉരുക്കിയ മെഴുകിന്റെ നിറം ആയിരുന്നു. ഇത് എന്റെ ഭാവന ആയിരുന്നില്ല. അയാളുടെ മുഖം സത്യത്തിൽ മരണത്തിന്റെ മുഖമായി മാറിയിരുന്നു. അല്ലെങ്കിൽ എന്റെ കൺമുന്നിൽ അതു മരണത്തിന്റെ പൊയ്മുഖമായി മാറിയിരുന്നു.

“സ്കോട്ട്” ഞാൻ വിളറിച്ചു. “നിങ്ങൾക്ക് സുഖമില്ലേ?”

അയാൾ മറുപടി പറഞ്ഞില്ല. അയാളുടെ മുഖം എന്നത്തേതിലും കൂടുതൽ വാടിയിരിക്കുകയാണെന്ന് തോന്നിയിരുന്നു.

“നമുക്ക് അയാളെ പ്രാഥമിക ചികിത്സ കിട്ടുന്ന ഏറ്റവും അടുത്തുള്ള സ്ഥലത്തേക്ക് കൊണ്ടുപോകാം.” ഞാൻ ഡൂൺ ചാപ്ലിനോട് പറഞ്ഞു.

“വേണ്ട. അയാൾക്ക് കുഴപ്പം ഒന്നുമില്ല.”

“അയാളെ കണ്ടാൽ മരിച്ചു കൊണ്ടിരിക്കുകയാണെന്ന് തോന്നും.”

“അയാൾക്ക് കുഴപ്പം ഒന്നുമില്ല. അയാളെ അത് പിടികൂടുന്നത് ഇത്തരത്തിലാണ്.”

ഞങ്ങൾ അയാളെ ഒരു ടാക്സിയിൽ പിടിച്ചു കയറ്റി. ഞാൻ വളരെ അസ്വസ്ഥനായിരുന്നു. പക്ഷേ, ഡൂൺ അയാൾക്ക് കുഴപ്പം ഒന്നും ഇല്ലെന്നും അയാളെപറ്റി വേവലാതി വേണ്ടെന്നും എന്നോട് പറഞ്ഞു. “വീട്ടിൽ എത്താൻ വേണ്ട സമയത്തിനുള്ളിൽ അയാളുടെ ഈ കുഴപ്പം ഒരുപക്ഷേ, ഒഴിഞ്ഞുപോകാൻ സാദ്ധ്യത ഉണ്ട്.” ഡൂൺ പറഞ്ഞു.

നിശ്ചയമായും അയാൾക്ക് ഉണ്ടായിരുന്ന പ്രശ്നം തീർന്നുകാണും. കാരണം കുറച്ച് ദിവസങ്ങൾ കഴിഞ്ഞ് ഞാൻ അയാളെ ക്ലോസറി ദസ് ലിലാ ഹോട്ടലിൽ വെച്ച് കണ്ടുമുട്ടിയപ്പോൾ അന്നത്തെ സാധനം അയാളെ ആ അവസ്ഥയിൽ എത്തിച്ചതിൽ എനിക്ക് ഖേദം ഉണ്ടെന്നും അതിന്റെ കാരണം സംസാരത്തിനിടയിൽ നമ്മൾ അത് അതിവേഗത്തിൽ കുടിച്ചതു കൊണ്ടാണെന്നും ഞാൻ അയാളോട് പറഞ്ഞു.

“ഖേദം ഉണ്ടെന്ന് പറഞ്ഞതുകൊണ്ട് നിങ്ങൾ എന്താണ് ഉദ്ദേശിക്കുന്നത്? എന്ത് സാധനം എന്നെ ഏത് അവസ്ഥയിൽ എത്തിച്ചെന്നാണ് നിങ്ങൾ പറയുന്നത്? ഏണസ്റ്റ്, നിങ്ങൾ എന്തിനെപ്പറ്റിയാണ് സംസാരിക്കുന്നത്?”

“ഞാൻ ഡിംഗോയിലെ പഴയ രാത്രിയെപ്പറ്റിയാണ് പറഞ്ഞത്.”

“ഡിംഗോയിൽ വെച്ച് എനിക്ക് കുഴപ്പം ഒന്നും ഉണ്ടായിരുന്നില്ല. നിങ്ങളുടെ കൂടെ ഉണ്ടായിരുന്ന ക്രൂരനായ ബ്രിട്ടീഷുകാരനെപ്പറ്റി മടുപ്പു തോന്നിയിട്ടാണ് ഞാൻ വീട്ടിൽ പോയത്.”

“നിങ്ങൾ ഉള്ളപ്പോൾ അവിടെ ബ്രിട്ടീഷുകാർ ആരുംതന്നെ ഉണ്ടായിരുന്നില്ല. ബാറിലെ വിളമ്പുകാരൻ മാത്രമാണ് അവിടെ ഉണ്ടായിരുന്നത്.”

“അത് ഒളിച്ചുവെക്കാൻ ശ്രമിക്കരുത്. ഞാൻ ഉദ്ദേശിച്ചവരെ നിങ്ങൾക്ക് അറിയാം.”

“ഓ” ഞാൻ പറഞ്ഞു. കുറച്ചുകഴിഞ്ഞ് അയാൾ ഡിംഗോയിൽ പോയിക്കാണും. അല്ലെങ്കിൽ മറ്റൊരു സമയത്ത് അയാൾ ഡിംഗോയിൽ പോയിരിക്കും. ഒരിക്കലും ശരിയല്ല. ഞാൻ ഓർമ്മിച്ചു. അവിടെ രണ്ട് ബ്രിട്ടീഷുകാർ ഉണ്ടായിരുന്നു. അത് സത്യമായിരുന്നു. ഞാൻ അവർ ആരായിരുന്നെന്ന് ഓർമ്മിച്ചു. രാത്രി മുഴുവൻ അവർ അവിടെ ഉണ്ടായിരുന്നു.

“ശരിയാണ്.” ഞാൻ പറഞ്ഞു. “തീർച്ചയായും ഉണ്ടായിരുന്നു.”

"കള്ളപ്പേരുള്ള ആ മര്യാദ ഇല്ലാത്ത പെൺകുട്ടിയും അവളുടെ കൂടെ ഉണ്ടായിരുന്ന ആ കഥയില്ലാത്ത കുടിയനും. അവർ നിങ്ങളുടെ കൂട്ടുകാർ ആയിരുന്നെന്ന് അവർ പറഞ്ഞു."

"ശരിയാണ്. അവൾ ചില സമയങ്ങളിൽ വളരെ മോശമായി പെരുമാറാറുണ്ട്."

"നിങ്ങൾ ഇത് മനസ്സിലാക്കണം. ഒരാൾ ഏതാനും ഗ്ലാസ് വീഞ്ഞ് കുടിച്ചതുകൊണ്ട് മാത്രം നിഗൂഢത സൃഷ്ടിച്ചതുകൊണ്ട് പ്രയോജനം ഇല്ല. നിങ്ങൾ എന്തിനാണ് നിഗൂഢത സൃഷ്ടിക്കാൻ ആഗ്രഹിക്കുന്നത്. ഈ രീതിയിലുള്ള ഒരു കാര്യം നിങ്ങൾ ചെയ്യുമെന്ന് ഞാൻ ചിന്തിച്ചിട്ടില്ല."

"എനിക്ക് അറിയില്ല." ഞാൻ ഈ സംസാരം അവസാനിപ്പിക്കാൻ ആഗ്രഹിച്ചു. അതിനുശേഷം ഞാൻ ഏതോ ഒരു കാര്യം ആലോചിച്ചു. "അവർ നിങ്ങളുടെ ടൈയെപ്പറ്റി രൂക്ഷമായി സംസാരിച്ചിരുന്നോ?"

"അവർ എന്തിനാണ് എന്റെ ടൈയെപ്പറ്റി രൂക്ഷമായി സംസാരിക്കുന്നത്? ഞാൻ ഒരു വെളുത്ത ഷർട്ടും കറുത്തടൈയും മാത്രമാണ് ധരിച്ചിരുന്നത്."

ഞാൻ ആ സംസാരം തുടർന്നില്ല. അയാൾ എന്നോട് ഈ ഹോട്ടൽ ഇഷ്ടപ്പെടാനുള്ള കാരണം അന്വേഷിച്ചു. ഞാൻ അതിന്റെ പഴയകാലത്തെപ്പറ്റി പറഞ്ഞു. അയാളും അതിനെ ഇഷ്ടപ്പെടാനുള്ള ശ്രമം തുടങ്ങി. ഞാൻ അതിനെ ഇഷ്ടപ്പെട്ടുകൊണ്ട് അവിടെ ഇരുന്നു. അയാൾ അതിനെ ഇഷ്ടപ്പെടാൻ ശ്രമിച്ചുകൊണ്ട് എന്റെ ഒപ്പം ഇരുന്നു. അയാൾ എന്നോട് ചോദ്യങ്ങൾ ചോദിച്ചു. അയാൾ എഴുത്തുകാരെപ്പറ്റിയും പ്രസാധകരെപ്പറ്റിയും ഇടനിലക്കാരെപ്പറ്റിയും നിരൂപകരെപ്പറ്റിയും ജോർജ് ഹൊറാക് ലോറിമറെ*പ്പറ്റിയും, ഒരു വിജയിച്ച എഴുത്തുകാരൻ ആകുന്നതിന്റെ സാമ്പത്തികശാസ്ത്രത്തെപ്പറ്റിയും അതിനോടു ചേർന്നുള്ള അപവാദങ്ങളെപ്പറ്റിയും എന്നോട് സംസാരിച്ചു. അയാൾക്ക് ലോകത്തോട് വിദ്വേഷം ഉണ്ടായിരുന്നു. അയാൾ സന്തോഷവാനായിരുന്നു. അയാൾക്ക് പരിഹാസവും ആകർഷണവും സ്നേഹം തോന്നുന്ന പെരുമാറ്റവും ഉണ്ടായിരുന്നു. ആരെങ്കിലും സ്നേഹപ്രകടനം നടത്തുന്നതിനെപ്പറ്റി നിങ്ങൾക്ക് ശ്രദ്ധ ഉണ്ടെങ്കിൽപ്പോലും അയാളോട് സ്നേഹം തോന്നുമായിരുന്നു.

അയാൾ സ്വയം എഴുതിയിട്ടുള്ള എല്ലാ കാര്യങ്ങളെപ്പറ്റിയും അല്പം പരിഹാസത്തോടെയാണെങ്കിലും വെറുപ്പില്ലാതെ സംസാരിച്ചു. അയാൾക്ക് കഴിഞ്ഞ കാലത്ത് എഴുതിയ പുസ്തകങ്ങളെപ്പറ്റി പാരുഷ്യം ഇല്ലാതെയും ഇപ്പോൾ എഴുതിയ പുതിയ പുസ്തകത്തെപ്പറ്റി വളരെ നല്ല രീതിയിലും സംസാരിക്കാൻ കഴിയുമെന്ന് എനിക്ക് അറിയാമായിരുന്നു. ആരോ അയാളുടെ പക്കൽനിന്ന് കടം വാങ്ങിയിരുന്ന *ദി ഗ്രേറ്റ് ഗാറ്റ്സ്ബി* എന്ന അയാളുടെ പുതിയ നോവൽ വായന കഴിഞ്ഞ് അയാളുടെ കൈയിൽ തിരിച്ചെത്തുമ്പോൾ ഞാൻ അത് വായിക്കണമെന്ന് അയാൾ

---

* അമേരിക്കൻ പത്രപ്രവർത്തകൻ.

ആഗ്രഹിച്ചിരുന്നു. അയാൾ അതിനെപ്പറ്റി സംസാരിക്കുന്നതു കേട്ടതുകൊണ്ട് അത് എത്രമാത്രം നല്ലതായിരുന്നെന്ന് ഒരിക്കലും നിങ്ങൾക്ക് മനസ്സിലാക്കാൻ കഴിയില്ല. വളരെ സുന്ദരമായ എന്തെങ്കിലും എഴുതിക്കഴിയുമ്പോൾ എഴുത്തുകാരനുതോന്നുന്ന ലജ്ജ മാത്രം അയാൾക്ക് ഉണ്ടായിരുന്നെന്ന് നിങ്ങൾക്ക് മനസ്സിലാക്കാൻ കഴിയും. ഞാൻ അത് വായിക്കാൻ വേണ്ടി കഴിയുന്നതും വേഗം അയാൾ ആ പുസ്തകം തിരിച്ചുവാങ്ങിക്കൊണ്ട് വരുമെന്നുള്ള പ്രതീക്ഷ എനിക്ക് ഉണ്ടായിരുന്നു.

മാക്സ്‌വെൽ പെർക്കിൻസിൽനിന്നും ആ പുസ്തകത്തിന്റെ വില്പന മോശമാണെന്നും പക്ഷേ, അതിനെപ്പറ്റി വളരെ നല്ല നിരൂപണങ്ങൾ പുറത്തുവന്നിട്ടുണ്ടെന്നും അയാൾ അറിഞ്ഞിട്ടുണ്ടെന്ന് സ്കോട്ട് എന്നോട് പറഞ്ഞു. അന്നായിരുന്നോ അതിനുശേഷമുള്ള ഒരു ദിവസത്തിൽ ആയിരുന്നോ എന്ന് ഓർമ്മയില്ല ഗിൽബർട്ട് സെൽഡസിന്റെ വളരെ നല്ല ഒരു നിരൂപണം അയാൾ എനിക്ക് കാണിച്ചുതന്നിരുന്നു. പക്ഷേ, പുസ്തകം നല്ലപോലെ വില്ക്കപ്പെടാത്തതിൽ സ്കോട്ടിന് അമ്പരപ്പ് ഉണ്ടായിരുന്നു. പക്ഷേ, ഞാൻ പറഞ്ഞതുപോലെ അയാൾക്ക് അതിനെപ്പറ്റി വിദ്വേഷം ഒട്ടുംതന്നെ ഉണ്ടായിരുന്നില്ല. പുസ്തകത്തിന്റെ നിലവാരത്തെപ്പറ്റി അയാൾക്ക് സന്തോഷവും സംശയവും ഉണ്ടായിരുന്നു.

ഈ ദിവസം ഞങ്ങൾ ലിലാ ഹോട്ടലിന്റെ പുറത്തെ മട്ടുപ്പാവിൽ സന്ധ്യാസമയത്തെ ഇരുണ്ട വെളിച്ചത്തിന് വ്യത്യാസം വരുന്നത് നോക്കിയിരിക്കുമ്പോൾ അയാളുടെ മുഖത്ത് ഞങ്ങൾകുടിച്ച രണ്ട് വിസ്കിയും സോഡയും രസതന്ത്രപരമായ ഒരു വ്യത്യാസവും വരുത്തിയിരുന്നില്ല. ഞാൻ അതിനു വേണ്ടി അയാളെ ശ്രദ്ധാപൂർവ്വം നിരീക്ഷിച്ചിരുന്നു. പക്ഷേ, അയാളുടെ മുഖത്ത് അത്തരത്തിലുള്ള ഒരു വ്യത്യാസവും പ്രത്യക്ഷപ്പെട്ടിരുന്നില്ല. അയാൾ നാണമില്ലാത്ത ചോദ്യങ്ങൾ ഒന്നും ചോദിച്ചില്ല. അയാൾ അമ്പരപ്പിക്കുന്ന കാര്യങ്ങൾ ചെയ്തില്ല. അയാൾ പ്രസംഗങ്ങൾ നടത്തിയില്ല. അയാൾ ബുദ്ധിയും വശ്യതയും ഉള്ള ഒരു സാധാരണക്കാരനായി അഭിനയിച്ചിരുന്നു. അയാളും അയാളുടെ ഭാര്യ സെൽഡായും അവരുടെ ചെറിയ റിനൗകാർ മോശം കാലാവസ്ഥ കാരണം ലിയോണിൽ ഉപേക്ഷിക്കാൻ നിർബ്ബന്ധിതരായിട്ടുണ്ടെന്ന് എന്നോട് പറഞ്ഞു. ഞാൻ കൂടി അയാളുടെ കൂടെ ട്രെയിനിൽ ലിയോണിൽ എത്തി തിരിച്ച് പാരീസിലേക്ക് കാറോടിച്ച് വരാൻ തയ്യാറാണോ എന്ന് അയാൾ എന്നോട് ചോദിച്ചു. ഫിറ്റ്സ് ജറാൾഡിന്റെ കുടുംബം ഇറ്റാലയിൽ നിന്ന് അധികം ദൂരം ഇല്ലാത്ത ടിൽസിറ്റ് തെരുവിലെ 14-ാം നമ്പർ വീട് വാടകയ്ക്ക് എടുത്തിട്ടുണ്ടായിരുന്നു. ഇപ്പോൾ വസന്തകാലത്തിന്റെ അവസാനം ആയിരുന്നു. ഞാൻ രാജ്യം അതിന്റെ ഏറ്റവും നല്ല അവസ്ഥയിലാണെന്നും ഞങ്ങൾക്ക് മികച്ച ഒരു യാത്ര നടത്താൻ കഴിയുമെന്നും ആലോചിച്ചിരുന്നു. സ്കോട്ട് വളരെ വിവേകം ഉള്ള വളരെ നല്ല മനുഷ്യനാണെന്ന് തോന്നിയിരുന്നു. രണ്ട് കടുപ്പമുള്ള വിസ്കി അയാൾ കുടിച്ചിരുന്ന രീതി ഞാൻ ശ്രദ്ധിച്ചിരുന്നു. ഒന്നുംതന്നെ സംഭവി

ച്ചില്ല. അയാൾ നല്ല ബോധത്തിലാണെന്ന് തോന്നിയതു കാരണം ഡിംഗോയിലെ പഴയ രാത്രി ഒരു ദുഃസ്വപ്നം ആണെന്ന് തോന്നുന്നുണ്ടായിരുന്നു.

ഞങ്ങൾ അടുത്ത ദിവസം കാണാമെന്ന് സമ്മതിച്ചു. അതിനുശേഷം രാവിലെ തിരിക്കുന്ന വേഗത കൂടിയ തീവണ്ടിയിൽ ലിയോണിലേക്കുള്ള യാത്രയ്ക്കുള്ള ഏർപ്പാടും നടത്തി. ഈ ട്രെയിൻ ഉചിതമായ സമയത്ത് യാത്രതിരിച്ചു. അത് അതിവേഗത്തിൽ സഞ്ചരിച്ചിരുന്നു. ആ ട്രെയിൻ എന്റെ ഓർമ്മയിൽ ഡിജോൺ സ്റ്റേഷനിൽ മാത്രമാണ് നിർത്തിയിരുന്നത്. ഞങ്ങൾ ലിയോണിൽ ഇറങ്ങി കാർ നല്ല രീതിയിൽ ആണോ എന്ന് പരിശോധിച്ചതിനുശേഷം ഒന്നാംതരം ആഹാരം കഴിച്ചുകൊണ്ട് അതിരാവിലെ പാരീസിൽനിന്ന് തിരിച്ചു യാത്ര തിരിക്കാനുള്ള പദ്ധതി തയ്യാറാക്കി.

എനിക്ക് ഈ യാത്രയെപ്പറ്റി ആവേശം ഉണ്ടായിരുന്നു. എനിക്ക് പ്രായക്കൂടുതൽ ഉള്ള വിജയിച്ച ഒരു എഴുത്തുകാരന്റെ ചങ്ങാത്തം ലഭിക്കും. ആ സമയത്ത് ഞങ്ങൾക്ക് കാറിലിരുന്ന് സംസാരിക്കാൻ പറ്റും. എനിക്ക് നിശ്ചയമായും അറിഞ്ഞിരിക്കുന്നതുകൊണ്ട് ഉപയോഗം ഉള്ള ധാരാളം കാര്യങ്ങൾ മനസ്സിലാക്കാൻ പറ്റും. സ്കോട്ടിനെപ്പറ്റി പ്രായക്കൂടുതൽ ഉള്ള ഒരു എഴുത്തുകാരൻ എന്ന് ചിന്തിച്ചത് ഇപ്പോൾ വിചിത്രമായി തോന്നുന്നുണ്ട്. പക്ഷേ, ആ സമയത്ത് *ദി ഗ്രേറ്റ് ഗാറ്റ്സ് ബി* വായിക്കാതിരുന്നതാണ് ഞാൻ അയാളെ പ്രായക്കൂടുതലുള്ള എഴുത്തുകാരനായി കണക്കാക്കാനുള്ള കാരണം. മൂന്നുവർഷം മുമ്പ് അയാൾ *സാറ്റർഡെ ഈവനിങ് പോസ്റ്റിൽ* എഴുതിയ കഥകൾ വായിക്കാൻ കൊള്ളാവുന്നവയാണെന്ന് ഞാൻ വിചാരിച്ചിരുന്നു. പക്ഷേ, അയാൾ ഗൗരവമായി പരിഗണിക്കപ്പെടേണ്ട ഒരു എഴുത്തുകാരൻ ആണെന്ന് ഒരിക്കലും വിചാരിച്ചിരുന്നില്ല. അയാൾ നല്ല കഥകൾ എന്ന് വിചാരിക്കുന്ന കഥകൾ എങ്ങനെയാണ് എഴുതിയതെന്ന് *ക്ലോസറി ദസ് ലിലാ* ഹോട്ടലിൽ വെച്ച് അയാൾ എന്നോട് പറഞ്ഞിരുന്നു. അവ സത്യത്തിൽ *സാറ്റർഡെ ഈവനിങ് പോസ്റ്റിനെ* കണക്കിലെടുക്കുമ്പോൾ നല്ല കഥകൾ ആയിരുന്നു. അയാൾ അവയെ എങ്ങനെയാണ് മാസികകൾക്ക് വില്പനയ്ക്കുള്ള സാദ്ധ്യതകൾ ഉള്ള കഥകളായി വളച്ചൊടിച്ചതെന്നും അയാൾ വിശദീകരിച്ചിരുന്നു. ഞാൻ ഇത് കേട്ടപ്പോൾ ഞെട്ടിപ്പോയിരുന്നു. ഞാൻ അത് തെറ്റാണെന്ന് ചിന്തിക്കുന്നതായി അയാളോട് അപ്പോൾത്തന്നെ പറഞ്ഞിരുന്നു. അത് വ്യഭിചാരം ആണെന്ന് അയാൾ സമ്മതിച്ചിരുന്നു. പക്ഷേ, മാസികകൾക്ക് അതുകൊണ്ട് കിട്ടുന്ന പണത്തിൽനിന്നു വേണം അയാൾക്ക് നല്ല പുസ്തകങ്ങൾ എഴുതാനെന്നായിരുന്നു അയാളുടെ വിശദീകരണം. എന്തായാലും ഒരാൾക്ക് അയാളുടെ കഴിവിനെ നശിപ്പിച്ചുകൊണ്ട് അയാളുടെ ഏറ്റവും നല്ല കഥകൾ എഴുതാൻ കഴിയുമെന്നുള്ള വിശ്വാസം എനിക്കില്ലെന്ന് ഞാൻ പറഞ്ഞു. ആദ്യം യഥാർത്ഥ കഥ അയാൾ എഴുതിയതുകൊണ്ട് അതിനെ പിന്നീട് കീറിമുറിച്ച് വ്യത്യാസം വരുത്തിയാൽ അവ

സാനം തകരാറൊന്നും സംഭവിക്കില്ലെന്ന് അയാൾ പറഞ്ഞു. എനിക്ക് ഇത് വിശ്വസിക്കാൻ കഴിഞ്ഞിരുന്നില്ല. ഞാൻ തർക്കം നടത്തി. ഇതിൽ നിന്നും അയാളെ മോചിപ്പിക്കാൻ ആഗ്രഹിച്ചിരുന്നു. എന്റെ വിശ്വാസ ത്തിന് പിൻബലം നല്കാൻ എനിക്ക് ഒരു നോവലിന്റെ ആവശ്യം ഉണ്ടാ യിരുന്നു. എങ്കിൽ മാത്രമേ എനിക്ക് അത് കാണിച്ച് അയാളെ ബോദ്ധ്യ പ്പെടുത്താൻ കഴിയുകയുള്ളൂ. ഞാൻ ഇതുവരെ അത്തരം ഒരു നോവൽ എഴുതിയിരുന്നില്ല. പക്ഷേ, അത് ബുദ്ധിമുട്ടുള്ള കാര്യം ആയിരുന്നു. ഒരു നോവലോളം ദൈർഘ്യം ഉള്ള എന്തെങ്കിലും ഞാൻ എങ്ങനെയാണ് എഴു താൻ പോകുന്നതെന്ന് എനിക്ക് അറിയില്ലായിരുന്നു. പലപ്പോഴും ഒരു ഖണ്ഡിക എഴുതാൻ എനിക്ക് രാവിലെ മുതൽ ഉച്ചവരെയുള്ള സമയം വേണ്ടിവന്നിരുന്നു.

എന്റെ ഭാര്യ ഹാഡ്‌ലി അവൾ വായിച്ചിരുന്ന സ്കോട്ടിന്റെ രചന കളെ ആസ്പദമാക്കിക്കൊണ്ട് അയാൾ കാര്യമായി പരിഗണിക്കേണ്ട എഴു ത്തുകാരനാണെന്ന് വിശ്വസിച്ചിരുന്നില്ലെങ്കിലും എന്റെ ഈ യാത്രയെപ്പറ്റി അവൾക്ക് സന്തോഷം ആയിരുന്നു. ഒരു നല്ല എഴുത്തുകാരനെപറ്റിയുള്ള അവളുടെ വിശ്വാസം ഉറച്ചുനിന്നിരുന്നത് ഹെൻറി ജെയിംസിൽ ആയിരു ന്നു. പക്ഷേ, ഞാൻ ജോലിയിൽനിന്ന് മാറിനിന്നുകൊണ്ട് ഒരു യാത്ര നട ത്തുന്നത് ഒരു നല്ല ആശയമാണെന്ന് അവൾ വിചാരിച്ചിരുന്നു. ഞങ്ങൾക്ക് ഒരു കാറ് വാങ്ങാനുള്ള പണം ഉണ്ടെന്നും ഞങ്ങൾ ഒന്നിച്ച് ഒരു യാത്ര നടത്തണമെന്നും രണ്ടുപേർക്കും ആഗ്രഹം ഉണ്ടായിരുന്നു. പക്ഷേ, അത് സംഭവിക്കുമെന്നുള്ള പ്രതീക്ഷ എനിക്ക് ഒരിക്കലും ഉണ്ടായിരുന്നില്ല. അമേരിക്കയിൽ ആദ്യമായി ആ മഴക്കാലത്ത് പ്രസിദ്ധീകരിക്കാൻ പോകുന്ന എന്റെ ചെറുകഥകളുടെ പുസ്തകത്തിന്റെ മുൻകൂറായി ബോൺ-ഐ ആന്റ് ലിവ് - റൈറ്റ്"* ൽനിന്നും എനിക്ക് ഇരുനൂറ് ഡോളർ ലഭിച്ചിരുന്നു. ഞാൻ ബർലിനിൽ നിന്നുള്ള *ഫ്രാങ്ക് ഫുറർ സൈറ്റോ ങ്ങിലും*** ഡർകാഷ്നറ്റിലും**** പാരീസിൽ നിന്നുള്ള *ദിസ് ക്വാർട്ടറിലും ട്രാൻസ് അറ്റ്ലാന്റിക് റിവ്യൂ*വിലും കഥകൾ വില്ക്കുന്നുണ്ടായിരുന്നു. ആവ ശ്യങ്ങൾക്ക് മാത്രം പണം ചെലവഴിച്ചുകൊണ്ട് ഞങ്ങൾ വളരെ ചുരു ങ്ങിയാണ് ജീവിച്ചുകൊണ്ടിരുന്നത്. ജൂലൈയിൽ നടക്കുന്ന ****പാമ്പലോ ണയിലേയും *****വലൻസ്യയിലേയും ഉത്സവങ്ങൾക്ക് പോകാനുള്ള പണം സമ്പാദിക്കുന്നതായിരുന്നു ഞങ്ങളുടെ ലക്ഷ്യം.

ഞാൻ പലതവണ വണ്ടി ഇറങ്ങിയിട്ടുള്ള ലിയോണിലെ റെയിൽവേ സ്റ്റേഷനിൽ നിന്ന് രാവിലെ ഞങ്ങൾക്ക് യാത്ര തുടങ്ങണമായിരുന്നു. ഞാൻ ഈ റെയിൽവേ സ്റ്റേഷന്റെ ഗേറ്റിനു പുറത്ത് സ്കോട്ടിനു വേണ്ടി പല പ്രാവശ്യം കാത്തുനിന്നിട്ടുള്ളതാണ്. ഇപ്പോൾ അയാൾ ടിക്കറ്റ് കൊണ്ടുവരുന്നുണ്ടായിരുന്നു. ട്രെയിൻ സ്റ്റേഷൻവിട്ട് പോകാനുള്ള സമയം

---

* അമേരിക്കൻ പുസ്തകപ്രസാധകർ

, * ജർമ്മൻ പത്രങ്ങൾ

****, ***** സ്പെയിനിലെ പട്ടണങ്ങൾ

അടുത്തുവന്നിട്ടും അയാൾ എത്തിച്ചേർന്നിരുന്നില്ല. ഞാൻ സ്റ്റേഷനിൽ കടന്നുചെല്ലാനുള്ള ടിക്കറ്റ് എടുത്തുകൊണ്ട് ട്രെയിന്റെ അടുത്തുകൂടി നടന്ന് അയാളെ അന്വേഷിച്ചു. എനിക്ക് അയാളെ കണ്ടെത്താൻ കഴിഞ്ഞില്ല. ട്രെയിൻ നീങ്ങിത്തുടങ്ങിയപ്പോൾ ഞാൻ അതിനുള്ളിൽ കയറി അയാൾ ട്രെയിനിൽ കയറിയിരിക്കും എന്നുള്ള പ്രതീക്ഷയിൽ അതിന്റെ ഉള്ളിൽക്കൂടി നടന്നു. അത് നീളം കൂടിയ ഒരു ട്രെയിൻ ആയിരുന്നു- അയാൾ അതിനുള്ളിൽ ഉണ്ടായിരുന്നില്ല. ഞാൻ സാഹചര്യം ട്രെയിനിന്റെ കണ്ടക്ടറോട് വിശദീകരിച്ചു. ടിക്കറ്റിന്റെ വില കൊടുത്തു- രണ്ടാംക്ലാസ് ടിക്കറ്റ് ആയിരുന്നു- മൂന്നാംക്ലാസ് ഉണ്ടായിരുന്നില്ല. ഞാൻ അയാളോട് ലിയോണിലെ ഏറ്റവും നല്ല ഹോട്ടലിന്റെ പേര് ചോദിച്ചു. ലിയോണിൽ ഞാൻ സ്കോട്ടിനെ കാത്തിരിക്കുന്ന ഹോട്ടലിന്റെ മേൽവിലാസം അയാൾക്ക് കമ്പിയടിക്കുന്നതൊഴിച്ച് എനിക്ക് മറ്റൊന്നും ചെയ്യാൻ ഉണ്ടായിരുന്നില്ല. അയാൾ യാത്ര തിരിക്കുന്നതിനുമുമ്പ് ഒരിക്കലും അയാൾക്ക് ഹോട്ടലിന്റെ മേൽവിലാസം കിട്ടില്ല. പക്ഷേ, അയാളുടെ ഭാര്യ അത് അയാളെ കമ്പിയടിച്ച് അറിയിക്കും എന്ന് ഊഹിക്കാൻ പറ്റും. ഒരു മുതിർന്ന മനുഷ്യനെ ട്രെയിനിൽവെച്ച് നഷ്ടപ്പെട്ടു എന്ന ഒരു വാർത്ത ആ സമയത്ത് ഞാൻ ഒരിക്കലും കേട്ടിട്ടുണ്ടായിരുന്നില്ല. പക്ഷേ, ഈ യാത്രയിൽ എനിക്ക് പല പുതിയ കാര്യങ്ങളും മനസ്സിലാക്കാൻ ഉണ്ടായിരുന്നു.

ആ ദിവസങ്ങളിൽ എനിക്ക് എന്നെ പെട്ടെന്ന് പിടികൂടുന്ന ഒരു മോശം മനോഭാവം ഉണ്ടായിരുന്നു. പക്ഷേ, മോണ്ട് റോയിലൂടെ ഞങ്ങൾ കടന്നുവന്ന സമയത്ത് എന്റെ മോശം മനോഭാവം ശാന്തത കൈവരിച്ചിരുന്നു. ഞാൻ ഗ്രാമപ്രദേശങ്ങളുടെ കാഴ്ച ആസ്വദിച്ചിരുന്നു. എനിക്ക് ആ സമയത്ത് കോപം ഉണ്ടായിരുന്നില്ല. ഉച്ചയ്ക്ക് എനിക്ക് ട്രെയിനിൽനിന്ന് നല്ല ഉച്ചഭക്ഷണവും ഒരു കുപ്പി സെയിന്റ് എമിൽടൺ വീഞ്ഞും ലഭിച്ചിരുന്നു. മറ്റൊരാളുടെ പണം ചെലവാക്കി നടത്തുന്ന ഒരു യാത്രയിലേക്കുള്ള ക്ഷണം സ്വീകരിച്ച് അതിനുവേണ്ടി ഞങ്ങൾ സ്പെയിനിൽ പോകാൻ കരുതിവെച്ചിരുന്ന പണം ചെലവാക്കിക്കൊണ്ടിരുന്ന ഞാൻ ഒരു നശിച്ച വിഡ്ഢിയായി മാറിയിരുന്നെങ്കിൽ പോലും ഈ യാത്ര എനിക്ക് ഒരു നല്ല പാഠം ആയിരുന്നു. ചെലവ് പങ്കിടാതെ നടത്തുന്ന ഒരു യാത്രയ്ക്കും ഉള്ള ക്ഷണം ഞാൻ ഇതിനുമുമ്പ് ഒരിക്കലും സ്വീകരിച്ചിരുന്നില്ല. ഈ യാത്രയിലും താമസത്തിന്റെയും ഭക്ഷണത്തിന്റെയും ചെലവുകൾ പങ്കിടണമെന്ന് ഞാൻ നിർബ്ബന്ധം പിടിച്ചിരുന്നു. പക്ഷേ, ഇപ്പോൾ ഫിറ്റ്സ് ജെറാൾഡ് പ്രത്യക്ഷപ്പെടുമെന്ന് പോലും എനിക്ക് ഉറപ്പില്ലായിരുന്നു. എനിക്ക് ദേഷ്യം ഉണ്ടായിരുന്ന സമയത്ത് ഞാൻ അയാളെ സ്കോട്ടിൽ നിന്ന് ഫിറ്റ്സ് ജെറാൾഡിലേക്ക് തരംതാഴ്ത്തിയിരുന്നു. പിന്നീട് തുടക്കത്തിലുണ്ടായിരുന്ന ഈ ദേഷ്യം മറികടന്നതിൽ എനിക്ക് ആഹ്ലാദം ഉണ്ടായിരുന്നു. ഈ യാത്ര എളുപ്പത്തിൽ ദേഷ്യം വരുന്ന ഒരു മനുഷ്യന് വേണ്ടി ആസൂത്രണം ചെയ്ത ഒന്നായിരുന്നില്ല.

സ്കോട്ട് പാരീസിൽനിന്ന് ലിയോണിലേക്ക് യാത്ര തിരിച്ചിരുന്നെന്ന് ഞാൻ ലിയോണിൽ എത്തിയപ്പോൾ മനസ്സിലാക്കി. പക്ഷേ, അയാൾ താമസിക്കുന്നത് എവിടെയാണെന്ന് അറിയിച്ചിരുന്നില്ല. ഞാൻ എന്റെ ഇവിടത്തെ മേൽവിലാസം സ്ഥിരീകരിച്ച് പറഞ്ഞുകൊടുത്തിരുന്നു. ജോലിക്കാരി അത് സ്കോട്ട് വിളിക്കുകയാണെങ്കിൽ അയാളെ അറിയിക്കുമെന്ന് ഉറപ്പിച്ച് പറഞ്ഞു. മാഡം സുഖമില്ലാത്തതുകൊണ്ട് ഇതുവരെ ഉറക്കം ഉണർന്നിട്ടില്ല. ഞാൻ എല്ലാ ഹോട്ടലുകളിലും വിളിച്ച് വിവരം അന്വേഷിച്ചു. പക്ഷേ, സ്കോട്ടിനെ കണ്ടുപിടിക്കാൻ കഴിഞ്ഞിരുന്നില്ല. അതിനുശേഷം വിശപ്പിനുള്ള ഔഷധം കഴിക്കാനും പത്രം വായിക്കാനും വേണ്ടി ഞാൻ ഒരു ലഘുഭക്ഷണശാലയിൽ പോയിരുന്നു. അവിടെവെച്ച് ജീവിക്കാൻ വേണ്ടി തീ തിന്നുകയും അയാളുടെ പല്ലില്ലാത്ത മോണകൾകൊണ്ട് കടിച്ചുപിടിച്ച നാണയം ചൂണ്ടുവിരലും തള്ളവിരലും ഉപയോഗിച്ച് വളച്ചെടുക്കുകയും ചെയ്യുന്ന ഒരു മനുഷ്യനെ എനിക്ക് കാണാൻ കഴിഞ്ഞിരുന്നു. അയാളുടെ മോണകൾ ചതഞ്ഞു പോയിരുന്നെങ്കിലും അയാൾ അവ പ്രദർശിപ്പിച്ചപ്പോൾ കാഴ്ചയിൽ അവയ്ക്ക് ഉറപ്പ് തോന്നിച്ചിരുന്നു. എങ്കിലും അത് ഒരു മോശം തൊഴിൽ അല്ലെന്ന് അയാൾ പറഞ്ഞു. ഞാൻ അയാളോട് അല്പം മദ്യം കഴിക്കാമെന്ന് പറഞ്ഞു. അയാൾ അതിൽ സന്തോഷിച്ചിരുന്നു. അയാൾക്ക് തീ തിന്നുന്ന സമയത്ത് മിന്നിത്തിളങ്ങുന്ന ഒരു മനോഹരമായ ഇരുണ്ട മുഖം ഉണ്ടായിരുന്നു. ലിയോണിൽ തീതിന്നുന്നതിനും താടിയെല്ലുകളുടെയും വിരലുകളുടെയും ബലംകൊണ്ടുള്ള അഭ്യാസങ്ങൾക്കും പണം ലഭിക്കില്ലെന്ന് അയാൾ പറഞ്ഞു. കാപട്യക്കാരായ തീ തീറ്റിക്കാർ ഈ തൊഴിലിനെ നശിപ്പിച്ചെന്നും അവർ വരും കാലങ്ങളിൽ ഇതിനെ കൂടുതൽ നശിപ്പിക്കുമെന്നും അയാൾ പറഞ്ഞു. അയാൾ വൈകുന്നേരം മുഴുവൻ തീ തിന്നുകൊണ്ടിരിക്കുകയായിരുന്നു. പക്ഷേ, അന്നുരാത്രിയിൽ മറ്റെന്തെങ്കിലും സാധനം തിന്നാൻ അയാളുടെ കൈയിൽ പണം ഇല്ലെന്ന് അയാൾ പറഞ്ഞു. ഞാൻ അയാളോട് തീതിന്നുന്നതുകൊണ്ടുള്ള പെട്രോളിന്റെ മണം കഴുകിക്കളയാൻ വേണ്ടി അല്പം കൂടി മദ്യം കഴിക്കാൻ ആവശ്യപ്പെട്ടു. കൂടാതെ ചെലവ് കുറഞ്ഞ നല്ല ഭക്ഷണം കിട്ടുന്ന ഒരു നല്ല സ്ഥലം പരിചയം ഉണ്ടെങ്കിൽ നമുക്ക് അവിടെ ഒന്നിച്ച് അത്താഴം കഴിക്കാൻ കഴിയുമെന്ന് ഞാൻ അയാളോട് പറഞ്ഞു. ഒരു മികച്ച സ്ഥലം പരിചയം ഉണ്ടെന്ന് അയാൾ പറഞ്ഞു.

ഞങ്ങൾ ഒരു അൾജീരിയൻ ഹോട്ടലിൽ നിന്ന് വളരെ ചെലവു കുറഞ്ഞ ഭക്ഷണം കഴിച്ചു എനിക്ക് അവിടത്തെ ആഹാരവും അൾജീരിയൻ വീഞ്ഞും ഇഷ്ടപ്പെട്ടു. തീ തിന്നുന്നയാൾ വളരെ നല്ല ഒരു മനുഷ്യൻ ആയിരുന്നു. കൂടുതൽ മനുഷ്യർക്കും പല്ലുകൊണ്ട് ചവയ്ക്കാൻ പറ്റുന്നതുപോലെ അയാൾക്ക് മോണകൊണ്ട് ചവയ്ക്കാൻ കഴിഞ്ഞിരുന്നു. അയാൾ ഭക്ഷണം കഴിക്കുന്നത് താല്പര്യം ഉയർത്തുന്ന ഒരു കാഴ്ച ആയിരുന്നു. ഞാൻ എന്ത് ചെയ്താണ് ജീവിക്കുന്നതെന്ന് അയാൾ എന്നോട് ചോദിച്ചു. ഞാൻ ഒരു എഴുത്തുകാരനാകാൻ തുടങ്ങുകയാ

ണെന്ന് അയാളോട് മറുപടി പറഞ്ഞു. അയാൾ എന്ത് തരം എഴുത്താണെന്ന് ചോദിച്ചു. ഞാൻ അയാളോട് എഴുതുന്നത് കഥകൾ ആണെന്ന് മറുപടി പറഞ്ഞു. അയാൾ എന്നോട് അയാൾക്ക് ധാരാളം കഥകൾ അറിയാമെന്ന് പറഞ്ഞു. അവയിൽ ചിലത് എഴുതിയിട്ടുള്ള എല്ലാ കഥകളെക്കാളും അവിശ്വസനീയവും ഭീകരവും ആണെന്ന് അയാൾ പറഞ്ഞു. അയാൾക്ക് ആ കഥകൾ എന്നോട് പറയാൻ കഴിയുമെന്നും എനിക്ക് അത് എഴുതി പണം കിട്ടുകയാണെങ്കിൽ അയാൾക്ക് അർഹതയുണ്ടെന്ന് തോന്നുന്നപണം അയാൾക്ക് നല്കണമെന്നും തീ തിന്നുന്നയാൾ എന്നോട് പറഞ്ഞു. ഞങ്ങൾക്ക് വടക്കേ ആഫ്രിക്കയിൽ ഒന്നിച്ച് പോകാൻ കഴിഞ്ഞാൽ അത് കൂടുതൽ നല്ല കാര്യം ആയിരിക്കുമെന്നും അവിടെ നിന്ന് മനുഷ്യർ ഇതുവരെ കേട്ടിട്ടില്ലാത്ത കഥകൾ എനിക്ക് കിട്ടുമെന്നും അയാൾ പറഞ്ഞു.

ഞാൻ അയാളോട് എന്തുതരം കഥകൾ ആണെന്ന് ചോദിച്ചു. യുദ്ധങ്ങളുടെയും വധശിക്ഷകളുടെയും പീഡനങ്ങളുടെയും ബലാൽക്കാരങ്ങളുടെയും ഭയാനകമായ ആചാരങ്ങളുടെയും അവിശ്വസനീയമായ സമ്പ്രദായങ്ങളുടെയും കാമാസക്തികളുടെയും കഥകൾ ആണെന്ന് അയാൾ പറഞ്ഞു. കൂടാതെ എനിക്ക് ആവശ്യം ഉള്ള എന്ത് കഥകളും അവിടെ നിന്ന് ലഭിക്കുമെന്നും അയാൾ കൂട്ടിച്ചേർത്തു. എനിക്ക് ഹോട്ടലിൽ തിരിച്ചെത്തി സ്കോട്ടിനെ വീണ്ടും അന്വേഷിക്കാനുള്ള സമയം അതിക്രമിച്ചിരുന്നു. അതുകൊണ്ട് ഭക്ഷണത്തിന്റെ പണം കൊടുത്തതിനുശേഷം നമ്മൾ നിശ്ചയമായും വീണ്ടും കണ്ടുമുട്ടാൻ സാദ്ധ്യതയുണ്ടെന്ന് ഞാൻ അയാളോട് പറഞ്ഞിരുന്നു. അയാൾ മാർസെയിലിന് അടുത്താണ് ജോലി ചെയ്തിരുന്നതെന്ന് എന്നോട് പറഞ്ഞു. ഞാൻ എപ്പോഴെങ്കിലും എവിടെവച്ച് എങ്കിലും കാണാമെന്നും ഒന്നിച്ച് ഭക്ഷണം കഴിച്ചതിൽ സന്തോഷം ഉണ്ടെന്നും അയാളോട് പറഞ്ഞു. അയാൾ വളഞ്ഞുപോയ നാണയങ്ങളുടെ വളവ് തീർത്ത് മേശപ്പുറത്ത് അടുക്കിവെച്ചുകൊണ്ടിരിക്കുമ്പോൾ ഞാൻ ഹോട്ടലിലേക്ക് തിരിച്ചു നടന്നു.

ലിയോൺ രാത്രിയിൽ വളരെ സന്തോഷം തരുന്ന ഒരു പട്ടണം ആയിരുന്നില്ല. അത് യഥാർത്ഥ സമ്പത്തിന്റെ സ്വാധീനം ഉള്ള ഒരു വലിയ പട്ടണം ആയിരുന്നു. ഒരുപക്ഷേ, നിങ്ങൾ പണവും അത്തരത്തിലുള്ള ഒരു സമ്പത്തിനെ ഇഷ്ടപ്പെടുകയും ചെയ്യുന്ന മനുഷ്യൻ ആണെങ്കിൽ അത് ഒരുപക്ഷേ, ഒരു നല്ല പട്ടണം ആയിരുന്നിരിക്കാം. ഞാൻ അവിടത്തെ ഹോട്ടലുകളിലെ കോഴിക്കറികളെപ്പറ്റി വർഷങ്ങളായി കേട്ടിട്ടുണ്ടായിരുന്നു. പക്ഷേ, ഞങ്ങൾ കഴിച്ചത് ആട്ടിറച്ചി ആയിരുന്നു. അത് ഒന്നാം തരവും ആയിരുന്നു.

ഹോട്ടലിൽ സ്കോട്ടിനെപ്പറ്റിയുള്ള ഒരു വാർത്തയും ഉണ്ടായിരുന്നില്ല. ഞാൻ ഹോട്ടലിന്റെ പരിചയിച്ചിട്ടില്ലാത്ത ആഡംബരത്തിൽ ഉറങ്ങാൻ കിടന്നുകൊണ്ട് സിൽവിയാ ബീച്ചിന്റെ പുസ്തകശാലയിൽനിന്ന് കടം എടുത്തിരുന്ന ടർജനീവിന്റെ *ഒരു കളിക്കാരന്റെ കുറിപ്പുകൾ* വായിച്ച് ഉറങ്ങാൻ

കഴിഞ്ഞതിൽ സന്തോഷിക്കുകയായിരുന്നു. മൂന്നുവർഷമായി ഞാൻ വലിയ ഹോട്ടലുകളുടെ ആഡംബരം അനുഭവിച്ചിരുന്നില്ല. ഞാൻ ജനാലകൾ മലർക്കെ തുറന്നിട്ടുകൊണ്ട് തലയിണയിൽ ചാരി ഇരുന്ന് ഉറങ്ങുന്നതുവരെ ടർജനീവിനോടൊപ്പം റഷ്യയിൽ കഴിഞ്ഞുകൂടിയത് സന്തോഷത്തോടെ ആയിരുന്നു. ഒരു മാന്യൻ എന്നെ കാണാൻ വേണ്ടി താഴത്തെ നിലയിൽ കാത്തിരിക്കുന്നുണ്ടെന്ന് അവർ എന്നെ അറിയിക്കുമ്പോൾ ഞാൻ രാവിലത്തെ ഭക്ഷണത്തിനുള്ള തയ്യാറെടുപ്പിന്റെ ഭാഗമായി ഷേവ് ചെയ്തുകൊണ്ടിരിക്കുകയായിരുന്നു.

"ദയവായി അദ്ദേഹത്തിനോട് മുകളിലേക്ക് കയറിവരാൻ പറയൂ." ഷേവിങ് തുടരുന്നതിനിടയിൽ അതിരാവിലെതന്നെ വളരെ സജീവമായിക്കഴിഞ്ഞിരുന്ന നഗരത്തിന് ചെവികൊടുത്തുകൊണ്ട് ഞാൻ പറഞ്ഞു.

സ്കോട്ട് മുകളിലേക്ക് കയറിവന്നില്ല. ഞാൻ അയാളെ താഴെച്ചെന്ന് കാണുകയായിരുന്നു.

"കാര്യങ്ങൾ കുഴഞ്ഞുമറിഞ്ഞുപോയതിൽ എനിക്ക് വളരെ വിഷമം ഉണ്ട്." അയാൾ പറഞ്ഞു. "നിങ്ങൾ ഏത് ഹോട്ടലിലേക്കാണ് പോകുന്നതെന്ന് മാത്രം ഞാൻ മനസ്സിലാക്കിയിരുന്നെങ്കിൽ ഒരു ബുദ്ധിമുട്ടും ഇല്ലായിരുന്നു

"അതു സാരമില്ല." ഞാൻ പറഞ്ഞു.

ഞങ്ങൾ ഒരു നീണ്ടയാത്രയുടെ തുടക്കത്തിൽ ആയിരുന്നു. എനിക്ക് അങ്ങേയറ്റം സമാധാനം തോന്നിയിരുന്നു. "നിങ്ങൾ ഏത് ട്രെയിനിലാണ് ഇങ്ങോട്ട് വന്നത്?"

"നിങ്ങൾ കയറിയ ട്രെയിനിന്റെ അടുത്ത ട്രെയിനിൽ. അത് വളരെ ശാന്തമായ ട്രെയിൻ ആയിരുന്നു. നമുക്ക് ഒന്നിച്ച് ഇവിടേക്ക് വരാമായിരുന്നു.

"നിങ്ങൾ രാവിലത്തെ ആഹാരം കഴിച്ചോ?"

"ഇതുവരെ കഴിച്ചില്ല. ഞാൻ നിങ്ങൾക്കു വേണ്ടി നഗരം മുഴുവൻ തിരയുകയായിരുന്നു."

"അത് ഒരു നാണം കെട്ട കാര്യമാണ്." ഞാൻ പറഞ്ഞു. "ഞാൻ ഇവിടെ ആയിരിക്കുമെന്ന് വീട്ടിൽവെച്ച് ആരും പറഞ്ഞില്ലേ?"

"ഇല്ല. സെൽഡായ്ക്ക് നല്ല സുഖം ഉണ്ടായിരുന്നില്ല. ഞാൻ ഒരു പക്ഷേ, വരരുതായിരുന്നു. മൊത്തം യാത്രയും ഇതുവരെ അപകടം പിടിച്ചതായിരുന്നു."

"നമുക്ക് രാവിലത്തെ ആഹാരം സംഘടിപ്പിക്കാം. അതിന്റെ കൂടെ കാർ കണ്ടെത്തി തിരിച്ച് പോകാം."

"അത് ശരിയാണ്. നമുക്ക് ഇവിടെനിന്ന് ഭക്ഷണം കഴിക്കരുതോ?"

"ഒരു ലഘുഭക്ഷണശാലയിൽ ആണെങ്കിൽ കൂടുതൽ സമയം ആവശ്യമില്ല."

"പക്ഷേ, ഇവിടെ നല്ല ഭക്ഷണം കിട്ടുമെന്ന് ഉറപ്പുണ്ട്."

"ശരി."

അത് പന്നിയുടെ തുടയും മുട്ടയും ഉൾപ്പെടെയുള്ള ഒരു വിശാലമായ പ്രഭാതഭക്ഷണം ആയിരുന്നു. അമേരിക്കൻ രീതിയിലുള്ള പ്രാതൽ വളരെ മെച്ചം ആയിരുന്നു. പക്ഷേ, അതുകൊണ്ടുവരാൻ പറഞ്ഞ് കാത്തിരുന്ന് അവസാനം ഭക്ഷണം എത്തി കഴിച്ചതിനുശേഷം പണം കൊടുക്കാൻ വേണ്ടി വീണ്ടും കാത്തിരുന്നതും ചേർത്ത് ഏകദേശം ഒരു മണിക്കൂറോളം നഷ്ടപ്പെട്ടിരുന്നു. വെയ്റ്റർ ഭക്ഷണത്തിന്റെ ബില്ലുകൊണ്ടുവരുന്നതുവരെ അതേ ഹോട്ടലിൽനിന്ന് യാത്രയിൽ കഴിക്കാനുള്ള ഉച്ചഭക്ഷണം വാങ്ങാൻ സ്കോട്ട് തീരുമാനിച്ചിരുന്നില്ല. ഇതിനുവേണ്ടി ചെലവാക്കുന്ന പണം കൊണ്ട് ഞങ്ങൾക്ക് ഒരു കുപ്പി വിസ്കിയും സാൻഡ്‌വിച്ച് ഉണ്ടാക്കാനുള്ള പാചകം ചെയ്ത ഇറച്ചിയും മറ്റ് സാധനങ്ങളും വാങ്ങാൻ കഴിയുമെന്ന് എനിക്ക് ഉറപ്പുണ്ടായിരുന്നതുകൊണ്ട് ഞാൻ സ്കോട്ടിനെ ഈ തീരുമാനത്തിൽ നിന്ന് പിന്തിരിപ്പിക്കാൻ ശ്രമം നടത്തിയിരുന്നു. അല്ലെങ്കിൽ ഞങ്ങൾക്ക് യാത്രയ്ക്കിടയിൽ ഉച്ചഭക്ഷണം കഴിക്കുന്നതിന് ധാരാളം ഹോട്ടലുകൾ കാണും. പക്ഷേ, ലിയോണിലെ കോഴിക്കറി അത്ഭുതകരമാണെന്ന് ഞാൻ അയാളോട് പറഞ്ഞിരുന്നതുകൊണ്ട് നിശ്ചയമായും ഉച്ചഭക്ഷണം അവിടെനിന്ന് വാങ്ങണമെന്ന് സ്കോട്ട് നിർബ്ബന്ധം പിടിച്ചു. അതുകൊണ്ട് ആ ഹോട്ടലിന് ഞങ്ങളുടെ ഉച്ചഭക്ഷണം തയ്യാറാക്കേണ്ടി വന്നിരുന്നു. അതിന്റെ ചെലവ് ഞങ്ങൾ അത് നേരിട്ട് വാങ്ങുന്നതിനേക്കാൾ നാലിരട്ടിയോളം ഉണ്ടായിരുന്നില്ല.

ഞാൻ സ്കോട്ടിനെ കണ്ടുമുട്ടുന്നതിനുമുമ്പ് അയാൾ കുടിക്കുകയായിരുന്നെന്ന് ഉറപ്പുണ്ടായിരുന്നു. കാഴ്ചയിൽ അയാൾക്ക് അല്പം കൂടി മദ്യം ആവശ്യം ഉണ്ടെന്ന് തോന്നിയിരുന്നു. അയാൾ യാത്ര തുടങ്ങുന്നതിനുമുമ്പ് അല്പം മദ്യം കഴിക്കാൻ ആഗ്രഹം ഇല്ലേ എന്ന് ഞാൻ അയാളോട് ചോദിച്ചിരുന്നു. അയാൾ രാവിലെ കുടിക്കില്ലെന്ന് പറഞ്ഞതിനുശേഷം "നിങ്ങൾ അങ്ങനെ കുടിച്ചിരുന്നോ" എന്ന് എന്നോട് അന്വേഷിച്ചു. അത് പൂർണ്ണമായും എന്റെ തോന്നലുകൾക്ക് അനുസരിച്ചാണെന്ന് ഞാൻ അയാളോട് മറുപടി പറഞ്ഞു. എനിക്ക് കുടിക്കേണ്ട ആവശ്യം ഉണ്ടെന്ന് തോന്നുകയാണെങ്കിൽ അയാൾ എന്നോടൊപ്പം പങ്കുചേരാമെന്നും അതുകൊണ്ട് എനിക്ക് ഒരിക്കലും തനിച്ചുകുടിക്കേണ്ട അവസ്ഥ വരില്ലെന്നും അയാൾ എന്നോട് ഉറപ്പിച്ച് പറഞ്ഞു. അതുകൊണ്ട് ഉച്ചഭക്ഷണത്തിനുവേണ്ടി കാത്തിരിക്കുന്ന സമയത്ത് ഞങ്ങൾ രണ്ടുപേരും ഹോട്ടലിൽനിന്ന് ഒരോ വിസ്കി കഴിച്ചിരുന്നു.

സ്കോട്ട് എല്ലാ കാര്യങ്ങൾക്കും ഉള്ള ചെലവ് കൊടുക്കാൻ ആഗ്രഹിച്ചിരുന്നെങ്കിലും ഹോട്ടലിലെ മുറിവാടകയും ബാറിലെ ചെലവും ഞാൻ കൊടുത്തു. ഞങ്ങൾ സ്പെയിനിൽ പോകാൻ വേണ്ടി മിച്ചം പിടിച്ച പണം ഞാൻ ഉപയോഗിച്ച് തീർക്കുകയായിരുന്നു. പക്ഷേ, ഞാൻ ഇപ്പോൾ ചെലവാക്കിക്കളയുന്ന പണം എനിക്ക് സിൽവിയാ ബീച്ചിന്റെ കൈയിൽ നിന്ന് കടം വാങ്ങാൻ കഴിയുമെന്ന് ഓർമ്മയുണ്ടായിരുന്നു.

സ്കോട്ട് കാർ ഉപേക്ഷിച്ച് വന്ന വണ്ടിപ്പുരയിൽ എത്തിയപ്പോൾ

ആ ചെറിയ റിനോ കാറിന് മേൽമൂടി ഇല്ലെന്ന് മനസ്സിലാക്കിയപ്പോൾ ഞാൻ അത്ഭുതപ്പെട്ടുപോയിരുന്നു. അത് മെർസെ ഇല്ലസിൽ കൊണ്ടു വന്ന് ഇറക്കുന്ന സമയത്ത് അതിന്റെ മേൽമൂടിക്കു തകരാറ് സംഭവിച്ചിരുന്നു. സെൽഡാ അതു മുറിച്ചു മാറ്റാനുള്ള നിർദ്ദേശം കൊടുത്തുകൊണ്ട് പിന്നീട് മേൽമൂടി സ്ഥാപിക്കാൻ കൂട്ടാക്കിയില്ല. അയാളുടെ ഭാര്യ കാറിന്റെ മേൽമൂടി ഇഷ്ടപ്പെട്ടിരുന്നില്ലെന്ന് സ്കോട്ട് എന്നോട് പറഞ്ഞിരുന്നു. മേൽമൂടി ഇല്ലാതെ അവർ ലിയോൺ വരെ കാർ ഓടിച്ച് വന്നു. അവിടെ അവർ മഴകാരണം യാത്ര അവസാനിപ്പിച്ചു. കാറിന് മറ്റ് തകരാറുകൾ ഒന്നും ഉണ്ടായിരുന്നില്ല. കഴുകലും ഗ്രീസ് ഇടലും സംബന്ധിച്ച് പലതരം തർക്കങ്ങൾക്കുശേഷം സ്കോട്ട് പണം കൊടുത്തു. ഗാരേജിലെ മനുഷ്യൻ കാറിന് വേണ്ടത്ര എണ്ണയും വെള്ളവും ഇല്ലാതെ ഓടിയതുകാരണം നിശ്ചയമായും പുതിയ പിസ്റ്റൺ റിങ്ങുകളുടെ ആവശ്യം ഉണ്ടെന്ന് എന്നോട് പറഞ്ഞു. കാർ ചൂടുപിടിച്ച് മോട്ടോറിന്റെ പെയിന്റ് ഇളകിപ്പോയത് അയാൾ എനിക്ക് കാണിച്ചുതന്നു. എനിക്ക് സാറിനെ പാരീസിൽ എത്തുമ്പോൾ പിസ്റ്റൺ റിങ്ങിന്റെ പണി ചെയ്യാൻ പ്രേരിപ്പിക്കാൻ കഴിഞ്ഞാൽ ഇതിന് പുതിയ കാർ പോലെ ഓടാൻ കഴിയുമെന്ന് അയാൾ പറഞ്ഞു.

“സാർ’ എന്നെ മേൽമൂടി മാറ്റിവെക്കാൻ സമ്മതിക്കുന്നില്ല.

“അത് ആവശ്യം ഇല്ല.”

“ഒരാൾക്ക് അയാളുടെ കാറിനോട് ഒരു കടപ്പാടുണ്ട്.”

“ശരിയാണ്. ഒരാൾക്ക് കടപ്പാട് ഉണ്ട്.”

“നിങ്ങൾക്ക് മഴ നനയാതിരിക്കാൻ കഴിയില്ല.”

“ശരിയാണ്.” ഞാൻ പറഞ്ഞു. “എനിക്ക് മേൽമൂടിയുടെ കാര്യം അറിയില്ലായിരുന്നു.”

“കുറഞ്ഞത് കാറിന്റെ കാര്യമെങ്കിലും കാര്യമായി പരിഗണിക്കാൻ സാറിനെ നിർബ്ബന്ധിക്കണം.” അയാൾ അപേക്ഷിച്ചു.

“ങാ” ഞാൻ പറഞ്ഞു.

ലിയോണിൽ നിന്ന് ഒരു മണിക്കൂർ വടക്കോട്ടുള്ള യാത്രയ്ക്ക് ശേഷം ഞങ്ങൾ വണ്ടി നിർത്തിയിരുന്നു.

ഞങ്ങൾ ആ ദിവസം ഒരുപക്ഷേ, മഴകാരണം പത്തുപ്രാവശ്യം എങ്കിലും കാർ നിർത്തിയിരുന്നു. അവയെല്ലാം പെട്ടെന്ന് പെയ്തൊഴിയുന്ന ചാറ്റമഴകൾ ആയിരുന്നു. അവയിൽ ചിലത് മറ്റുള്ളവയേക്കാൾ കുറേക്കൂടി സമയം നീണ്ടുനിന്നിരുന്നു. ഞങ്ങൾക്ക് മഴക്കോട്ടുകൾ ഉണ്ടായിരുന്നെങ്കിൽ വസന്തത്തിലെ ചാറ്റമഴ നനഞ്ഞു കൊണ്ടുള്ള ആ യാത്ര ആഹ്ലാദകരമാകുമായിരുന്നു. അന്നത്തെ അവസ്ഥയിൽ ഞങ്ങൾ മരങ്ങളുടെ രക്ഷ തേടിയിരുന്നു. അല്ലെങ്കിൽ വഴിയരികിലെ ലഘു ഭക്ഷണശാലകളിൽ കാർ നിർത്തിയിരുന്നു. ഞങ്ങൾ ലിയോണിലെ ഹോട്ടലിൽനിന്നും അതിശയകരമായ ഉച്ചഭക്ഷണം കഴിച്ചിരുന്നു. പൊരിച്ച കോഴിയും ഒന്നാംതരം റൊട്ടിയും മക്കോണിലെ വെളുത്ത വീഞ്ഞും.

ഓരോ തവണ ഓട്ടം നിർത്തുന്ന സമയത്തും ഞങ്ങൾ മേക്കണിലെ* വെളുത്ത വീഞ്ഞ് കുടിച്ചിരുന്നു. വെളുത്ത വീഞ്ഞ് കുടിക്കുമ്പോൾ സ്കോട്ടിന് വലിയ സന്തോഷമായിരുന്നു. മേക്കണിൽ വെച്ച് ഞാൻ ഒന്നാംതരം വീഞ്ഞിന്റെ നാല് കുപ്പികൾ കൂടി വാങ്ങിയിട്ടുണ്ടായിരുന്നു.

സ്കോട്ട് ഇതിനുമുമ്പ് എന്നെങ്കിലും കുപ്പിയിൽനിന്ന് വീഞ്ഞ് കുടിച്ചിരുന്നോ എന്ന് എനിക്ക് ഉറപ്പുണ്ടായിരുന്നില്ല. എന്തായാലും അയാൾക്ക് ആദ്യമായി കുളിക്കാനുള്ള വേഷം ധരിക്കാതെ നീന്താൻ ഇറങ്ങുന്ന പെൺകുട്ടിയുടെ ആവേശം ഈ കാര്യത്തിൽ തോന്നുന്നുണ്ടായിരുന്നു. പക്ഷേ, ഉച്ചതിരിഞ്ഞപ്പോൾ അയാൾ സ്വന്തം ആരോഗ്യത്തെപ്പറ്റി വിഷമിക്കാൻ ആരംഭിച്ചിരുന്നു. അയാൾ അടുത്തകാലത്ത് ശ്വാസകോശത്തിലെ നീർക്കെട്ടുകാരണം മരിച്ചുപോയ രണ്ട് മനുഷ്യരെപ്പറ്റി എന്നോട് പറഞ്ഞു. അവർ രണ്ടുപേരും മരിച്ചത് ഇറ്റലിയിൽ വെച്ചായിരുന്നു. അയാളെ അവരുടെ മരണം ആഴത്തിൽ ബാധിച്ചിരുന്നു.

ഞാൻ ശ്വാസകോശത്തിന്റെ നീർക്കെട്ട് ന്യുമോണിയായുടെ പഴയ പേരാണെന്ന് അയാളോട് പറഞ്ഞു. എനിക്ക് അതിനെപ്പറ്റി ഒന്നും അറിയില്ലെന്നും ഞാൻ പറഞ്ഞത് പൂർണ്ണമായും തെറ്റാണെന്നും അയാൾ പറഞ്ഞു. ശ്വാസകോശത്തിന്റെ നീർക്കെട്ട് യൂറോപ്പിലെ ഒരു പരമ്പരാഗതമായ രോഗം ആയിരുന്നെന്നും അമേരിക്കയിലെ രോഗങ്ങളെ മാത്രം കൈകാര്യം ചെയ്യുന്ന എന്റെ അച്ഛന്റെ വൈദ്യശാസ്ത്രപുസ്തകങ്ങൾ വായിച്ചിട്ടുണ്ടെങ്കിൽപ്പോലും എനിക്ക് അതിനെപ്പറ്റി എന്തെങ്കിലും അറിയാനുള്ള സാദ്ധ്യത ഇല്ലെന്നും അയാൾ കൂട്ടിച്ചേർത്തിരുന്നു. എന്റെ അച്ഛൻ യൂറോപ്പിലും പഠിച്ചിരുന്ന കാര്യം ഞാൻ പറഞ്ഞു. പക്ഷേ, ശ്വാസകോശത്തിലെ നീർക്കെട്ട് യൂറോപ്പിൽ മാത്രമാണ് അടുത്തകാലത്ത് പ്രത്യക്ഷപ്പെട്ടതെന്നും എന്റെ അച്ഛൻ അതിനെപ്പറ്റി ഒന്നുംതന്നെ മനസ്സിലാക്കിയിരിക്കാൻ സാദ്ധ്യത ഇല്ലെന്നും സ്കോട്ട് വിശദീകരിച്ചു. അമേരിക്കയുടെ പല ഭാഗങ്ങളിലും പലതരം രോഗങ്ങളാണ് ഉള്ളതെന്നും സ്കോട്ട് എനിക്ക് പറഞ്ഞുതന്നു. എന്റെ അച്ഛൻ ന്യൂയോർക്കിൽ അല്ലാതെ ഈജിപ്തിലാണ് ചികിത്സിച്ചിരുന്നതെങ്കിൽ മറ്റ് വ്യത്യസ്തമായ അവസ്ഥകൾക്ക് ചികിത്സിക്കേണ്ടിവരുമായിരുന്നെന്നും അയാൾ വിശദീകരിച്ചു. അയാൾ അവസ്ഥ എന്ന വാക്കാണ് ഉപയോഗിച്ചിരുന്നത്.

യുണൈറ്റഡ് സ്റ്റേറ്റിന്റെ ഒരുഭാഗത്ത് ചില രോഗങ്ങളുടെ ആധിക്യം കാണപ്പെടുന്നതും മറ്റു ചില ഭാഗങ്ങളിൽ അവ കാണപ്പെടാത്തതും അയാൾക്ക് ഒരു നല്ല സൂചനയാണെന്ന് ഞാൻ പറഞ്ഞു. ചിക്കാഗോയെക്കാൾ ന്യൂ ഓർലിയാൻസിൽ കുഷ്ഠരോഗം കൂടിയിരിക്കുന്നതിനെ ഞാൻ ഉദാഹരണമായി എടുത്തു പറഞ്ഞിരുന്നു. പക്ഷേ, ഡോക്ടറന്മാർക്ക് അറിവും വാർത്തകളും കൈമാറ്റം ചെയ്യാൻ അവരുടേതായ ഒരു സമ്പ്രദായം ഉണ്ടെന്ന് ഞാൻ പറഞ്ഞു. ഈ സമയത്ത് അമേരിക്കൻ മെഡി

---

* വെളുത്ത വീഞ്ഞിന് പ്രസിദ്ധമായ സ്ഥലം

ക്കൽ അസോസിയേഷന്റെ വാർത്താപത്രികയിൽ യൂറോപ്പിൽ കണ്ടുവരുന്ന ശ്വാസകോശത്തിന്റെ നീർക്കെട്ടിനെപ്പറ്റിയുള്ള ആധികാരികമായ ലേഖനം വായിച്ചിരുന്ന കാര്യം എനിക്ക് ഓർമ്മവന്നിരുന്നു. അതിന്റെ ചരിത്രം ഹിപ്പോക്രാറ്റിസിലേക്ക് വരെ ചെന്നെത്തുന്നുണ്ടായിരുന്നു. ഇത് അല്പസമയത്തേക്ക് അയാളെ പിടിച്ചു നിർത്തി. ഞാൻ അല്പം കൂടി മേക്കോണിലെ വെളുത്ത വീഞ്ഞ് കുടിക്കാൻ അയാളെ പ്രേരിപ്പിച്ചിരുന്നു. കാരണം മദ്യത്തിന്റെ അംശം കുറവുള്ള വെളുത്ത വീഞ്ഞ് രോഗത്തിനെതിരായ ഒരു ഒറ്റമൂലി ആയിരുന്നു.

അല്പസമയം കഴിഞ്ഞ് സ്കോട്ടിന് ഉന്മേഷം വന്നിരുന്നു. പക്ഷേ, വീണ്ടും അയാൾക്ക് അത് നഷ്ടപ്പെട്ടുപോയിരുന്നു. ശ്വാസകോശത്തിന്റെ യഥാർത്ഥ നീർക്കെട്ട് എന്ന് യൂറോപ്പുകാരൻ പ്രഖ്യാപിച്ചതായി ഞാൻ അയാളോട് പറഞ്ഞിരുന്ന പനിയുടേയും പിച്ചുംപേയും പറയലിന്റെയും ആക്രമണം ഉണ്ടാകുന്നതിനു മുമ്പ് നമ്മൾ ഒരു വലിയ പട്ടണത്തിൽ എത്താൻ സാദ്ധ്യത ഉണ്ടോ എന്ന് അയാൾ എന്നോട് ചോദിച്ചു. ഞാൻ ഇപ്പോൾ നയീയിലെ അമേരിക്കൻ ആശുപത്രിയിൽ എന്റെ തൊണ്ട ചൂടാക്കാൻവേണ്ടി കാത്തിരിക്കുമ്പോൾ വായിച്ചിരുന്ന ഇതേ രോഗത്തെപ്പറ്റി ആരോഗ്യമാസികയിൽ വന്നിരുന്ന ലേഖനം പരിഭാഷപ്പെടുത്തി പറയുകയായിരുന്നു. 'ചൂടാക്കാൻ വേണ്ടി കാത്തിരുന്നപ്പോൾ' എന്ന പ്രയോഗത്തിന് സ്കോട്ടിന് സാന്ത്വനം നല്കുന്ന ഒരു സ്വാധീനം ഉണ്ടായിരുന്നു. പക്ഷേ, ഞങ്ങൾ എപ്പോൾ പട്ടണത്തിൽ എത്തുമെന്ന് അറിയാൻ അയാൾ ആഗ്രഹിച്ചിരുന്നു. നമ്മൾ പെട്ടെന്ന് പോകുകയാണെങ്കിൽ മുപ്പത്തഞ്ച് മിനിറ്റിനുള്ളിൽ എത്തിച്ചേരുമെന്ന് ഞാൻ പറഞ്ഞു.

പിന്നീട് സ്കോട്ട് എന്നോട് എനിക്ക് മരിക്കാൻ പേടിയുണ്ടോ എന്ന് ചോദിച്ചു. ചില സമയത്ത് എനിക്ക് മറ്റുസമയങ്ങളിൽ ഉള്ളതിനേക്കാൾ പേടിയുണ്ടെന്ന് ഞാൻ മറുപടി പറഞ്ഞു.

ഈ സമയത്ത് കനത്ത മഴ പെയ്യാൻ ആരംഭിച്ചിരുന്നു. ഞങ്ങൾ അടുത്ത ഗ്രാമത്തിലെ ഒരു ലഘുഭക്ഷണശാലയിൽ അഭയം തേടി. അന്ന് വൈകുന്നേരത്തെ മുഴുവൻ വിശദാംശങ്ങളും ഓർത്തെടുക്കാൻ എനിക്ക് കഴിയുന്നില്ല. പക്ഷേ, അവസാനം ഞങ്ങൾ ഒരു ഹോട്ടലിൽ എത്തിയത് നിശ്ചയമായും "ഷലോൺ സ്യൂസോണിൽ"* ആയിരുന്നിരിക്കും. അർദ്ധരാത്രി കഴിഞ്ഞിരുന്നതുകൊണ്ട് മരുന്നുകടകൾ അടച്ചുകഴിഞ്ഞിരുന്നു. ഞങ്ങൾ ഹോട്ടലിൽ കടന്നുചെന്ന സമയത്തുതന്നെ സ്കോട്ട് വേഷം ഊരിമാറ്റിയതിനുശേഷം ഉറങ്ങാൻ കിടന്നു. ശ്വാസകോശത്തിലെ നീർക്കെട്ടുകൊണ്ട് മരിച്ചാലും അത് കാര്യമാക്കുന്നില്ലെന്ന് അയാൾ പറഞ്ഞു. സെൽഡയേയും മകളേയും ആര് നോക്കും എന്നതു മാത്രമായിരുന്നു ഒരു പ്രശ്നം. എനിക്ക് എന്റെ ഭാര്യ ഹെഡ്‌ലിയെയും കൊച്ചുകുട്ടിയായ മകൻ ബംബിയേയും നോക്കേണ്ടതുകൊണ്ട് എത്രമാത്രം അവരെ ശ്രദ്ധി

* കിഴക്കൻ ഫ്രാൻസിലെ ഒരു പട്ടണം

ക്കാൻ കഴിയുമെന്ന് ഉറപ്പുണ്ടായിരുന്നില്ല. പക്ഷേ, ഞാൻ കഴിയുന്നത്ര അവരെ ശ്രദ്ധിക്കാമെന്ന് സ്കോട്ടിനോട് പറഞ്ഞു. സ്കോട്ട് എനിക്ക് നന്ദി പറഞ്ഞു. ഞാൻ തീർച്ചയായും സെൽഡാ കുടിക്കുന്നില്ലെന്നും മകൾക്ക് ഇംഗ്ലീഷുകാരിയായ ആയ ഉണ്ടെന്നും ഉറപ്പുവരുത്തിയിരിക്കണം.

ഞങ്ങൾ ഞങ്ങളുടെ വേഷങ്ങൾ ഉണക്കാൻ കൊടുത്തുവിട്ടതിനു ശേഷം പൈജാമകൾ ധരിച്ചിരിക്കുകയായിരുന്നു. പുറത്ത് ഈ സമയത്തും മഴ പെയ്യുന്നുണ്ടായിരുന്നു. പക്ഷേ, വൈദ്യുതവിളക്കിന്റെ വെളിച്ചത്തിൽ മുറിയുടെ ഉൾഭാഗം പ്രസന്നമായിരുന്നു. സ്കോട്ട് രോഗത്തിനെതിരായുള്ള അയാളുടെ യുദ്ധത്തിന് ശക്തി സംഭരിക്കാൻ വേണ്ടി കിടക്കയിൽ കിടക്കുകയായിരുന്നു. ഞാൻ അയാളുടെ നാഡിമിടിപ്പ് പരിശോധിച്ചിരുന്നു. അത് എഴുപത്തിരണ്ട് ആയിരുന്നു. ഞാൻ അയാളുടെ നെറ്റിയിൽ കൈവെച്ചിരുന്നു. അത് തണുത്തിരിക്കുകയായിരുന്നു. ഞാൻ അയാളുടെ ശ്വാസകോശങ്ങൾക്ക് ചെവിയോർത്തിരുന്നു. അയാൾ ആഴത്തിൽ ശ്വസിക്കുന്നത് എനിക്ക് കേൾക്കാൻ കഴിഞ്ഞിരുന്നു. നെഞ്ചിനുള്ളിൽ അപശബ്ദങ്ങൾ ഒന്നും ഉണ്ടായിരുന്നില്ല.

ഞാൻ പറഞ്ഞു. "സ്കോട്ട്, നോക്കൂ, നിങ്ങൾക്ക് യാതൊരസുഖവും ഇല്ല. നിങ്ങൾക്ക് ജലദോഷം പിടിക്കാതിരിക്കാതിരിക്കാനുള്ള ഏറ്റവും നല്ല കാര്യം ചെയ്യാൻ ആഗ്രഹം ഉണ്ടെങ്കിൽ കിടക്കയിൽനിന്ന് എഴുന്നേല്ക്കരുത്. ഞാൻ നമുക്ക് രണ്ടുപേർക്കും നാരങ്ങാവെള്ളം ഒഴിച്ച് ഓരോ വിസ്കി കൊണ്ടുവരാൻ വെയിറ്ററോട് പറയും. നിങ്ങൾ നിങ്ങളുടെ വിസ്കിയിൽ ഒരു ആസ്പിരിൻ കൂടി ചേർക്കണം. നിങ്ങളുടെ എല്ലാ അസുഖങ്ങളും മാറും. ഒരു ജലദോഷത്തിന്റെ ഓർമ്മപോലും തലയിൽ ഉണ്ടായിരിക്കില്ല."

"അതെല്ലാം പഴയ ഭാര്യമാരുടെ മരുന്നുകളാണ്." സ്കോട്ട് പറഞ്ഞു.

"നിങ്ങൾക്ക് അല്പം പോലും ചൂടില്ല. ചൂടില്ലാതെ എങ്ങനെയാണ് ശ്വാസകോശത്തിൽ നീർക്കെട്ട് ഉണ്ടാകുന്നത്?"

"എന്നെപ്പറ്റി കുറ്റം പറയരുത്." സ്കോട്ട് പറഞ്ഞു. "എനിക്ക് ചൂടില്ലെന്ന് നിങ്ങൾ എങ്ങനെ അറിഞ്ഞു."

"നിങ്ങളുടെ നാഡിമിടിപ്പ് ശരിയാണ്. തൊട്ടുനോക്കുമ്പോൾ നിങ്ങൾക്ക് പനി ഇല്ല."

"തൊട്ടുനോക്കുമ്പോൾ" സ്കോട്ട് വിദ്വേഷത്തോടെ പറഞ്ഞു. "നിങ്ങൾ ഒരു ആത്മാർത്ഥതയുള്ള കൂട്ടുകാരൻ ആണെങ്കിൽ എനിക്ക് ഒരു തെർമോമീറ്റർ കൊണ്ടുത്തരണം."

"ഞാൻ പൈജാമയിലാണ്."

"വാങ്ങിക്കൊണ്ടുവരാൻ ഒരാളെ പറഞ്ഞുവിടണം."

ഞാൻ ജോലിക്കാരനുവേണ്ടി മണി അടിച്ചു. അയാൾ വന്നിരുന്നില്ല. ഞാൻ വീണ്ടും മണി അടിച്ചതിനുശേഷം അയാളെ അന്വേഷിക്കാൻ വേണ്ടി താഴത്തെ നിലയിലെ വലിയ മുറിയിലേക്ക് ഇറങ്ങിപ്പോയി. സ്കോട്ട് അയാളുടെ കണ്ണടച്ച് ശ്രദ്ധയോടെ സാവധാനം ശ്വാസം എടു

ത്തുകൊണ്ട് കിടക്കുകയായിരുന്നു. അയാൾ കാഴ്ചയിൽ ഒരു മരിച്ച യോദ്ധാവിനെപ്പോലെ തോന്നിച്ചിരുന്നു. ഞാൻ നയിച്ചുകൊണ്ടിരുന്ന സാഹിത്യപരമായ ജീവിതം എനിക്ക് മടുത്തുതുടങ്ങിയിരുന്നു. ഞാൻ നയിച്ചുകൊണ്ടിരുന്നത് സാഹിത്യപരമായ ജീവിതം ആണെങ്കിൽ നിങ്ങൾ പാഴാക്കിക്കളയുന്ന ഓരോ ദിവസത്തിന്റെയും അന്ത്യത്തിൽ കടന്നുവരുന്ന മരണതുല്യമായ ഏകാന്തത ഞാൻ അനുഭവിക്കുന്നുണ്ടായിരുന്നു. സ്കോട്ടും സ്കോട്ടിന്റെ ബാലിശമായ പ്രഹസനവും കാരണം ഞാൻ അങ്ങേയറ്റം തളർന്നുകഴിഞ്ഞിരുന്നു. പക്ഷേ, ഞാൻ ജോലിക്കാരനെ കണ്ടെത്തി അയാളുടെ കൈയിൽ തെർമോമീറ്ററും ആസ്പിരിനും വാങ്ങാനുള്ള പണം കൊടുത്തതിന്റെ കൂടെ രണ്ട് ചെറുനാരങ്ങ പിഴിഞ്ഞതും രണ്ട് വിസ്കിയും കൊണ്ടുവരാനുള്ള കല്പനയും പുറപ്പെടുവിച്ചിരുന്നു. ഞാൻ ഒരു കുപ്പി വിസ്കിക്കുള്ള ആജ്ഞ പുറപ്പെടുവിക്കാൻ ശ്രമിച്ചിരുന്നു. പക്ഷേ, അവർ എണ്ണം കണക്കാക്കി മാത്രമേ വിസ്കി വിറ്റിരുന്നുള്ളൂ.

തിരിച്ച് മുറിയിൽ എത്തിയപ്പോൾ സ്കോട്ട് അയാളുടെ കല്ലറയിൽ കിടക്കുന്നതുപോലെ കണ്ണടച്ച് മാതൃകാപരമായ ഗാംഭീര്യത്തോടെ ശ്വാസം അടക്കിപ്പിടിച്ച് മുറിക്കുള്ളിൽ കിടക്കുന്നുണ്ടായിരുന്നു.

ഞാൻ മുറിയിൽ കടന്നതിന്റെ ശബ്ദം കേട്ട് അയാൾ സംസാരിച്ചു. “നിങ്ങൾ തെർമോമീറ്റർ കൊണ്ടുവന്നോ?”

ഞാൻ അയാളുടെ അടുത്തുചെന്ന് അയാളുടെ നെറ്റിയിൽ കൈവെച്ചു. നെറ്റിക്ക് ശവക്കല്ലറയിലെപോലെ തണുപ്പ് ഉണ്ടായിരുന്നില്ല. പക്ഷേ, അതിന് തണുപ്പ് ഉണ്ടായിരുന്നു- നനവ് ഉണ്ടായിരുന്നില്ല.

“ഇല്ല.” ഞാൻ പറഞ്ഞു.

“നിങ്ങൾ അത് വാങ്ങിക്കൊണ്ടുവന്നു കാണും എന്ന് ഞാൻ വിചാരിച്ചു.”

“ഞാൻ അതിനുവേണ്ടി ഒരാളെ പറഞ്ഞു വിട്ടിട്ടുണ്ട്.”

“അത് രണ്ടും രണ്ടു കാര്യമാണ്. ഒരു കാര്യം അല്ല.”

“അത് രണ്ടുകാര്യം അല്ല. ഒരു കാര്യം ആണ്. അല്ലേ?”

നിങ്ങൾക്ക് ഒരു ഭ്രാന്തനോടുള്ള ദേഷ്യത്തേക്കാൾ കൂടുതൽ സ്കോട്ടിനോട് ദേഷ്യപ്പെടാൻ കഴിയില്ലായിരുന്നു. പക്ഷേ, എനിക്ക് മൊത്തത്തിലുള്ള ഈ വിഡ്ഢിത്തത്തിൽ പങ്കെടുക്കേണ്ടി വന്നതിൽ എന്നോട് തന്നെ ദേഷ്യം വന്നിരുന്നു.

പക്ഷേ, ഈ കാര്യത്തിൽ അയാൾക്ക് ഒരു വിഷയം പറയാനുണ്ടായിരുന്നു. എനിക്ക് അത് നല്ലപോലെ അറിയാമായിരുന്നു. ആ കാലത്തെ കൂടുതൽ മദ്യപാനികളും മരിച്ചിരുന്നത് ന്യൂമോണിയ കാരണം ആയിരുന്നു. ഇപ്പോൾ ഏറക്കുറെ ഇല്ലാതാക്കിയിട്ടുള്ള ഒരു രോഗം. പക്ഷേ, അയാളെ ഒരു മദ്യപാനിയായി അംഗീകരിക്കാൻ ബുദ്ധിമുട്ട് ആയിരുന്നു. കാരണം വളരെ ചെറിയ അളവ് മദ്യത്തിനുപോലും അയാളുടെ മുകളിൽ ബോധം നശിപ്പിക്കുന്ന അളവിൽ സ്വാധീനം ഉണ്ടായിരുന്നു.

ആ കാലത്ത് യൂറോപ്പിലുള്ള ഞങ്ങൾ വീഞ്ഞിനെപ്പറ്റി ആരോഗ്യക

രമായ ആഹാരത്തിനുതുല്യമായ എന്തോ വസ്തുവാണെന്നാണ് വിചാരിച്ചിരുന്നത്. അതുകൂടാതെ വീഞ്ഞിനെ സന്തോഷവും സമാധാനവും ആഹ്ലാദവും ദാനം ചെയ്യുന്ന മഹത്തായ ദ്രാവകമായും ഞങ്ങൾ പരിഗണിച്ചിരുന്നു. വീഞ്ഞ് കുടിക്കുന്നത് ഒരു പൊങ്ങച്ചമോ ലോകപരിജ്ഞാനത്തിന്റെ സൂചനയോ ഒരു മതവിശ്വാസമോ ആയിരുന്നില്ല. അത് എനിക്ക് ഭക്ഷണം പോലെ സ്വാഭാവികമായ ഒരു ആവശ്യം ആയിരുന്നു. ഞാൻ വീഞ്ഞോ സൈഡറോ* ബിയറോ കുടിക്കാതെ ഭക്ഷണത്തെപ്പറ്റി ചിന്തിക്കാറില്ലായിരുന്നു. ഞാൻ മധുരമുള്ളതും കൂടുതൽ സാന്ദ്രത ഉള്ളതുമായ വീഞ്ഞുകൾ ഒഴിച്ച് എല്ലാത്തരം വീഞ്ഞുകളും ഇഷ്ടപ്പെട്ടിരുന്നു. എനിക്ക് ഒരിക്കലും വെള്ള മേക്കോൺ വീഞ്ഞിന്റെ ഏതാനും കുപ്പികൾ പങ്കിട്ടതുകൊണ്ട് സ്കോട്ടിന് ഒരു വിഡ്ഢിയായി മാറുന്ന തരത്തിലുള്ള രസതന്ത്രപരമായ മാറ്റങ്ങൾ സംഭവിക്കുമെന്ന് തോന്നിയിരുന്നില്ല. രാവിലെ വിസ്കി വെള്ളം ചേർത്ത് കഴിച്ചിരുന്നു. ആ കാലത്ത് മദ്യപാനികളെപ്പറ്റിയുള്ള എന്റെ അറിവില്ലായ്മ കാരണം മഴയത്ത് തുറന്ന കാർ ഓടിക്കുന്ന ആർക്കെങ്കിലും ഒരു വിസ്കി ഉപദ്രവം ഉണ്ടാക്കുമെന്ന് എനിക്ക് സങ്കല്പിക്കാൻ കഴിഞ്ഞിരുന്നില്ല. അല്പസമയം കൊണ്ട് അതിലുള്ള ശുദ്ധചാരായം ഓക്സിജനുമായി കലരുമെന്നാണ് ഞാൻ വിചാരിച്ചിരുന്നത്.

വെയിറ്റർ പലതരം സാധനങ്ങൾ കൊണ്ടുവരാൻ വേണ്ടി കാത്തിരിക്കുമ്പോൾ ഞാൻ ഒരു പത്രം വായിച്ചിരുന്നു. ആ സമയത്ത് അവസാനം കാർ നിർത്തിയപ്പോൾ തുറന്ന മേക്കൺ വീഞ്ഞിന്റെ കുപ്പികളിൽ ഒരെണ്ണം ഞാൻ കുടിച്ചുതീർത്തിരുന്നു. ഫ്രാൻസിൽ ജീവിക്കുമ്പോൾ നിങ്ങൾ പിന്തുടരുന്ന വാർത്താപത്രങ്ങളിൽ എല്ലാ സമയങ്ങളിലും ചില ഗംഭീരമായ കുറ്റകൃത്യങ്ങൾ ഉണ്ട്. ഈ കുറ്റകൃത്യങ്ങൾ തുടർക്കഥകൾപോലെ വായിക്കാവുന്നവ ആയിരുന്നു. അമേരിക്കയിലെ മാസികകളിൽ കാണുന്നതുപോലെ തുടർക്കഥകളുടെ രത്നച്ചുരുക്കം ഇവിടെ നല്കിയിരുന്നില്ല. അതുകൊണ്ട് ആദ്യത്തെ അദ്ധ്യായങ്ങൾ വായിച്ചിരിക്കേണ്ടത് വളരെ പ്രാധാന്യം ഉള്ള കാര്യം ആയിരുന്നു. ഫ്രാൻസിൽ പത്രങ്ങൾ നിരാശപ്പെടുത്തുന്നവ ആണ്. കാരണം പല കുറ്റകൃത്യങ്ങളുടെയും സംഭവങ്ങളുടെയും അപവാദങ്ങളുടെയും തുടർച്ച നിങ്ങൾക്ക് ഇവിടെ യാത്രചെയ്യുമ്പോൾ നഷ്ടപ്പെടുന്നു. ഒരു ലഘുഭക്ഷണശാലയിലിരുന്ന് പത്രം വായിക്കുന്ന ആഹ്ലാദത്തിന്റെ നല്ലൊരുഭാഗം ഇവിടെ നിങ്ങൾക്ക് ലഭിക്കുന്നില്ല. ഇന്നു രാത്രിയിൽ പാരീസിലെ പത്രങ്ങളുടെ രാവിലത്തെ പതിപ്പുകൾ ഒരു ലഘുഭക്ഷണശാലയിൽ ഇരുന്ന് വായിച്ചുകൊണ്ട് മനുഷ്യരെ ശ്രദ്ധിക്കാനും മേക്കൺ വീഞ്ഞിനേക്കാൾ ആധികാരികമായ ഏതെങ്കിലും മദ്യം കുടിക്കാനുമാണ് ഞാൻ ഇഷ്ടപ്പെട്ടിരുന്നത്. പക്ഷേ, ഞാൻ സ്കോട്ടിന്റെ മുകളിൽ സ്വേച്ഛാധിപത്യം നടപ്പാക്കുകയായിരുന്നു. ഞാൻ

* ആപ്പിളിൽനിന്നുള്ള ഒരു മദ്യം.

അത് സ്വയം ആസ്വദിച്ചുകൊണ്ടിരിക്കുകയായിരുന്നു.

വെയ്റ്റർ ചെറുനാരങ്ങ പിഴിഞ്ഞൊഴിച്ച രണ്ട് ഗ്ലാസുകളും രണ്ട് വിസ്കിയും ഐസ് കട്ടകളും വെള്ളവും എടുത്തുകൊണ്ട് വന്നുചേർന്നപ്പോൾ മരുന്നുകട അടച്ചുകഴിഞ്ഞതുകൊണ്ട് തെർമോമീറ്റർ വാങ്ങാൻ കഴിഞ്ഞില്ലെന്ന് അയാൾ എന്നോട് പറഞ്ഞു. അയാൾ കുറച്ച് ആസ്പിരിൻ കടം വാങ്ങിയിരുന്നു. ഞാൻ അയാളോട് ഒരു തെർമോമീറ്റർ കടം വാങ്ങാൻ കഴിയില്ലേ എന്ന് അന്വേഷിച്ചിരുന്നു. സ്കോട്ട് അയാളുടെ കണ്ണു തുറന്ന് ദുഃഖകരമായ ഒരു നോട്ടം വെയിറ്ററുടെ മുഖത്തേക്ക് നോക്കിയിരുന്നു.

"ഇത് എത്രമാത്രം ഗൗരവം ഉള്ള കാര്യം ആണെന്ന് നിങ്ങൾ അയാളോട് പറഞ്ഞോ?"

"അയാൾക്ക് അത് മനസ്സിലാകുന്നുണ്ടെന്നാണ് ഞാൻ വിചാരിക്കുന്നത്."

"ദയവായി അത് വ്യക്തമാക്കിക്കൊടുക്കാൻ ശ്രമിക്കണം."

ഞാൻ അത് വെയിറ്റർക്ക് വ്യക്തമാക്കിക്കൊടുക്കാൻ ശ്രമിച്ചു. അതിനുശേഷം വെയിറ്റർ പറഞ്ഞു. "എനിക്ക് കൊണ്ടുവരാൻ കഴിയുന്നത് ഞാൻ കൊണ്ടുവരാം."

"എന്തെങ്കിലും നല്ലതു ചെയ്യാനുള്ള പണം നിങ്ങൾ അയാൾക്ക് ടിപ്പ് കൊടുത്തിരുന്നോ? അവർ ടിപ്പിനുവേണ്ടി മാത്രമാണ് ജോലിചെയ്യുന്നത്."

"എനിക്ക് അത് അറിയില്ലായിരുന്നു." ഞാൻ പറഞ്ഞു. "ഹോട്ടലുകാർ അവരുടെ ഭാഗത്തുനിന്ന് അവർക്ക് എന്തെങ്കിലും കൊടുക്കുന്നുണ്ടെന്നാണ് ഞാൻ വിചാരിച്ചത്."

"അവർ നിങ്ങൾക്ക് വേണ്ടി എന്തെങ്കിലും ചെയ്യുന്നത് കാര്യമായ ഒരു ടിപ്പ് കിട്ടാനുള്ള ഉദ്ദേശ്യത്തോടെയാണെന്നാണ് ഞാൻ പറഞ്ഞത്."

ഞാൻ ഇവാൻ ഷിപ്മാനെക്കുറിച്ച് ആലോചിച്ചു. ക്ലോസറി ഡസ് ലിലായിലെ അമേരിക്കൻ ബാർ നിർമ്മിച്ചപ്പോൾ മേൽമീശ മുറിക്കേണ്ടി വന്ന വെയിറ്ററെപ്പറ്റി ആലോചിച്ചു. ഞാൻ സ്കോട്ടിനെ കണ്ടുമുട്ടുന്നതിന് വളരെക്കാലം മുമ്പ് അയാളുടെ മോഹൂഷിലെ തോട്ടത്തിൽ ആ വെയിറ്റർ ജോലി ചെയ്തിരുന്ന കാര്യം ആലോചിച്ചു. ഞാൻ സ്കോട്ടിനോട് ലിലായിലെ ഇത്തരം പ്രശ്നങ്ങളെപ്പറ്റി സംസാരിക്കാൻ ആലോചിച്ചു. ഞാൻ ഇത് അയാളോട് മുമ്പ് ഒരുപക്ഷേ, പറഞ്ഞിട്ടുണ്ടായിരിക്കും. പക്ഷേ, അയാൾ വെയിറ്ററന്മാരെപ്പറ്റിയോ അവരുടെ പ്രശ്നങ്ങളെപ്പറ്റിയോ അവരുടെ വലിയ സ്നേഹബന്ധങ്ങളെപ്പറ്റിയോ ശ്രദ്ധിക്കുന്ന കൂട്ടത്തിലല്ലെന്ന് എനിക്കറിയാം. ആ കാലത്ത് സ്കോട്ട് ഫ്രഞ്ച്കാരെ വെറുത്തിരുന്നു. അയാൾ പതിവായി കണ്ടുമുട്ടിയിരുന്ന ഫ്രഞ്ചുകാർ അയാൾക്ക് മനസ്സിലാക്കാൻ പറ്റാത്ത വെയിറ്ററന്മാരും ടാക്സി ഡ്രൈവർമാരും വാഹനപ്പണിപ്പുരകളിലെ ജോലിക്കാരും ഭൂവുടമകളും മാത്രമായിരുന്നു. അയാൾക്ക് അവരെ അപമാനിക്കാൻ ധാരാളം അവസരങ്ങൾ ഉണ്ടായിരുന്നു.

അയാൾ ഫ്രഞ്ചുകാരേക്കാൾ കൂടുതൽ ഇറ്റലിക്കാരെ വെറുത്തിരുന്നു. മദ്യപിക്കാത്ത സമയത്തുപോലും അയാൾക്ക് അവരെപ്പറ്റി ശാന്തമായി സംസാരിക്കാൻ കഴിഞ്ഞിരുന്നില്ല. ഇംഗ്ലീഷുകാരോട് അയാൾക്ക് പലപ്പോഴും വെറുപ്പുണ്ടായിരുന്നു. ചില സമയങ്ങളിൽ അയാൾക്ക് അവരോട് വിരോധം ഉണ്ടായിരുന്നില്ല. വല്ലപ്പോഴും അയാൾക്ക് അവരെപ്പറ്റി പരിഗണന ഉണ്ടായിരുന്നു. ജർമ്മൻകാരെപ്പറ്റിയും ഓസ്ട്രിയക്കാരെപ്പറ്റിയും അയാളുടെ തോന്നൽ എന്തായിരുന്നെന്ന് എനിക്കറിയില്ല. അവരേയും സ്വിറ്റ്സർലന്റുകാരെയും അയാൾ എന്നെങ്കിലും കണ്ടുമുട്ടിയിരുന്നതായി എനിക്കറിയില്ല.

ഹോട്ടലിലെ ഈ വൈകുന്നേരത്ത് അയാൾ ഇത്രമാത്രം സമാധാനമായി ഇരിക്കുന്നതു കണ്ടതിൽ ഞാൻ ആഹ്ലാദിച്ചിരുന്നു. ഞാൻ നാരങ്ങാനീരും വിസ്കിയും കൂട്ടിച്ചേർത്തതിനുശേഷം രണ്ട് ആസ്പിരിൻ കൂടി അയാളുടെ കൈയിൽ കൊടുത്തു. അയാൾ എതിർപ്പില്ലാതെ ആസ്പിരിൻ വിഴുങ്ങിയതിനുശേഷം പ്രശംസനീയമായ ശാന്തതയോടെ മദ്യം നുണഞ്ഞുകൊണ്ടിരിക്കുകയായിരുന്നു. അയാളുടെ കണ്ണുകൾ ഇപ്പോൾ തുറന്നിരിക്കുകയായിരുന്നു. അയാൾ വളരെ ദൂരത്തേക്ക് നോക്കിക്കൊണ്ടിരിക്കുകയായിരുന്നു. ഞാൻ പത്രത്തിന്റെ അകത്തെ പേജിലുള്ള കുറ്റകൃത്യം വായിക്കുകയായിരുന്നു. ഞാൻ ആകപ്പാടെ സന്തോഷത്തിൽ ആയിരുന്നു. എനിക്ക് സന്തോഷം കൂടുതൽ ആണെന്ന് തോന്നിയിരുന്നു.

"നിങ്ങൾ ഒരു സന്തോഷം ഇല്ലാത്ത മനുഷ്യനാണ്. നിങ്ങൾ അങ്ങനെ അല്ലേ?" സ്കോട്ട് ചോദിച്ചു. ഞാൻ അയാളുടെ മുഖത്തേക്ക് നോക്കിയപ്പോൾ ഈ മരുന്നു നിർദ്ദേശിച്ചതിൽ തെറ്റുപറ്റിയെന്ന് ഞാൻ തിരിച്ചറിഞ്ഞിരുന്നു. രോഗനിർണ്ണയത്തിൽ തെറ്റില്ലെങ്കിലും വിസ്കി ഞങ്ങൾക്ക് എതിരായി ജോലി ചെയ്യുന്നുണ്ടായിരുന്നു.

"സ്കോട്ട് എന്താണ് ഉദ്ദേശിച്ചത്?"

"നിങ്ങൾക്ക് അവിടെ ഇരുന്ന് ആ കീറിപ്പറിഞ്ഞ വൃത്തികെട്ട ഫ്രഞ്ച് പത്രം വായിക്കാൻ കഴിയുന്നു. ഞാൻ മരിച്ചുകൊണ്ടിരിക്കുന്നത് ഒരു കാര്യമാണെന്ന് നിങ്ങൾക്ക് തോന്നുന്നില്ല."

"ഞാൻ ഒരു ഡോക്ടറെ വിളിക്കണമെന്ന് നിങ്ങൾ ആഗ്രഹിക്കുന്നുണ്ടോ?"

"ഇവിടെയുള്ള ഒരു വൃത്തികെട്ട ഫ്രഞ്ച് ഡോക്ടറെ കാണാൻ എനിക്ക് ആഗ്രഹമില്ല."

"നിങ്ങളുടെ ആഗ്രഹം എന്താണ്?"

"എനിക്ക് എന്റെ ചൂട് അറിയണം. അതുകഴിഞ്ഞ് ന്യൂഹീയിലെ അമേരിക്കൻ ആശുപത്രിയിൽ പോകാൻ വേണ്ടി ഒരു എക്സ്പ്രസ് ട്രെയിനിൽ കയറണം. അതിനുവേണ്ടി നമ്മുടെ വസ്ത്രങ്ങൾ ഉണങ്ങിക്കിട്ടണമെന്നാണ് എന്റെ ആഗ്രഹം."

"നമ്മുടെ വേഷങ്ങൾ ഉണങ്ങിക്കിട്ടണമെങ്കിൽ നേരം വെളുക്കണം. എക്സ്പ്രസ് ട്രെയിൻ ഒരെണ്ണം പോലും ഇല്ല." ഞാൻ പറഞ്ഞു.

“നിങ്ങൾക്ക് കിടക്കയിൽ ഇരുന്ന് അത്താഴം കഴിച്ചിട്ട് വിശ്രമിച്ചു കൂടെ?”

“എനിക്ക് എന്റെ ചൂട് അറിയണം.” ഇതിനുശേഷം വെയിറ്റർ തെർമോമീറ്റർ കൊണ്ടുവരുന്നതുവരെ ഈ സംസാരം നീണ്ടുനിന്നിരുന്നു.

“ഈ ഒരെണ്ണം മാത്രമാണോ നിങ്ങൾക്ക് കിട്ടിയത്.” ഞാൻ ചോദിച്ചു. വെയിറ്റർ മുറിക്കുള്ളിൽ കടന്നുവന്ന സമയത്തുതന്നെ സ്കോട്ട് അയാളുടെ കണ്ണുകൾ അടച്ചുകഴിഞ്ഞിരുന്നു. ഞാൻ മുഖത്തുനിന്ന് ഇത്രയും പെട്ടെന്ന് രക്തം നഷ്ടപ്പെടുന്ന ഒരു മനുഷ്യനെ ഒരിക്കലും കണ്ടിട്ടുണ്ടായിരുന്നില്ല. അത് എവിടെപ്പോയെന്ന് ഞാൻ അത്ഭുതപ്പെട്ടിരുന്നു.

“ഇത് ഹോട്ടലിൽ ഉള്ള ഒരേയൊരു തെർമോമീറ്റർ ആണ്.” ഇത് പറഞ്ഞുകൊണ്ട് വെയിറ്റർ തെർമോമീറ്റർ എന്റെ കൈയിൽ തന്നു. അത് കുളിമുറിയിൽ തൂക്കിയിടുന്ന തടിക്കുള്ളിൽ ഉറപ്പിച്ചുവെച്ച ഒരു തെർമോമീറ്റർ ആയിരുന്നു. ഞാൻ പെട്ടെന്ന് ഒറ്റവലിക്ക് വിസ്കികുടിച്ചതിനുശേഷം പുറത്തെ മഴ കാണാൻ വേണ്ടി ഒരുനിമിഷം ജനൽ തുറന്നിട്ടു. ഞാൻ തിരിഞ്ഞു നോക്കിയപ്പോൾ സ്കോട്ട് എന്നെ ശ്രദ്ധിക്കുകയായിരുന്നു.

ഞാൻ തെർമോമീറ്റർ തൊഴിൽപരമായ രീതിയിൽ കുടഞ്ഞതിനു ശേഷം പറഞ്ഞു. “നിങ്ങൾക്ക് ഭാഗ്യമുണ്ട്. ഇത് എന്തായാലും മലദ്വാരത്തിൽ വെക്കുന്ന തെർമോമീറ്റർ അല്ല.”

“ഇത്തരം തെർമോമീറ്റർ എവിടെയാണ് പ്രവർത്തിക്കുന്നത്?”

“കക്ഷത്തിൽ” ഞാൻ അയാളോട് പറഞ്ഞു. ഞാൻ തെർമോമീറ്റർ എടുത്ത് എന്റെ കക്ഷത്തിൽ വെച്ച് കാണിച്ചുകൊടുത്തു.

“ചൂട് താറുമാറാക്കരുത്.” സ്കോട്ട് പറഞ്ഞു. ഞാൻ തെർമോമീറ്റർ ആഞ്ഞുകുടഞ്ഞതിനുശേഷം അയാളുടെ ഷർട്ടിന്റെ ബട്ടൺ അഴിച്ച് തെർമോമീറ്റർ കക്ഷത്തിനടിയിൽ വെച്ചുകൊടുത്തു. ഞാൻ അയാളുടെ തണുത്ത നെറ്റിയിൽ തൊട്ടുനോക്കിയതിനുശേഷം അയാളുടെ നാഡിമിടിപ്പ് വീണ്ടും പരിശോധിച്ചു. നാഡിമിടിപ്പ് എഴുപത്തിരണ്ട് ആയിരുന്നു. തെർമോമീറ്റർ നാല് മിനിറ്റ് സമയത്തേക്ക് ഞാൻ നീക്കം ചെയ്തില്ല.

“അവർ ഒരു മിനിറ്റ് കഴിയുമ്പോൾ എടുത്തുമാറ്റുമെന്നാണ് ഞാൻ വിചാരിച്ചിരുന്നത്.” സ്കോട്ട് പറഞ്ഞു.

“ഇത് വലിയ തെർമോമീറ്റർ ആണ്.” ഞാൻ വിശദീകരിച്ചു. “ഇത് സെന്റിഗ്രേഡിലുള്ള തെർമോമീറ്റർ ആണ്.”

അവസാനം ഞാൻ തെർമോമീറ്റർ പുറത്തെടുത്ത് വായിക്കാനുള്ള വെളിച്ചം കിട്ടുന്ന സ്ഥലത്തേക്ക് കൊണ്ടുപോയി.

“അത് എത്രയാണ്?”

“മുപ്പത്തിയേഴ് കഴിഞ്ഞ് പത്തിൽ ആറുകൂടി ഉണ്ട്.”

“ശരിയായ ചൂട് എത്രയാണ്?”

“ഇത് ശരിയായ ചൂട് ആണ്.”

“നിങ്ങൾക്ക് ഉറപ്പുണ്ടോ?”

“ഉറപ്പാണ്.”

"നിങ്ങളുടെ ചൂടിന്റെ അളവ് പരിശോധിക്കണം. എനിക്ക് ഇത് ഉറപ്പാക്കണം."

ഞാൻ തെർമോമീറ്റർ കുടഞ്ഞ് എന്റെ കക്ഷത്തിൽ വെച്ചുകൊണ്ട് സമയം നോക്കി. അതിനു ശേഷം ഞാൻ തെർമോമീറ്റർ പുറത്തെടുത്ത് സമയം നോക്കി.

"അത് എത്രയാണ്?" ഞാൻ അത് ശ്രദ്ധിച്ചുവായിച്ചു.

"ചൂട് കൃത്യമാണ്."

"നിങ്ങൾക്ക് എന്തെങ്കിലും ബുദ്ധിമുട്ട് തോന്നുന്നുണ്ടോ?"

"ഒരു ബുദ്ധിമുട്ടും ഇല്ല." ഞാൻ പറഞ്ഞു. ഞാൻ മുപ്പത്തിയേഴും പത്തിൽ ആറ് യഥാർത്ഥത്തിൽ ശരിയായ ചൂട് ആണോ എന്ന് ഓർമ്മിക്കാൻ ശ്രമിക്കുകയായിരുന്നു.

സ്കോട്ടിന് ചെറിയ സംശയം ഉണ്ടായിരുന്നു. അതുകൊണ്ട് ഞാൻ ഒരു പരിശോധന കൂടി നടത്താൻ ആഗ്രഹം ഉണ്ടോ എന്ന് സ്കോട്ടിനോട് അന്വേഷിച്ചിരുന്നു.

"ഇല്ല." അയാൾ പറഞ്ഞു. "ഇത് വളരെ പെട്ടെന്ന് മാറിക്കിട്ടിയതിൽ നമുക്ക് സന്തോഷിക്കാനുള്ള വക ഉണ്ട്. എനിക്ക് എല്ലാ സാഹചര്യങ്ങളിലും ആരോഗ്യം തിരിച്ചുപിടിക്കാനുള്ള വലിയ കഴിവ് ഉണ്ടായിരുന്നു."

"നിങ്ങൾക്ക് അസുഖമില്ല." ഞാൻ പറഞ്ഞു. "പക്ഷേ, നിങ്ങൾ കിടക്കയിലിരുന്ന് എന്തെങ്കിലും അത്താഴം കഴിച്ച് ഉറങ്ങിയാലും നാളെ അതിരാവിലെ നമുക്ക് യാത്ര തിരിക്കാൻ കഴിയുമെന്നാണ് ഞാൻ വിചാരിക്കുന്നത്."

ഞാൻ ഞങ്ങൾക്ക് മഴക്കോട്ട് വാങ്ങാൻ പദ്ധതി ഇട്ടിരുന്നു. പക്ഷേ, അതിനു വേണ്ടി എനിക്ക് അയാളുടെ കൈയിൽനിന്നും പണം കടം വാങ്ങേണ്ടിവരുമായിരുന്നു. ഞാൻ ഇപ്പോൾ അതിനെപ്പറ്റി തർക്കം ആരംഭിക്കാൻ ആഗ്രഹിച്ചിരുന്നില്ല.

സ്കോട്ട് കിടക്കയിൽ കഴിഞ്ഞുകൂടാൻ ആഗ്രഹിച്ചിരുന്നില്ല. അയാൾ കിടക്കയിൽനിന്ന് എഴുന്നേറ്റ് വസ്ത്രം മാറിക്കൊണ്ട് താഴത്തെ നിലയിലേക്ക് ഇറങ്ങിച്ചെന്ന് അസുഖം ഒന്നും ഇല്ലെന്ന് സെൽഡയോട് പറയണമെന്ന് ആഗ്രഹിച്ചിരുന്നു.

"നിങ്ങൾക്ക് അസുഖമാണെന്ന് അവൾ എന്തിനാണ് ആലോചിക്കുന്നത്?"

"ഞങ്ങൾ വിവാഹിതരായതിനുശേഷം ഞാൻ അവളോടൊപ്പം അല്ലാതെ ഉറങ്ങുന്ന ആദ്യത്തെ രാത്രി ഇന്നാണ്. എനിക്ക് അവളോട് സംസാരിക്കണം. ഞങ്ങൾ രണ്ടുപേരും അതിനു കൊടുക്കുന്ന പ്രാധാന്യം നിങ്ങൾക്ക് മനസ്സിലാകും. ഇല്ലേ?"

എനിക്ക് കഴിയും. പക്ഷേ, ഇപ്പോൾ കഴിഞ്ഞുപോയ രാത്രിയിൽ അയാൾക്കും സെൽഡായിക്കും ഒന്നിച്ച് ഉറങ്ങാൻ കഴിയുന്നത് എങ്ങനെയാണെന്ന് എനിക്ക് മനസ്സിലായില്ല. പക്ഷേ, അത് തർക്കത്തിനുള്ള വിഷയം ആയിരുന്നില്ല. സ്കോട്ട് ഇപ്പോൾ വളരെ പെട്ടെന്ന് കുടിച്ചതിനു

ശേഷം ഒരു വിസ്കി കൂടി പറയാൻ എന്നോട് ആവശ്യപ്പെട്ടു. ഞാൻ വെയിറ്ററെ കണ്ടെത്തി. തെർമോമീറ്റർ കൊടുത്തതിനുശേഷം ഞങ്ങളുടെ വസ്ത്രങ്ങൾ എപ്പോൾ തിരിച്ചുവരുമെന്ന് അന്വേഷിച്ചു. അവ ഒരു മണിക്കൂറിനുള്ളിൽ ഉണങ്ങുമെന്നാണ് അയാൾ വിചാരിച്ചിരുന്നത്. "നിങ്ങൾ അതെല്ലാം ഒന്ന് തേച്ചെടുത്താൽ അവയെല്ലാം ഉണങ്ങും. അവ ഉണങ്ങി വടിപോലെ ആയില്ലെങ്കിലും സാരമില്ല."

വെയിറ്റർ ജലദോഷം പിടിപെടാതിരിക്കാനുള്ള ഞങ്ങളുടെ രണ്ടാമത്തെ വിസ്കി കൊണ്ടുവന്നിരുന്നു. ഞാൻ എന്റേത് നുണഞ്ഞുകൊണ്ട് സ്കോട്ടിനോട് പെട്ടെന്ന് വിസ്കി കഴിക്കരുതെന്ന് ഉദ്ബോധിപ്പിച്ചു. ഇപ്പോൾ അയാൾക്ക് ജലദോഷം പോലെ മോശപ്പെട്ട എന്തെങ്കിലും രോഗം പിടിപെടുമെന്നും അങ്ങനെയാണെങ്കിൽ ഒരുപക്ഷേ, അയാളെ ആശുപത്രിയിൽ പ്രവേശിപ്പിക്കേണ്ടിവരുമെന്നും ഉള്ള വേവലാതി എനിക്ക് ഉണ്ടായിരുന്നു. പക്ഷേ, വിസ്കി അയാളെ അല്പസമയത്തിനുള്ളിൽ ഇത് അയാളുടെയും സെൽഡായുടെയും വേർപെടലിന്റെ ആദ്യ രാത്രിയാണെന്നുള്ള പരിതാപകരമായ ചിന്തയിൽ പോലും അയാളെ സന്തോഷിപ്പിക്കുന്നുണ്ടായിരുന്നു. മദ്യം അയാളെ അത്ഭുതകരമായ തോന്നലുകളിൽ എത്തിച്ചിരുന്നു. അവസാനം അയാൾക്ക് അവളെ വിളിക്കാൻ വേണ്ടി കാത്തിരിക്കാൻ കഴിയാതായിരുന്നു. അയാൾ അവളെ വിളിക്കാൻ വേഷം മാറിക്കൊണ്ട് താഴത്തെ നിലയിലേക്ക് ഇറങ്ങിപ്പോയി.

അവളുടെ വിളി വരാൻ കുറച്ച് സമയം കൂടി കഴിയണം. അതുകൊണ്ട് ഉടൻതന്നെ അയാൾ മുകളിലത്തെ നിലയിലേക്ക് വന്നു. രണ്ട് ഡബിൾ വിസ്കികളുമായി വെയിറ്റർ പ്രത്യക്ഷപ്പെട്ടിരുന്നു. അതുവരെ ഞാൻ സ്കോട്ട് ഇത്രമാത്രം വിസ്കി കുടിക്കുന്നത് ഒരിക്കലും കണ്ടിട്ടുണ്ടായിരുന്നില്ല. പക്ഷേ, അത് അയാളെ കൂടുതൽ വാചാലനും ഉത്സാഹം ഉള്ളവനുമാക്കി മാറ്റിയിരുന്നു. പക്ഷേ, വിസ്കി അയാളെക്കൊണ്ട് സെൽഡായോടൊപ്പം ഉള്ള അയാളുടെ ജീവിതത്തിന്റെ രൂപരേഖ എന്നോട് പറയിച്ചു. ഇത്രയും മദ്യത്തിന് ഈ ഒരു കാര്യം ഒഴിച്ച് മറ്റൊരു സ്വാധീനവും അയാളുടെ മുകളിൽ ഉണ്ടായിരുന്നില്ല. അയാൾ അവളെ ആദ്യമായി യുദ്ധകാലത്ത് കണ്ടത് എങ്ങനെയായിരുന്നെന്നും എങ്ങനെയാണ് പിന്നീട് അവളെ നഷ്ടപ്പെട്ടതെന്നും അതിനുശേഷം എങ്ങനെ വീണ്ടും തിരിച്ചുകിട്ടിയെന്നും എന്നോട് വിശദമായി പറഞ്ഞു. അതുകഴിഞ്ഞ് അവരുടെ വിവാഹത്തെപ്പറ്റിയും അതിനുശേഷം ഏകദേശം ഒരു വർഷം മുമ്പ് സെയിന്റ് റാഫേലിൽവെച്ച് അവർക്ക് സംഭവിച്ച പരിതാപകരമായ ഏതോ ഒരു കാര്യത്തെപ്പറ്റിയും അയാൾ പറഞ്ഞിരുന്നു. സെൽഡായെപ്പറ്റിയും ഒരു ഫ്രഞ്ച് നാവിക വൈമാനികനെപ്പറ്റിയും ഉള്ള പ്രണയസംബന്ധമായ അയാളുടെ ആദ്യവർണ്ണന യഥാർത്ഥത്തിൽ ഒരു ദാരുണമായ കഥ ആയിരുന്നു. അത് ഒരു നടന്ന കഥ ആണെന്നാണ് ഞാൻ വിശ്വസിക്കുന്നത്. പിന്നീട് അതിനെ ഒരു നോവലിൽ ഉപയോഗിക്കാൻ ഉദ്ദേശ്യം ഉള്ള രീതിയിൽ അതിന്റെ മറ്റ് വ്യാഖ്യാനങ്ങളും അയാൾ

എന്നോട് പറഞ്ഞിരുന്നു. പക്ഷേ, ഒന്നുപോലും ആദ്യത്തെ വർണ്ണന യോളം ദാരുണമായിരുന്നില്ല. അതിൽ ഏതൊരു വ്യാഖ്യാനവും സത്യം ആയിരിക്കാൻ സാദ്ധ്യത ഉണ്ടായിരുന്നെങ്കിലും ഞാൻ എല്ലാക്കാലത്തും ആദ്യത്തെ വർണ്ണനയാണ് സത്യമെന്ന് വിചാരിച്ചിരുന്നു. ഓരോ തവ ണയും അയാൾ അത് കൂടുതൽ മെച്ചപ്പെട്ടരീതിയിൽ പറഞ്ഞിരുന്നു. പക്ഷേ, അവയൊന്നും നിങ്ങളെ ആദ്യത്തെ വർണ്ണന പീഡിപ്പിച്ചതുപോലെ പീഡിപ്പിച്ചിരുന്നില്ല.

സ്കോട്ട് വളരെ വ്യക്തമായി നല്ലവണ്ണം കഥ പറഞ്ഞിരുന്നു. അയാൾ വാക്കുകൾ കഷ്ടപ്പെട്ട് ഉച്ചരിച്ചില്ല. കൂടാതെ അയാൾ വാക്കുകൾ ഊന്നി പ്പറയാൻ ശ്രമിച്ചില്ല. എന്റെ പേര് വ്യക്തമായി പറയാൻ കഴിയുന്നതിനു രണ്ട് വർഷം മുമ്പ് തന്നെ എനിക്ക് അയാളെ പരിചയം ഉണ്ടായിരുന്നു. അതുകഴിഞ്ഞ് അത് വ്യക്തമായി പറയാൻ നീളക്കൂടുതലുള്ള ഒരുപേര് ആയിരുന്നു. അല്ലെങ്കിൽ എന്റെ പേര് മൊത്തത്തിൽ ഒന്നിച്ച് ഉച്ചരിക്കാൻ ബുദ്ധിമുട്ടായിരുന്നു. അവസാനം ഞാൻ അയാൾക്ക് അത് വ്യക്തമായി ഉച്ചരിച്ചതിന്റെ വലിയ അംഗീകാരം നല്കി. അയാൾ കൂടുതൽ പ്രാധാന്യം ഉള്ള കാര്യങ്ങൾ വ്യക്തമായി ഉച്ചരിക്കാൻ പഠിച്ചു. അയാൾ ധാരാളം കാര്യ ങ്ങളെപ്പറ്റി സ്വയം ചിന്തിക്കാൻ ശ്രമിച്ചിരുന്നു.

ഇന്ന് രാത്രിയിൽ സെയിന്റ് റാഫേലിൽവച്ച് സംഭവിച്ചത് എന്തായി രുന്നെന്ന് മനസ്സിലാക്കിയതിനുശേഷം അയാളെ ഞാൻ അഭിനന്ദിക്കണ മെന്ന് സ്കോട്ട് ആഗ്രഹിച്ചിരുന്നെങ്കിലും എനിക്ക് അതെല്ലാം വളരെ വ്യക്തമായി കാണാൻ കഴിഞ്ഞിരുന്നു. എനിക്ക് അവിടെ ഒറ്റ സീറ്റ് മാത്രം ഉള്ള കടൽവിമാനം മൂളിക്കൊണ്ട് നീങ്ങുന്നതും കടലിന്റെ നിറവും തോണിപ്പാലത്തിന്റെ ആകൃതിയും സെൽഡായുടെയും സ്കോട്ടിന്റെയും തവിട്ടുനിറവും അവരുടെ മുടികളുടെ നിറവ്യത്യാസവും സെൽഡായെ പ്രണയിച്ചിരുന്ന ആൺകുട്ടിയുടെ ഇരുണ്ട തവിട്ടു നിറം ഉള്ള മുഖവും എനിക്ക് കാണാൻ കഴിഞ്ഞിരുന്നു. ഈ കഥ സത്യമാണെങ്കിൽ ഓരോ രാത്രിയിലും സ്കോട്ടിന് എങ്ങനെ സെൽഡായോടൊപ്പം അവളുടെ കിട ക്കയിൽ കിടന്ന് ഉറങ്ങാൻ കഴിഞ്ഞു എന്ന് എന്റെ മനസ്സിൽ ഉണ്ടായി രുന്ന ചോദ്യം എനിക്ക് അയാളോട് ചോദിക്കാൻ കഴിഞ്ഞിരുന്നില്ല. ആ കാലത്ത് എന്നോട് ആരെങ്കിലും പറഞ്ഞിട്ടുള്ള മറ്റ് കഥകളേക്കാൾ ഈ കഥ ദാരുണമാകാൻ കാരണം എനിക്ക് ആ ചോദ്യം ചോദിക്കാൻ കഴി യാത്തതു കൊണ്ട് ആയിരിക്കാം. അതിനു പുറമെ കഴിഞ്ഞ രാത്രി അയാൾക്ക് ഓർമ്മിക്കാൻ കഴിയാത്തതുപോലെ ഇതും അയാൾക്ക് ഓർമ്മ യില്ലായിരിക്കും എന്ന് ചിന്തിച്ചതുകൊണ്ട് ആയിരിക്കാം.

അവളുടെ വിളി വരുന്നതിനുമുമ്പ് ഞങ്ങൾ വേഷം മാറി അത്താഴം കഴിക്കാൻ വേണ്ടി താഴത്തെ നിലയിലേക്ക് പോയി. സ്കോട്ടിന് ഇപ്പോൾ അല്പം ആട്ടം ഉണ്ടായിരുന്നു. അയാൾ കണ്ണിന്റെ മൂലകൊണ്ട് വഴക്കി ടാൻ താല്പര്യം ഉള്ള മട്ടിൽ ആളുകളെ നോക്കി. ഞങ്ങൾക്ക് വളരെ നല്ല ഒച്ചുകൾ ലഭിച്ചിരുന്നു. അത് പകുതി കഴിച്ചുകഴിഞ്ഞ സമയത്ത്

സ്കോട്ടിന്റെ വിളി വന്നു. അയാൾ ഒരു മണിക്കൂറോളം പുറത്തുപോയിരുന്നു. അവസാനം ഞാൻ അയാളുടെ ഒച്ചുകൂടി തിന്നു. അയാൾ തിരിച്ചുവന്നപ്പോൾ കുറച്ചുകൂടി ഒച്ച് അയാൾക്ക് വേണ്ടി കൊണ്ടുവരാൻ പറയാമെന്ന് ഞാൻ അയാളോട് പറഞ്ഞു. പക്ഷേ, അയാൾക്ക് അത് ആവശ്യമില്ലെന്ന് അയാൾ പറഞ്ഞു. അയാൾ കുറേക്കൂടി ലഘുവായ ഭക്ഷണമാണ് ആഗ്രഹിച്ചിരുന്നത്. അയാൾക്ക് വലിയ മാംസക്കഷണമോ കരളോ ഓംലറ്റോ വേണമായിരുന്നില്ല. അയാൾ കോഴിക്കുഞ്ഞിന്റെ ഇറച്ചി കഴിക്കും. ഞങ്ങൾ ഉച്ചയ്ക്ക് വളരെ നല്ല കോഴി കഴിച്ചിരുന്നു. പക്ഷേ, ഇത് ഈ സമയത്തും കോഴിക്ക് പ്രസിദ്ധമായ രാജ്യം ആയിരുന്നു. അതുകൊണ്ട് ഞങ്ങൾ ഫ്രഞ്ച് രീതിയിലുള്ള കോഴിയും വീര്യംകുറഞ്ഞ വെളുത്ത വീഞ്ഞും കഴിക്കുകയായിരുന്നു. സ്കോട്ട് വളരെക്കുറച്ച് ഇറച്ചിയാണ് കഴിച്ചത്. അയാൾ വീഞ്ഞിന്റെ ഗ്ലാസ് രുചിച്ചുകൊണ്ടിരിക്കുകയായിരുന്നു. അയാൾ കൈയിൽ തല വെച്ച് മേശയിലേക്ക് കമഴ്ന്നു കിടന്നു. അയാൾ മേശപ്പുറത്ത് വീഞ്ഞുകോരി ഒഴിക്കാനും ഗ്ലാസുകൾ തകർക്കാതിരിക്കാനും ശ്രദ്ധിക്കുന്നുണ്ടെന്ന് തോന്നിയിരുന്നത് സ്വാഭാവികമായിരുന്നു. വെയിറ്ററും ഞാനും കൂടി അയാളെ പൊക്കിയെടുത്ത് കിടക്കയിൽ കൊണ്ടുപോയി കിടത്തിയതിനുശേഷം ഞാൻ അയാളുടെ അടിവസ്ത്രം ഒഴിച്ച് എല്ലാ വേഷങ്ങളും ഊരിമാറ്റി. അതിനുശേഷം കിടക്കവിരി എടുത്ത് അയാളെ പുതപ്പിച്ചു. ഞാൻ ജനൽ തുറന്ന് തെളിഞ്ഞ അന്തരീക്ഷം ആണെന്ന് മനസ്സിലാക്കി. ഞാൻ പിന്നീട് ജനൽ അടച്ചിരുന്നില്ല.

ഞാൻ താഴത്തെ നിലയിൽ പോയി എന്റെ അത്താഴം കഴിച്ചുതീർത്തുകൊണ്ട് സ്കോട്ടിനെപ്പറ്റി ആലോചിച്ചു. അയാൾ ഒരു കാര്യവും കുടിക്കാൻ പാടില്ലെന്ന് വ്യക്തമായിരുന്നു. ഞാൻ അയാളെപ്പറ്റി നല്ലവണ്ണം ശ്രദ്ധിച്ചിരുന്നില്ല. അയാൾ കുടിക്കുന്ന എന്തുകാര്യവും അയാളെ വളരെ കൂടുതൽ ലഹരി പിടിപ്പിക്കുന്നതായും പിന്നീട് അയാൾക്ക് വിഷം കൊടുക്കുന്നതായും തോന്നിയിരുന്നു. അടുത്ത ദിവസം മദ്യപാനം മൊത്തത്തിൽ കുറയ്ക്കണമെന്ന് ഞാൻ ഉദ്ദേശിച്ചിരുന്നു. നമ്മൾ ഇപ്പോൾ പാരീസിലേക്ക് തിരിച്ചുപോകുകയാണെന്നു എനിക്ക് എഴുതാൻ വേണ്ടി തയ്യാറെടുക്കണമെന്നും ഞാൻ അയാളോട് പറയും. ഇത് സത്യം ആയിരുന്നില്ല. എന്റെ പരിശീലനം ഒരിക്കലും അത്താഴം കഴിഞ്ഞ് മദ്യം കഴിക്കാതിരിക്കാനോ എഴുതുന്നതിനുമുമ്പ് മദ്യം കഴിക്കാതിരിക്കാനോ ഞാൻ എഴുതിയിരുന്ന സമയത്ത് മദ്യം കഴിക്കാതിരിക്കാനോ ആയിരുന്നില്ല. ഞാൻ മുകളിലത്തെ നിലയിൽ പോയി ജനലുകൾ എല്ലാം തുറന്നിട്ടു. വേഷം മാറി കിടക്കയിലേക്ക് വീണസമയത്തു തന്നെ ഞാൻ ഉറങ്ങിക്കഴിഞ്ഞിരുന്നു.

അടുത്ത ദിവസത്തെ മനോഹരമായ പകലിലൂടെ ഞങ്ങൾ പാരീസിലേക്ക് വണ്ടിയോടിച്ചിരുന്നു പുതിയതായി കഴുകി വൃത്തിയാക്കപ്പെട്ട അന്തരീക്ഷത്തിന്റെ പുതുമ പാടങ്ങളിലും മുന്തിരിത്തോപ്പുകളിലും

കുന്നിൻചരിവുകളിലും കാണാൻ ഉണ്ടായിരുന്നു. സ്കോട്ട് വളരെ സന്തോഷത്തിൽ ആയിരുന്നു. അയാൾക്ക് നല്ല ഉന്മേഷം ഉണ്ടായിരുന്നു. അയാൾ എന്നോട് മൈക്കൽ ആർലന്റിന്റെ ഓരോ പുസ്തകത്തിന്റെയും ഇതിവൃത്തം പറഞ്ഞു. മൈക്കൽ ആർലന്റെ നമ്മൾ ശ്രദ്ധിക്കേണ്ട എഴുത്തുകാരൻ ആണെന്നും എനിക്കും അയാൾക്കും അയാളിൽനിന്ന് ധാരാളം പഠിക്കാനുണ്ടെന്നും സ്കോട്ട് പറഞ്ഞു. എനിക്ക് അയാളുടെ പുസ്തകങ്ങൾ വായിക്കാൻ കഴിഞ്ഞിട്ടില്ലെന്ന് ഞാൻ പറഞ്ഞു. അയാൾ ഇതിവൃത്തങ്ങൾ പറയുകയും കഥാപാത്രങ്ങളെപ്പറ്റി വിശദീകരിക്കുകയും ചെയ്തു. അയാൾ മൈക്കൽ ആർലനെപ്പറ്റിയുള്ള ഒരുതരം വാക്കാലുള്ള 'ഡോക്ടർ ഓഫ് ഫിലോസഫി' പ്രബന്ധം വിശദമായി പറഞ്ഞുതന്നു.

അയാൾ സെൽഡായുമായി സംസാരിച്ചപ്പോൾ ഫോൺ നല്ല രീതിയിൽ കേൾക്കാൻ കഴിഞ്ഞിരുന്നോ എന്ന് ഞാൻ അന്വേഷിച്ചു. അത് മോശം ആയിരുന്നില്ലെന്നും അവർക്ക് ധാരാളം കാര്യങ്ങൾ സംസാരിക്കാൻ ഉണ്ടായിരുന്നെന്നും അയാൾ മറുപടി പറഞ്ഞു. ഭക്ഷണം കഴിക്കുമ്പോൾ എനിക്ക് കണ്ടെത്താൻ കഴിഞ്ഞിരുന്ന ഏറ്റവും വീര്യംകുറഞ്ഞ വീഞ്ഞിന്റെ ഒരു കുപ്പി കൊണ്ടുവരാൻ ഞാൻ വെയിറ്ററോട് നിർദ്ദേശിച്ചു. കൂടുതൽ വീഞ്ഞ് ആവശ്യപ്പെടാൻ എന്നെ അനുവദിക്കാതിരുന്നാൽ അത് എനിക്കുള്ള ഒരു വലിയ സഹായം ആണെന്ന് ഞാൻ സ്കോട്ടിനോട് പറഞ്ഞിരുന്നു. എഴുതുന്നതിനു മുമ്പ് എനിക്ക് അതു ഒരുതവണ എഴുതി പരിശീലിക്കേണ്ട ആവശ്യം ഉള്ളതുകൊണ്ട് ഞാൻ ഒരിക്കലും അരക്കുപ്പിയിൽ കൂടുതൽ കുടിക്കുന്ന ഒരു സാഹചര്യത്തിൽ പെടാതെ സംരക്ഷിക്കണമെന്നും സ്കോട്ടിനോട് ഞാൻ അഭ്യർത്ഥിച്ചിരുന്നു. അയാൾ അത്ഭുതം തോന്നുന്ന രീതിയിൽ എന്റെ അഭ്യർത്ഥനയോട് സഹകരിച്ചു. കുപ്പി അവസാനിക്കാറായ സമയത്ത് ഞാൻ അസ്വസ്ഥനാണെന്ന് മനസ്സിലായപ്പോൾ അയാൾ അയാളുടെ പങ്കിന്റെ ഒരുഭാഗം ഞാനുമായി പങ്കുവെച്ചിരുന്നു.

അയാളെ വീട്ടിൽ എത്തിച്ചതിനുശേഷം ഞാൻ തടി അറപ്പ് മില്ലിലേക്ക് പോകുന്നതിനിടയിൽ എന്റെ ഭാര്യയെ കാണാൻ ഇടയായത് എന്നെ അത്ഭുതപ്പെടുത്തിയിരുന്നു. ഞങ്ങൾ അല്പം മദ്യം കഴിക്കാൻ വേണ്ടി ക്ലോസറി ഡസ് ലിലാ ഹോട്ടൽവരെ പോയിരുന്നു. ഞങ്ങൾ വളരെക്കാലം വേർപിരിഞ്ഞു ജീവിച്ചതിനു ശേഷം കണ്ടുമുട്ടുന്ന കുട്ടികളെപോലെ സന്തോഷത്തിൽ ആയിരുന്നു. ഞാൻ എന്റെ യാത്രയെപ്പറ്റി അവളോട് സംസാരിച്ചു.

"ടാറ്റീ, പക്ഷേ, നിങ്ങൾക്ക് എന്തെങ്കിലും നേരമ്പോക്ക് ഉണ്ടായിരുന്നോ? നിങ്ങൾ എന്തെങ്കിലും കാര്യം മനസ്സിലാക്കിയോ?"

"ഞാൻ മൈക്കൽ ആർലനെപ്പറ്റി മനസ്സിലാക്കി. ഞാൻ തരംതിരിച്ചിട്ടില്ലാത്ത പല കാര്യങ്ങളും മനസ്സിലാക്കി."

"സ്കോട്ടിന് സന്തോഷമാണോ?"

"ആയിരിക്കാം."

"പാവം മനുഷ്യൻ."

"ഞാൻ ഒരു കാര്യം മനസ്സിലാക്കി."

"എന്തു കാര്യം?"

"നിങ്ങൾ സ്നേഹിക്കാത്ത ഏതെങ്കിലും ഒരാളുടെ കൂടെ ഒരിക്കലും യാത്ര പോകരുത്."

"സ്നേഹിക്കുന്നവരുടെ കൂടെ യാത്രപോകുന്നത് നല്ല കാര്യം അല്ലേ?"

"അതെ. നമ്മൾ അതുകൊണ്ട് സ്പെയിനിൽ പോകുകയാണ്."

"ശരിയാണ്. നമുക്ക് പോകുന്നതിനുമുമ്പ് ഇപ്പോൾ ആറാഴ്ചപോലും ഇല്ല. ഈ വർഷം അത് നശിപ്പിക്കാൻ നമ്മൾ ഒരാളെപ്പോലും അനുവദിക്കില്ല. അനുവദിക്കുമോ?"

"ഇല്ല. പാം പ്ലോനയിൽ പോയതിനുശേഷം നമ്മൾ മാഡ്രിഡിലേക്കും വലൻസിയായിലേക്കും പോകും."

"ങാ" അവൾ ഒരു പൂച്ചയെപോലെ മൃദുവായി പറഞ്ഞു.

"പാവം സ്കോട്ട്" ഞാൻ പറഞ്ഞു.

"എല്ലാവരും പാവങ്ങളാണ്." ഹാഡ്‌ലി പറഞ്ഞു. "നിറപ്പകിട്ടുള്ള കളിപ്പാട്ടങ്ങൾ."

"നമുക്ക് അങ്ങേയറ്റം ഭാഗ്യം ഉണ്ട്."

"നമ്മൾ അത് കളഞ്ഞുകുളിക്കരുത്."

ഞങ്ങൾ രണ്ടുപേരും ഹോട്ടലിലെ തടിമേശയുടെ പുറത്ത് താളം പിടിച്ചു. ഞങ്ങൾക്ക് എന്താണ് വേണ്ടതെന്ന് അറിയാൻ വെയിറ്റർ വന്നിരുന്നു. പക്ഷേ, അയാൾക്കോ തടിയിലോ മാർബിളിലോ ഉള്ള മേശപ്പുറത്ത് താളംപിടിച്ചിരുന്ന മറ്റുള്ളവർക്കോ ഞങ്ങൾക്കുവേണ്ടി അത് കൊണ്ടുത്തരാൻ ഒരിക്കലും കഴിയുമായിരുന്നില്ല. പക്ഷേ, അന്ന് രാത്രിയിൽ അത് എന്താണെന്ന് ഞങ്ങൾക്കും അറിയില്ലായിരുന്നു. ഞങ്ങൾ വലിയ സന്തോഷത്തിലായിരുന്നു.

യാത്ര കഴിഞ്ഞ് ഒന്നോ രണ്ടോ ദിവസങ്ങൾക്കുശേഷം സ്കോട്ട് അയാളുടെ പുസ്തകം കൊണ്ടുവന്നിരുന്നു. അതിന് വല്ലാത്തതിളക്കം ഉള്ള ഒരു പൊടിപിടിച്ച പുറംചട്ട ഉണ്ടായിരുന്നു. അതിന്റെ കുത്തഴിഞ്ഞു കിടക്കുന്ന കാഴ്ച കണ്ടപ്പോൾ അമ്പരന്നു പോയതായി എനിക്ക് ഓർമ്മയുണ്ട്. അതിന്റെ പുറംചട്ട ഒരു മോശം ശാസ്ത്ര നോവലിന്റെ പുറംചട്ട പോലെ തോന്നിച്ചിരുന്നു. അതിന്റെ പുറംചട്ട സ്കോട്ടിന് ഇഷ്ടമായിരുന്നെന്നും ഇപ്പോൾ ഇഷ്ടമല്ലെന്നും അയാൾ പറഞ്ഞു. ഞാൻ ആ പുസ്തകം വായിക്കാൻ ആരംഭിച്ചു.

എനിക്ക് ആ പുസ്തകം വായിച്ചുകഴിഞ്ഞപ്പോൾ സ്കോട്ട് ചെയ്യുന്നതും പെരുമാറുന്നതും കാര്യമാക്കരുതെന്നും അതെല്ലാം സഹായം അർഹിക്കുന്ന ഒരു രോഗം പോലെ ആണെന്നും ചെയ്യാവുന്ന എന്ത് സഹായവും ഞാൻ അയാൾക്ക് ചെയ്യണമെന്നും ഒരു നല്ല കൂട്ടുകാരനാകാൻ ശ്രമിക്കണമെന്നും നിശ്ചയമായും മനസ്സിലാക്കാൻ കഴിഞ്ഞിരുന്നു.

എനിക്ക് പരിചയമുള്ള മറ്റ് ഏതൊരാളെക്കാളും വളരെ നല്ല കൂട്ടുകാർ അയാൾക്ക് ഉണ്ടായിരുന്നു. പക്ഷേ, എന്നെക്കൊണ്ട് അയാൾക്ക് പ്രയോജനം ഉണ്ടായാലും ഉണ്ടായില്ലെങ്കിലും ഞാൻ എന്റെ പേരുകൂടി അയാളുടെ കൂട്ടുകാരുടെ പട്ടികയിൽ സ്വയം എഴുതിച്ചേർത്തിരുന്നു. *ദി ഗ്രേറ്റ് ഗാറ്റ്സ്ബി* പോലെ ഒരു നല്ല പുസ്തകം എഴുതാൻ കഴിയുകയാണെങ്കിൽ അയാൾക്ക് അതിനേക്കാൾ നല്ല പുസ്തകങ്ങൾ എഴുതാൻ കഴിയുമെന്ന് എനിക്ക് ഉറപ്പുണ്ടായിരുന്നു. ഞാൻ ഇതുവരെ സെൽഡായെ പരിചയപ്പെട്ടിരുന്നില്ല. അതുകൊണ്ട് അയാൾക്ക് എതിരായുള്ള ഭയങ്കര വിരോധങ്ങളെപ്പറ്റി എനിക്ക് അറിയില്ലായിരുന്നു. പക്ഷേ, നമുക്ക് അവയെല്ലാം കഴിയുന്നതും വേഗം കണ്ടെത്തേണ്ടിവരും.

അത്യാർത്തിക്കാർ പങ്കുവെക്കുന്നില്ല

സ്കോട്ട് ഫിറ്റ്സ് ജറാൾഡ് ഞങ്ങളെ അയാളുടെ ഭാര്യക്കും മകൾക്കും ഒപ്പം ഉച്ചഭക്ഷണം കഴിക്കാൻ വേണ്ടി ടിൽസിറ്റ് തെരുവിൽ അവർ വാടകയ്ക്ക് താമസിച്ചിരുന്ന ഫ്ളാറ്റിലേക്ക് ക്ഷണിച്ചിരുന്നു. അത് ഇരുണ്ട് വായുസഞ്ചാരം ഇല്ലാത്ത ഒരു സ്ഥലം ആയിരുന്നു എന്നല്ലാതെ ഫ്ളാറ്റിനെപ്പറ്റി എനിക്ക് കൂടുതലൊന്നും ഓർമ്മയില്ല. അവിടെ തുകലിലുള്ള ഇളംനീല പുറംചട്ടയിൽ സ്വർണ്ണ ലിപികളിൽ പേരെഴുതി സൂക്ഷിച്ചിരുന്ന സ്കോട്ടിന്റെ ആദ്യകാല പുസ്തകങ്ങൾ ഒഴിച്ച് മറ്റൊന്നുംതന്നെ അവർക്ക് സ്വന്തമാണെന്ന് തോന്നിയിരുന്നില്ല. വർഷംതോറും പ്രസിദ്ധീകരിച്ചിരുന്ന കഥകളുടെ പട്ടികയും അവയുടെ പ്രതിഫലവും അവയിൽ ചിലത് സിനിമയാക്കിയപ്പോൾ ലഭിച്ച തുകകളും അയാളുടെ പുസ്തകങ്ങളുടെ അവകാശധനവും കൃത്യമായി എഴുതിവെച്ചിരുന്ന ഒരു വലിയ കണക്കുപുസ്തകം അയാൾ ഞങ്ങൾക്ക് കാണിച്ചു തന്നിരുന്നു. അതെല്ലാം ഒരു കപ്പലിന്റെ വേഗത കുറിക്കുന്ന ലോഗ്ബുക്കിലെപ്പോലെ കൃത്യമായി ശ്രദ്ധാപൂർവ്വം എഴുതിവെച്ചിരുന്നു. അയാൾ ഒരു കാഴ്ചബംഗ്ലാവിന്റെ നോട്ടക്കാരൻ ആണെന്ന മട്ടിൽ വ്യക്തിപരമായ അഭിമാനത്തോടെ ഞങ്ങൾക്ക് ആ കണക്കുപുസ്തകം കാണിച്ചു തന്നിരുന്നു. സ്കോട്ട് അയാളുടെ വരുമാനത്തിന്റെ കണക്കുകൾ കാഴ്ചബംഗ്ലാവിലെ കാഴ്ചയാണെന്ന മട്ടിൽ ഞങ്ങൾക്ക് കാണിച്ചുതന്നു. പക്ഷേ, അവിടെ കാഴ്ച ഉണ്ടായിരുന്നില്ല.

സെൽഡായ്ക്ക് മദ്യപാനത്തിന്റെ അനന്തരഫലമായ ഒരു വളരെ മോശം മന്ദത ഉണ്ടായിരുന്നു. അവർ കഴിഞ്ഞരാത്രിയിൽ മോണ്ട്മാർട്ര

യിൽ* പോയിരുന്നു. സ്കോട്ട് മദ്യം കുടിക്കാൻ ആഗ്രഹിക്കാത്തതിനെ പറ്റി അവർ തമ്മിൽ വഴക്കിട്ടിരുന്നു. അയാൾ കഠിനമായി ജോലിചെയ്യാനും കുടിക്കാതിരിക്കാനും തീരുമാനിച്ചിരുന്നതായി സ്കോട്ട് എന്നോട് പറഞ്ഞിരുന്നു. സെൽഡാ അയാളെ ഒരു രസംകൊല്ലിയായാണ് പരിഗണിച്ചിരുന്നതെന്നും അയാൾ പറഞ്ഞിരുന്നു. കൂടാതെ അയാൾ എല്ലാ കളികളിലും തനിച്ച് കളിക്കാൻ ഇഷ്ടപ്പെടുന്നവൻ ആണെന്നും അവൾ അയാളോട് പറയാറുണ്ടായിരുന്നു. ഈ രണ്ട് വിശേഷണങ്ങളാണ് സെൽഡാ അയാളെപ്പറ്റി പറയാൻ ഉപയോഗിച്ചിരുന്നത്. അവിടെ പകരം കുറ്റം ചുമത്തൽ ഉണ്ടായിരുന്നില്ല. സെൽഡാ പറയും. “ഞാൻ പറഞ്ഞിട്ടില്ല. ഇത്തരം കാര്യങ്ങൾ ഞാൻ ചെയ്തിട്ടില്ല. സ്കോട്ട്, ഇത് സത്യമല്ല.” പിന്നീട് അവൾ ഏതോ ഒരു കാര്യം ഓർമ്മിക്കും. എന്നിട്ട് സന്തോഷത്തോടെ പൊട്ടിച്ചിരിക്കും. ഇന്നത്തെ ദിവസം സെൽഡാ കാഴ്ചയിൽ അവളുടെ ഏറ്റവും നല്ല അവസ്ഥയിൽ ആയിരുന്നില്ല. അവളുടെ മനോഹരമായ സ്വർണ്ണത്തലമുടി മഴകാരണം അവർക്ക് കാർ ഉപേക്ഷിക്കേണ്ടി വന്ന ദിവസം ലിയോണിൽ വെച്ച് നടത്തിയ ഒരു മോശം മുടി അലങ്കാരം കാരണം താല്ക്കാലികമായി നശിപ്പിക്കപ്പെട്ടിരുന്നു.

അവൾ ഔപചാരികമായി ഹാഡ്‌ലിയോടും എന്നോടും സന്തോഷത്തിൽ ആയിരുന്നു. പക്ഷേ, അവളുടെ ഒരു വലിയ ഭാഗം വീട്ടിൽ ഉണ്ടെന്ന് തോന്നിയിരുന്നില്ല. അത് അന്ന് രാവിലെ മുതൽ അവൾ പങ്കെടുത്തിരുന്ന വിരുന്നിലായിരുന്നെന്ന് തോന്നിയിരുന്നു. ലിയോണിൽനിന്നുള്ള യാത്ര സ്കോട്ടും ഞാനും അത്ഭുതകരമായ രീതിയിൽ ആസ്വദിച്ചിരുന്നെന്ന തോന്നൽ സ്കോട്ടിനും അവൾക്കും ഉള്ളതായി തോന്നിയിരുന്നു. അതിന്റെ കൂടെ അവൾക്ക് അതിനെപ്പറ്റി അസൂയയും ഉണ്ടായിരുന്നു.

“നിങ്ങൾക്ക് രണ്ടുപേർക്കും പെട്ടെന്ന് പുറത്തുപോയി ഇത്തരത്തിൽ സമയം മികച്ച രീതിയിൽ ചെലവഴിക്കാമെങ്കിൽ ഇവിടെ പാരീസിൽ എനിക്ക് നമ്മളുടെ നല്ല കൂട്ടുകാരുടെ കൂടെ ചെറിയ നേരംപോക്കുകളിൽ ഏർപ്പെടുന്നതിൽ തെറ്റില്ലെന്നാണ് തോന്നുന്നത്.”

സ്കോട്ട് ഒരു പൂർണ്ണതയുള്ള ആതിഥേയൻ ആയിരുന്നതുകൊണ്ടും ഞങ്ങൾ കഴിച്ച ഉച്ചഭക്ഷണം വളരെ മോശമായിരുന്നതുകൊണ്ടും വീഞ്ഞിന് കൂടുതൽ ഉത്സാഹം ഉണ്ടാക്കാൻ കഴിഞ്ഞിരുന്നില്ല. ചെറിയ പെൺകുട്ടി കൊഴുത്തുരുണ്ട മുഖം ഉള്ള, വളരെ ആരോഗ്യം ഉണ്ടെന്ന് തോന്നിക്കുന്ന, ശക്തമായ ലണ്ടൻ ഉച്ചാരണത്തിൽ ഇംഗ്ലീഷ് സംസാരിച്ചിരുന്ന, തവിട്ടു നിറക്കാരിയായ സുന്ദരി ആയിരുന്നു. വളരുമ്പോൾ **ലേഡി ഡയാനാ മാനേഴ്സിനെപ്പോലെ അവൾ ഇംഗ്ലീഷ് സംസാരിക്കണമെന്ന് ആഗ്രഹിച്ചിരുന്ന ഒരു വളർത്തമ്മ അവൾക്ക് ഉണ്ടായിരുന്നു എന്ന്

* കലാപരമായ ചരിത്രത്തിനും വെള്ളത്താഴികക്കുടം ഉള്ള ബസിലിക്കായ്ക്കും നിശാ ക്ലബ്ബുകൾക്കും പ്രസിദ്ധമായ പാരീസിലെ കുന്ന്.

** ലണ്ടനിലും പാരീസിലും പ്രസിദ്ധയായിരുന്ന ആകർഷകത്വം ഉള്ള കുലീനയായ സ്ത്രീ.

സ്കോട്ട് വിശദീകരിച്ചിരുന്നു.

സെൽഡായ്ക്ക് അങ്ങേയറ്റം ശ്രദ്ധയുള്ള കണ്ണുകളും നേർത്ത ചുണ്ടുകളും ആഴത്തിലുള്ള തെക്കൻ ഉച്ചാരണവും പെരുമാറ്റങ്ങളും ഉണ്ടായിരുന്നു. അവളുടെ മുഖം ശ്രദ്ധിച്ചുകൊണ്ടിരുന്നാൽ അവളുടെ മനസ്സ് മേശ ഉപേക്ഷിച്ച് രാത്രിയിലെ വിരുന്നിന് പോയതിനുശേഷം പൂച്ച യുടെ നിർവ്വികാരമായ കണ്ണുകളുമായി തിരിച്ചുവരുന്നതും അതിനുശേഷം അവളുടെ ചുണ്ടുകളുടെ നേർത്ത വരയിലൂടെ സന്തോഷം കടന്നുവന്ന് പെട്ടെന്ന് അപ്രത്യക്ഷപ്പെടുന്നതും എല്ലാം നിങ്ങൾക്ക് വ്യക്തമായി കാണാൻ കഴിയും. സ്കോട്ട് ചുറുചുറുക്കുള്ള ഒരു നല്ല ആതിഥേയൻ ആയിരുന്നു. അയാൾ വീഞ്ഞുകുടിക്കുമ്പോൾ സെൽഡാ അവളുടെ ചുണ്ടുകളും കണ്ണുകളും കൊണ്ട് സന്തോഷത്തോടെ പുഞ്ചിരിച്ചുകൊണ്ട് അയാളെ നോക്കുന്നുണ്ടായിരുന്നു. ഞാൻ ആ പുഞ്ചിരി മനസ്സിലാക്കാൻ പഠിച്ചു. അതിന്റെ അർത്ഥം സ്കോട്ടിന് എഴുതാൻ പറ്റില്ലെന്ന് അവൾക്ക് മനസ്സിലായിട്ടുണ്ടെന്ന് ആയിരുന്നു.

സ്കോട്ടിന്റെ ജോലിയെപ്പറ്റി സെൽഡായ്ക്ക് അസൂയ ഉണ്ടായിരു ന്നു. ഞങ്ങൾ അവരോട് ബന്ധം സ്ഥാപിച്ചപ്പോൾ അതു കൃത്യമായ ഒരു ക്രമത്തിൽ എത്തിയിരുന്നു. സ്കോട്ട് രാത്രി മുഴുവൻ വിരുന്നുകൾക്ക് പോയി മദ്യം കുടിക്കാതിരിക്കാൻ തീരുമാനം എടുക്കും. അയാൾ ദിവ സവും കുറച്ച് വ്യായാമം ചെയ്തിട്ട് കൃത്യമായി ജോലി ചെയ്യാൻ തീരു മാനിക്കും. അയാൾ ജോലി ചെയ്യാൻ ആരംഭിക്കും. അയാൾ നല്ല രീതി യിൽ ജോലി ചെയ്തുതുടങ്ങുമ്പോൾ സെൽഡാ അവൾക്ക് എത്രമാത്രം മുഷിപ്പ് അനുഭവപ്പെടുന്നെന്നുള്ള പരാതി പറഞ്ഞുകൊണ്ട് അയാളെ മറ്റൊരു മദ്യപാനവിരുന്നിന് കൂട്ടിക്കൊണ്ടുപോകും. അവർ വഴക്കടിച്ചതി നുശേഷം യോജിപ്പിൽ എത്തും. അയാൾ മദ്യം മുഴുവൻ എന്റെ കൂടെ വളരെ ദൂരം നടന്ന് വിയർത്ത് പുറന്തള്ളും. എന്നുമാത്രമല്ല, ഈ പ്രാവശ്യം അയാൾ നല്ലപോലെ ജോലി ചെയ്യുമെന്ന് തീരുമാനം എടുത്തുകൊണ്ട് ജോലി തുടങ്ങും. അതിനുശേഷം ഇതെല്ലാം വീണ്ടും ആരംഭിക്കും.

സ്കോട്ട് സെൽഡായുമായി വളരെ കൂടുതൽ സ്നേഹത്തിൽ ആയി രുന്നു. അയാൾക്ക് അവളെപ്പറ്റി തികഞ്ഞ അസൂയ ഉണ്ടായിരുന്നു. അവൾ ഫ്രഞ്ച് നാവികസൈന്യത്തിലെ വൈമാനികനുമായി എങ്ങനെ പ്രണയ ത്തിലായെന്ന് ഞങ്ങളുടെ നടത്തങ്ങൾക്കിടയിൽ അയാൾ പലതവണ എന്നോട് പറഞ്ഞിട്ടുണ്ടായിരുന്നു. പക്ഷേ, ഇതുവരെ മറ്റൊരു പുരുഷൻ കാരണം അയാൾക്ക് യഥാർത്ഥ അസൂയ അവൾ സൃഷ്ടിച്ചിരുന്നില്ല. ഈ വസന്തത്തിൽ മറ്റൊരു സ്ത്രീയെക്കൊണ്ട് അവൾ അയാൾക്ക് അസൂയ സൃഷ്ടിച്ചിരുന്നു. മോണ്ട് മാർട്രയിലെ വിരുന്നുകൾക്ക് പോകാൻ അയാൾക്ക് ഭയം ഉണ്ടായിരുന്നു. അവൾ പോകുന്നതിലും അയാൾക്ക് ഭയം ഉണ്ടായി രുന്നു. അവരുടെ വലിയ ന്യായീകരണം എല്ലാസമയത്തും കുടിക്കുമ്പോൾ ബോധം നശിക്കുന്നതിൽ ആയിരുന്നു. മദ്യപാനം പരിചയിച്ചിട്ടുള്ള ഒരാൾക്ക് ചെറിയ സ്വാധീനം മാത്രം ചെലുത്താൻ കഴിയുന്ന അളവി

ലുള്ള ഷാംപെയിനോ മദ്യമോ കഴിച്ചതിനുശേഷം അവർ കുട്ടികളെ പോലെ ഉറങ്ങാൻ പോയിരുന്നു. അവർ കുടിച്ചതുകാരണം അല്ലാതെ അവരെ കൃത്രിമമായി അബോധാവസ്ഥയിൽ എത്തിച്ചതാണെന്ന രീതിയിൽ അവരുടെ കൂട്ടുകാരോ അല്ലെങ്കിൽ ഒരു ടാക്സി ഡ്രൈവറോ അവരെ കിടക്കയിൽ എത്തിക്കുന്നത് ഞാൻ കണ്ടിട്ടുണ്ടായിരുന്നു. അവർ ഉണരുമ്പോൾ ബോധം കെടുന്നതിനുമുമ്പ് വേണ്ടത്ര മദ്യംകഴിച്ചിരുന്നില്ലെന്ന മട്ടിൽ അവർക്ക് ഉന്മേഷവും സന്തോഷവും ഉണ്ടായിരിക്കും.

ഇപ്പോൾ അവർക്ക് ഈ പറഞ്ഞ സ്വാഭാവികമായ പ്രതിരോധം നഷ്ടപ്പെട്ടുകഴിഞ്ഞിരുന്നു. ഈ പ്രാവശ്യം സ്കോട്ടിന് കുടിക്കാൻ കഴിയുന്നതിനേക്കാൾ സെൽഡായ്ക്ക് കുടിക്കാൻ കഴിഞ്ഞിരുന്നു. ഈ വസന്തത്തിൽ അവർ തുടർന്നുകൊണ്ടിരുന്ന കൂട്ടുകാർക്കൊപ്പം അവർ പോയിട്ടുള്ള സ്ഥലങ്ങളിലേക്ക് സെൽഡാ പോകുന്നതിനെപ്പറ്റി സ്കോട്ടിന് ഭയം ഉണ്ടായിരുന്നു. സ്കോട്ടിന് ആ സ്ഥലങ്ങളോടോ ആളുകളോടോ ഇഷ്ടം ഉണ്ടായിരുന്നില്ല. എന്നു മാത്രമല്ല അയാൾക്ക് കുടിക്കാൻ കഴിയുന്നതിലും കൂടുതൽ കുടിക്കേണ്ടിവന്നിരുന്നു. അവസാനം അയാൾക്ക് ജോലി ചെയ്യാൻ കിട്ടുന്ന ഇടവേളകൾ വളരെ കുറഞ്ഞുപോയിരുന്നു.

അയാൾ എല്ലാസമയത്തും ജോലി ചെയ്യാൻ ശ്രമിക്കുന്നുണ്ടായിരുന്നു. ഓരോ ദിവസവും അയാൾ ശ്രമിച്ചുനോക്കും. തോല്ക്കും. അയാൾ തോല്വിക്ക് ഒരു എഴുത്തുകാരന് എഴുതാൻ പറ്റിയ ഏറ്റവും നല്ല പട്ടണമായ പാരീസിനെ കുറ്റപ്പെടുത്തി. അയാൾക്കും സെൽഡായ്ക്കും വീണ്ടും ഒരു നല്ല ജീവിതം നയിക്കാൻ കഴിയുന്ന ഏതെങ്കിലും സ്ഥലം ഉണ്ടായിരിക്കുമെന്ന് എല്ലാ സമയത്തും അയാൾ ആലോചിച്ചിരുന്നു. അയാൾ മനോഹരമായ നീലക്കടലും മണൽ നിറഞ്ഞ കടൽത്തീരവും പൈൻ കാടുകളുടെ വിശാലതയും കടലിലേക്ക് ഇറങ്ങിച്ചെല്ലുന്ന എസ്റ്ററൽ പർവ്വതനിരകളും നിറഞ്ഞ പടുത്തുയർത്തപ്പെടുന്നതിന് മുമ്പുള്ള റിവേറയെപ്പറ്റി ആലോചിച്ചു. ആളുകൾ വേനല്ക്കാലം ചെലവഴിക്കാൻ വേണ്ടി അവിടെ പോയിരുന്നതിനു മുമ്പ് അയാളും സെൽഡായും ചേർന്ന് ആദ്യം അത് കണ്ടെത്തിയ സമയത്തെ റിവേറ അയാളുടെ ഓർമ്മയിൽ വന്നിരുന്നു.

സ്കോട്ട് എന്നോട് റിവേറയെപ്പറ്റി സംസാരിച്ചു. എന്റെ ഭാര്യയും ഞാനും കൂടി അടുത്ത വേനലിൽ നിശ്ചയമായും അവിടെ എത്തണമെന്നും എങ്ങനെയാണ് ഞങ്ങൾ അവിടെ പോകേണ്ടതെന്നും എങ്ങനെ അയാൾ ഞങ്ങൾക്കു വേണ്ടി ഒരു ചെലവുകുറഞ്ഞ സ്ഥലം കണ്ടെത്തുമെന്നും എങ്ങനെ ഞങ്ങൾ രണ്ടുപേരും എല്ലാദിവസവും കഠിനമായി ജോലി ചെയ്യുമെന്നും നീന്തുമെന്നും കടൽത്തീരത്തു കിടന്ന് വെയിൽ കായുമെന്നും ഉച്ചഭക്ഷണത്തിനും അത്താഴത്തിനും മുമ്പ് ഒരളവ് മദ്യം മാത്രം കഴിക്കുമെന്നും മറ്റും അയാൾ എനിക്ക് വിശദീകരിച്ചുതന്നു. സെൽഡായ്ക്ക് അവിടെ സന്തോഷം ആയിരിക്കുമെന്ന് അയാൾ പറഞ്ഞു. അവൾക്ക് നീന്താൻ ഇഷ്ടമായിരുന്നു. എന്ന് മാത്രമല്ല അവൾ മനോഹരമായി തലകുത്തിച്ചാടിയിരുന്നു. അവിടത്തെ ജീവിതത്തിൽ അവൾക്ക്

സന്തോഷമായിരിക്കും. കൂടാതെ അയാൾ ജോലിചെയ്യണമെന്ന് അവൾക്ക് ആഗ്രഹം കാണും. അങ്ങനെ എല്ലാ കാര്യങ്ങളും നല്ല ചിട്ടയിൽ ആയിരിക്കും. അയാളും സെൽഡായും അവരുടെ മകളും ആ വേനലിൽ അവിടെ പോകുന്നുണ്ടായിരുന്നു.

ഞാൻ അയാളെക്കൊണ്ട് അയാളുടെ കഥകൾ അയാൾക്ക് കഴിയുന്നപോലെ നല്ലവണ്ണം എഴുതിക്കാൻ ശ്രമിച്ചിരുന്നു. അയാൾ വിശദീകരിച്ചിരുന്നതുപോലെ കഥകളെ ഏതെങ്കിലും സൂത്രവാക്യത്തിൽ അനുരൂപമാകാതിരിക്കാൻ ഞാൻ പരിശ്രമിക്കുന്നുണ്ടായിരുന്നു.

"നിങ്ങൾ ഇപ്പോൾ ഒരു ഒന്നാംതരം നോവൽ എഴുതിയിട്ടുണ്ട്." ഞാൻ അയാളോട് പറഞ്ഞു. "അതിനുശേഷം ഒരിക്കലും ഒരു വീഴ്ച പറ്റാൻ പാടില്ല."

"ആ നോവലിന് വില്പന ഇല്ല." അയാൾ പറഞ്ഞു. "ഞാൻ നിശ്ചയമായും കഥകൾ എഴുതണം. അവയെല്ലാം വില്ക്കപ്പെടുന്ന കഥകൾ ആയിരിക്കണം."

"നിങ്ങൾ എഴുതാൻ പറ്റുന്ന ഏറ്റവും നല്ല കഥ എത്രത്തോളം സത്യസന്ധമായി എഴുതാൻ കഴിയുമോ അത്രത്തോളം സത്യസന്ധമായി എഴുതുക."

"ഞാൻ അങ്ങനെ എഴുതാൻ പോകുകയാണ്."

പക്ഷേ, കാര്യങ്ങളുടെ പോക്ക് അനുസരിച്ച് അയാൾക്ക് ഏത് ജോലിയും ചെയ്യാനുള്ള ഭാഗ്യം ഉണ്ടായിരുന്നു. സെൽഡാ അവളെ പിന്തുടർന്നിരുന്ന ആളുകളെ പ്രോത്സാഹിപ്പിച്ചിരുന്നില്ല. അവൾക്ക് അവരുമായി ചേർന്ന് ഒരു കാര്യവും ചെയ്യാനില്ലെന്ന് അവൾ പറഞ്ഞു. പക്ഷേ, അത് സ്കോട്ടിന് അവളോട് അസൂയ ഉണ്ടാക്കിയത് അവളെ വിസ്മയിപ്പിച്ചിരുന്നു. അയാൾക്ക് അവളേയും കൂട്ടി പലസ്ഥലങ്ങളും ഈ അസൂയ കാരണം സന്ദർശിക്കേണ്ടി വന്നിരുന്നു. അത് അയാളുടെ ജോലിയെ നശിപ്പിച്ചു. അതുകഴിഞ്ഞും അയാളുടെ ജോലിയെപ്പറ്റി അവൾക്ക് എന്തിനേക്കാളും കൂടുതൽ അസൂയ ഉണ്ടായിരുന്നു.

ആ വസന്തത്തിന്റെ അവസാനത്തിലും വേനലിന്റെ തുടക്കത്തിലും സ്കോട്ട് ജോലി ചെയ്യാൻ വേണ്ടി വഴക്കടിച്ചിരുന്നു. പക്ഷേ, അയാൾക്ക് തുടർച്ചയായി ജോലി ചെയ്യാൻ കഴിഞ്ഞിരുന്നില്ല. ഞാൻ അയാളെ കാണുന്ന സമയത്തെല്ലാം അയാൾക്ക് ഉത്സാഹം ഉണ്ടായിരുന്നു. ചിലപ്പോൾ അത് തീവ്രനൈരാശ്യത്തിന്റെ ആഹ്ലാദം ആയിരുന്നു. അയാൾ നല്ല ഫലിതങ്ങൾ പറയുന്ന ഒരു നല്ല കൂട്ടുകാരൻ ആയിരുന്നു. അയാളുടെ സമയം മോശം ആയിരുന്നപ്പോൾ സ്വന്തം ആത്മവിശ്വാസം നഷ്ടപ്പെടാതെ സൂക്ഷിക്കാൻ കഴിഞ്ഞാൽ അയാൾക്ക് എഴുതാൻ പറ്റുമെന്ന് ഞാൻ അയാളെ പറഞ്ഞു മനസ്സിലാക്കാൻ ശ്രമിച്ചിരുന്നു. അയാൾ എഴുതാൻ വേണ്ടി സൃഷ്ടിക്കപ്പെട്ടവനായതുകൊണ്ട് അയാൾ എഴുതുമെന്നും എഴുതാതിരിക്കാനുള്ള ഒരേ ഒരു കാരണം മരണം മാത്രം ആണെന്നും ഞാൻ അയാളോട് ഉറപ്പിച്ചു പറഞ്ഞിരുന്നു. അയാൾ അപ്പോൾ സ്വയം

പരിഹസിക്കും., അയാൾ അങ്ങനെ ചെയ്യുന്നിടത്തോളം കാലം അയാൾ അബദ്ധത്തിൽ ചാടില്ലന്ന് ഞാൻ വിചാരിച്ചിരുന്നു. ഇതിനെല്ലാം ഇടയിൽ അയാൾ ഒരു നല്ല കഥ എഴുതി. 'സമ്പന്നനായ ആൺകുട്ടി.' അയാൾ അതിലും നല്ലത് എഴുതുമെന്ന് എനിക്ക് ഉറപ്പുണ്ടായിരുന്നു. പിന്നീട് അയാൾ അത് തെളിയിച്ചിരുന്നു.

വേനലിൽ ഞങ്ങൾ സ്പെയിനിൽ ആയിരുന്നു. ഞാൻ ഒരു നോവ ലിന്റെ ആദ്യരൂപരേഖ എഴുതാൻ ആരംഭിച്ചിരുന്നു. അത് പൂർത്തിയാക്കി യത് സെപ്തംബറിൽ പാരീസിൽവെച്ച് ആയിരുന്നു. സ്കോട്ടും സെൽഡായും ക്യാപ് ഡി ആന്റി ബിൽ* ഉണ്ടായിരുന്നു. ആ മഴക്കാ ലത്ത് ഞാൻ അയാളെ പാരീസിൽ വെച്ച് കാണുമ്പോൾ അയാൾക്ക് വലിയ വ്യത്യാസം ഉണ്ടായിരുന്നു. റിവേറയിലെപ്പോലെ മദ്യപാനത്തിൽ കുറവ് വരുത്തിയിരുന്നില്ല. അയാൾ ഇപ്പോൾ പകൽസമയങ്ങളിലും രാത്രി കളിലും ഒരുപോലെ മദ്യലഹരിയിൽ ആയിരുന്നു. അയാൾ അയാളെ ക്കാൾ താഴ്ന്നവരോട് അല്ലെങ്കിൽ താഴ്ന്നവരാണെന്ന് അയാൾ കരുതു ന്നവരോട് വളരെ മോശമായി പെരുമാറാൻ ആരംഭിച്ചിരുന്നു. ഇപ്പോൾ ആരെങ്കിലും ജോലി ചെയ്യുന്ന സമയവും ജോലി ചെയ്യാതിരിക്കുന്ന സമ യവും തമ്മിൽ അയാൾക്ക് യാതൊരു വ്യത്യാസവും ഉണ്ടായിരുന്നില്ല. അയാൾ ഇപ്പോൾ പകലെന്നോ രാത്രിയെന്നോ ഇല്ലാതെ കുടിച്ചു ലഹരി പിടിച്ച സമയത്തെല്ലാം നോട്ടർ ഡാം ദിഷോമിലെ 113-ാം നമ്പർ വീട്ടി ലേക്ക് കടന്നുവരും.

ഒരുതവണ അയാൾ അയാളുടെ മകളുമായി തടിയറപ്പുമില്ലിന്റെ ഗേറ്റി ലൂടെ അകത്തു വന്നിരുന്നു- അത് ഇംഗ്ലീഷ് വളർത്തമ്മയുടെ അവധി ദിവസം ആയിരുന്നു. സ്കോട്ടാണ് പെൺകുട്ടിയെ ശ്രദ്ധിച്ചിരുന്നത്. പടി ക്കെട്ടിന്റെ താഴെ എത്തിയപ്പോൾ പെൺകുട്ടി അവൾക്ക് കുളിമുറിയിൽ പോകേണ്ട ആവശ്യം ഉണ്ടെന്ന് അയാളോട് പറഞ്ഞു. സ്കോട്ട് പെൺകു ട്ടിയുടെ വേഷം അഴിച്ചുമാറ്റാൻ ആരംഭിച്ചു. ഞങ്ങളുടെ തൊട്ടുതാഴെ താമ സിച്ചിരുന്ന വീട്ടുടമസ്ഥൻ ഇറങ്ങിവന്ന് പറഞ്ഞു. "സാർ പടിക്കെട്ടിന്റെ ഇടതുവശത്ത് തൊട്ടുമുമ്പിൽ കുളിമുറി ഉണ്ട്."

"ശരി. നിങ്ങൾ ശ്രദ്ധിച്ചില്ലെങ്കിൽ ഞാൻ നിങ്ങളുടെ തലയും അതി നുള്ളിൽ താഴ്ത്തും."

ആ മഴക്കാലത്ത് അയാളെക്കൊണ്ട് വളരെ ബുദ്ധിമുട്ട് ആയിരുന്നു. പക്ഷേ, അയാൾക്ക് ബോധം ഉണ്ടായിരുന്ന സമയത്ത് അയാൾ ഒരു നോവ ലിന്റെ ജോലി ആരംഭിച്ചിരുന്നു. പക്ഷേ, മദ്യലഹരിയിലല്ലാതെ ഞാൻ അയാളെ വളരെ വിരളമായി മാത്രമേ കണ്ടിരുന്നുള്ളൂ. പക്ഷേ, അയാൾ മദ്യലഹരിയിൽ അല്ലാത്ത സമയത്ത് അയാൾക്ക് എപ്പോഴും തെളിഞ്ഞ മുഖഭാവം ആയിരുന്നു. ഇപ്പോഴും അത്തരം സമയങ്ങളിൽ അയാൾ ഫലി തങ്ങൾ പറഞ്ഞിരുന്നു. എന്ന് മാത്രമല്ല ഇപ്പോഴും അയാൾ ഇടയ്ക്കി

---

* ഫ്രാൻസിലെ ഒരു പട്ടണം

ടയ്ക്ക് സ്വയം പരിഹസിച്ചുകൊണ്ട് അയാളെപ്പറ്റി തമാശ പറയാറുണ്ടായിരുന്നു. പക്ഷേ, അയാൾ മദ്യലഹരിയിൽ ആയിരിക്കുമ്പോൾ എന്നെ കാണാൻ വേണ്ടി അയാൾ പതിവായി വന്നിരുന്നു. അയാൾക്ക് എന്റെ ജോലിയിൽ തലയിടുമ്പോൾ സെൽഡായ്ക്ക് അയാളുടെ ജോലിയിൽ തലയിടുമ്പോൾ കിട്ടിയിരുന്ന ആഹ്ലാദത്തിന് തുല്യമായ ആഹ്ലാദം ലഭിക്കുന്നുണ്ടായിരുന്നു. ഇത് വർഷങ്ങളോളം തുടർന്നിരുന്നു. പക്ഷേ, വർഷങ്ങളോളം എനിക്ക് മദ്യലഹരിയിൽ അല്ലാത്ത സ്കോട്ടിനോളം ആത്മാർത്ഥതയുള്ള മറ്റൊരു സുഹൃത്ത് ഉണ്ടായിരുന്നില്ല.

1925 ലെ മഴക്കാലത്ത് അയാൾ അസ്വസ്ഥനായിരുന്നു. കാരണം *ദി സൺ ആൾസോ റൈസസിന്റെ* കൈയെഴുത്തു പ്രതി ഞാൻ അയാളെ കാണിച്ചിരുന്നില്ല. കാണിക്കാതിരിക്കുന്നതിന് പ്രത്യേകം അർത്ഥം ഒന്നും ഇല്ലെന്ന് ഞാൻ അയാളോട് വിശദീകരിച്ചു. ഞാൻ അത് വീണ്ടും വായിച്ച് തെറ്റുതിരുത്തി വീണ്ടും എഴുതുന്നതുവരെ ഞാൻ അത് ഒരാളെപ്പോലും കാണിക്കാൻ ആഗ്രഹിക്കുന്നില്ലെന്ന് അയാളെ പറഞ്ഞു മനസ്സിലാക്കി. ഞങ്ങൾ ഓസ്ട്രിയായിലെ വൊറാൾബർഗ് സംസ്ഥാനത്തിലുള്ള ഷ്രൺസ് പട്ടണത്തിൽ അവിടത്തെ ആദ്യത്തെ മഞ്ഞുവീഴ്ച തുടങ്ങുമ്പോൾ പോകുന്നുണ്ടായിരുന്നു.

ഞാൻ കൈയെഴുത്തു പ്രതിയുടെ ആദ്യപകുതി അവിടെ വെച്ചാണ് തിരുത്തി എഴുതിയിരുന്നത്. ജനുവരിയിൽ ആദ്യപകുതി പൂർത്തിയാക്കിയെന്നാണ് ഞാൻ വിചാരിക്കുന്നത്. ഞാൻ അത് ന്യൂയോർക്കിൽ കൊണ്ടുപോയി. മാക്സ് പെർക്കിൻസി*നെയും സ്ക്രിബിനറേയും** കാണിച്ചതിനുശേഷം ഷ്രൺസിലേക്കു തിരിച്ചുപോയി പുസ്തകത്തിന്റെ തെറ്റുതിരുത്തൽ പൂർത്തിയാക്കി. ഏപ്രിൽ അവസാനം തെറ്റുതിരുത്തി എഴുതിയ കൈയെഴുത്തുപ്രതി സ്ക്രിബിനർക്ക് അയച്ചുകൊടുക്കുന്നതുവരെ സ്കോട്ട് അത് കണ്ടിട്ടുണ്ടായിരുന്നില്ല. ഞാൻ ഒരു കാര്യം ചെയ്തുകഴിയുമ്പോൾ അയാൾ കാണിക്കുന്ന സഹായിക്കാൻ വേണ്ടിയുള്ള അസ്വസ്ഥതയെപറ്റി പറഞ്ഞ് അയാളോടൊപ്പം തമാശ പറഞ്ഞിരുന്നത് എനിക്ക് ഓർമ്മയുണ്ടായിരുന്നു. പക്ഷേ, അതിന്റെ തെറ്റുതിരുത്തി വീണ്ടും എഴുതുന്ന സമയത്ത് ഞാൻ അയാളുടെ സഹായം ആഗ്രഹിച്ചിരുന്നില്ല.

ഞങ്ങൾ വൊറാൾബർഗിൽ താമസിച്ചുകൊണ്ട് ഞാൻ നോവലിന്റെ തെറ്റുതിരുത്തൽ പൂർത്തിയാക്കിയിരുന്ന സമയത്ത് സ്കോട്ടും ഭാര്യയും കുട്ടിയും കൂടി പിറനീസിലെ ഒരു ഒഴിവുകാല പട്ടണത്തിൽ പോകാൻ വേണ്ടി പാരീസ് വിട്ടുപോയിരുന്നു. സെൽഡായ്ക്ക് ആ സമയത്ത് അമിതമായ ഷാംപെയിൻ കുടി സൃഷ്ടിക്കുന്ന വയറുവേദനയുടെ അസുഖം ഉണ്ടായിരുന്നു. അപ്പോൾ അത് വൻകുടലിന്റെ വീക്കമാണെന്ന് തിരിച്ചറിഞ്ഞിരുന്നു. സ്കോട്ട് കുടിച്ചിരുന്നില്ല. അയാൾ ജോലി ചെയ്യാൻ തുടങ്ങി

---

* അമേരിക്കൻ എഡിറ്റർ.

** അമേരിക്കൻ പുസ്തക പ്രസാധകൻ

യിരുന്നു. ഞങ്ങൾ ജൂണിൽ ജുവാൻ ലെസ് പിൻസിൽ ചെല്ലണമെന്ന് അയാൾ ആഗ്രഹിച്ചിരുന്നു. അവർ ഞങ്ങൾക്ക് ചെലവു കുറഞ്ഞ ഒരു ബംഗ്ലാവ് കണ്ടെത്തിത്തരും. ഈ പ്രാവശ്യം അയാൾ കുടിക്കാൻ പോകുന്നില്ല. ഈ പ്രാവശ്യം അത് പഴയ നല്ല ദിവസങ്ങൾപോലെ ആയിരിക്കും. ഞങ്ങൾ നീന്തും. വെയിലത്ത് കിടക്കും. ഉച്ചഭക്ഷണത്തിനും അത്താഴത്തിനും മുമ്പ് ഒരളവ് മദ്യം മാത്രം കഴിക്കും. സെൽഡാ വീണ്ടും ആരോഗ്യവതിയായി മാറി. അയാളുടെ നോവൽ അത്ഭുതകരമായ രീതിയിൽ മുന്നേറിക്കൊണ്ടിരുന്നു. *ദി ഗ്രേറ്റ് ഗാറ്റ്സ്ബി* നാടകമാക്കിയതിന്റെ പണം അയാൾക്ക് വന്നുകൊണ്ടിരുന്നു. അതിന് നല്ല പ്രചാരം ലഭിച്ചിരുന്നു. അത് സിനിമകൾക്ക് വേണ്ടി വില്ക്കപ്പെടും. അയാൾക്ക് വേവലാതികൾ ഒന്നും ഉണ്ടായിരുന്നില്ല. സെൽഡാ സന്തോഷത്തിൽ ആയിരുന്നു. എല്ലാ കാര്യങ്ങൾക്കും ഒരു ചിട്ട ഉണ്ടാകാൻ പോകുകയായിരുന്നു.

ഞാൻ തനിച്ച് മേയ് മാസത്തിൽ ജോലി സംബന്ധമായി മാഡ്രിഡിൽ* ആയിരുന്നു. പണം വിവേകശൂന്യമായി ചെലവാക്കിയതുകൊണ്ട് എന്റെ കൈയിൽ പണം ഉണ്ടായിരുന്നില്ല. ബെയോണിൽനിന്ന് ജുവാൻ ലസ് പെൻസിലേക്ക് ഞാൻ സഞ്ചരിച്ചത് ട്രെയിനിന്റെ മൂന്നാം ക്ലാസിൽ ആയിരുന്നു. ഫ്രാൻസിന്റെയും സ്പെയിനിന്റെയും അതിർത്തിയിലുള്ള ഹെൻഡെയിലാണ് ഞാൻ അവസാനമായി ഭക്ഷണം കഴിച്ചിരുന്നത്. അത് ഒരു നല്ല ബംഗ്ലാവ് ആയിരുന്നു.സ്കോട്ടിനും അതിന് സമീപത്തായി ഒരു നല്ല വീട് ഉണ്ടായിരുന്നു. ഞാൻ ആ ബംഗ്ലാവ് മനോഹരമായി നടത്തിയിരുന്ന എന്റെ ഭാര്യയേയും ഞങ്ങളുടെ കൂട്ടുകാരേയും അവിടെ കണ്ടതിൽ വളരെ സന്തോഷിച്ചിരുന്നു. എന്നുമാത്രമല്ല ഉച്ചഭക്ഷണത്തിന് മുമ്പുള്ള ഒരേ ഒരളവ് മദ്യം വളരെ മെച്ചപ്പെട്ട കാര്യം ആയിരുന്നു. അതിനുശേഷവും ഞങ്ങൾ അനവധി അളവ് മദ്യം കഴിച്ചിരുന്നു. ആ രാത്രിയിൽ ഞങ്ങളെ സ്വാഗതം ചെയ്യാൻ വേണ്ടി ഒരു ചെറിയ വിരുന്ന് ഉണ്ടായിരുന്നു. ബംഗ്ലാവിൽ താമസിച്ചിരുന്നത് മക്‌ലീഷ്, മർഫി, ഫിറ്റ്സ് ഗാർഡ് എന്നിവരും അവരുടെ വീട്ടുകാരും ഞങ്ങളും കൂടി ആയിരുന്നു. ഒരാളും ഷാംപെയിനിനേക്കാൾ ശക്തിയുള്ള ഒരു കാര്യവും കുടിച്ചിരുന്നില്ല. അത് പ്രസന്നമായ ഒരു സ്ഥലം ആയിരുന്നു. അവിടെ തീർച്ചയായും ഏകാന്തത ഒഴിച്ച് ഒരു മനുഷ്യന് എഴുതാൻ ആവശ്യമുള്ള എല്ലാ കാര്യങ്ങളും ലഭിക്കാൻ പോകുകയായിരുന്നു.

സെൽഡാ വളരെ സുന്ദരി ആയിരുന്നു. അവളുടെ തലമുടിക്ക് ഒരു സുന്ദരമായ സ്വർണ്ണ നിറം ആയിരുന്നു. അവൾ വളരെ സൗഹൃദഭാവത്തിൽ ആയിരുന്നു. അവളുടെ അത്യാർത്തി പിടിച്ച കണ്ണുകൾക്ക് വളരെ തെളിച്ചവും ശാന്തതയും ഉണ്ടായിരുന്നു. അവൾ മുന്നോട്ടു കുനിഞ്ഞിരുന്ന് അവളുടെ വലിയ രഹസ്യം എന്നോടു പറഞ്ഞപ്പോൾ അവസാനം

* സ്പെയിനിന്റെ തലസ്ഥാനം

എല്ലാ കാര്യങ്ങളും ശരിയായിരുന്നെന്നും എല്ലാം നല്ല രീതിയിൽ പരിണമിക്കുമെന്നും ഞാൻ മനസ്സിലാക്കിയിരുന്നു. അവൾ പറഞ്ഞു. "ഏണസ്റ്റ്, എൽ ജോൾസൺ* ജീസസിനേക്കാൾ മഹാനാണെന്ന് നിങ്ങൾ വിചാരിക്കുന്നില്ലേ?"

ആ സമയത്ത് ആരും അതിനെപ്പറ്റി ഒരുകാര്യം ആലോചിച്ചിരുന്നില്ല. അത് അത്യാർത്തിയുള്ളവർ ഒരു പക്ഷേ, ഒരു മനുഷ്യനുമായി എന്തെങ്കിലും കാര്യം പങ്കുവെക്കാൻ ഇടയായതുപോലെ സെൽഡാ അവളുടെ രഹസ്യം എന്നോട് പറഞ്ഞതുമാത്രം ആയിരുന്നു. പക്ഷേ, അത്യാർത്തിക്കാർ പങ്കുവെക്കുന്നില്ല. അവൾക്ക് ഭ്രാന്ത് ആയിരുന്നെന്ന് അറിഞ്ഞുകഴിയുന്നതുവരെ സ്കോട്ട് കൂടുതലായി നല്ലതൊന്നും എഴുതിയിരുന്നില്ല.

* അമേരിക്കൻ ഗായകൻ, നടൻ

അളവുകളുടെ ഒരു കാര്യം

സെൽഡായ്ക്ക് ആദ്യത്തെ മാനസികത്തകർച്ച എന്ന് അന്ന് വിളിക്കപ്പെട്ടിരുന്ന സംഭവം നടന്ന് വളരെക്കാലത്തിനുശേഷം ഞങ്ങൾ ഒരേ സമയം പാരീസിൽ ഉണ്ടാകാൻ ഇടയായിരുന്നു. അന്ന് സ്കോട്ട് ജാക്കോബ്തെരുവും വിശുദ്ധരുടെ തെരുവും ഒന്നിക്കുന്ന മൂലയിലുള്ള മിഷോ ഹോട്ടലിൽ നിന്ന് അയാളുടെ കൂടെ ഉച്ചഭക്ഷണം കഴിക്കാമെന്ന് എന്നോട് പറഞ്ഞു. ഈ ലോകത്തുള്ള എന്തിനേക്കാളും അയാൾക്ക് പ്രാധാന്യം ഉള്ള ഒരു കാര്യം എന്നോട് ചോദിക്കാനുണ്ടെന്ന് അയാൾ പറഞ്ഞു. ഞാൻ നിശ്ചയമായും പൂർണ്ണ സത്യസന്ധതയോടെ അതിന് മറുപടി പറയണമെന്നും അയാൾ കൂട്ടിച്ചേർത്തു. എനിക്ക് ചെയ്യാവുന്നതിന്റെ പരമാവധി ചെയ്യാമെന്ന് ഞാൻ മറുപടിയും പറഞ്ഞു. അയാൾ എപ്പോഴാണ് എന്നോട് പൂർണ്ണമായും സത്യസന്ധതയുള്ള കാര്യം പറയാൻ ആവശ്യപ്പെടുന്നത്? അത് വളരെ ബുദ്ധിമുട്ട് ആണെന്നും ഞാൻ പരിശ്രമിക്കാമെന്നും ഉള്ള എന്റെ മറുപടി അയാളെ ദേഷ്യം പിടിപ്പിക്കും. പലപ്പോഴും അത് പറയുമ്പോൾ അല്ല അയാൾക്ക് ദേഷ്യം വന്നിരുന്നത്. പക്ഷേ, പിന്നീട് അയാൾക്ക് ദേഷ്യം വരും. ചിലപ്പോൾ അതിന്റെ മുകളിൽ അടയിരുന്ന് വളരെക്കാലത്തിനുശേഷവും അയാൾക്ക് ദേഷ്യം വരും. എന്റെ വാക്കുകൾ അപ്പോൾ നശിപ്പിക്കപ്പെടേണ്ട ഏതോ ഒരു കാര്യമായി മാറും. കഴിയുമെങ്കിൽ ഞാനും ആ വാക്കുകൾക്കൊപ്പം നശിപ്പിക്കപ്പെടണം.

അയാൾ ഉച്ചഭക്ഷണത്തിനൊപ്പം വീഞ്ഞ് കുടിച്ചിരുന്നു. പക്ഷേ, അത് അയാളെ ബാധിച്ചിരുന്നില്ല. അയാൾ ഉച്ചഭക്ഷണത്തിനുള്ള തയ്യാറെടുപ്പ് ഭക്ഷണത്തിനുമുമ്പ് നടത്തിയിരുന്നില്ല. ഞങ്ങൾ ഞങ്ങളുടെ ജോലിയെ പറ്റിയും അയാൾ എന്നോട് അറിയണമെന്ന് ആവശ്യപ്പെട്ടിരുന്ന ആളുകളെപ്പറ്റിയും വളരെക്കാലമായി ഞങ്ങൾ കണ്ടിട്ടില്ലാത്ത ആളുകളെപ്പറ്റിയും

സംസാരിച്ചിരുന്നു. അയാൾ നല്ലതെന്തോ എഴുതിക്കൊണ്ടിരിക്കുകയാണെന്നും അതിൽ പല കാര്യങ്ങൾകൊണ്ടും അയാൾക്ക് വലിയ ബുദ്ധിമുട്ട് ഉണ്ടായിരുന്നെന്നും എനിക്ക് അറിയാമായിരുന്നു. പക്ഷേ, അയാൾ സംസാരിക്കാൻ ആഗ്രഹിച്ചിരുന്നത് അതിനെപ്പറ്റി ആയിരുന്നില്ല. ഞാൻ പരിപൂർണ്ണ സത്യം മറുപടിയായി പറയേണ്ടി വരുന്ന കാര്യം പുറത്തുവരാൻ വേണ്ടി കാത്തിരുന്നു. പക്ഷേ, ഞങ്ങൾ ഒരു തൊഴിൽപരമായ വിരുന്നിലാണ് പങ്കെടുക്കുന്നതെന്ന മട്ടിൽ അയാൾ ഭക്ഷണം കഴിയുന്നതുവരെ അത് പുറത്തുപറഞ്ഞില്ല.

അവസാനം ഞങ്ങൾ ചെറിപ്പഴത്തിന്റെ അടയും വീഞ്ഞിന്റെ അവസാനത്തെ ഗ്ലാസും കഴിച്ചുകൊണ്ടിരിക്കുമ്പോൾ അയാൾ പറഞ്ഞു "ഞാൻ സെൽഡായുടെ കൂടെ അല്ലാതെ മറ്റ് ഏതെങ്കിലും ഒരാളുടെ കൂടെ ഉറങ്ങിയിട്ടില്ലെന്ന് നിങ്ങൾക്ക് അറിയില്ലേ?"

"ഇല്ല. എനിക്ക് അറിയില്ല."

"ഞാൻ നിങ്ങളോട് പറഞ്ഞിട്ടുണ്ടെന്നാണ് വിചാരിച്ചിരുന്നത്."

"ഇല്ല. നിങ്ങൾ എന്നോട് ധാരാളം കാര്യങ്ങൾ പറഞ്ഞിരുന്നു. പക്ഷേ, ഇത് പറഞ്ഞിട്ടില്ല."

"അതിനെപ്പറ്റിയാണ് എനിക്ക് നിങ്ങളോട് ചോദിക്കാനുള്ളത്."

"അതുകൊള്ളാം. പറഞ്ഞുവന്നത് പൂർത്തിയാക്കൂ."

"എന്നെ നിർമ്മിച്ചിരിക്കുന്ന രീതികൊണ്ട് എനിക്ക് ഒരിക്കലും സ്ത്രീയെ സന്തോഷിപ്പിക്കാൻ കഴിയില്ലെന്നാണ് സെൽഡാ പറയുന്നത്. അതാണ് അവളെ ഒന്നാമതായി താറുമാറാക്കുന്നതെന്നാണ് അവൾ പറയുന്നത്. അത് അളവുകളുടെ ഒരു കാര്യം ആയിരുന്നെന്ന് അവൾ പറഞ്ഞു. അവൾ അത് പറഞ്ഞതിനുശേഷം എനിക്ക് മുമ്പുണ്ടായിരുന്ന അനുഭൂതി ഒരിക്കലും ഉണ്ടായിട്ടില്ല. എനിക്ക് അതിന്റെ സത്യം അറിയണം."

"ഓഫീസിലേക്ക് വരണം."

"എവിടെയാണ് ഓഫീസ്?"

"പുരുഷന്മാരുടെ സ്ഥലം." ഞാൻ പറഞ്ഞു.

ഞങ്ങൾ മുറിക്കുള്ളിൽ തിരിച്ചുവന്ന് വീണ്ടും ഞങ്ങൾ ഇരുന്നിരുന്ന മേശയുടെ അടുത്തിരുന്നു.

"നിങ്ങൾ കൃത്യമായ ചാതുര്യത്തോടെ നിർമ്മിക്കപ്പെട്ടവൻ ആണ്." ഞാൻ പറഞ്ഞു. "നിങ്ങൾക്ക് തെറ്റ് ഒന്നും ഇല്ല." നിങ്ങൾ മുകളിൽ നിന്ന് നോക്കുമ്പോൾ ആനുപാതികമായി ചെറുതായി തോന്നും. കുംഭഗോപുരത്തിൽ പോയി അവിടത്തെ പ്രതിമകളിലെ മനുഷ്യരെ പരിശോധിക്കണം. അതിനുശേഷം വീട്ടിൽപോയി കണ്ണാടിയിൽ നിങ്ങളുടെ രൂപം നോക്കണം."

"ആ പ്രതിമകൾ കൃത്യമായിരിക്കണമെന്നില്ല."

"അവ വേണ്ടത്ര തൃപ്തികരമാണ്. കൂടുതൽ ആളുകളും അതിൽ തൃപ്തരാണ്."

"പക്ഷേ, അവൾ എന്തുകൊണ്ടാണ് ഇങ്ങനെ പറഞ്ഞത്?"

"നിങ്ങളെ തോല്പിക്കാൻ. അത് ആളുകളെ തോല്പിക്കാനുള്ള ഏറ്റവും പഴയ മാർഗ്ഗമാണ്. സ്കോട്ട് എന്നോട് സത്യം പറയാൻ ആവശ്യപ്പെട്ടിരുന്നു. എനിക്ക് നിങ്ങളോട് വളരെ കൂടുതൽ കാര്യങ്ങൾ പറയാൻ കഴിയും. പക്ഷേ, ഇതാണ് നിങ്ങൾക്ക് ആവശ്യം ഉള്ള പരമമായ സത്യം" ഞാൻ പറഞ്ഞു. "നിങ്ങൾക്ക് ഒരു ഡോക്ടറെ കാണാൻ പോകാമായിരുന്നു."

"എനിക്ക് അത് വേണ്ട. നിങ്ങൾ എന്നോട് സത്യം പറയണമെന്നാണ് ഞാൻ ആഗ്രഹിച്ചത്."

"ഇപ്പോൾ നിങ്ങൾ എന്നെ വിശ്വസിക്കുന്നുണ്ടോ?"

"എനിക്ക് അറിയില്ല." അയാൾ പറഞ്ഞു.

"കുംഭഗോപുരത്തിലേക്ക് പോകാം." ഞാൻ പറഞ്ഞു.

"അത് നദിയുടെ മറുവശത്തുള്ള തെരുവിന്റെ അറ്റത്താണ്."

ഞങ്ങൾ കുംഭഗോപുരത്തിലേക്ക് പോയി. അയാൾ പ്രതിമകളെ പരിശോധിച്ചു. പക്ഷേ, അതിനുശേഷവും അയാൾക്ക് അയാളെപ്പറ്റി സംശയം ഉണ്ടായിരുന്നു.

"അത് അടിസ്ഥാനപരമായി വിശ്രമത്തിലുള്ള വലിപ്പത്തിന്റെ പ്രശ്നം ആയിരുന്നില്ല. അത് മാറ്റപ്പെടുന്ന വലിപ്പത്തിന്റെ പ്രശ്നം ആയിരുന്നു. അത് കോണിന്റെ കൂടി പ്രശ്നമാണ്." ഞാൻ അയാളോട് ഒരു തലണയും മറ്റ് ചില സാധനങ്ങളും ഉപയോഗിക്കുന്നതിനെപ്പറ്റി വിശദീകരിച്ചുകൊടുത്തിരുന്നു. അത് അറിഞ്ഞിരിക്കുന്നത് ഒരുപക്ഷേ, അയാൾക്ക് പ്രയോജനകരം ആയിരിക്കാം.

"ഒരു പെൺകുട്ടി ഉണ്ട്." അയാൾ പറഞ്ഞു. "അവൾക്ക് എന്നോട് വളരെ അനുകമ്പ ഉണ്ട്. പക്ഷേ, സെൽഡാ ഇങ്ങനെ പറഞ്ഞതിനുശേഷം-."

"സെൽഡാ പറഞ്ഞത് മറന്നുകളയണം." ഞാൻ അയാളോട് പറഞ്ഞു. "സെൽഡായ്ക്ക് കിറുക്കാണ്. നിങ്ങൾക്ക് കുഴപ്പം ഒന്നുമില്ല. ആത്മവിശ്വാസം വേണം. പെൺകുട്ടിയുടെ ആഗ്രഹം എന്താണോ അത് ചെയ്യണം."

"നിങ്ങൾക്ക് സെൽഡായെപ്പറ്റി ഒന്നും അറിയില്ല."

"ശരി." ഞാൻ പറഞ്ഞു. "അത് അങ്ങനെ നില്ക്കട്ടെ. പക്ഷേ, നിങ്ങൾ ഉച്ചഭക്ഷണത്തിന് വന്നത് എന്നോട് ഒരു ചോദ്യം ചോദിക്കാൻ ആയിരുന്നു. അതുകഴിഞ്ഞ് ഞാൻ അതിന് സത്യസന്ധമായ മറുപടി പറയാൻ ശ്രമിച്ചു."

പക്ഷേ, അയാൾക്ക് ഇപ്പോഴും സംശയം ഉണ്ടായിരുന്നു.

"നമുക്ക് പോയി ചില ചിത്രങ്ങൾ കാണാം അല്ലേ?" ഞാൻ ചോദിച്ചു. "ഇവിടെയുള്ള മോണാലിസാ അല്ലാതെ മറ്റ് ഏതെങ്കിലും ചിത്രം എന്നെങ്കിലും കണ്ടിട്ടുണ്ടോ?"

"ഞാൻ ചിത്രങ്ങൾ കാണാനുള്ള മാനസികാവസ്ഥയിൽ അല്ല." അയാൾ പറഞ്ഞു. "ഞാൻ ചിലരോട് റിറ്റ്സ് ബാറിൽ വെച്ച് കണ്ടുമുട്ടാ

മെന്ന് വാക്കുപറഞ്ഞിട്ടുണ്ട്."

രണ്ടാം ലോകയുദ്ധം അവസാനിച്ച് വളരെക്കാലത്തിനു ശേഷം സ്കോട്ട് പാരീസിൽ ഉണ്ടായിരുന്ന സമയത്തെ ഫ്രഞ്ച് പട്ടാളക്കാരനും ഇപ്പോഴത്തെ ബാറിന്റെ മുഖ്യനുമായ ജോർജസ് പല വർഷങ്ങൾക്കു ശേഷം റിറ്റ്സ് ബാറിൽവെച്ച് എന്നോട് ചോദിച്ചു. "പാപ്പാ, എല്ലാവരും എന്നോട് അന്വേഷിച്ചുകൊണ്ടിരിക്കുന്ന മിസ്റ്റർ ഫിറ്റ്സ് ജെറാൾഡ് ആരായിരുന്നു."

"നിങ്ങൾക്ക് അയാളെ അറിയില്ലേ?"

"ഇല്ല. ആ സമയത്തുള്ള എല്ലാവരേയും എനിക്ക് ഓർമ്മയുണ്ട്. പക്ഷേ, അവർ ഇപ്പോൾ അയാളെപ്പറ്റി മാത്രമാണ് ചോദിക്കുന്നത്?"

"നിങ്ങൾ അവരോട് എന്താണ് പറയുന്നത്?"

"അവർക്ക് ഇഷ്ടം തോന്നുന്ന എന്ത് കാര്യവും കേൾക്കാൻ അവർക്ക് താല്പര്യം ഉണ്ട്. പക്ഷേ, അയാൾ ആരായിരുന്നെന്ന് എന്നോട് പറയില്ലേ?"

"അയാൾ ഇരുപതുകളുടെ തുടക്കത്തിലെ ഒരു അമേരിക്കൻ എഴുത്തുകാരൻ ആയിരുന്നു. പിന്നീട് അയാൾ കുറച്ചുകാലം പാരീസിലും വിദേശങ്ങളിലും താമസിച്ചിട്ടുണ്ട്."

"പക്ഷേ, ഞാൻ എന്താണ് അയാളെ ഓർമ്മിക്കാത്തത്? അയാൾ ഒരു നല്ല എഴുത്തുകാരൻ ആയിരുന്നോ?"

"അയാൾ വളരെ നല്ല രണ്ട് പുസ്തകങ്ങൾ എഴുതിയിരുന്നു. ഒരു പുസ്തകം എഴുതിത്തീർത്തിരുന്നില്ല. അയാളുടെ എഴുത്തിനെപ്പറ്റി നല്ല വണ്ണം അറിയുന്നവർ പറയുന്നത് അത് ഒരു വളരെ നല്ല പുസ്തകം ആകുമായിരുന്നെന്നാണ്. അയാൾ ചില നല്ല കഥകളും എഴുതിയിരുന്നു."

"അയാൾ ഈ ബാറിൽ മുറയ്ക്ക് വരുമായിരുന്നോ?"

"ഞാൻ അങ്ങനെ വിശ്വസിക്കുന്നു."

"പക്ഷേ, ഇരുപതുകളുടെ തുടക്കത്തിൽ നിങ്ങൾ ഈ ബാറിൽ വരാറുണ്ടായിരുന്നില്ല. അന്ന് നിങ്ങൾക്ക് പണം ഇല്ലായിരുന്നെന്ന് എനിക്ക് അറിയാം. നിങ്ങൾ മറ്റൊരു സ്ഥലത്താണ് താമസിച്ചിരുന്നത്."

"എനിക്ക് പണം ഉണ്ടായിരുന്നപ്പോൾ ഞാൻ പോയിരുന്നത് ക്രിലോണിൽ ആയിരുന്നു."

"അതും എനിക്ക് അറിയാം. നമ്മൾ ആദ്യം കണ്ടത് എനിക്ക് നല്ല പോലെ ഓർമ്മയുണ്ട്."

"എനിക്കും ഓർമ്മയുണ്ട്."

"എനിക്ക് അയാളെ ഓർമ്മയില്ലാത്തത് വലിയ അത്ഭുതമാണ്." ജോർജസ് പറഞ്ഞു.

"അന്നത്തെ ആളുകൾ എല്ലാം മരിച്ചുപോയി."

"മരിച്ചുപോയതുകൊണ്ട് ഒരാൾ ആളുകളെ മറക്കാറില്ല. ആളുകൾ എന്നോട് അയാളെപ്പറ്റി ചോദിച്ചുകൊണ്ടിരിക്കുകയാണ്."

"നിങ്ങൾ നിശ്ചയമായും അയാളെപ്പറ്റി എന്നെ ഓർമ്മിപ്പിക്കാൻ

പറ്റുന്ന എന്തെങ്കിലും കാര്യം എന്നോട് പറയണം."

"ഞാൻ പറയാം."

"നിങ്ങളും ബിക്സൻ പ്രഭുവും കൂടി ഒരു രാത്രിയിൽ വന്നുകയറിയത് എനിക്ക് ഓർമ്മയുണ്ട്. അത് ഏത് വർഷത്തിൽ ആയിരുന്നു?"

"അയാളും മരിച്ചു."

"ശരിയാണ്. പക്ഷേ, ഒരാൾ അയാളെ മറക്കില്ല. ഞാൻ ഉദ്ദേശിച്ചത് നിങ്ങൾക്ക് മനസ്സിലായില്ലേ?"

"അയാളുടെ ആദ്യത്തെ ഭാര്യ വളരെ മനോഹരമായി എഴുതിയിരുന്നു." ഞാൻ പറഞ്ഞു.

"ഞാൻ വായിച്ചിട്ടുള്ളതിൽ ആഫ്രിക്കയെപ്പറ്റിയുള്ള ഏറ്റവും നല്ല പുസ്തകം എഴുതിയത് അവളായിരുന്നു. സാമുവൽ ബേക്കറിന്റെ *അബിസീനിയായുടെ നൈൽ പോഷകനദികൾ*, എന്ന പുസ്തകം ഒഴിച്ച് നിർത്തിയാൽ - നിങ്ങൾക്ക് ഇപ്പോൾ എഴുത്തുകാരിൽ താല്പര്യം ഉള്ളതുകൊണ്ട് അത് നിങ്ങൾക്ക് ഓർമ്മയിൽ സൂക്ഷിക്കാം."

"നല്ല കാര്യം" ജോർജസ് പറഞ്ഞു.

"പ്രഭു നിങ്ങൾക്ക് മറക്കാൻ പറ്റുന്ന ഒരാൾ ആയിരുന്നില്ല. എന്തായിരുന്നു അയാളുടെ പുസ്തകത്തിന്റെ പേര്?"

ആഫ്രിക്കയ്ക്ക് പുറത്ത്. ഞാൻ പറഞ്ഞു. "ബ്ലിക്കിക്ക് എപ്പോഴും അയാളുടെ ആദ്യത്തെ ഭാര്യയുടെ എഴുത്തിനെപ്പറ്റി വളരെ അഭിമാനം ഉണ്ടായിരുന്നു. പക്ഷേ, അവൾ ആ പുസ്തകം എഴുതുന്നതിന് വളരെ മുമ്പുതന്നെ ഞങ്ങൾ തമ്മിൽ പരിചയം ഉണ്ടായിരുന്നു."

"പക്ഷേ, അവർ എന്നോട് ചോദിച്ചു കൊണ്ടിരിക്കുന്നത് മിസ്റ്റർ ഫിറ്റ്സ് ജറാൾഡിനെ പറ്റി ആണ്."

"അയാൾ ഉണ്ടായിരുന്നത് ഫ്രാങ്കിന്റെ സമയത്ത് ആയിരുന്നു."

"ശരിയാണ്. പക്ഷേ, ഞാൻ ഒരു പട്ടാളക്കാരൻ ആയിരുന്നു. ഒരു പട്ടാളക്കാരൻ എന്താണെന്ന് നിങ്ങൾക്ക് അറിയാം."

"പാരീസിലെ ആദ്യകാല ദിവസങ്ങളെപ്പറ്റി ഞാൻ എഴുതാൻ പോകുന്ന പുസ്തകത്തിൽ ഞാൻ അയാളെപ്പറ്റി ചില കാര്യങ്ങൾ എഴുതാൻ പോകുകയാണ്. ഞാൻ അത് എഴുതുമെന്ന് സ്വയം വാക്കുകൊടുത്തിട്ടുണ്ട്."

"നല്ല കാര്യം" ജോർജസ് പറഞ്ഞു.

"ഞാൻ ആദ്യമായി അയാളെ കണ്ടുമുട്ടുന്ന സമയത്തുള്ള കൃത്യമായ ഓർമ്മകൾക്ക് അനുസരിച്ച് ഞാൻ അയാളെപ്പറ്റി എഴുതും."

"നല്ല കാര്യം" ജോർജസ് പറഞ്ഞു. "അപ്പോൾ അയാൾ ഇവിടെ വന്നിട്ടുണ്ടെങ്കിൽ എനിക്ക് അയാളെ ഓർക്കാൻ പറ്റും. എന്തായാലും ഒരാൾക്ക് ആളുകളെ മറക്കാൻ പറ്റില്ല."

"സഞ്ചാരികൾ ആണെങ്കിൽ?"

"സ്വാഭാവികമായും മറന്നുപോകും. പക്ഷേ, അയാൾ ഇവിടെ ധാരാളം വന്നിരുന്നെന്നാണ് നിങ്ങൾ പറയുന്നത്."

"ഇവിടം അയാൾക്ക് വലിയ ഇഷ്ടമായിരുന്നു."

"നിങ്ങൾ അയാളെപ്പറ്റി നിങ്ങൾക്ക് ഓർമ്മയുള്ളതുപോലെ എഴുതണം. അപ്പോൾ അയാൾ ഇവിടെ വന്നിട്ടുണ്ടെങ്കിൽ എനിക്ക് അയാളെ ഓർമ്മിക്കാൻ പറ്റും."

"നമുക്ക് നോക്കാം." ഞാൻ പറഞ്ഞു.

പാരീസിന് ഒരിക്കലും സമാപ്തി ഇല്ല

രണ്ടുപേർ മാത്രം ഉണ്ടായിരുന്ന ഞങ്ങൾ മൂന്നുപേരായി മാറിയിരുന്നപ്പോൾ മഞ്ഞുകാലത്ത് പാരീസിൽനിന്നും ഞങ്ങളെ ഓടിച്ച് പുറത്താക്കിയത് അവിടത്തെ തണുപ്പായിരുന്നു. തണുപ്പ് പരിചയിച്ചുകഴിയുമ്പോൾ നിങ്ങൾക്ക് അവിടെ തനിച്ചു ജീവിക്കാൻ പ്രശ്നം ഒന്നും ഉണ്ടായിരുന്നില്ല. ലഘുഭക്ഷണശാലയ്ക്കുള്ളിൽ സാവധാനം ചൂട് പടരുന്ന സമയത്ത് വെയിറ്ററന്മാർ കട തൂത്തുവാരി വൃത്തിയാക്കുകയായിരിക്കും. ആ സമയത്ത് ഒരു എക്സ്പ്രസോകാപ്പിയുടെ ബലത്തിൽ എനിക്ക് കടയിലിരുന്ന് എഴുതാൻ വേണ്ടി അവിടെ പോകാൻ കഴിയുമായിരുന്നു. എന്റെ ഭാര്യക്ക് ഒരു സ്വറ്റർ മാത്രം ധരിച്ചുകൊണ്ട് പിയാനോയിൽ ജോലി ചെയ്യാൻ വേണ്ടി തണുപ്പുള്ള ഒരു സ്ഥലത്ത് പോകാനും അവിടെനിന്ന് ബംബിയെ താലോലിക്കാൻ വേണ്ടി വീട്ടിൽ തിരിച്ചെത്താനും കഴിഞ്ഞിരുന്നു. ചുറ്റും നടക്കുന്ന കാര്യങ്ങൾ ശ്രദ്ധിച്ചുകൊണ്ട് ഒരിക്കലും കരയാതെ കിടക്കുന്ന ഒരു കുട്ടി ആണെങ്കിൽപ്പോലും തണുപ്പുകാലത്ത് ഒരു ചെറിയകുട്ടിയെ ലഘുഭക്ഷണശാലയിൽ കൊണ്ടുപോകുന്നത് ഒരു തെറ്റ് ആയിരുന്നു. ആ കാലത്ത് അവിടെ കുട്ടികളെ പരിചരിക്കുന്നവർ ഉണ്ടായിരുന്നില്ല. ബംബി അവന്റെ സ്നേഹമുള്ള എഫ് പുസ് എന്ന പൂച്ചയോടൊപ്പം അവന്റെ ഉയരമുള്ള കൂട്ടിനുള്ളിൽ സന്തോഷത്തോടെ താമസിക്കും. ഒരു പൂച്ചയോടൊപ്പം ഒരു കുട്ടിയെ കിടത്തിയിട്ടുപോകുന്നത് അപകടം ആണെന്ന് പറയുന്നവർ ഉണ്ടായിരുന്നു. മുൻവിധിയുടെ അടിസ്ഥാനത്തിൽ സംസാരിക്കുന്ന വിവരം തീരെ ഇല്ലാത്തവർ കുട്ടിയുടെ ശ്വാസം പൂച്ചവലിച്ചെടുക്കുമെന്നും അതിനെ കൊന്നുകളയുമെന്നും പറഞ്ഞിരുന്നു. മറ്റുള്ളവർ പൂച്ച കുട്ടിയുടെ പുറത്തു കയറിക്കിടന്നിട്ട് കുട്ടിക്ക് ശ്വാസം മുട്ടും എന്ന് പറഞ്ഞിരുന്നു. എഫ് പുസ് ഉയരം ഉള്ള കൂട്ടിലെ കിടക്ക

യിൽ കിടന്നുകൊണ്ട് ഞങ്ങൾ പുറത്തുപോയിരുന്ന സമയത്തും വീട്ടുജോലിക്കാരി മറീ പുറത്തുപോകുന്ന സമയത്തും അവന്റെ വലിയ മഞ്ഞക്കണ്ണുകൾ കൊണ്ട് മുറിയുടെ വാതിൽ ശ്രദ്ധിക്കും. വാതിൽ തുറന്ന് ഒരാളും ബംബിയുടെ അടുത്തുവരാൻ എഫ് പുസ് അനുവദിച്ചിരുന്നില്ല. കുട്ടിയെ പരിപാലിക്കുന്നവരുടെ ആവശ്യം ഉണ്ടായിരുന്നില്ല. എഫ് പുസ് കുട്ടിയെ പരിപാലിക്കുന്നവരുടെ കൂട്ടത്തിൽ ഒരാൾ ആയിരുന്നു.

പക്ഷേ, നിങ്ങൾക്ക് പണം ഇല്ലാതിരിക്കുമ്പോൾ ഒരു കുട്ടിയോടൊപ്പം പാരീസിൽ താമസിക്കുന്നത് വളരെ പ്രാകൃതമായ കാര്യം ആയിരുന്നു. എല്ലാ പത്രപ്രവർത്തനങ്ങളും ഉപേക്ഷിച്ച് കാനഡയിൽനിന്ന് തിരിച്ചെത്തി കഥകൾ ഒന്നുംതന്നെ വില്ക്കാൻ കഴിയാതിരിക്കുമ്പോൾ ഞങ്ങളുടെ കൈവശം യഥാർത്ഥത്തിൽ പണം ഉണ്ടായിരുന്നില്ല. മൂന്നുമാസം മാത്രം പ്രായമുള്ളപ്പോൾ മിസ്റ്റർ ബംബി ഒരു ചെറിയ ആവിക്കപ്പലിൽ പന്ത്രണ്ട് ദിവസം കൊണ്ട് ഹാലിഫാക്സ് വഴി ജനുവരിയിൽ വടക്കേ അറ്റ്ലാന്റിക് കുറുകെകടന്നിരുന്നു. യാത്രയ്ക്കിടയിൽ അയാൾ ഒരിക്കലും കരഞ്ഞിരുന്നില്ല. ശ്രമിച്ചാലും അയാൾക്ക് താഴെ വീഴാൻ കഴിയാത്ത തരത്തിൽ മേല്ക്കൂരയുള്ള ഒരു അഴിക്കട്ടിലിന്റെ വേലിക്കുള്ളിൽ അയാളെ അകപ്പെടുത്തുന്ന സമയത്ത് ബംബി സന്തോഷത്തോടെ പൊട്ടിച്ചിരിച്ചിരുന്നു. പക്ഷേ, പാരീസിൽ അയാൾക്ക് സഹിക്കാൻപറ്റാത്ത തണുപ്പായിരുന്നു.

ഞങ്ങൾ ഓസ്ട്രിയായിലെ വൊറാൾബർഗ് സംസ്ഥാനത്തിലുള്ള ഷ്രൺസ് പട്ടണത്തിലേക്ക് പോയി. സ്വിറ്റ്സർലന്റിലൂടെ കടന്നുവന്ന് നിങ്ങൾ ഓസ്ട്രിയായുടെ അതിർത്തിയിലുള്ള ഫെഡ്കിച്ചിൽ എത്തും. ട്രെയിൻ ലിച്ചൻ സ്റ്റൈനിലൂടെ കടന്നുവന്ന് ബുഡൻസിൽ നിർത്തുന്നു. അവിടെനിന്ന് പുഴമീനുകൾ ഉള്ള ചരൽ നിറഞ്ഞ നദിയുടെ ഒരുവശത്തുകൂടി പാടങ്ങൾക്കും കാടിനും ഇടയിലൂടെ ഷ്രൺസിലേക്ക് പോകുന്ന ഒരു പ്രാദേശിക റെയിൽപ്പാത ഉണ്ടായിരുന്നു. ഷ്രൺസ് തടിമില്ലുകളും കടകളും സത്രങ്ങളും ഞങ്ങൾ താമസിച്ചിരുന്ന വർഷം മുഴുവൻ ഉള്ള ടൗബെ എന്ന നല്ല ഹോട്ടലും സൂര്യപ്രകാശവും ഉള്ള ഒരു അങ്ങാടിപ്പട്ടണം ആയിരുന്നു.

ടൗബെയിലെ വലിയ മുറികൾ വലിയ കിടക്കകളും വലിയ ജനാലകളും വലിയ നെരിപ്പോടുകളും വലിയ സുഖസൗകര്യങ്ങളും ഉള്ളവ ആയിരുന്നു. മുറികളിൽ തൂവൽപൊതിഞ്ഞ കിടക്കവിരികൾ ഉണ്ടായിരുന്നു. ഭക്ഷണം നല്ലതും ലളിതവും ആയിരുന്നു. ഭക്ഷണമുറിയിലും സൗഹൃദം നിറഞ്ഞ ബാറിലും വേണ്ടത്ര ചൂട് ഉണ്ടായിരുന്നു. മലയടിവാരം ശൂന്യവും വിശാലവും ആയിരുന്നതുകൊണ്ട് അവിടെ നല്ല സൂര്യപ്രകാശം ഉണ്ടായിരുന്നു. ഞങ്ങൾക്ക് മൂന്നുപേർക്കും കൂടി കിട്ടിയിരുന്ന ഒരുദിവസത്തെ വിശ്രമവേതനം രണ്ടു ഡോളർ ആയിരുന്നു. ഓസ്ട്രിയായുടെ ഷില്ലിങ് നാണയപ്പെരുപ്പം കാരണം താഴോട്ട് പോയിരുന്നതുകൊണ്ട് ഞങ്ങളുടെ മുറിക്കും ഭക്ഷണത്തിനും എല്ലാ സമയത്തും ചെലവ് കുറവായിരുന്നു. അവിടെ ജർമ്മനിയിൽ ഉണ്ടായിരുന്ന തരത്തിലുള്ള നിരാ

ശാജനകമായ പണപ്പെരുപ്പം ഉണ്ടായിരുന്നില്ല. ഷില്ലിങ് താഴോട്ടും മേലോട്ടും പോയിരുന്നു. പക്ഷേ, ദൈർഘ്യം കൂടുതൽ താഴോട്ടുള്ള പോക്കിനായിരുന്നു.

ഷ്രൺസിൽനിന്ന് സ്കൈലിഫ്റ്റുകളോ* ഫ്യൂണിക്കുലാറോ** ഉണ്ടായിരുന്നില്ല.

പക്ഷേ, അവിടെ പല മലയടിവാരങ്ങളിൽ നിന്നും മലമുകളിലേക്ക് കയറിപ്പോകുന്ന തടികൊണ്ടുവരാനുള്ള നടപ്പാതകളും കന്നുകാലികൾക്കുള്ള നടവഴിയും ഉണ്ടായിരുന്നു. നിങ്ങൾ നിങ്ങളുടെ ഹിമപാദുകങ്ങൾചുമന്നുകൊണ്ട് നടന്നുകയറുന്നു. കൂടുതൽ ആഴത്തിൽ മഞ്ഞുള്ള ഉയരങ്ങളിലേക്ക് നിങ്ങൾ ഹിമപാദുകങ്ങളിൽ കൂട്ടിച്ചേർക്കപ്പെട്ടിട്ടുള്ള നീർനായയുടെ തോലിന്റെ പുറത്തുനിന്ന് കാല് മാറ്റാതെ നിങ്ങൾ കയറ്റം കയറുന്നു. മലയടി വാരത്തിന്റെ മുകളിലായി വേനല്ക്കാലത്തെ മലകയറ്റക്കാർക്കുള്ള വലിയ അൽപൈൻ ക്ലബ് കുടിലുകൾ ഉണ്ടായിരുന്നു. അവിടെ നിങ്ങൾക്ക് ഉറങ്ങാൻ കഴിയും. കൂടാതെ നിങ്ങൾക്ക് ആവശ്യം ഉള്ള വിറകിന്റെ പണം അവിടെ കൊടുക്കാൻ പറ്റും. ചില സ്ഥലങ്ങളിൽ നിങ്ങളുടെ വിറക് നിങ്ങൾ തന്നെ ചുമക്കണം. നിങ്ങൾ ഉയർന്ന പർവ്വത നിരകളിലേക്കും ഹിമപ്പരപ്പിലേക്കും ഉള്ള നീണ്ടയാത്രയിൽ ആണെങ്കിൽ നിങ്ങൾ വിറക് ചുമക്കാനും കൊണ്ടുത്തരാനുമായി ഒരാളെ വാടകയ്ക്ക് എടുക്കുന്നു.

ടൗബിയുടെ പിൻവശത്ത് നിങ്ങൾക്ക് സ്കീയിങ്ങിൽ*** പരിശീലനം നേടാൻ പാടങ്ങൾക്കും ഫലവൃക്ഷങ്ങളുടെ തോട്ടങ്ങൾക്കും കുറുകെയുള്ള ഒരു മലഞ്ചെരിവ് ഉണ്ടായിരുന്നു. ഷാഗൺസിന് **** പിന്നിലായി മലയടിവാരത്തിനു കുറുകെയുള്ള മറ്റൊരു നല്ല ചരിവ് ഉണ്ടായിരുന്നു. അവിടെ കുടിക്കാനുള്ള മുറിയുടെ ഭിത്തിയിൽ പർവ്വതത്തിലെ മാനിന്റെ കൊമ്പുകളുടെ ഒന്നാം തരം ശേഖരം ഉള്ള മനോഹരമായ ഒരു സത്രം ഉണ്ടായിരുന്നു.

ഷ്രൺസ് ബംബിക്ക് ആരോഗ്യദായകമായ ഒരു സ്ഥലം ആയിരുന്നു. അയാൾക്ക് അയാളെ സൂര്യപ്രകാശത്തിലേക്ക് അയാളുടെ ഹിമശകടത്തിനുള്ളിൽ ഇരുത്തി കൊണ്ടുപോകാനും പരിചരിക്കാനും ഇരുണ്ട തലമുടിയുള്ള ഒരു സുന്ദരിയായ പെൺകുട്ടിയെ വാടകയ്ക്ക് ലഭിച്ചിരുന്നു. ഹാഡ്ലിക്കും എനിക്കും മനപ്പാഠമാക്കാൻ വേണ്ടി ഒരു പുതിയ രാജ്യം പൂർണ്ണമായും ഉണ്ടായിരുന്നു- പുതിയ ഗ്രാമങ്ങൾ ഉണ്ടായിരുന്നു.

ഉയരം കൂടിയ പർവ്വതങ്ങളിലെ സ്കീയിങ്ങിന്റെ അഗ്രഗാമികളിൽ ഒരാളായിരുന്ന ഹെർ വാൾതർ ലെന്റും ഒരു കാലത്ത് അയാളുടെ പങ്കാളി ആയിരുന്ന ഹാനസ് ഷിൻഡറും ചേർന്ന് അൽപൈൻ***** സ്കീയിങ്ങി

*, ** കയറ്റം കയറാനും ഇറങ്ങാനും ഉള്ള യന്ത്രോപകരണങ്ങൾ.
** ഹിമപാദുകങ്ങൾ ധരിച്ച് മഞ്ഞിന് മുകളിലൂടെയുള്ള തെന്നിനടക്കൽ
*** ഓസ്ട്രിയായിലെ ഒരു ഗ്രാമം.
**** ഉയരം കൂടിയ പർവ്വതങ്ങളിലെ സ്കീയിങ്.

നുള്ള ഒരു സ്കൂൾ തുടങ്ങുന്നുണ്ടായിരുന്നു. ഞങ്ങൾ രണ്ടുപേരും അവിടെ പേരു ചേർത്തിരുന്നു. വാൾതർ ലെന്റിന്റെ രീതി അയാളുടെ വിദ്യാർത്ഥികളെ കഴിയുന്നതും വേഗത്തിൽ പരിശീലനത്തിനുള്ള മല ഞ്ചെരിവിൽ നിന്നും മാറ്റി ഉയർന്ന പർവ്വത നിരകളിൽ എത്തിക്കുക എന്ന തായിരുന്നു. അന്നത്തെ സ്കീയിങ് ഇന്നത്തെ രീതിയിൽ ആയിരുന്നില്ല. ഒടിവുകൾ ഇന്നത്തെപ്പോലെ സാധാരണം ആയിരുന്നില്ല. ഒരാൾക്കും അന്ന് ഒടിഞ്ഞ കാലിന്റെ ചെലവ് വഹിക്കാൻ കഴിഞ്ഞിരുന്നില്ല. അന്ന് സ്കീ പെട്രോളുകൾ* ഉണ്ടായിരുന്നില്ല. നിങ്ങൾ താഴോട്ടു വന്ന ദൂരം നിങ്ങൾക്ക് മുകളിലേക്ക് കയറേണ്ടിവരും.

സ്കീയിങ്ങിലെ വിനോദം പർവ്വതത്തിന്റെ സ്കീയിങ് നടത്തിയ പാത കൾ ഇല്ലാത്ത ഏറ്റവും ഉയർന്ന പ്രദേശത്തെത്തി ഒരു ഉയരത്തിലുള്ള ആൽപൈൻ ക്ലബ് ഹട്ടിൽ നിന്നും ആൽപ്സിലെ ഉയരത്തിലുള്ള മറ്റൊരു ഹട്ടിലേക്ക് ചുരംവഴി സ്കീയിങ് നടത്തുന്നതിൽ ആയിരുന്നു. വാൾതർ ലെന്റ് യഥാർത്ഥത്തിൽ ഇഷ്ടപ്പെട്ടിരുന്നത് ഹിമപ്പരപ്പിലൂടെ വടം കെട്ടാതെ സ്കീയിങ് നടത്തുന്നതായിരുന്നു. പക്ഷേ, അതിന് ഹിമപ്പരപ്പിലുള്ള വിള്ള ലുകൾ എല്ലാം വേണ്ടതോതിൽ മഞ്ഞുമൂടുന്നതുവരെ ഞങ്ങൾക്ക് കാത്തി രിക്കേണ്ടിവരും.

ഞങ്ങൾ ആദ്യമായി സ്കീയിങ് പരിശീലിച്ചത് സ്വിറ്റ്സർലന്റിലും പിന്നീട് ബംബി ജനിക്കാൻ പോകുന്ന സമത്ത് ഡോളോ മൈറ്റ്സി**ലുള്ള കൊർട്ടിന ഡംപസ്സോയിലും*** ആയിരുന്നു. ആദ്യമായി സ്കീയിങ് നട ത്താൻ ശ്രമിച്ചിരുന്ന ആ കാലം മുതൽ ഹാഡ്‌ലിയും ഞാനും സ്കീയിങ് ഇഷ്ടപ്പെട്ടിരുന്നു. ഹാഡ്‌ലി വീഴില്ലെന്ന് എനിക്ക് ഉറപ്പു കൊടുക്കാൻ കഴി യുമെങ്കിൽ അവൾക്ക് സ്കീയിങ് നടത്താനുള്ള അനുവാദം മിലാനിലെ ഡോക്ടർ തന്നിട്ടുണ്ടായിരുന്നു. ഇത് വളരെ ശ്രദ്ധാപൂർവ്വം സ്കീയിങ്ങി നുള്ള ഭൂപ്രദേശം തെരഞ്ഞെടുക്കാനും പൂർണ്ണനിയന്ത്രണത്തോടെയുള്ള സ്കീയിങ്ങിനും ഇടയാക്കിയിരുന്നു. പക്ഷേ, അവൾക്ക് അത്ഭുതകരമായ ബലം ഉള്ള മനോഹരമായ കാലുകളും ഹിമപാദുകങ്ങൾക്കു മുകളിൽ ഒന്നാംതരം നിയന്ത്രണവും ഉണ്ടായിരുന്നു. ഞങ്ങൾക്ക് രണ്ടുപേർക്കും മഞ്ഞിന്റെ വ്യത്യസ്തമായ അവസ്ഥകളെപ്പറ്റിയും ആഴമുള്ള പൊടിമ ഞ്ഞിന്റെ പുറത്തുകൂടി എങ്ങനെ സ്കീയിങ് നടത്തും എന്നതിനെപ്പറ്റിയും വേണ്ടത്ര അറിവ് ഉണ്ടായിരുന്നു.

ഞങ്ങൾ വൊറാൾബർഗിനെ പ്രണയിച്ചിരുന്നു. ഷ്രൺസിനെ പ്രണ യിച്ചിരുന്നു. ഞങ്ങൾ അവിടെ പോയി വന്ദനോപചാരത്തിന്റെ സമയം മുതൽ ഈസ്റ്റർ വരെ താമസിക്കും. ഷ്രൺസ് കനത്ത മഞ്ഞുവീഴ്ചയുള്ള മഞ്ഞുകാലം ഒഴിച്ചുള്ള മറ്റ് സമയങ്ങളിൽ ഒരു സ്കീയിങ് താവളത്തി നുവേണ്ട ഉയരമുള്ള പ്രദേശം ആയിരുന്നില്ല. എന്നാൽ എല്ലാ സമയത്തും

* സ്കീയിങ് അപകടങ്ങളിൽ സഹായിക്കുന്ന സംഘടനകൾ

** ഇറ്റാലിയൻ പർവ്വതനിരകൾ

*** ഇറ്റലിയിലെ സഞ്ചാര കേന്ദ്രം

അവിടെ സ്കീയിങ് ഉണ്ടായിരുന്നു. ആ കാലത്ത് കയറ്റം കയറുന്നത് ഒരു നേരമ്പോക്ക് ആയിരുന്നു. ആരും അത് കാര്യമാക്കിയിരുന്നില്ല. നിങ്ങൾ നിങ്ങൾക്ക് കയറാൻ പറ്റുന്നതിലും കുറഞ്ഞ ഒരു വേഗത തീരുമാനിക്കുന്നു. നിങ്ങളുടെ കയറ്റം എളുപ്പമായിരുന്നു. നിങ്ങൾക്ക് ഉന്മേഷം തോന്നുന്നു. നിങ്ങൾക്ക് നിങ്ങളുടെ യാത്രാ സഞ്ചിയുടെ ഭാരത്തെപ്പറ്റി അഭിമാനം തോന്നുന്നുണ്ടായിരുന്നു. മാഡ് ലെനൻ ഹൗസ് വരെയുള്ള കയറ്റത്തിൽ പകുതിഭാഗം കുത്തനെയുള്ള കയറ്റം ആയിരുന്നു. അതുവരെ കയറുന്നത് ബുദ്ധിമുട്ടായിരുന്നു. പക്ഷേ, രണ്ടാംതവണ നിങ്ങൾ ആ കയറ്റം കയറുമ്പോൾ അതു കൂടുതൽ എളുപ്പം ആയിരുന്നു. അവസാനം നിങ്ങൾ ആദ്യം ചുമന്നുകൊണ്ടുവന്നതിന്റെ ഇരട്ടിഭാരവുമായി വളരെ എളുപ്പത്തിൽ ആ കയറ്റം കയറുന്നു.

ഞങ്ങൾക്ക് എപ്പോഴും വിശപ്പ് ഉണ്ടായിരുന്നു. ഓരോ തവണ ഭക്ഷണം കഴിക്കുന്ന സമയവും ഞങ്ങൾക്ക് ഒരു വലിയ അനുഭവം ആയിരുന്നു. ചിലപ്പോൾ ഞങ്ങൾ ഒരു വർഷംവരെ പഴക്കമുള്ള വീര്യം കുറഞ്ഞ ബിയറും വീര്യം കൂടിയ ബിയറും കുടിച്ചിരുന്നു. ഏറ്റവും നല്ലത് വെളുത്ത വീഞ്ഞായിരുന്നു. ചിലപ്പോൾ അത്താഴത്തിന് വീഞ്ഞും മസാലയും ചേർത്ത് പാചകംചെയ്ത കാട്ടുമുയലിന്റെ ഇറച്ചി ഉണ്ടായിരിക്കും. ചിലപ്പോൾ മാനിറച്ചിയും ഉണ്ടായിരിക്കും. ഞങ്ങൾ ഇതിന്റെ കൂടെ വെളുത്ത വീഞ്ഞിനേക്കാൾ ചെലവ് കൂടുതലാണെങ്കിലും ചുവന്ന വീഞ്ഞ് കുടിക്കും. ഏറ്റവും കുറഞ്ഞ വില പോലും ലിറ്ററിന് ഇരുപത് സെന്റ് വരും. സാധാരണ ചുവന്ന വീഞ്ഞിന് ഇതിലും വിലക്കുറവ് ആയിരുന്നു. ഇതിന്റെ ചെറിയ വീപ്പകൾ ഞങ്ങൾ മാഡ്ലെനർ ഹൗസിലേക്ക് ചുമന്നുകൊണ്ടുപോയിരുന്നു.

ഞങ്ങളുടെ കൈവശം തണുപ്പുകാലത്തിനുവേണ്ടി സിൽവിയാ ബീച്ച് കൊണ്ടുപോകാൻ അനുവാദം തന്നിരുന്ന പുസ്തകങ്ങളുടെ ഒരു വലിയ ശേഖരം ഉണ്ടായിരുന്നു. ഞങ്ങൾക്ക് പട്ടണത്തിലെ ആളുകളുടെ കൂടെ ഹോട്ടലിന്റെ വേനല്ക്കാല തോട്ടത്തിലേക്കുള്ള ഇടവഴിയിൽ പന്തു കളിക്കാൻ കഴിഞ്ഞിരുന്നു. ജനലുകളും വാതിലുകളും അടച്ചിട്ടുകൊണ്ട് ആഴ്ചയിൽ ഒന്നോ രണ്ടോ ദിവസം ഹോട്ടലിലെ ഭക്ഷണമുറിയിൽ പോക്കർ കളി ഉണ്ടായിരുന്നു. ആ കാലത്ത് ഓസ്ട്രിയായിൽ ചൂതുകളി നിരോധിച്ചിട്ടുണ്ടായിരുന്നു. ഞാൻ ഹോട്ടൽ സൂക്ഷിപ്പുകാരൻ ഹെർനൽസ്, ആൽപൈൻ സ്കീ സ്കൂളിലെ ഹെർലെന്റ്, പട്ടണത്തിലെ ഒരു ബാങ്ക് നടത്തിപ്പുകാരൻ, സർക്കാർ വക്കീൽ ജെൻഡർ മേരിയിലെ* ഒരു ക്യാപ്റ്റൻ എന്നിവർക്കൊപ്പം പോക്കർ കളിച്ചിരുന്നു. സ്കീ സ്കൂളിൽ നിന്ന് വരുമാനം കുറവായിരുന്നതുകൊണ്ട് ഹെർലെന്റ് മാത്രമാണ് വിശാലമായി കളിച്ചിരുന്നത്. മറ്റുള്ളവർ എല്ലാം വളരെ സൂക്ഷിച്ചാണ് കളിച്ചിരുന്നത്. ഒരുജോഡി പൊലീസുകാർ അവരുടെ ദിവസേനയുള്ള കറക്ക

* ഫ്രഞ്ച് പട്ടാളത്തിന്റെ പൊലീസ് സേന.

ത്തിനിടയിൽ ഞങ്ങളുടെ വാതിലിന് പുറത്ത് നടത്തം നിർത്തിയാൽ ഞങ്ങളുടെ കൂടെയുള്ള പൊലീസുകാരൻ വിരൽ അയാളുടെ ചെവിയുടെ നേർക്ക് ഉയർത്തിക്കൊണ്ട് പുറത്തെ ശബ്ദം ശ്രദ്ധിക്കും. അവർ പോകുന്നതുവരെ ഞങ്ങൾ നിശ്ശബ്ദരാകും.

രാവിലത്തെ തണുപ്പിൽ വെളിച്ചം വന്നാൽ ഉടൻതന്നെ ഹോട്ടലിലെ ജോലിക്കാരി മുറിയിൽ കടന്ന് ജനലുകൾ അടച്ചതിനുശേഷം മണ്ണുകൊണ്ടുള്ള വലിയ നെരിപ്പോട് കത്തിക്കും. പിന്നീട് മുറിക്കുള്ളിൽ ഇളംചൂട് ഉണ്ടായിരുന്നു. അവിടെ അപ്പോൾ പുതിയ റൊട്ടിയും സ്വാദുള്ള പഴങ്ങളുടെ കൊണ്ടാട്ടങ്ങളും ഒരു വലിയ കോപ്പ നിറച്ച് കാപ്പിയും പുതിയ മുട്ടകളും നിങ്ങൾക്ക് വേണമെങ്കിൽ നല്ല പന്നിത്തുടയും ഉൾപ്പെടെയുള്ള പ്രഭാത ഭക്ഷണം ഉണ്ടായിരുന്നു. അവിടെ കിടക്കയുടെ താഴെക്കിടന്ന് ഉറങ്ങുന്ന ഷ്റ്റാസർ എന്ന് പേരുള്ള പട്ടിയും ഉണ്ടായിരുന്നു. അവൻ സ്കീയിങ്ങിനുള്ള യാത്രകൾ ഇഷ്ടപ്പെട്ടിരുന്നു. ഞാൻ കുന്നിന്റെ മുകളിൽനിന്ന് താഴോട്ടു ഓടുമ്പോൾ എന്റെ പിന്നാലെ ഓടാൻ അവൻ ഇഷ്ടപ്പെട്ടിരുന്നു. അല്ലെങ്കിൽ എന്റെ തോളിൽ കയറി സഞ്ചരിക്കാനും അവന് താല്പര്യം ആയിരുന്നു. അവൻ ബംബിയുടെയും കൂട്ടുകാരൻ ആയിരുന്നു. അയാളും അയാളുടെ ആയയും കൂടി നടക്കാനിറങ്ങുമ്പോൾ ചെറിയ ഹിമവാഹനത്തിന്റെ ഒരുവശത്ത് അവനും ഉണ്ടായിരിക്കും.

ഷ്രൺസ് ജോലി ചെയ്യാൻ പറ്റിയ സ്ഥലം ആയിരുന്നു. ഞാൻ ചെയ്തിട്ടുള്ളതിൽവെച്ച് ഏറ്റവും ബുദ്ധിമുട്ടുള്ള തെറ്റുതിരുത്തൽ നടത്തിയത് 1925 ലെയും 1926 ലെയും അവിടത്തെ തണുപ്പുകാലത്ത് ആയിരുന്നു. അത് ഞാൻ ആറാഴ്ച കൊണ്ട് ഒറ്റ ഇരിപ്പിൽ എഴുതി ഒരു നോവലാക്കി മാറ്റിയ *ദി സൺ ആൾസോ റൈസസിന്റെ* ആദ്യ പ്രതി തയ്യാറാക്കേണ്ടിവന്ന സമയത്ത് ആയിരുന്നു. ഞാൻ അവിടെവെച്ച് എന്തൊക്കെ കഥകളാണ് എഴുതിയതെന്ന് എനിക്ക് ഓർക്കാൻ കഴിയുന്നില്ല. നല്ല രീതിയിൽ പരിണമിച്ചിരുന്ന നിരവധി കഥകൾ അവിടെ ഉണ്ടായിരുന്നു.

ഞങ്ങൾ രാത്രിയിൽ തണുപ്പത്ത് ഞങ്ങളുടെ ഹിമപാദുകങ്ങളും ഊന്നുവടികളും തോളിൽചുമന്നുകൊണ്ട് നാട്ടുവഴിയിലൂടെ വെളിച്ചം ശ്രദ്ധിച്ചു നടന്ന് അവസാനം കെട്ടിടങ്ങൾ കാണുന്ന സമയത്തെല്ലാം വഴിയിലെ മഞ്ഞ് ഞരങ്ങുന്ന ശബ്ദം എനിക്ക് ഓർമ്മയുണ്ട്. വഴിയിലുണ്ടായിരുന്ന എല്ലാവരും എങ്ങനെയാണ് നല്ല ദിവസം ആശംസിച്ചിരുന്നതെന്നും എനിക്ക് ഓർമ്മയുണ്ട് വൈൻ ട്യൂബുകളിൽ* അവിടെ എപ്പോഴും പർവ്വതത്തിലെ വേഷങ്ങളും ആണിയുള്ള ബൂട്ടുകളും ധരിച്ച ഗ്രാമവാസികൾ ഉണ്ടായിരുന്നു. അവിടത്തെ അന്തരീക്ഷം പുകമൂടിയതുപോലെ ആയിരുന്നു. തടികൊണ്ടു നിർമ്മിച്ച തറയിൽ ആണികൾ ഉരഞ്ഞുണ്ടായ പാടുകൾ ഉണ്ടായിരുന്നു. ചെറുപ്പക്കാരിൽ പലരും ഓസ്ട്രിയായുടെ ആൽപൈൻ സൈനിക വിഭാഗത്തിൽ സേവനം നടത്തിയവർ ആയിരുന്നു.

* ചെറിയ വീഞ്ഞു വില്പനശാല.

തടിയറപ്പുമില്ലിൽ ജോലിചെയ്തിരുന്ന ഹാൻസ് എന്ന് പേരുള്ള അവരുടെ കൂട്ടത്തിലുള്ള ഒരു ചെറുപ്പക്കാരൻ പ്രസിദ്ധനായ വേട്ടക്കാരൻ ആയിരുന്നു. ഞങ്ങൾ നല്ല ചങ്ങാതിമാർ ആയിരുന്നു. കാരണം ഞങ്ങൾ രണ്ടു പേരും ഇറ്റലിയിലെ പർവ്വതനിരകളുടെ ഒരുഭാഗത്ത് ഒരുമിച്ച് ഉണ്ടായിരുന്നു. ഞങ്ങൾ ഒന്നിച്ച് കുടിച്ചിരുന്നു. ഞങ്ങൾ എല്ലാവരും കൂടി അവിടത്തെ നാടൻ പാട്ടുകൾ പാടിയിരുന്നു.

ഗ്രാമത്തിനും കളപ്പുരകൾക്കും മുകളിലുള്ള തോട്ടങ്ങൾക്കും പാടങ്ങൾക്കും നടുവിലൂടെ കയറിപ്പോകുന്ന നടപ്പാതകൾ എനിക്ക് ഓർമ്മയുണ്ട്. മഞ്ഞിൽ കൂട്ടിയിട്ട വലിയ വിറകുകൂനകളും വലിയ നെരിപ്പോടുകളും ഉള്ള വീടുകളും ഞാൻ ഓർക്കുന്നുണ്ട്. സ്ത്രീകൾ അടുക്കളയിലിരുന്ന് രോമം ചീകിയെടുത്ത് കറുത്ത നിറത്തിലും ചാരനിറത്തിലും ഉള്ള നൂലുകളാക്കി മാറ്റിയിരുന്നു. നൂൽനൂല്ക്കുന്ന ചക്രങ്ങൾ (റാട്ട്) പ്രവർത്തിപ്പിച്ചിരുന്നത് കാലുകൊണ്ട് ചവിട്ടിയായിരുന്നു. നൂലുകൾക്ക് നിറം മുക്കിയിരുന്നില്ല. കറുത്ത നൂല് കറുത്ത ചെമ്മരിയാടിന്റെ രോമം ആയിരുന്നു. ചെമ്മരിയാടിന്റെ രോമം കൃത്രിമരോമം ആയിരുന്നില്ല. അതിൽ നിന്ന് കൊഴുപ്പ് നീക്കം ചെയ്തിട്ടുണ്ടായിരുന്നില്ല. ഹാഡ്‌ലി അതുകൊണ്ട് തുന്നിയെടുത്ത തൊപ്പികളിലും സ്വറ്ററുകളിലും വലിപ്പം കൂടിയ തൂവാലകളിലും ഒരുകാലത്തും മഞ്ഞിന്റെ ഈർപ്പം തട്ടിയിരുന്നില്ല.

ഒരു ക്രിസ്മസിന് അവിടെ സ്കൂളിലെ അദ്ധ്യാപകൻ സംവിധാനം ചെയ്ത ഹാൻസ് സക്സിന്റെ* ഒരു നാടകം ഉണ്ടായിരുന്നു. അത് ഒരു നല്ല നാടകം ആയിരുന്നു. ഞാൻ ഒരു പ്രാദേശിക പത്രത്തിനുവേണ്ടി ഈ നാടകത്തെപ്പറ്റി ഒരു നിരൂപണം എഴുതിയിരുന്നു. അതിന്റെ പരിഭാഷ നടത്തിയത് ഹോട്ടൽ സൂക്ഷിപ്പുകാരൻ ആയിരുന്നു. മറ്റൊരു വർഷം തലമൊട്ടയടിച്ച് മുഖം മുഴുവൻ പാടുകൾ ഉള്ള ജർമ്മൻ നാവികസേനയിലെ ഒരു പഴയ ഉദ്യോഗസ്ഥൻ ജൂട്ട് ലാന്റ് യുദ്ധത്തെപ്പറ്റി ഒരു പ്രഭാഷണം നടത്താൻ വേണ്ടി വന്നിരുന്നു.

വിളക്കിന്റെ വെളിച്ചത്തിൽ തിരശ്ശീലയിൽ പ്രദർശിപ്പിക്കുന്ന കണ്ണാടിച്ചിത്രങ്ങളിൽ യുദ്ധം ചെയ്യുന്ന രണ്ട് കപ്പൽപ്പടകളുടെയും നീക്കങ്ങൾ അയാൾ ബില്യാഡ്സ് കളിക്കുന്ന കോലിനെ ഒരു ചൂണ്ടുകോലായി ഉപയോഗിച്ചുകൊണ്ട് വിശദീകരിച്ചിരുന്നു. ബ്രിട്ടീഷ് അഡ്മിറൽ സർ. ജോൺ ജൽകോയുടെ** ഭീരുത്വം ചൂണ്ടിക്കാണിക്കുമ്പോൾ ചിലപ്പോൾ ദേഷ്യം കൊണ്ട് അയാളുടെ ശബ്ദം പുറത്തുവന്നില്ല. അയാൾ ബില്യാഡ്സ് കളിക്കുന്ന കോലുകൊണ്ട് തിരശ്ശീലയുടെ തുണി കുത്തിക്കീറുമോ എന്ന് സ്കൂളിലെ അദ്ധ്യാപകന് സംശയം ഉണ്ടായിരുന്നു. അതിനുശേഷവും കപ്പൽപ്പടയിലെ പഴയ ഉദ്യോഗസ്ഥന് സ്വയം ശാന്തനാകാൻ കഴിഞ്ഞി

* ജർമ്മൻ കവി, നാടകകൃത്ത്.

** ഒന്നാം ലോകമഹായുദ്ധത്തിൽ ജർമ്മൻ നാവികസേനയും ബ്രിട്ടീഷ് നാവികസേനയും തമ്മിൽ നടന്ന ജൂട്ട്ലാൻഡ് യുദ്ധത്തിൽ ബ്രിട്ടീഷ് നാവിക സേനയെ നയിച്ചിരുന്ന അഡ്മിറൽ.

രുന്നില്ല. വൈൻസ് ട്യൂബിൽ എല്ലാവരും അസ്വസ്ഥരായിരുന്നു. സർക്കാർ വക്കീലും ബാങ്ക് നടത്തിപ്പുകാരനും മാത്രമാണ് അയാളുടെ കൂടെ മദ്യപിച്ചിരുന്നത്. അവർ ഒരു പ്രത്യേക മേശയിൽ ആയിരുന്നു. റെയിൻലാൻഡ് കാരനായ ഹെർലെന്റ് പ്രഭാഷണത്തിൽ സംബന്ധിച്ചിരുന്നില്ല. അവിടെ സ്കീയിങ്ങിനുവേണ്ടി - വിയ്യാനയിൽ നിന്ന് വന്ന ഒരു ദമ്പതികൾ ഉണ്ടായിരുന്നു. പക്ഷേ, അവർ ഉയരമുള്ള പർവ്വതങ്ങളിൽ പോകാൻ ആഗ്രഹിച്ചിരുന്നില്ല. അതുകൊണ്ട് അവർ സർസിലേക്ക് പോകാൻ തുടങ്ങുകയായിരുന്നു. അവർ അവിടെവച്ച് ഒരു ഹിമപാതത്തിൽ കൊല്ലപ്പെട്ടതായി പിന്നീട് ഞാൻ കേട്ടിരുന്നു. ആ മനുഷ്യൻ അന്നത്തെ പ്രഭാഷകൻ ജർമ്മനിയെ നശിപ്പിച്ചവരുടെ കൂട്ടത്തിൽ പെട്ടവനാണെന്നും ഇരുപതു വർഷത്തിനുള്ളിൽ അവർ അത് വീണ്ടും ചെയ്യുമെന്നും പറഞ്ഞിരുന്നു. അയാളുടെ കൂടെ ഉണ്ടായിരുന്ന സ്ത്രീ അയാളോട് ഫ്രഞ്ചിലുള്ള സംസാരം നിർത്താനും ഇത് നിങ്ങൾക്ക് ഒരിക്കലും പരിചയമില്ലാത്ത ഒരു ചെറിയ സ്ഥലമാണെന്നും താക്കീതു കൊടുത്തിരുന്നു.

അത് ധാരാളം മനുഷ്യർ ഹിമപാതങ്ങളിൽ കൊല്ലപ്പെട്ടിരുന്ന വർഷം ആയിരുന്നു ആദ്യത്തെ വലിയ നഷ്ടം ആൾബർഗിലെ ലെച്ച് ഗ്രാമത്തിലുള്ള ഞങ്ങളുടെ താഴ്‌വരയിൽനിന്നും ആയിരുന്നു. ജർമ്മൻകാരുടെ ഒരു സംഘം അവരുടെ ക്രിസ്മസ് അവധിക്ക് ഹെർലെന്റിനോടൊപ്പം സ്കീയിങ് നടത്താൻ ആഗ്രഹിച്ചിരുന്നു. ആ വർഷത്തിൽ മഞ്ഞ് താമസിച്ചായിരുന്നു. കുന്നുകളും മലഞ്ചെരിവുകളിലും നിന്ന് സൂര്യന്റെ ഇളം ചൂട് മാറിയിട്ടില്ലാത്ത സമയത്താണ് ഒരു വലിയ മഞ്ഞുവീഴ്ച കടന്നുവന്നത്. ആഴത്തിലുള്ള പൊടിമഞ്ഞാണ് വീണിരുന്നത്. അതിന് ഭൂമിയുമായി യാതൊരു ബന്ധവും വന്നിരുന്നില്ല. സ്കീയിങ്ങിനുള്ള മഞ്ഞിന്റെ അവസ്ഥ ഇതിനേക്കാൾ അപകടകരമാകാൻ കഴിയില്ലായിരുന്നു. ഹെർലെന്റ് ബർലിൻകാർക്ക് വരരുതെന്ന് കമ്പി അടിച്ചിരുന്നു. പക്ഷേ, അത് അവരുടെ അവധിക്കാലം ആയിരുന്നു എന്ന് മാത്രമല്ല അവർ ഹിമപാതങ്ങളെപ്പറ്റി അറിവില്ലാത്തവർ ആയിരുന്നു. അതുകൊണ്ട് അവർക്ക് അതിനെപ്പറ്റി ഭയവും ഉണ്ടായിരുന്നില്ല. അവർ ലെച്ച് ഗ്രാമത്തിൽ എത്തി. ഹെർലെന്റ് അവരെ കൊണ്ടുപോകാൻ വിസമ്മതിച്ചു. ഒരാൾ ലെന്റിനെ ഭീരു എന്ന് വിളിച്ചു. ഞങ്ങൾ തനിച്ച് സ്കീയിങ് നടത്തുമെന്ന് അവൾ പറഞ്ഞു. അവസാനം അയാൾ അയാൾക്ക് കണ്ടെത്താൻ കഴിഞ്ഞ ഏറ്റവും സുരക്ഷിതമായ സ്ഥലത്തേക്ക് അവരെ കൊണ്ടുപോയി. അയാൾ സ്വയം ആ സ്ഥലം കുറുകെ കടന്നു. അവർ അയാളെ പിന്തുടരുന്ന സമയത്ത് മൊത്തം മലഞ്ചെരിവും അവരുടെ മുകളിലേക്ക് ഒരു വേലിയേറ്റത്തിന്റെ തിരമാലപോലെ പെട്ടെന്ന് മറിഞ്ഞുവീഴുകയായിരുന്നു. പതിമൂന്നുപേരെ കുഴിതോണ്ടി പുറത്തെടുത്തിരുന്നു. അവരിൽ ഒൻപതു പേർ മരിച്ചുകഴിഞ്ഞിരുന്നു. ആൽപൈൻ സ്കീ സ്കൂൾ ഇതിനുമുമ്പും പുരോഗതി നേടിയിരുന്നില്ല. പക്ഷേ, ഇതിനു ശേഷം അവിടത്തെ അംഗങ്ങൾ ഞങ്ങൾ മാത്രമായിരുന്നു. ഞങ്ങൾ ഹിമപാതങ്ങളുടെ വലിയ വിദ്യാർത്ഥി

കളായി മാറി. പലതരം ഹിമപാതങ്ങൾ- എങ്ങനെയാണ് അവയെ ഒഴിവാക്കേണ്ടത്? നിങ്ങൾ ഒരു ഹിമപാതത്തിൽ പെട്ടുപോയാൽ എങ്ങനെയാണ് പെരുമാറേണ്ടത്? ആ വർഷത്തെ എന്റെ രചനകളിൽ അധികവും എഴുതിയത് ഹിമപാതങ്ങളുടെ കാലത്ത് ആയിരുന്നു.

ഹിമപാതങ്ങളുടെ ആ തണുപ്പുകാലത്തെപ്പറ്റി എന്റെ ഓർമ്മയിലുള്ള ഏറ്റവും മോശം കാര്യം അന്ന് കുഴി കുഴിച്ച് പുറത്തെടുത്ത ഒരു മനുഷ്യന്റെ ജഡമായിരുന്നു. അയാൾ ഞങ്ങളെ പഠിപ്പിച്ചിരുന്നതുപോലെ മഞ്ഞ് നിങ്ങളുടെ മുകളിൽ ഉയരുകയാണെങ്കിൽ രണ്ടു കൈകളും കൊണ്ട് നിങ്ങളുടെ മുഖത്തിന്റെ മുമ്പിൽ ഒരു പെട്ടി സൃഷ്ടിച്ചു കൊണ്ട് പതുങ്ങിക്കിടക്കുകയായിരുന്നു. അതുകൊണ്ട് ശ്വസിക്കാൻ വായു കാണുമെന്നാണ് ഞങ്ങളെ പഠിപ്പിച്ചിരുന്നത്. അത് ഒരു വലിയ ഹിമപാതം ആയിരുന്നു. എല്ലാവരേയും കുഴിതോണ്ടി പുറത്തെടുക്കാൻ കൂടുതൽ സമയം ആവശ്യമായിരുന്നു. അവസാനം കണ്ടെത്തിയത് ഈ മനുഷ്യനെ ആയിരുന്നു. അയാൾ മരിച്ചിട്ട് കൂടുതൽ സമയം കഴിഞ്ഞിരുന്നില്ല. അയാളുടെ കഴുത്ത് ഒടിഞ്ഞ് അസ്ഥികൾ പുറത്ത് കാണാമായിരുന്നു. മഞ്ഞിന്റെ ഭാരത്തെ എതിർത്തുകൊണ്ട് അയാൾ രണ്ടുവശത്തേക്കും തലതിരിച്ചിരുന്നു. ഈ ഹിമപാതത്തിൽ വഴുതി വീണ ഭാരം കുറഞ്ഞ മഞ്ഞിനോടൊപ്പം പഴയ കട്ടിയുള്ള മഞ്ഞുകൂടി നിശ്ചയമായും കലർന്നുകാണും. അയാൾ അങ്ങനെ രക്ഷപ്പെടാനുള്ള ശ്രമം ബോധപൂർവ്വം നടത്തിയതായിരുന്നോ എന്ന് നമുക്ക് തീരുമാനിക്കാൻ കഴിയില്ല. എന്തായാലും അയാൾ ഒരു കത്തോലിക്കൻ ആയിരുന്നു എന്നതിന് തെളിവില്ലാത്തതുകൊണ്ട് അവിടത്തെ പുരോഹിതൻ വിശുദ്ധമാക്കപ്പെട്ട പറമ്പിൽ അയാളുടെ ശവസംസ്കാരം നിഷേധിച്ചിരുന്നു.

ഷ്രൺസിൽ താമസിച്ചിരുന്ന സമയത്ത് 'മാഡ് ലെനൻ ഹൗസി'ലേക്കുള്ള കയറ്റം കയറാൻ പുറപ്പെടുന്നതിനുമുമ്പ് ഞങ്ങൾ ഉറങ്ങിയിരുന്ന മലയടിവാരത്തിലെ സത്രത്തിലേക്കുള്ള നീണ്ട യാത്ര ഞങ്ങളുടെ പതിവ് ആയിരുന്നു. അത് വളരെ മനോഹരമായ ഒരു പഴയ സത്രമായിരുന്നു. ഞങ്ങൾ കുടിക്കുകയും ഭക്ഷണം കഴിക്കുകയും ചെയ്തിരുന്ന അവിടുത്തെ മുറിയുടെ പലകകൾ കൊണ്ടുള്ള ഭിത്തിക്ക് വർഷങ്ങളായി നടത്തിയിരുന്ന മിനുസപ്പെടുത്തൽ കൊണ്ട് പട്ടുത്തുണിയുടെ മാർദ്ദവം ഉണ്ടായിരുന്നു. മേശയ്ക്കും കസേരകൾക്കും തുല്യമായ മാർദ്ദവം ഉണ്ടായിരുന്നു. ഞങ്ങൾ ജനലുകൾ തുറന്നിട്ട് തിളങ്ങുന്ന നക്ഷത്രങ്ങളുടെ അടുത്ത് വലിയ കിടക്കയിൽ തൂവൽ കോസടികൾക്ക് അടിയിൽ അടുത്തടുത്തു കിടന്ന് ഉറങ്ങിയിരുന്നു. രാവിലത്തെ ആഹാരം കഴിഞ്ഞ് ഞങ്ങൾ മുകളിലേക്ക് പോകാൻവേണ്ടി ഇരുട്ടിലൂടെ കയറ്റം കയറാൻ ആരംഭിച്ചിരുന്നു. തിളങ്ങുന്ന നക്ഷത്രങ്ങൾക്ക് അടിയിലൂടെ തോളിൽ ഞങ്ങളുടെ ഹിമപാദുകങ്ങളും ചുമന്നുകൊണ്ട് ഞങ്ങൾ കയറ്റം കയറി. ചുമട്ടുകാരുടെ ഹിമപാദുകങ്ങൾ ചെറുതായിരുന്നു. അവർ കനത്ത ചുമടുകൾ ചുമന്നിരുന്നു. ആർക്കാണ് കൂടുതൽ ഭാരം ചുമക്കാൻ കഴിയുക എന്ന് ഞങ്ങൾ

തമ്മിൽത്തമ്മിൽ മത്സരിച്ചിരുന്നു. പക്ഷേ, ഒരാൾക്കും ചുമട്ടുകാരോട് മത്സരിക്കാൻ കഴിഞ്ഞിരുന്നില്ല. മോണ്ടഫോണിലെ* ഗ്രാമ്യഭാഷ മാത്രം സംസാരിച്ചിരുന്ന ഇരുണ്ട നിറം ഉള്ള കൈയേറ്റക്കാരായ കർഷകർ കുതിരകളെപ്പോലെ ഹിമപ്പരപ്പിൽ നിർമ്മിച്ചിരുന്ന ആൽപൈൻ ക്ലബ്ബിന്റെ അടുത്തെത്തി അവരുടെ ചുമടുകൾ കെട്ടിടത്തിന്റെ ഭിത്തിയുടെ അടുത്ത് ഇറക്കിവെച്ചതിനുശേഷം അതിന് അവർ സമ്മതിച്ചിരുന്ന വിലയേക്കാൾ കൂടുതൽ പണം ആവശ്യപ്പെട്ടിരുന്നു. ഒത്തുതീർപ്പിൽ എത്തിയതിനുശേഷം അവർ പാതാളത്തിലെ ഭൂതങ്ങളെപ്പോലെ അവരുടെ ചെറിയ ഹിമപാദുകങ്ങളിൽ അതിവേഗത്തിൽ താഴോട്ട് പാഞ്ഞുപോയിരുന്നു.

ഞങ്ങളുടെ ചങ്ങാതിമാരിൽ ഒരാൾ ഒരു ജർമ്മൻ പെൺകുട്ടി ആയിരുന്നു. അവൾ വളരെ മെച്ചപ്പെട്ട നിലയിൽ പർവ്വതത്തിലെ സ്കീയിങ് നടത്തുന്നവൾ ആയിരുന്നു. അവൾ എനിക്ക് ചുമക്കാൻ കഴിയുന്നത്ര ഭാരമുള്ള ഒരു സഞ്ചി എന്നേക്കാൾക്കൂടുതൽ സമയം സ്വന്തം ചുമലിൽ ചുമക്കാൻ കഴിയുന്നതരത്തിലുള്ള ആരോഗ്യം ഉള്ളവൾ ആയിരുന്നു.

“ആ ചുമട്ടുകാരുടെ നോട്ടം കണ്ടാൽ അവർ നമ്മുടെ ശവങ്ങൾ താഴോട്ട് ചുമന്നുകൊണ്ടു പോകുന്ന ജോലി താല്പര്യത്തോടെ പ്രതീക്ഷിക്കുന്നുണ്ടെന്ന് തോന്നും.” അവൾ പറഞ്ഞു. “അവർ കയറ്റത്തിന് ഒരു വില തീരുമാനിക്കും. പിന്നീട് അതിനേക്കാൾ കൂടുതൽ പണം ആവശ്യപ്പെടാത്ത ഒരു സന്ദർഭം പോലും എന്റെ അറിവിൽ ഒരിക്കലും ഉണ്ടായിട്ടില്ല.”

ഷ്രൺസിലെ തണുപ്പുകാലത്ത് മഞ്ഞ് ഉണ്ടായിരുന്നിട്ടും എന്റെ മുഖം വളരെ മോശമായി പൊള്ളിച്ചിരുന്ന സൂര്യരശ്മികളെ പ്രതിരോധിക്കാൻ വേണ്ടി ഞാൻ ഒരു താടി വളർത്തിയിരുന്നു. അതിന്റെ കൂടെ മുടി വെട്ടിക്കാനും കൂട്ടാക്കിയിരുന്നില്ല. ഒരു വൈകുന്നേരം സ്കീയിങ്ങിന്റെ സമയത്ത് ഞങ്ങൾ കടന്നുപോയിക്കൊണ്ടിരിക്കുന്ന ഷ്രൺസിന്റെ മുകളിലൂടെയുള്ള വഴിയിലെ കർഷകർ എന്നെ കറുത്ത ക്രിസ്തു എന്നാണ് വളിക്കുന്നതെന്ന് ഹെർലെന്റ് എന്നോട് പറഞ്ഞു. അവരിൽ ചിലർ വീഞ്ഞുകടയിൽ എത്തുമ്പോൾ കീഷ്** കുടിക്കുന്ന കറുത്തക്രിസ്തു എന്നും വിളിക്കാറുണ്ടെന്ന് അയാൾ പറഞ്ഞു. മെഡ്‌ലെനാർ ഹൗസിലേക്ക് പോകാൻ ഞങ്ങൾ ചുമട്ടുകാരെ വാടകയ്ക്ക് എടുത്തിരുന്ന മോണ്ടഫോൺ പ്രദേശത്തിന്റെ അറ്റത്തുള്ള ഉയർന്ന ഭാഗത്തെ കർഷകർക്ക് ഞങ്ങൾ എല്ലാവരും മനുഷ്യരെ അകറ്റി നിർത്താൻ വേണ്ടി ഉയരം കൂടിയ പർവ്വതങ്ങളിലേക്ക് പോയിരുന്ന വിദേശ പിശാചുക്കൾ ആയിരുന്നു. ഹിമപാതങ്ങൾ ഉള്ള പ്രദേശങ്ങൾ സൂര്യപ്രകാശം വരുന്നതിനു മുമ്പ് കടന്നുപോകാൻ വേണ്ടി ഞങ്ങൾ ഈ യാത്രകൾ വെളിച്ചം വരുന്നതിന് മുമ്പ് തുടങ്ങിയിരുന്നു. അത്തരം യാത്രകൾ അവർക്ക് എല്ലാ വിദേശ ചെകു

* ആ പ്രദേശത്തെ ഒരു താഴ്‌വര

** ചെറിപ്പഴത്തിൽനിന്നുള്ള നിറം ഇല്ലാത്ത ബ്രാണ്ടി

ത്താന്മാരേയും പോലെ ഞങ്ങളും കൗശലക്കാരാണെന്നുള്ളതിന്റെ തെളിവു മാത്രം ആയിരുന്നു.

എനിക്ക് പൈൻ മരങ്ങളുടെ മണവും മരം വെട്ടുകാരന്റെ കുടിലിലെ പുങ് മരത്തിന്റെ ഇലകൊണ്ടുള്ള മെത്തയിൽ കിടന്നുള്ള ഉറക്കവും മുയലിന്റെയും കുറുക്കന്റെയും പാത പിന്തുടർന്നുള്ള സ്കീയിങ്ങും ഓർമ്മയുണ്ട്. മരങ്ങൾ ഇല്ലാത്ത പ്രദേശത്തിനുമുകളിലുള്ള ഉയരം കൂടിയ പർവ്വതങ്ങളിൽ ഞാൻ കുറുക്കന്റെ കണ്ണിൽ പെടുന്നതുവരെ അവന്റെ പാത പിന്തുടർന്നതും അവൻ മുൻവശത്തെ വലതുകാൽ ഉയർത്തി നിന്നതും പിന്നീട് സാവധാനം നാലുകാലിൽനിന്നുകൊണ്ട് ആക്രമിക്കാൻ വന്നതും ടാർമിഗൻ* മഞ്ഞിൽ നിന്ന് പുറത്തുവന്ന് കോലാഹലം ഉണ്ടാക്കിക്കൊണ്ട് പർവ്വത ശിഖരങ്ങൾക്കുമുകളിലൂടെ ദൂരത്തേക്ക് പറന്നുപോയതും എല്ലാം ഞാൻ ഓർക്കുന്നുണ്ട്.

നിങ്ങൾ ഹിമപാദുകങ്ങൾക്ക് മുകളിൽ ആയിരിക്കുമ്പോൾ എല്ലാത്തരം മഞ്ഞിലും കാറ്റിന് സൃഷ്ടിക്കാൻ കഴിയുന്ന മൊത്തം വിശ്വാസവഞ്ചനകളും എനിക്ക് ഓർമ്മയുണ്ട്. അതുകൂടാതെ നിങ്ങൾ ആൽപ്സിന്റെ ഉയരങ്ങളിൽ ഉള്ള കുടിലിൽ ആയിരിക്കുമ്പോൾ അവിടെ ഹിമവാതങ്ങൾ ഉണ്ടായിരുന്നു. അപ്പോൾ അത് സൃഷ്ടിക്കുന്ന അസാധാരണമായ ലോകത്തുകൂടി ആ പ്രദേശം നമ്മൾ ഇതുവരെ കണ്ടിട്ടില്ലെന്ന തരത്തിൽ ശ്രദ്ധയോടെ നമുക്ക് മനസ്സിലാക്കേണ്ടിവരും. അവസാനം വസന്തം അടുത്തുവരുമ്പോൾ അവിടെ ഒരു വലിയ ഹിമപ്പരപ്പിലൂടെയുള്ള ഓട്ടം ഉണ്ടായിരുന്നു. നമ്മുടെ കാലുകൾക്ക് പിടിച്ചു നില്ക്കാൻ കഴിയുന്നതുവരെ സത്യസന്ധമായി ഓടിയതിനുശേഷം നമ്മുടെ ഓട്ടത്തിന്റെ വേഗത പരുപരുത്ത മഞ്ഞുപൊടിയിൽ എന്നെന്നേക്കുമായി അവസാനിക്കുന്നു. അത് ഏത് പറക്കലിനേക്കാളും എന്നല്ല ഏത് കാര്യത്തേക്കാളും മെച്ചം ആയിരുന്നു. നമ്മൾ അത് ചെയ്യാനും അനുഭവിക്കാനും ഉള്ള കഴിവ് ഭാരമുള്ള തുണിസഞ്ചികളും ചുമന്നുകൊണ്ടുള്ള നീണ്ട കയറ്റങ്ങൾ കയറിക്കൊണ്ട് പടുത്തുയർത്തിയിരുന്നു. നമുക്ക് മുകളിലേക്കുള്ള യാത്ര വിലയ്ക്കു വാങ്ങാനോ അതിനുവേണ്ടിയുള്ള ഒരു ടിക്കറ്റ് എടുക്കാനോ കഴിഞ്ഞിരുന്നില്ല. ഇത് ശിശിരം മുഴുവൻ നമ്മൾ അദ്ധ്വാനിച്ചതിന്റെ അന്ത്യം ആയിരുന്നു. തണുപ്പുകാലം പൂർണ്ണമായും അതിനെ സംഭവ്യമാക്കാൻ വേണ്ടിയാണ് സൃഷ്ടിക്കപ്പെട്ടിരുന്നത്.

കഴിഞ്ഞ വർഷം ഞങ്ങൾ പർവ്വതങ്ങളിൽ ഉണ്ടായിരുന്നപ്പോൾ പുതിയ മനുഷ്യർ ഞങ്ങളുടെ ജീവിതത്തിന്റെ ആഴത്തിൽ എത്തിയിരുന്നു. ഒരു കാര്യവും പിന്നീട് ഒരിക്കലും അതുപോലെ സംഭവിച്ചിട്ടില്ല. ഹിമപാതങ്ങളുടെ ആ തണുപ്പുകാലത്തെ അടുത്ത തണുപ്പുകാലവുമായി താരതമ്യപ്പെടുത്തിയാൽ കളങ്കമില്ലാത്ത കുട്ടിക്കാലത്തെ സന്തോഷത്തിന്റെ തണുപ്പുകാലം പോലെ ആയിരുന്നു. അടുത്ത തണുപ്പുകാലം കപടവേഷം കെട്ടിയ ദുഃസ്വപ്നം പോലെയുള്ള ഒരുതണുപ്പുകാലം ആയി

* ഒരിനം പക്ഷി.

രിക്കും. അതിനുശേഷം വരുന്നത് അതിക്രൂരമായ ഒരു വേനലും. പണക്കാർ പ്രത്യക്ഷപ്പെട്ടത് ആ വർഷത്തിൽ ആയിരുന്നു.

പണക്കാർക്ക് അവർക്ക് മുമ്പേ പോകുന്ന ഒരുതരം മനുഷ്യരുണ്ട്- ഒരു തരം 'പയലറ്റ്'* മത്സ്യങ്ങൾ - ചിലപ്പോൾ ചെവിക്ക് അല്പം കേൾവിക്കുറവ് ഉള്ളവരും അല്പം കണ്ണുകാണാത്തവരും പക്ഷേ, എല്ലാ സമയത്തും സൗഹൃദം ഉള്ളവരും സംശയം തീരാത്തവരുമായ- പയലറ്റ് മത്സ്യങ്ങൾ. പയലറ്റ് മത്സ്യം ഇതുപോലെയാണ് സംസാരിക്കുന്നത്. "ശരി, എനിക്ക് അറിയില്ല. സത്യത്തിൽ എനിക്ക് അറിയില്ലെന്ന് ഉറപ്പാണ്. പക്ഷേ, ഞാൻ അവരെ ഇഷ്ടപ്പെടുന്നു. രണ്ടുപേരെയും ഞാൻ ഇഷ്ടപ്പെടുന്നു. ഹെമിങ്‌വേയോട് ദൈവത്തിനെക്കൊണ്ട് സത്യം ചെയ്യാം എനിക്ക് അവരെ ഇഷ്ടമാണ്. നിങ്ങൾ വിചാരിക്കുന്നത് എന്താണെന്ന് എനിക്ക് അറിയാം. പക്ഷേ, സത്യത്തിൽ എനിക്കും അവരെ ഇഷ്ടമാണ്. അവളുടെ കൈവശം ഗുണം പിടിക്കാത്തതും പകിട്ടുള്ളതുമായ ഏതോ ഒരു കാര്യമുണ്ട്. (അയാൾ അവളുടെ പേര് തരുന്നു. അയാൾ അത് സസ്നേഹം ഉച്ചരിക്കുന്നു) ഹെമിങ്‌വേ മണ്ടത്തരം പറയരുത്. ബുദ്ധിമുട്ട് ഉണ്ടാക്കരുത്. ഞാൻ അവരെ സത്യത്തിൽ ഇഷ്ടപ്പെടുന്നു. രണ്ട് പേരേയും ഇഷ്ടപ്പെടുന്നു. അത് ഞാൻ ആണയിടുന്നു. അയാളെ മനസ്സിലാക്കുമ്പോൾ നിങ്ങൾക്ക് അയാളെ ഇഷ്ടപ്പെടും. (അയാളുടെ കുട്ടിക്കാലത്തെ ഇരട്ടപ്പേര് ഉപയോഗിക്കുന്നു) ഞാൻ സത്യത്തിൽ അവരെ രണ്ടു പേരെയും ഇഷ്ടപ്പെടുന്നു"

അതിനുശേഷം നിങ്ങൾക്ക് പണക്കാരെ ലഭിക്കുന്നു. എന്നുമാത്രമല്ല പണ്ട് ഉണ്ടായിരുന്ന യാതൊരു കാര്യവും പിന്നീട് അതുപോലെ ആകുന്നില്ല. പയലറ്റ് മത്സ്യം നിശ്ചയമായും നിങ്ങളെ വിട്ടുപോകും. അയാൾ എല്ലാ സമയത്തും എവിടേക്കോ പോകുകയാണ്. അല്ലെങ്കിൽ എവിടെ നിന്നോ വരുകയാണ്. ഒരിക്കലും അയാൾ വളരെക്കാലം ചുറ്റുവട്ടത്തിൽ ഉണ്ടായിരിക്കില്ല. അയാൾ രാഷ്ട്രീയത്തിൽ കയറുന്നു. വിട്ടുപോകുന്നു. അരങ്ങിൽ കയറുന്നു. വിട്ടുപോകുന്നു. അതേരീതിയിൽ അയാൾ പ്രദേശങ്ങളിലേക്കും അയാളുടെ ആദ്യകാലത്തുള്ള മനുഷ്യരുടെ ജീവിതങ്ങളിലേക്കും കടന്നുവരുന്നു. വിട്ടുപോകുന്നു. അയാൾ ഒരിക്കലും പിടിച്ചെടുക്കപ്പെടുന്നില്ല. പണക്കാർ അയാളെ പിടിച്ചെടുക്കുന്നില്ല. യാതൊരു രീതിയിലും അയാൾ പിടിച്ചെടുക്കപ്പെടുന്നില്ല. അയാളെ വിശ്വസിക്കുന്നവർ മാത്രമാണ് പിടിക്കപ്പെടുന്നതും കൊല്ലപ്പെടുന്നതും. അയാൾ സ്വയം ധനവാനായി അവസാനിക്കുന്നു.

അയാൾ ഒഴിഞ്ഞു നില്ക്കുന്നവനും ചിരിപ്പിക്കുന്നവനും പിടികൊടുക്കാത്തവനും ഗുണഫലങ്ങൾ ഉള്ളവനും ആയിരുന്നതുകൊണ്ടും അയാൾ ഉന്നം പിഴയ്ക്കാത്ത ഒരു 'പയലറ്റ് മത്സ്യം' ആയിരുന്നതുകൊണ്ടും പണക്കാർ അയാളെ സ്നേഹിച്ചു. വിശ്വസിച്ചു.

---

* കായലിലെ വലിയ മത്സ്യങ്ങൾക്ക് ചുറ്റും കാണുന്ന മാംസഭുക്കുകളായ ചെറിയ മത്സ്യങ്ങൾ

നിങ്ങൾ പരസ്പരം സ്നേഹിക്കുന്നവരും രണ്ടുപേരും വളരെ നല്ല രീതിയിൽ ജോലിചെയ്യുന്നവരുമാണെങ്കിൽ അല്ലെങ്കിൽ ഒരാൾ അങ്ങനെയാണെങ്കിൽ നാട്ടുകാർ നിങ്ങളുടെ അടുത്തേക്ക് രാത്രിയിൽ വെളിച്ചം ഉള്ള ദീപസ്തംഭത്തിലേക്ക് ദേശാടനക്കിളികൾ ആകർഷിക്കപ്പെടുന്നതുപോലെ ആകർഷിക്കപ്പെടുന്നു. സന്തോഷവും പ്രകടനങ്ങളും കൊണ്ട് മനുഷ്യരെ ആകർഷിക്കുന്നവർ സാധാരണയായി പരിചയക്കുറവുള്ളവർ ആണ്. എങ്ങനെ ബലം പ്രയോഗിച്ച് കീഴടക്കണമെന്നും എങ്ങനെ ഉപേക്ഷിക്കണമെന്നും അവർക്ക് അറിയില്ല. നല്ലവരെപ്പറ്റിയും ആകർഷണീയത ഉള്ളവരെപ്പറ്റിയും മനം കവരുന്നവരെപ്പറ്റിയും മഹാമനസ്കരെപ്പറ്റിയും അവർ എല്ലാസമയത്തും മനസ്സിലാക്കുന്നില്ല. മോശം നിലവാരം ഇല്ലാത്ത സമ്പന്നരുടെ ധാരണകളെപ്പറ്റിയും അവർ ഓരോ ദിവസത്തിനും ഒരു ഉത്സവത്തിന്റെ ഭാവം നല്കുന്നതിനെപ്പറ്റിയും അവർ മനസ്സിലാക്കുന്നില്ല.

പണക്കാരെ പയലറ്റ് മത്സ്യം ആയിരുന്നു നയിച്ചികൊണ്ടുവരുന്നത്. ഒരു വർഷം മുമ്പ് അവർ ഒരിക്കൽപ്പോലും വന്നിരുന്നില്ല. അന്ന് അവർക്ക് ഉറപ്പ് ഉണ്ടായിരുന്നില്ല. ജോലി ഇതുപോലെ നല്ലതായിരുന്നു. സന്തോഷം ഇതിലും കൂടുതൽ ആയിരുന്നു. പക്ഷേ, ഒരു നോവലും എഴുതിയിരുന്നില്ല. അതുകൊണ്ട് അവർക്ക് ഉറപ്പാക്കാൻ കഴിഞ്ഞിരുന്നില്ല. ഉറപ്പില്ലാത്ത ഒരുകാര്യത്തിനുവേണ്ടി അവർ ഒരിക്കലും അവരുടെ സമയമോ സ്വാധീനമോ പാഴാക്കിയിരുന്നില്ല. അവർ എന്തിന് അങ്ങനെ ചെയ്യണം? പിക്കാസോയ്ക്ക് ഉറപ്പുണ്ടായിരുന്നു. എന്നു മാത്രമല്ല; അവർ എന്നെങ്കിലും ചിത്രരചനയെപ്പറ്റി കേൾക്കുന്നതിന് മുമ്പ് പിക്കാസോ അവിടെ ഉണ്ടായിരുന്നു. അവർക്ക് മറ്റൊരു ചിത്രകാരനെപ്പറ്റി ഉറപ്പുണ്ടായിരുന്നു. പല ചിത്രകാരന്മാരെപ്പറ്റിയും ഉറപ്പുണ്ടായിരുന്നു. പക്ഷേ, ഈ വർഷം അവർക്ക് സംശയം ഉണ്ടായിരുന്നില്ല. അവർക്ക് പയലറ്റ് മത്സ്യം വാക്കു കൊടുത്തിരുന്നു. അവർ അന്യദേശക്കാരനാണെന്ന് ഞങ്ങൾക്ക് തോന്നാതിരിക്കാനും എന്നെക്കൊണ്ട് ബുദ്ധിമുട്ട് ഉണ്ടാകാതിരിക്കാനും വേണ്ടി പയലറ്റ് മത്സ്യവും പ്രത്യക്ഷപ്പെട്ടിരുന്നു. തീർച്ചയായും 'പയലറ്റ് മത്സ്യം' ഞങ്ങളുടെ സുഹൃത്ത് ആയിരുന്നു.

ആ ദിവസങ്ങളിൽ സമുദ്രത്തിന്റെ ചിത്രങ്ങളിൽ തെറ്റുതിരുത്തിക്കൊണ്ട് മെഡിറ്ററേനിയനിലൂടെ കപ്പൽ യാത്രയ്ക്കുള്ള നിർദ്ദേശങ്ങൾ നല്കുന്ന സ്ഥാപനത്തെ വിശ്വസിക്കുന്നതുപോലെ ഞാൻ പയലറ്റ് മത്സ്യത്തെ വിശ്വസിച്ചിരുന്നു. അല്ലെങ്കിൽ സമുദ്രത്തെ സംബന്ധിച്ച ഉപദേശങ്ങൾ അന്വേഷിക്കാൻ കഴിയുന്ന ബ്രൗണിന്റെ ഗ്രന്ഥത്തെ വിശ്വസിക്കുന്നതുപോലെ ഞാൻ അയാളെ വിശ്വസിച്ചിരുന്നു. ഈ സമ്പന്നരുടെ സ്വാധീനത്തിൽ തോക്ക് കൊണ്ടു നടക്കുന്ന ആരോടൊപ്പവും പോകാൻ ആഗ്രഹം പ്രകടിപ്പിക്കുന്ന പക്ഷികളെ വേട്ടയാടാൻ പരിശീലനം ലഭിച്ച ഒരു നായയെപ്പോലെ ഞാൻ വിശ്വസ്തൻ ആയിരുന്നു. അല്ലെങ്കിൽ അവസാനം സ്നേഹവും അഭിനന്ദനവും നല്കുന്ന ആരോ ഒരാളെ കണ്ടെ

ത്തിയ സർക്കസിലെ പന്നിയെപ്പോലെ ഞാൻ വിശ്വസ്തനും മന്ദബുദ്ധിയും ആയിരുന്നു. ഒരോ ദിവസവും ഒരു ആഘോഷം ആയിരിക്കണമെന്ന ആഗ്രഹം എനിക്ക് ഒരു അത്ഭുതകരമായ കണ്ടുപിടുത്തം ആണെന്ന് തോന്നി. ഞാൻ എഴുതിക്കഴിഞ്ഞ ഒരു നോവലിന്റെ ഒരു ഭാഗം ഉറക്കെ വായിക്കാൻ പോലും തയ്യാറായി. അത് ഒരു എഴുത്തുകാരന് താഴാവുന്നതിന്റെ പരമാവധി ആയിരുന്നു. അത് ഒരു എഴുത്തുകാരനെ സംബന്ധിച്ചിടത്തോളം വിള്ളലുകളിൽ മഞ്ഞുവീണ് ഉറയ്ക്കുന്നതിനു മുമ്പ് വടം ഇല്ലാത്ത സ്കീയിങ് നടത്തുന്നതിനേക്കാൾ അപകടം ആയിരുന്നു.

അവർ "ഏണസ്റ്റ്, ഇത് ഗംഭീരമാണ്. സത്യത്തിൽ ഇത് ഗംഭീരമാണ്. ഇതിലുള്ള കാര്യം നിങ്ങൾക്ക് അറിയില്ല." എന്ന് പറഞ്ഞപ്പോൾ "ഈ ജാരസന്തതികൾക്ക് അത് ഇഷ്ടപ്പെട്ടാൽ അതിൽ തെറ്റ് എന്താണ്?" എന്ന് ചിന്തിക്കുന്നതിനുപകരം ഞാൻ ജീവിതം ആഘോഷം ആണെന്ന പൊതുധാരണയിലേക്ക് എടുത്തുചാടിക്കൊണ്ട് എന്റെ വാലാട്ടുകയായിരുന്നു. ഞാൻ ഒരു തൊഴിലാളിയായി പ്രവർത്തിച്ചിരുന്നെങ്കിൽ ചിന്തിക്കേണ്ടത് മറ്റൊന്നായിരുന്നു. ഞാൻ ഒരു തൊഴിലാളിയായിരുന്നെങ്കിൽ ഒരു കാലത്തും ഞാൻ അവർക്ക് അത് വായിച്ചുകൊടുക്കില്ലായിരുന്നു.

ഈ സമ്പന്നർ വരുന്നതിനു മുമ്പ് പ്രയോഗിക്കാവുന്നതിൽ ഏറ്റവും പഴയ കൗശലം പ്രയോഗിച്ചുകൊണ്ട് മറ്റൊരു സമ്പന്ന ഞങ്ങളുടെ ഇടയിലേക്ക് നുഴഞ്ഞു കയറിയിരുന്നു. അത് ഇങ്ങനെ ആണ്. അവിവാഹിതയായ ഒരു ചെറുപ്പക്കാരി മറ്റൊരു വിവാഹിതയായ ചെറുപ്പക്കാരിയുടെ സുഹൃത്തായതിനുശേഷം ഭാര്യക്കും ഭർത്താവിനും ഒപ്പം താമസിക്കാൻ പോകുന്നു. അതിനുശേഷം അവൾ സുഹൃത്തിനോട് അനുകമ്പ കാണിക്കാതെ അവൾ പോലും അറിയാതെ നിഷ്കളങ്കമായി ഭർത്താവിനെ വിവാഹം ചെയ്യാൻ പുറപ്പെടുന്നു. ഭർത്താവ് ബുദ്ധിമുട്ടുള്ള ജോലി ചെയ്യുന്ന ഒരു എഴുത്തുകാരൻ ആണെങ്കിൽ അയാൾ പകൽ സമയത്ത് കൂടുതലും ജോലിയിലാണ്. അതുകൊണ്ട് കൂടുതൽ സമയവും അയാൾ ഭാര്യയുടെ നല്ലചങ്ങാതി അല്ല. ഈ ഏർപ്പാടിന് എങ്ങനെയാണ് വിജയിക്കാൻ പോകുന്നതെന്ന് കാര്യങ്ങൾ തിരിച്ചറിയുന്നതുവരെ പ്രയോജനങ്ങൾ ഉണ്ട്. ജോലി കഴിയുമ്പോൾ ഭർത്താവിന് അയാൾക്ക് ചുറ്റും രണ്ട് സുന്ദരികളായ പെൺകുട്ടികൾ ഉണ്ട്. ഒരാൾ അപരിചിതയാണ്. പുതുമയുള്ളവൾ ആണ്. അയാൾക്ക് നിർഭാഗ്യം ഉണ്ടെങ്കിൽ അയാൾ രണ്ടുപേരെയും പ്രണയിക്കുന്നു.

അപ്പോൾ അയാളും അയാളുടെ ഭാര്യയും അവരുടെ കുട്ടിക്കും പകരം അയാളും അവരും മാത്രം- മൂന്നുപേർ ഉണ്ട്. തുടക്കത്തിൽ അത് നേരംപോക്ക് ആണ്. ലഹരിയുള്ളതാണ്. കുറച്ചുകാലം അത് ആ രീതിയിൽ തുടരുന്നു. യഥാർത്ഥത്തിൽ ധാർമ്മികത ഇല്ലാത്ത എല്ലാകാര്യങ്ങളും ഒരു ശുദ്ധഗതിയിൽ നിന്നാണ് ആരംഭിക്കുന്നത്. നിങ്ങൾ ലഭിച്ചതെല്ലാം ആസ്വദിച്ചുകൊണ്ട് ഓരോ ദിവസവും ജീവിക്കുന്നു. നിങ്ങൾ

വേവലാതിപ്പെടുന്നില്ല. നിങ്ങൾ കള്ളം പറഞ്ഞുകൊണ്ട് അതിനെ വെറുക്കുമ്പോൾ അത് നിങ്ങളെ നശിപ്പിക്കുന്നു. ഓരോ ദിവസവും കൂടുതൽ അപകടകരമായി മാറുന്നു. പക്ഷേ, നിങ്ങൾ ഒരു യുദ്ധത്തിൽ ജീവിക്കുന്നതുപോലെ ഓരോ ദിവസവും ജീവിക്കുന്നു.

എനിക്ക് പ്രസാധകരെ പുനഃക്രമീകരിക്കാൻ വേണ്ടി ഷ്രൺസിൽ നിന്ന് ന്യൂയോർക്കിലേക്ക് പോകേണ്ടത് ആവശ്യം ആയിരുന്നു. ഞാൻ ന്യൂയോർക്കിലെ ജോലികഴിഞ്ഞ് പാരീസിൽ തിരിച്ചെത്തുമ്പോൾ കിഴക്കുള്ള റെയിൽവേ സ്റ്റേഷനിൽ നിന്നും ഓസ്ട്രിയായ്ക്ക് എന്നെ കൊണ്ടുപോകുന്ന ആദ്യത്തെ ട്രെയിൻ ഞാൻ പിടിക്കേണ്ടതായിരുന്നു. പക്ഷേ, ഞാൻ സ്നേഹിച്ചിരുന്ന പെൺകുട്ടി അപ്പോൾ പാരീസിൽ ഉണ്ടായിരുന്നു. അങ്ങനെ ഞാൻ ആദ്യത്തെ ട്രെയിനിലോ രണ്ടാമത്തെ ട്രെയിനിലോ മൂന്നാമത്തെ ട്രെയിനിലോ കയറിയിരുന്നില്ല.

സ്റ്റേഷന്റെ ഒരു വശത്ത് കൂട്ടിയിട്ടിരുന്ന തടിക്കഷണങ്ങളുടെ അടുത്തുകൂടി ട്രെയിൻ സ്റ്റേഷനിലേക്ക് വന്നുകൊണ്ടിരുന്നപ്പോൾ റെയിൽപ്പാളത്തിനടുത്ത് എന്റെ ഭാര്യ നില്ക്കുന്നുണ്ടായിരുന്നു. അവളെ വീണ്ടും കണ്ടപ്പോൾ അവളെ അല്ലാതെ മറ്റൊരാളെ സ്നേഹിക്കുന്നതിനുമുമ്പ് ഞാൻ മരിക്കണമായിരുന്നു എന്ന ആഗ്രഹം എനിക്ക് ഉണ്ടായിരുന്നു. അവൾ പുഞ്ചിരിക്കുന്നുണ്ടായിരുന്നു. സൂര്യരശ്മികളും മഞ്ഞു ചേർന്ന് ഇരുണ്ട നിറം നല്കിയിരുന്ന അവളുടെ മനോഹരമായ മുഖത്ത് പകൽവെളിച്ചം ഉണ്ടായിരുന്നു. മഞ്ഞുകാലത്ത് ശല്യം ഉണ്ടാക്കിക്കൊണ്ട് പടർന്നുപന്തലിച്ചുകിടന്ന അവളുടെ തലമുടി ചുവന്ന സ്വർണ്ണം* പോലെ തിളങ്ങുന്നുണ്ടായിരുന്നു. മിസ്റ്റർ. ബംബി വൊറാൾബർഗിലെ ഒരു നല്ല ആൺകുട്ടിയെപ്പോലെ മഞ്ഞ് കാരണം തടിച്ചുകൊഴുത്ത തവിട്ടുനിറം ഉള്ള കവിളുകളുമായി അവളോടൊപ്പം നില്ക്കുന്നുണ്ടായിരുന്നു.

"ടാറ്റീ." ഞാൻ അവളെ കെട്ടിപ്പിടിച്ചപ്പോൾ അവൾ പറഞ്ഞു. "നിങ്ങൾ തിരിച്ചെത്തി. നിങ്ങൾ ഒരു ഒന്നാംതരം യാത്ര വിജയകരമായി നടത്തി. ഞങ്ങൾക്ക് നിങ്ങളെ അത്രമാത്രം നഷ്ടപ്പെട്ടിരുന്നു. നിങ്ങളോട് എനിക്ക് പ്രണയമാണ്."

ഞാൻ അവളെ പ്രണയിച്ചു. മറ്റൊരാളെ ഞാൻ പ്രണയിച്ചില്ല. ഞങ്ങൾ തനിച്ചായപ്പോൾ ഞങ്ങൾക്ക് മായികമായ സൗന്ദര്യം ഉള്ള ഒരു കാലം ഉണ്ടായിരുന്നു. ഞാൻ നന്നായി ജോലി ചെയ്തിരുന്നു. ഞങ്ങൾ മഹത്തായ യാത്രകൾ നടത്തിയിരുന്നു. ഞങ്ങൾ വീണ്ടും വഴിതെറ്റാൻ സാദ്ധ്യത ഇല്ലാത്തവരാണെന്ന് എനിക്ക് തോന്നിയിരുന്നു. വസന്തത്തിന്റെ അവസാനത്തിൽ ഞങ്ങൾ പർവ്വതങ്ങളിൽ നിന്ന് പുറത്തുനിന്ന് പാരീസിൽ തിരിച്ചെത്തുന്നതു വരെ മറ്റേ കാര്യം വീണ്ടും ആരംഭിച്ചിരുന്നില്ല.

പാരീസിന്റെ ആദ്യഭാഗത്തിന്റെ അവസാനം അതായിരുന്നു. പാരീസ് എല്ലാക്കാലത്തും പാരീസ് ആയിരുന്നെങ്കിലും ഒരിക്കലും അതു ഒരേ

* ചെമ്പ് പോലെയുള്ള ഒരു ലോഹം കൂടി ചേർത്തുണ്ടാക്കുന്ന സ്വർണ്ണത്തിന്റെ ലോഹക്കൂട്ട്

പോലെ ആയിരുന്നില്ല. നിങ്ങൾ അതിനെ മാറ്റി. അത് മാറുന്നതനുസരിച്ച് നിങ്ങൾ മാറി. ഞങ്ങൾ ഒരിക്കലും വൊറാൾബർഗിലേക്ക് തിരിച്ചു പോയിരുന്നില്ല. സമ്പന്നരും തിരിച്ചുപോയിരുന്നില്ല.

പാരീസിന് ഒരിക്കലും ഒരു സമാപ്തി ഇല്ല. അവിടെ ജീവിച്ചിട്ടുള്ള ഓരോ മനുഷ്യന്റെയും ഓർമ്മകൾക്കും സമാപ്തി ഇല്ല. ഒരാളുടെ ഓർമ്മകൾ മറ്റൊരാളുടെ ഓർമ്മകളിൽ നിന്ന് വ്യത്യസ്തമാണ്.

നമ്മൾ ആരായിരുന്നെങ്കിലും പാരീസ് എങ്ങനെ വ്യത്യാസപ്പെട്ടിരുന്നെങ്കിലും എന്ത് ബുദ്ധിമുട്ടിയാണെങ്കിലും എളുപ്പത്തിൽ ആണെങ്കിലും എപ്പോഴും നമ്മൾ അവിടെ തിരിച്ചെത്തിയിരുന്നു. നമുക്ക് അവിടെ തിരിച്ചെത്താൻ കഴിഞ്ഞിരുന്നു. പാരീസ് എല്ലാക്കാലത്തും വിലയുള്ളതായിരുന്നു. നിങ്ങൾ അവിടെ കൊണ്ടുവരുന്നത് എന്തുതന്നെ ആയിരുന്നെങ്കിലും നിങ്ങൾക്ക് അതിന്റെ പ്രതിഫലം ലഭിച്ചിരുന്നു. പക്ഷേ, ഞങ്ങൾ വളരെ ദരിദ്രരും വളരെ സന്തോഷം ഉള്ളവരും ആയിരുന്ന ആദ്യകാലത്തെ പാരീസ് ഇങ്ങനെ ആയിരുന്നു.

www.ingramcontent.com/pod-product-compliance
Lightning Source LLC
LaVergne TN
LVHW100825051026
849519LV00006B/2183